சீதா - மிதிலைப் போர்மங்கை

1974-இல் பிறந்த அமீஷ், IIM (கொல்கத்தா)வில் படித்து, போரடிக்கும் பேங்க் தொழில் செய்து, சந்தோஷமான எழுத்தாளராய்ப் பரிணமித்தவர். *மெலூஹாவின் அமரர்கள்* என்னும் முதல் புத்தகம் (சிவா தொகுதியின் முதற்பகுதி) அடைந்த மாபெரும் வெற்றியால் உந்தப்பட்டு, பதினான்கு வருட நிதி-சார் பணியைத் துறந்து, எழுத்தில் இறங்கினார். வரலாறு, புராணவியல், தத்துவம் என்று பல விஷயங்களில் ஆர்வம் உண்டு. உலகின் அனைத்து மதங்களிலும் அர்த்தத்தையும் அழகையும் இனம் காண்பவர். இதுவரை ஏறக்குறைய 55 லட்சம் பிரதிகள் விற்றிருக்கும் அமீஷின் புத்தகங்கள், 19 மொழிகளில் மொழிமாற்றம் செய்யப்பட்டுள்ளன.

D1763763

www.authoramish.com

www.facebook.com/authoramish

www.instagram.com/authoramish

www.twitter.com/authoramish

www.authoramish.com

அமீஷின் பிற நூல்கள்

சிவா முத்தொகுதி

இந்திய வெளியீட்டின் வரலாற்றில் மிக வேகமாக விற்பனையான புத்தகத் தொடர்

மெலூஹாவின் அமரர்கள் (சிவா முத்தொகுதியின் முதல் பாகம்)
நாகர்களின் இரகசியம் (சிவா முத்தொகுதியின் இரண்டாம் பாகம்)
வாயுபுத்ரர் வாக்கு (சிவா முத்தொகுதியின் மூன்றாம் பாகம்)

இராமச்சந்திரா தொகுதி

இந்திய வெளியீட்டின் வரலாற்றில் மிக வேகமாக விற்பனையான இரண்டாவது புத்தகத் தொடர்

ராம் - இக்ஷ்வாகு குலத்தோன்றல் (தொகுதியின் முதல் பாகம்)
ராவணன் - ஆர்யாவர்த்தாவின் எதிரி (தொகுதியின் மூன்றாம் பாகம்)

புனைவல்லாதது

நிலைத்த புகழ் இந்தியா :
இளமை இந்தியா, காலத்தை வென்ற நாகரிகம்

'இந்தியாவின் வளமான கடந்த காலத்தையும், கலாச்சாரத்தையும் பற்றிய அமீஷின் எழுத்துக்கள் மிகுந்த ஆர்வத்தை உருவாக்கியுள்ளன.'

- ஸ்ரீ நரேந்திர மோடி ஜி
(மாண்புமிகு பிரதம மந்திரி, இந்தியா)

'பழமைவாய்ந்த நம்முடைய தார்மீக உணர்வுகளை, அமீஷின் எழுத்துக்கள் நம்முடைய இளைஞர்களுக்கு எடுத்துச் செல்கின்றன, அதே சமயம் அவர்களின் ஆவலைத் தூண்டி, தீனி போடுகின்றன...'

- ஸ்ரீ ஸ்ரீ ரவிஷங்கர்
(ஆன்மீகத் தலைவர், ஆர்ட் ஒப் லிவிங் அமைப்பைத் தொடங்கியவர்)

'அமீஷின் புத்தகம் தகவல் நிறைந்ததாகவும், ஆட்கொள்ளும் விதமாகவும், மனதை கவரும் வண்ணமாகவும் இருக்கிறது.'

- அமிதாப் பச்சன்
(நடிகர், வாழும் காலத்து ஆளுமை)

'ஆழ்ந்த சிந்தனையுடன் கூடிய அமீஷ் மற்ற எந்த எழுத்தாளரைக் காட்டிலும் புதிய இந்தியாவின் பிரதிநிதியாக விளங்குகிறார்.'

- வீர் சாங்க்வி
(மூத்த பத்திரிகையாளர், கட்டுரையாளர்)

'அமீஷ் இந்தியாவின் மிகப்பெரிய இலக்கிய ராக்ஸ்டார்.'

- சேகர் கபூர்
(விருது பெற்ற பட இயக்குனர்)

'அவருடைய தலைமுறையில் சுயமாக சிந்திக்கும் தன்மை வாய்ந்தவர் அமீஷ்.'

- ஆர்னாப் கோஸ்வாமி
(மூத்த பத்திரிகையாளர், ரிபப்ளிக் டிவி. எம்டி)

www.authoramish.com

'அமீஷுக்கு கூர்ந்து கவனிக்கும் தன்மை, மற்றும் படிக்கத் தூண்டும் எழுத்து நடை, உள்ளது.'

- டாக்டர். சஷி தரூர்

(பாராளுமன்ற உறுப்பினர், எழுத்தாளர்)

'அமீஷ் ஆழமாகச் சிந்திக்கும் தன்மையுள்ளவர், யாரும் சிந்தித்திராத, வழக்கத்துக்கு மாறான, ரசிக்கும் படியான தகவல்களை நம் கடந்த காலத்தைப் பற்றி வழங்குபவர்.'

- சேகர் குப்தா

(மூத்த பத்திரிகையாளர், கட்டுரையாளர்)

'புதிய இந்தியாவைப் புரிந்து கொள்ள அமீஷின் எழுத்துக்களைப் படிக்க வேண்டும்.'

- ஸ்வபன் தாஸ் குப்தா

(பாராளுமன்ற உறுப்பினர், மூத்த பத்திரிகையாளர்)

'அமீஷின் அனைத்து புத்தகங்களினூடே ஒரு முற்போக்காண சித்தாந்த்தம், முன்னேற்றத்திற்கு அழைத்துச் செல்கிறது: பாலினம், சாதி, அல்லது எந்த பிரிவிலும் நடக்கக்கூடிய பிரிவினை வாதம் பற்றி கண்டிப்பாக பதிவு செய்திருப்பார் பெரும்பான்மையான பிரதி விற்கும் இந்திய எழுத்தாளர்களிலேயே, உண்மையான, ஆழமான தத்துவ சிந்தனை கொண்டவர் - அவருடைய புத்தகங்களில் ஆழமான ஆராய்ச்சிகள் மற்றும் சிந்தனைகள் பின்னூட்டமாக விளங்கும்.'

- சந்தீபன் டேப்

(மூத்த பத்திரிகையாளர், ஆசிரியர், இயக்குனர், ஸ்வராஜ்யா)

அமீஷின் தாகம் அவருடைய புத்தகங்களையும் தாண்டி, இலக்கியம் தாண்டி, தத்துவ இலக்கியம் நிரம்பி, பக்தியில் ஊறி, இந்தியாவுக்கான அவருடைய ஆழமான அன்பை நிலை நிறுத்தும்.'

- கௌதம் சிகர்மேன்

(மூத்த பத்திரிகையாளர், எழுத்தாளர்)

'அமீஷ் ஒரு இலக்கிய நிகழ்வு.'

- அனில் தார்கர்

(மூத்த பத்திரிகையாளர், எழுத்தாளர்)

சீதா
மிதிலைப் போர்மங்கை

இராமச்சந்திரா தொகுதியில்
புத்தகம் 2

அமீஷ்

தமிழில்:
பவித்ரா ஸ்ரீனிவாசன்

eka

www.authoramish.com

eka

First published in English as *Sita: Warrior of Mithila* in 2017 by Westland Publications Ltd.

First published in Tamil as *Sita: Mithilai Pormangai* in 2018 by Westland Publications Private Limited in association with Mysticswrite Private Limited, Chennai

Published in Tamil as *Sita: Mithilai Pormangai* in 2022 by Eka, an imprint of Westland Books, a division of Nasadiya Technologies Private Limited

No. 269/2B, First Floor, 'Irai Arul', Vimalraj Street, Nethaji Nagar, Allappakkam Main Road, Maduravoyal, Chennai 600095

Westland and the Westland logo are the trademarks of Nasadiya Technologies Private Limited, or its affiliates.

Copyright © Amish Tripathi, 2017, 2022

Amish Tripathi asserts the moral right to be identified as the author of this work.

ISBN: 9789395073875

10 9 8 7 6 5 4 3 2 1

This is a work of fiction. Names, characters, organisations, places, events and incidents are either products of the author's imagination or used fictitiously.

All rights reserved

Cover Concept and Design by Sideways
Illustration by Arthat studio
Typeset by Mysticswrite Private Limited
Printed at Manipal Technologies Limited, Manipal

No part of this book may be reproduced, or stored in a retrieval system, or transmitted in any form or by any means, electronic, mechanical, photocopying, recording, or otherwise, without express written permission of the publisher.

www.authoramish.com

என் மைத்துனர்
ஹிமான்ஷு ராய் அவர்களுக்கு

சமநிலை என்னும் உன்னத இந்தியக் கோட்பாட்டிற்கு
எடுத்துக்காட்டாய்;

பிற மதங்களை மதிக்கும் கணேச பகவானின்
பக்தன் என்ற பெருமிதத்துடன்:

மிகச் சிறந்த தேசியவாதியாய்;

தாய்நாட்டின் மீது மாறாப் பற்று கொண்டு: ...ஞானம், வீரம்,
மானம் ஆகியவற்றிற்கு உதாரணமாக விளங்கும் நாயகன்

www.authoramish.com

ஓம் நமச்சிவாய.
பிரபஞ்சம், சிவபெருமானைத் தொழுகிறது.
நானும், சிவபெருமானையே வணங்குகிறேன்.

அத்புத இராமாயணத்திலிருந்து
(மஹரிஷி வால்மீகி இயற்றியது)

யதா யதா ஹி தர்மஸ்ய க்ளானிர்பவதி ஸுவ்ரத |
அப்யுத்தானமதர்மஸ்ய ததா ப்ரக்ருதிஸம்பவாஹ் ||

தர்மவாக்கின் காவலனே, நினைவில் கொள்,
எப்பொழுதெல்லாம் தர்மம் வீழ்கிறதோ,
எப்பொழுதெல்லாம் அதர்மம் வாழ்கிறதோ,
அப்பொழுது உன்னதப் பெண்மை அவதரிக்கும்.

அவள், தர்மம் காப்பாள்.
நம்மைக் காப்பாள்.

www.authoramish.com

கதைமாந்தர் மற்றும் முக்கிய குலங்கள்

அரிஷ்டநேமி: மலயபுத்ரர்களின் இராணுவ சேனாதிபதி; விஸ்வாமித்ரரின் வலக்கை

அஸ்வபதி: வடமேற்கு இராஜ்ஜியமான கேகயத்தின் மன்னர்; தசரதரின் நண்பர்; கைகேயிக்குத் தந்தை

பரதன்: இராமனுக்கு மாற்றாந்தாய்ப் புதல்வன்; தசரதர் மற்றும் கைகேயியின் மகன்

தசரதர்: கோசல நாட்டின் சக்ரவர்த்தி; சப்தசிந்துவை ஆளும் மாமன்னர்; கௌசல்யா, கைகேயி மற்றும் சுமித்ரையின் கணவர்; இராமன், பரதன், லக்ஷ்மணன் மற்றும் சத்ருக்னனின் தந்தை

ஹனுமான்: ராதிகாவின் உறவினர்; வாயுகேசரியின் புத்திரர்; வாயுபுத்ரர் குலத்தைச் சேர்ந்த நாகா

ஜனகர்: மிதிலையின் மன்னர்; சீதை மற்றும் ஊர்மிளையின் தந்தை

ஜடாயூ: மலயபுத்ரர் தளபதிகளுள் ஒருவர்; சீதா மற்றும் இராமனின் நாகா நண்பர்

கைகேயி: கேகய மன்னர் அஸ்வபதியின் புதல்வி; தசரதரின் இரண்டாவதும், மனதுக்குகந்தவளுமான மனைவி; பரதனின் தாய்

கௌஸல்யா: தென்கோசலை மன்னன் பானுமன் மற்றும் மனைவி மஹேஷ்வரியின் மகள்; தசரதரின் முதல் மனைவி; இராமனின் தாய்

கும்பகர்ணன்: இராவணனின் சகோதரன்; நாகாவும் கூட

குஷத்வஜர்: ஸங்கஷ்யாவின் மன்னர்; ஜனகரின் இளைய சகோதரர்

லக்ஷ்மணன்: தசரதரின் இரட்டைக் குழந்தைகளில் ஒருவன்; சுமித்ரையின் மகன்; இராமனின் விசுவாசி; பின்னாளில், ஊர்மிளையின் கணவன்

மலயபுத்ரர்கள்: ஆறாம் விஷ்ணு பகவான் பரசுராமர் விட்டுச் சென்ற குலம்

மந்தரை: சப்தசிந்துவின் மிகப் பெரும் வர்த்தகி; கைகேயியுடன் தோழமை பூண்டவள்

மறன்: வாடகைக் கொலையாளி

நாரதன்: லோத்தலைச் சேர்ந்த வியாபாரி; ஹனுமானின் நண்பர்

நாகர்கள்: பிறவியிலேயே உடல் ஊனமும் விகாரமும் கொண்ட பயங்கர மனிதர்கள்

இராவணன்: இலங்கை மன்னன்; விபீஷணன், சூர்ப்பநகா மற்றும் கும்பகர்ணனின் சகோதரன்

ராதிகா: சீதாவின் தோழி; ஹனுமானின் உறவினள்

இராமன்: கோசல இராஜ்யத்தின் தலைநகர் அயோத்யாவை ஆண்ட சக்ரவர்த்தி தசரதரின் நான்கு மகன்களில் மூத்தவன்; கௌஸல்யாவிற்குப் பிறந்தவன்; பின்னாளில் சீதையின் மணாளன்

ஸமீச்சி: மிதிலை நகரின் காவல், மற்றும் அரசு சம்பிரதாய துறைகளின் தலைமை அதிகாரி

ஷத்ருக்னன்: தசரதர் மற்றும் சுமித்ராவின் புதல்வன்; லக்ஷ்மணனும் இவனும் இரட்டைப் பிறவிகள்

சூர்ப்பநகா: இராவணனின் மாற்றாந்தாய் மகள்

ஷ்வேதகேது: சீதாவின் ஆசான்

சீதை: மிதிலை மன்னர் ஜனகரின் வளர்ப்பு மகள்; மிதிலையின் பிரதம மந்திரி; பின்னாளில், இராமனின் மனைவி

சுமித்ரா: காசி மன்னர் புதல்வி; தசரதரின் மூன்றாவது மனைவி; இரட்டைப்பிறவிகளான லக்ஷ்மணன் மற்றும் ஷத்ருக்னனின் தாய்

சுனெனா: மிதிலா அரசி; சீதா மற்றும் ஊர்மிளாவின் தாய்

வாலி: கிஷ்கிந்தை மன்னன்

வருண் ரத்னாகர்: ராதிகாவின் தந்தை; வால்மீகிகளின் தலைவர்

வஸிஷ்டர்: அயோத்யா மற்றும் அரச குடும்பத்தினரின் இராஜகுரு; நான்கு இளவரசர்களுக்கும் ஆசான்

வாயு கேஸரி: ஹனுமானின் தந்தை; ராதிகாவின் உறவினர்

வாயுபுத்ரர்கள்: முந்தைய மஹாதேவர் ருத்ரபகவான் விட்டுச் சென்ற குலம்

விபீஷணன்: இராவணனுக்கு மாற்றாந்தாய் மகன்

விஸ்வாமித்ரர்: ஆறாம் விஷ்ணு பிரபு பரசுராமர் விட்டுச் சென்ற மலயபுத்ரர் குலத்தின் தலைவர்; இராமலக்ஷ்மணர்களின் தற்காலிக குரு

ஊர்மிளா: சீதையின் இளைய சகோதரி; ஜனகரின் சொந்த மகள்; பின்னாளில் லக்ஷ்மணனைக் கரம் பிடிப்பவள்

நூலின் கட்டமைப்பு பற்றிக் குறிப்பு

முதலில், என் மனமார்ந்த நன்றி: இப்புத்தகத்தைத் தேர்ந்தெடுத்ததற்கும், அதன் பொருட்டு விலைமதிப்பில்லாத ஒரு விஷயத்தை - உங்கள் நேரத்தை - பகிர்ந்ததற்கும்.

இந்நூல் வெளிவர நெடுங்காலம் ஆகிவிட்டதை அறிவேன்; அதற்காக மன்னிப்பும் கேட்டுக்கொள்கிறேன். இராமச்சந்திரா தொகுப்பின் கட்டமைப்பை விளக்கினால், என் காலதாமதத்திற்கான காரணம் புரியக்கூடும்.

ஆங்கிலத்தில் ஹைபர்லிங்க் (hyperlink) என்னும் கதை சொல்லும் உத்தி என்னைச் சமீபகாலமாகக் கவரத் துவங்கியிருக்கிறது. இதை மல்டிலீனியர் - அதாவது நேர்முகமாக அல்லாமல், பல்வேறு பாதைகளில் பயணிக்கும் கதையமைப்பு - என்றும் சொல்கிறார்கள். இப்படியான கட்டமைப்பில், ஒரே ஒரு மையப்புள்ளியில் பல கதாபாத்திரங்கள் இணைவதுண்டு. இராமச்சந்திரா தொகுதியைப் பொறுத்தவரை, இராமன், சீதா, இராவணன் ஆகியோரே நாயகர்கள். ஒவ்வொருவரது வாழ்க்கை அனுபவமும் அவர்களது சுபாவத்தை, குணாதிசயங்களைச் செதுக்கும்; சீதாவைக் கவர்ந்து செல்லும் கட்டத்தில் அவர்களது கதைகள் இணையும். மூவரும் தனித்தனியே பல அதிசய அனுபவங்களையும் சுண்டியிழுக்கும் பின்னணிகளையும் கொண்டவர்களாகின்றனர்.

ஆக, முதல் புத்தகம் இராமன் காதையை ஆராய்ந்ததென்றால், இரண்டாவதும் மூன்றாவதும் சீதா மற்றும் இராவணனது வாழ்க்கையை விவரித்து, பிறகு மூன்று பாதைகளும் நான்காவது புத்தகத்தில் இணைந்து, ஒரே கதையாய்ப் பயணிக்கும்.

இராமன்
இக்ஷ்வாகு குலத் தோன்றல்
இராமச்சந்திரா தொகுதி 1
சீதா
மிதிலைப் போர்மங்கை
இராமச்சந்திரா தொகுதி 2
இராவணன்
ஆர்யவர்த்தத்தின் அநாதை
இராமச்சந்திரா தொகுதி 3
இராவணன் பிறப்பு
சீதா பிறப்பு
இராமன் பிறப்பு
இராமன்/சீதா திருமணம்
சீதாபகரணம்
இராமச்சந்திரா
தொகுதி 4
தொடர்கிறது

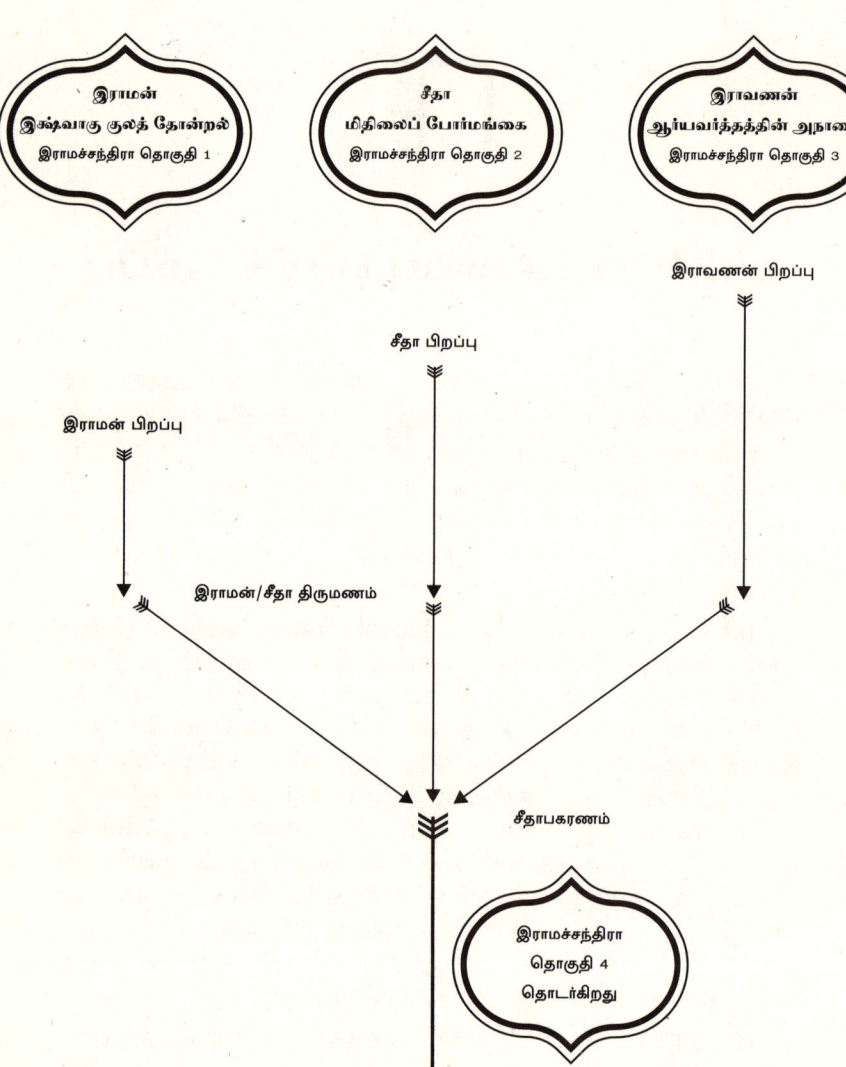

அதிக நேரமும், கடுமையான உழைப்பும் நிறைந்த பணியென்றாலும், மிகுந்த உற்சாகத்துடன் மேற்கொண்டேன் என்பதை ஒப்புக்கொண்டே ஆகவேண்டும். நான் உணர்ந்த அபரிமித ஆர்வமும் அபூர்வ நிறைவும் உங்களுக்கும் கிடைக்குமென நம்புகிறேன். சீதா மற்றும் இராவணனின் கதாபாத்திரங்களை நுணுக்கமாய்ப் புரிந்துகொள்ள முடிந்ததினாலேயே, அவர்களது உலகங்களை உன்னிப்பாய்க் கவனித்து, அவற்றில் வாழ்ந்து, இக்காவியத்தை உயிர்ப்புடன் விளங்கச் செய்யும் எத்தனையோ சூழ்ச்சிகளையும், சிக்கலான பல உபகதைகளையும் ஆராய முடிந்தது. உண்மையில், இந்த விஷயத்தில் நான் பாக்கியசாலி.

இதுதான் என் திட்டமென்பதால், இரண்டாவது, மூன்றாவது புத்தகங்களுடன் இணையக் கூடிய பல மர்மங்களை முதல் புத்தகத்திலேயே **(இராமன் - இக்ஷ்வாகு குலத் தோன்றல்)** ஆங்காங்கே முடிச்சிட்டிருந்தேன். 2 மற்றும் 3 நூல்களிலும் அப்படியான சுவாரசியமான பல ஆச்சர்யங்கள் காத்திருக்கின்றன என்பதைச் சொல்லத் தேவையில்லை!

இன்னும் சொன்னால், **இராமன் - இக்ஷ்வாகு குலத் தோன்றலின்** இறுதிப் பத்தியிலேயே மிகப் பெரிய துப்பு ஒன்றை மறைத்திருந்தேன்; வாசகர்களில் சிலர் இதைப் புரிந்தும் கொண்டனர். புரியாதவர்களுக்கு, இரண்டாவது புத்தகமான **சீதா - மிதிலைப் போர்மங்கை**யின் முதல் அத்தியாயத்தில் ஒரு அதிசய உண்மை வெளிச்சத்திற்கு வரக் காத்திருக்கிறது.

சீதா - மிதிலைப் போர்மங்கையை ரசிப்பீர்கள் என நம்புகிறேன். படித்து, மேலான கருத்துக்களை என்னுடன் பகிர்ந்துகொள்ள, கீழேயுள்ள எனது ஃபேஸ்புக் மற்றும் ட்விட்டர் பக்கங்களுக்குச் செய்தி அனுப்புங்களேன்?

அன்புடன்,

அமீஷ்.

www.facebook.com/authoramish

www.twitter.com/authoramish

ஏற்புரை

ஒருவர் எழுதும் போது, அவரது ஆன்மாவையே காகிதத்தில் வடிக்கின்றார். இதற்கு மனபலம் தேவை என்கிறார்கள். அந்த பலமும், நம்முடன் பலர் நிற்கிறார்கள் என்று உணர்வதால்தான் ஏற்படுகிறது என்றும் சொல்கிறார்கள். அவ்விதம் என்பால் நிற்பவர்களை - எனக்குத் தைரியமூட்டுபவர்களை - நான் தனியல்ல என்று உறுதியளிப்பவர்களை - அங்கீகரிக்கக் கடமைப்பட்டுள்ளேன்.

என் மகிழ்ச்சிக்கும் பெருமைக்குமுரிய 8 வயது மகன் நீல். இப்பொழுதே நிறைய படிக்கிறான். என் புத்தகங்களை எப்பொழுது படிக்கப் போகிறானோ? ஆவலாய்க் காத்திருக்கிறேன்!

என் மனைவி ப்ரீத்தி; சகோதரி பாவ்னா; மைத்துனர் ஹிமான்ஷு ராய்; சகோதரர்கள் அனீஷ் மற்றும் ஆஷீஷ் - என் கதைக்கான கணக்கற்ற உள்ளீடுகளுக்கு. முதல் வரைவை எழுத எழுத, அத்தியாயம் அத்தியாயமாய்ப் படித்திருக்கின்றனர்; பல சித்தாந்தங்களை அவர்களுடன் விரிவாக விவாதித்திருக்கிறேன். இப்புத்தகத்தின் அநேக பகுதிகளை டில்லியில், அனீஷ் மற்றும் மீதாவின் வீட்டில்தான் எழுதினேன். இப்பேர்ப்பட்ட உறவுகள் அமைய பூர்வஜன்மத்தில் எத்தனையோ புண்ணியம் செய்திருக்கவேண்டும்.

என் குடும்பத்தின் பிற அங்கத்தினர்கள்: உஷா; வினய்; மீதா; டோனெட்டா; ஷெர்னாஸ்; ஸ்மிதா; அனுஜ் மற்றும் ருதா - மாறாத அன்பிற்கும், நம்பிக்கைக்கும்.

என் தொகுப்பாசிரியர் ஷர்வானி. என் கதைகளின் மீது எனக்குள்ள பற்று அவருக்கும் உண்டு. என் பிடிவாதமும். என்னைப் போலவே நிறைய வாசிப்பவர்; தொழில்நுட்பத்திடம் எனக்குள்ள தர்மசங்கடம் அவருக்கும் உண்டு. மற்றொரு பிறவியில் நாங்கள் உடன்பிறப்புக்களாக இருந்திருக்க வேண்டும்!

கௌதம்; க்ருஷ்ணகுமார்; நேஹா; தீப்தி; சதீஷ்; சங்கமித்ரா; ஜயந்தி; சுதா; விபின்; ஸ்ரீவத்ஸ்; ஷத்ருகன்; ஸரிதா; அருணிமா; ராஜு; ஸன்யோக்; நவீன்; ஜெய்ஷங்கர்; ஸதீஷ்; திவ்யா; மது; சத்யா; ஸ்ரீதர்; க்ரிஸ்டீனா; ப்ரீதி மற்றும் என் பதிப்பகத்தார் வெஸ்ட்லேண்டின் அபார குழு. இவர்கள் இந்தியாவின் மிகச் சிறந்த பதிப்பாளர்கள் என்பது என் தாழ்மையான அபிப்ராயம்.

என் முகவர் அனுஜ். ஆரம்பத்திலிருந்தே என் நண்பர்; எல்லாவற்றிலும் பங்கு கொண்டவர்.

நெடுநாளைய நண்பரும், மூத்த கார்ப்பரேட் நிர்வாகியுமான அபிஜீத்; வெஸ்ட்லேண்டுடன் இணைந்து இப்புத்தகத்தின் விளம்பர முயற்சிகளை கணிசமாக முன்னெடுத்துச் சென்ற அசகாய சூரர்!

எழுத போதிய நேரமளிக்கும் வகையில் எல்லாவற்றையும் கவனித்துக்கொள்ளும் மோஹன் மற்றும் மெஹுல் - என் தனிப்பட்ட மேலாளர்கள்.

அபிஜித்; ஸோனாலி; ஷ்ருதி; ராய்; கஸ்ஸாண்ட்ரா; ஜோஷ்வா; பூர்வா; நளின்; நிவேதிதா; நேஹா; நேஹல் மற்றும் ஸைட்வேஸ் குழு - எந்த வணிக முயற்சியின் அனைத்துக் கோணங்களையும் அபார கற்பனைத்திறனுடன் அணுகும் சாதுர்யக் கம்பெனி. இப்புத்தகத்தின் வியாபார மற்றும் விற்பனை யுக்திகளை வடிவமைக்க உதவியது இவர்களே. அட்டை உட்பட - நான் பார்த்தவற்றில் உன்னதமான அட்டை இதுதான் - விற்பனைக் கருவிகள் பலவற்றை உருவாக்கியவர்களும் ஸைட்வேஸ்தான். இந்த முயற்சியில் அவர்களுக்கு உதவியவர்கள், அற்புத வடிவமைப்பாளர்களான ஆர்ட்ஹேட் குழு (ஜிதேந்த்ரா; தேவல்; ஜான்ஸன்.)

மாயங்க்; ப்ரியங்கா ஜெய்ன்; தீபிகா; நரேஷ்; விஷால்; டேனிஷ் ஆகியோருடன் இப்புத்தகத்திற்கு ஊடகத் தொடர்பு மற்றும் விற்பனைக் கூட்டணி முயற்சிகளை முன்னெடுத்துச் செல்வதில் தீவிரமாயிருந்த மோ'ஸ் ஆர்ட் டீம். உறுதியான இந்தக் குழு, நான் செயலாற்றிய ஏஜன்சிகளில் மிகச் சிறப்பானது.

இந்நூலின் சமூக வலைத்தளத் தொடர்பின் செயலாக்கப் பணிகளில் உறுதுணையாயிருந்த ஹேமல்; நேஹா மற்றும் ஆக்டோபஸ் குழுவினர். கடுமையான உழைப்பாளிகள்; அறிவு ஜீவிகள்; அர்ப்பணிப்பிற்குப் பெயர் போனவர்கள். எந்தக் குழுவிற்கும் இவர்கள் பக்கபலமே.

என் ஆய்விற்குத் துணை நிற்கும் ஸமஸ்க்ருத பண்டிதர்கள் ம்ருணாளினி மற்றும் வ்ருஷாலி. இவர்களுடனான விவாதங்கள் என் மனக்கண்ணைத் திறந்தன; இவர்களிடம் நான் கற்ற விஷயங்கள் என் கருத்துக்களுக்கு மெருகேற்றி, பின்னர் என் புத்தகங்களிலும் இடம்பெற்றன.

இறுதியாக, ஆனால், உறுதியாக, நீங்கள் - என் வாசகர். நான் தற்போது வாழ்ந்துகொண்டிருக்கும் வாழ்க்கையை, மனதுக்குகந்த பணியில் ஈடுபட்டு, அதனையே வாழ்வாதாரமாக்கிக் கொள்ளும் பெறும் பேற்றை எனக்களித்தது உங்கள் ஆதரவே. இதற்கு எத்துணை நன்றி சொன்னாலும் தகும்!

அத்தியாயம் 1

கி மு 3400, கோதாவரி நதியின் அருகாமையில் எங்கோ, இந்தியா

கூரிய கத்தியால் தடிமனான இலைத்தண்டுகளை எளிதாக, விரைவாகச் சீவித் தள்ளினாள் சீதா. குட்டை வாழைமரங்கள் அவள் உயரமே இருந்தன. எட்டிப் பிடிக்க வேண்டியிருக்கவில்லை. சற்று தாமதித்து, தன் கைவேலையை ஆராய்ந்தாள். பிறகு, கொஞ்சம் தள்ளி நின்ற மலயபுத்ர வீரன் மகரந்தன் மீது ஒரு பார்வை வீசினாள். அவள் வெட்டியதில் பாதியளவே அவன் கழித்திருந்தான்.

வானிலை நிச்சலனமாகவே இருந்தது. சற்று முன் காட்டின் இப்பகுதியில் சூறைக்காற்று பேயாட்டம் ஆடியதென்றால் நம்ப முடியாதுதான். அகால மழை வேறு பிரதேசத்தைச் சாட, அடர்ந்த மரக்கூட்டத்தினடியில் சீதாவும் மகரந்தனும் தற்போதைக்கு அடைக்கலம் தேடிக்கொள்ள வேண்டியிருந்தது. ஒருவர் பேசுவது அடுத்தவருக்குக் கேட்காதளவு சீறிக்கொண்டிருந்தது காற்று. ஆனால், 'சட்'டென்று நின்றது. மழையும் புயலும் வந்த சுவடில்லாமல் மறைந்தன. தாமதிக்காமல் குட்டை வாழைகள் அடர்ந்திருந்த கானகப் பகுதிக்குச் சென்றனர் - பயணமே இவை பொருட்டுதானே?

"போதும், மகரந்தா," என்றாள் சீதா.

அவன் திரும்பினான். ஈரப்பதத்தால் தண்டு வெட்டுவது கடினமாகியிருந்ததில், தான் சாதித்ததே அதிகம் என்ற லேசான இறுமாப்புடன் நிமிர்ந்தவனின் கண்ணில் சீதாவினருகில் இருந்த கட்டு பட, தன்னுடையதைக் குனிந்து பார்த்துவிட்டு அசடு வழிந்தான்.

அவள் முகத்தில் அகன்ற புன்னகை. "தேவைக்கு மேலேயே இருக்கு; பாசறைக்குத் திரும்பலாம். இராமலக்ஷ்மணர்களும் வேட்டை முடிஞ்சு வர்ற சமயம்தான். அவங்களுக்கு ஏதாவது சிக்கியிருக்கும்னு நம்புவோம்."

இலங்கை அரக்க மன்னன் இராவணனின் கடும் வஞ்சத்தை எதிர்பார்த்து சீதா, கணவன் அயோத்ய இளவல் இராமன் மற்றும் மைத்துனன் லக்ஷ்மணன் *தண்டகாரண்ய*த்தைப் புயல் வேகத்தில் கடந்துகொண்டிருந்தனர். சிறு மலயபுத்ரர் குழு ஒன்றின் தலைமையில் அயோத்யா அரசகுலத்தைச் சேர்ந்த இம்மூவரை எப்படியும் காப்பதாய்ச் சபதமேற்றிருந்த தளபதி ஜடாயூவும், தப்பி ஓடுவதே இப்பொழுது கைக்கொள்ளக்கூடிய யுக்தி என்று வலியுறுத்தியிருந்தார். லக்ஷ்மணனால் மானபங்கம் செய்யப்பட்ட தங்கை இளவரசி சூர்ப்பநகாவின் பொருட்டுப் பழிவாங்க இராவணன் படைகளை அனுப்புவானென்பதில் எள்ளளவும் சந்தேகமில்லை.

மறைந்து வாழ வேண்டியது அவசியமானபடியால், ஆழ்குழிகளிலேயே உணவு தயாரித்தார்கள். புகையற்ற தீக்கென பிரத்யேகமான ஆந்த்ராசைட் - அனல்மலி நிலக்கரி - பயன்படுத்தினார்கள். மீறிப் புகை வெளிப்படாமல் - பாசறையின் இருப்பிடம் வெளியாகிவிடக்கூடாதல்லவா? - அதிகப்படியான ஜாக்கிரதையுடன், குழிக்குள் இறக்கிய சட்டியையும் நெருக்கமான வாழையிலைகளால் மூடினார்கள். இதன் பொருட்டே சீதாவும் மகரந்தனும் இலை கழிக்கச் சென்றது - சமைக்கவேண்டியது அவள் முறை.

பணியில் தனக்கும் சம பங்கிருக்க வேண்டுமென்ற உந்துதலில், இரண்டில் பெரிய கட்டைத் தானே சுமப்பதாய்ப் பிடிவாதம் பிடித்த மலயபுத்ர வீரனின் விருப்பத்திற்கிணங்கினாள் சீதா - பரிதாபத்திற்குரிய மகரந்தனுக்கே இது பெருவினையாய் முடியும் என்பதை அறியாமல்.

முதலில் ஒலியைக் கண்டுகொண்டது அவளே. சற்று முன் என்றால், வீசிய பேய்க்காற்றில் சத்தம் அடிபட்டுப் போயிருக்கும். இப்போதோ, சந்தேகத்திற்கிடமின்றி கேட்டது: வில் 'க்றீக்' என்று வளைக்கப்படும் பயங்கர ஓசை. சாதாரண வில்தான். அனுபவசாலிகளான வீரர்களும், முதிர்ந்த அதிகாரிகளும் இன்னும் விலையுயர்ந்த நுணுக்கமான விற்களைப் பயன்படுத்துவது வழக்கம். படையின் முன்னணி வீரர்களோ, முழுதும் மரத்தாலான சுமாரானவற்றையே பிரயோகித்தனர். இறுக்கம் அதிகம் என்பதோடு, வளையும் போது ஓசையை அடையாளம் காண்பதும் எளிது.

''குனி, மகரந்தா!'' அலறிய சீதா இலைகளைக் கீழே எறிந்த அதே கணத்தில் தரைக்குப் பாய்ந்தாள்.

கு[illegible]ளைக்குச் 'சட்'டென்று அவன் கீழ்ப்பாய்ந்தாலும், பெரிய இலைக்கட்டின் கனத்தால் கால் தடுக்க, சீறி வந்த அம்பு அதற்குள்

வலது தோளில் 'சரக்'கெனத் தைத்து முன்னால் சாய்ந்தான். மேற்கொண்டு எதுவும் செய்வதற்குள் இன்னொரு அம்பு கழுத்தில் பாய்ந்தது. குருட்டுத்தனமாய் எய்யப்பட்டும் இலக்கை அடைந்த சரம்.

தரையில் உருண்டு, ஒரு மரத்தின் பின்னால் நிதானித்துக்கொண்ட சீதா, சற்று நேரம் சாய்ந்து, அதன் பாதுகாப்பின் நிச்சயத்துடன் வலப்புறம் பார்த்தாள். துரதிர்ஷ்டசாலியான மகரந்தன் தரையில் கிடந்தான். தன் இரத்தத்திலேயே விரைவாய் மூழ்கிக் கொண்டிருந்தான். தொண்டையில் பாய்ந்த அம்பு கழுத்தின் பின்புறம் வெளியேறிவிட்டது. சீக்கிரத்தில் மரணம் தழுவும்.

ஆத்திரத்தில் சபித்த சீதா, அதனால் சக்தி விரயமாவதைத் தவிர்த்து வேறு பயனில்லையென்பதை உணர்ந்து, சுவாசத்தைச் சீராக்கிக் கொண்டாள். இதயத் துடிப்பைக் குறைத்துக்கொண்டாள். புலன்களைக் கூர்மையாக்கினாள். சுற்றுமுற்றும் கவனத்தைச் செலுத்தினாள். முன்னால் யாருமில்லை. வேறு திக்கிலிருந்து - அவளைப் பாதுகாத்த மரம் மறைத்த திசையிலிருந்துதான் அம்புகள் பாய்ந்திருக்கவேண்டும். பகைவர்கள் இருவராவது இருக்கவேண்டும். ஒரே வில்லாளி இவ்வளவு விரைவாக அடுத்தடுத்து இரு சரங்களைத் தொடுத்திருக்க வாய்ப்பில்லை.

மீண்டும் மகரந்தனைப் பார்த்தாள். உடலில் அசைவில்லை. உயிர் பிரிந்துவிட்டது. கானகம், அமானுஷ்ய அமைதியில் ஆழ்ந்திருந்தது. சில நொடிகளுக்கு முன் அங்கே கொடூர வன்முறை கட்டவிழ்க்கப்பட்டதை நம்புவது கூட கடினமாகத்தான் இருந்தது.

வீர மகரந்தனே, போய் வா. உன் ஆன்மா மீண்டும் பிறவிப் பயன் எய்தட்டும்.

சற்று தூரத்தில் மெல்லிய பேச்சுக்குரல்கள். தொடர்பற்று; விட்டு விட்டு.

''போ... பிரபு கும்பகர்ணரிடம்... சொல்... அவள்... இங்கே...''

அவசரமாக அங்கிருந்து யாரோ வெளியேறும் காலடிச்சப்தம்.

ஒரேயொரு எதிராளிதான் இப்போது மிஞ்சியிருக்கவேண்டும். குனிந்து பூமியைப் பார்த்தாள். ''என்னைக் காப்பாத்தும்மா. காப்பாத்து.''

அடிமுதுகில் குறுக்குவாட்டாய்க் கட்டியிருந்த உறையிலிருந்து கத்தியை உருவினாள். கண்களை மூடிக்கொண்டாள். மரத்தைச் சுற்றிப் பார்க்கமுடியாது; தன் இருப்பிடத்தைக் காட்டிக்கொண்டால் உடனே வீழ்த்தப்படுவது நிச்சயம். கண்களால் பயனில்லை. காதுகளே துணை. செவியின் உதவியுடன் மட்டுமே அம்பு

தொடுக்கக்கூடிய சாகச வில்லாளிகள் உண்டு - ஆனால், ஓசையின் ஆதாரத்தைக் கத்தியினால் தாக்கக்கூடியவர்கள் வெகு சிலரே. அவர்களில் சீதாவும் ஒருத்தி.

உரத்த, அதே சமயம், அதிசயமான குழைவுடன் ஒரு குரல் ஒலித்தது. ''வெளிவந்துவிடுங்கள், இளவரசி சீதா. உங்களை வருத்துவதில் எங்களுக்கு இஷ்டமில்லை. இதுவே நன்மையும் -''

குரல் 'பட்'டென்று நின்றது. இனி ஒலிக்காது - அது வெளிப்பட்ட தொண்டையில் செருகியிருந்த கத்தியின் உபயத்தில். தன்னை வெளிக்காட்டிக்கொள்ளாமல், அசாத்திய திறனுடன், சிலிர்க்க வைக்கும் பயங்கர நேர்த்தியுடன் 'சட்'டென்று திரும்பி கத்தியை எறிந்துவிட்டாள். 'தக்'கென்று குரல்வளையை அடைத்த ஆயுதத்தால் தற்காலிகமாகத் திகைத்த இலங்கை வீரன், நொடியில் இறந்தான். மகரந்தனைப் போல், தன் இரத்தத்தில் திணறிச் செத்தான்.

சீதா தாமதித்தாள். வேறொருவரும் இல்லையென்று நிச்சயித்துக்கொள்ள வேண்டியிருந்தது. வேறு ஆயுதங்கள் அவளிடம் இல்லை - ஆனால், அது எதிரிக்குத் தெரிந்திருக்க நியாயமில்லை. ஓசையேதும் இல்லாத நிலையில், சட்டென்று தரையில் சுருண்டு, வெகு வேகமாய் அருகேயிருந்த புதர்க்கூட்டத்தினருகே உருண்டாள். இன்னமும் அந்நியர் சுவடில்லை.

நகர்! நகர்! இங்கே யாருமில்லை!

விருட்டென்று எழுந்து மாண்டுகிடந்த லங்கனின் அருகே ஓடிய நொடியில், அவன் வில்லில் அம்பு பூட்டப்படாததையெண்ணி அதிசயித்தவள், கத்தியைப் பிடுங்க முயன்றாள்; முடியவில்லை. மிக ஆழமாய் முதுகுத்தண்டில் புதைந்திருந்தது. சற்றும் விடுபடவில்லை.

பாசறைக்கு ஆபத்து! ஓடு!

சரங்கள் மிச்சமிருந்த லங்கனின் அம்புறாத்தூணியை எடுத்து 'விடுவிடு'வெனத் தன் முதுகு, தோளைச் சுற்றிக் கட்டிக்கொண்டாள். வில்லைத் தூக்கினாள். பிறகு ஓடினாள். வெகு வேகமாய், காற்றைப் போல் பாசறை நோக்கிப் பாய்ந்தோடினாள். மற்றொரு லங்கன் தன் குழுவினரை அடைந்து எச்சரிப்பதற்குள் அவனைக் கொல்லவேண்டும்.

—⸻—

தற்காலிகப் பாசறை படு மோசமான போராட்டத்தின் அறிகுறிகளுடன் காட்சியளித்தது. ஜடாயூ மற்றும் இருவரைத்

தவிர்த்து ஏனைய மலயபுத்ர வீரர்கள் ஏற்கனவே மரணத்தைத் தழுவியிருந்தனர். இரத்த வெள்ளத்தில் மிதந்த உடல்கள் தயவுதாட்சண்யமின்றி சிதைக்கப்பட்டிருந்தன. ஜடாயூவும் மோசமாகத் தாக்கப்பட்டிருந்தார். குருதி வழிந்த கணக்கில்லாத காயங்களில் சில கத்தியால் விளைந்தவை; சில, முஷ்டியால். இரு இலங்கை வீரர்கள் இறுகத் தூக்கிப் பிடித்திருந்தவரின் கைகள் பின்னால் கட்டப்பட்டிருந்தன. இராட்சத ஆகிருதியுடன் முன்னால் ஏறக்குறைய கவிந்த ஒருவன், மஹாநாகாவைக் கேள்விகளால் துளைத்துக்கொண்டிருந்தான்.

உடல் விகாரத்துடன் சப்தசிந்துவில் பிறப்பவர்களுக்கு அளிக்கப்பட்ட பட்டம் நாகா. ஜடாயூவின் கொடூர முக அமைப்பு கழுகைப் போல் காட்சியளித்தது.

தரையில் மண்டியிட்டிருந்த பிற மலயபுத்ரர்களும் கைகள் பின்புறம் கட்டப்பட்டு இரத்தவிளாறாய்த் தான் இருந்தனர். ஒவ்வொருவரையும் மூன்று இலங்கை வீரர்கள் சூழ்ந்திருக்க, மேலும் இருவர் அவர்களை அமுக்கிப் பிடித்திருந்தனர். லங்கர்களின் வாட்களினின்று இரத்தம் கொட்டிற்று.

சற்று தூரத்தில் நின்ற இராவணன் மற்றும் தம்பி கும்பகர்ணன், விசாரணையைக் கவனித்துக்கொண்டிருந்தனர். உன்னிப்பாக. இரத்தக்கறையற்ற கைகளுடன்.

''பதில் சொல்லும், தளபதி,'' லங்கன் ஏறக்குறைய குரைத்தான். ''அவர்கள் எங்கே?''

ஜடாயூ பிடிவாதமாய் தலையசைத்து மறுத்தார். வாய் திறக்கவில்லை.

அவரது காதிற்கு ஓரங்குலமருகே குனிந்த லங்கன், ''ஒரு காலத்தில் எங்களில் ஒருவராயிருந்தீர், ஜடாயூ,'' கிசுகிசுத்தான். ''ராவணத் தேவருக்கு விசுவாசமாய் இருந்தீர்.''

அவன் மீது அவர் வீசிய பார்வையில் வெறுப்பு பூரணமாய்ப் பொலிந்தது. கண்களில் பொறி பறந்த ஆத்திரம் தக்க பதிலாய் அமைந்தது.

''சென்றதையெல்லாம் மறந்துவிடலாம்,'' லங்கன் தொடர்ந்தான். ''கேட்ட கேள்விக்குப் பதிலளித்தால், கௌரவமாய் இலங்கை திரும்பலாம். இது லங்கனின் வாக்கு. தளபதி கரனின் வாக்குறுதி.''

திரும்பி எங்கோ வெறித்தார் ஜடாயூ. ஆத்திரம் அடங்கி. உணர்ச்சியற்ற முகத்துடன். கவனம் வெகுதூரத்தில் இருப்பது போல்.

விசாரணையில் ஈடுபட்டிருந்த லங்கன் இன்னொரு வீரனை நோக்கிச் சைகை செய்தான்.

''ஆணை, தளபதி கரன்,'' அவன் முன்கரத் தோல்பட்டையில் கறை போக வாளைத் துடைத்து, உறைக்குள் செலுத்தினான். காயமடைந்த ஒரு மலயபுத்ரனை நெருங்கி, ரம்பம் போன்ற பற்கள் கொண்ட கூரிய கத்தியை உருவினான். இளைஞனுக்குப் பின்னால் தன்னை நிறுத்திக்கொண்டு, தலையை 'வெடுக்'கென பின்னுக்கிழுத்து, கத்தியைத் தொண்டையில் பொருத்தினான். ஆணையை எதிர்நோக்கிக் கரனைப் பார்த்தான்.

ஜடாயுவின் கண்கள் சக மலயபுத்ரனை - அவன் கழுத்தில் பதிந்திருந்த ஆயுதத்தை - நேரடியாய்ப் பார்க்கும்படி அவர் சிரத்தைத் திருப்பினான் கரன்.

''உமது உயிரைப் பற்றி உமக்குக் கவலையில்லாமல் இருக்கலாம், தளபதி ஜடாயூ,'' என்றான் கரன். ''ஆனால், உமது வீரர்களில் இருவரையாவது காப்பாற்ற மனமில்லையா?''

''எதுவும் சொல்லவேண்டாம், தளபதி!'' மலயபுத்ரன் ஜடாயூவிடம் கூவினான். ''சாக நான் தயார்!''

கத்திப்பிடியால் தலையில் ''ணங்'ஙென்று லங்கன் இடித்ததில் இளம் வீரனின் உடல் தொய்ந்தாலும், உள்ளே ஊற்றெடுத்த தைரியத்தில் 'விருட்'டென நிமிர்ந்தான். கத்தியும் உடனடியாக மீண்டும் கழுத்திற்கு வந்தது.

''சொல்லும், தளபதியாரே,'' பட்டின் மிருதுத்தன்மையைத் தோற்கடித்தது கரனின் பணிவான குரல். ''உங்கள் வீரனைக் காப்பாற்றும். அவர்கள் இருக்குமிடத்தை வெளியிடும்.''

''அவர்களை உங்களால் பிடிக்கவே முடியாது!!'' ஜடாயூ உறுமினார். ''மூவரும் எப்போதோ சென்றுவிட்டனர்!''

''அயோத்ய இளவரசர்கள் எப்படியாவது போகட்டும்,'' கரன் சிரித்தான். ''எங்கள் கவனமெல்லாம் விஷ்ணுவின் மீதுதான்.''

ஜடாயூ அதிர்ச்சியில் உறைந்தார். *இவர்களுக்கெப்படித் தெரியும்?*

''விஷ்ணு எங்கே?'' கரன் கேட்டான். ''எங்கே அவள்?''

ஜடாயூவின் உதடுகள் அசைந்தன - பிரார்த்தனையில் மட்டும்தான். அதுவும், தன் வீரனின் ஆத்மசாந்தியை முன்னிட்டு.

கரன் 'நறுக்'கெனத் தலையசைத்தான்.

'சட்'டென நிமிர்ந்த ஜடாயூவின் கண்டத்திலிருந்து மலயபுத்ரர்களின் ஜெயகோஷம் ஆக்ரோஷமாய்ப் பீறிட்டது. ''*ஜெய் பரசுராம்!*''

''*ஜெய் பரசுராம்!*'' பிற மலயபுத்ரர்களும் கர்ஜித்தனர். [illegible]

லங்கன், மலயபுத்ர வீரனின் கழுத்தில் கத்தியை அழுத்தினான். மெல்ல. உச்சபட்ச வலியேற்படுத்த, ரம்பப் பற்களை பக்கவாட்டில் செருகினான். இரத்தம் பீய்ச்சியடித்தது. சுருண்டு விழுந்த இளைஞனின் உயிர் கொஞ்சம் கொஞ்சமாய்ப் பிரிய, ஜடாயூவின் இதயத்தில் வார்த்தைகள் எழுந்து அடங்கின.

போய் வா, வீர சகோதரனே...

பாசறையை நெருங்கியதும் வேகம் குறைத்தாள் சீதா. மற்றொரு இலங்கை வீரனை ஏற்கனவே கொன்றாயிற்று; சற்று தூரத்தில் கிடந்தான் - மார்பில் அம்புடன். அவனுடைய சரங்களையும் தூணியில் சேகரித்துக்கொண்டாள். மரமொன்றின் பின் மறைந்தபடி பாசறையை நோட்டமிட்டாள். எங்கெங்கும் இலங்கை வீரர்கள். நூற்றுக்கும் மேல் இருக்கலாம்.

மலயபுத்ரர்கள் அனைவரும் இறந்துவிட்டனர் - ஜடாயூவைத் தவிர்த்து. அவரருகே கிடந்த இருவரின் தலைகளும் விபரீத கோணத்தில் வளைந்திருந்தன. சுற்றிலும் ஏராள இரத்தம். இரு இலங்கை வீரர்கள் தூக்கிப் பிடிக்க, மண்டியிட்டிருந்தார் ஜடாயூ. கைகள் பின்புறம் பிணைக்கப்பட்டிருந்தன. வதைபட்டு, காயப்பட்டு, குருதி சொட்ட - ஆனால், உடையாமல், சிதையாமல். எதிர்ப்புணர்ச்சியுடன் எங்கோ வெறித்துக்கொண்டிருந்தார். அருகே, அவரது கையின் மேற்பகுதியில் கத்தியைப் பதித்து நின்றான் கரன். தசையின் மீது அதை மெல்ல ஓட்ட, குருதி வெளிப்பட்டது.

கரனை உற்றுப் பார்த்த சீதாவின் புருவங்கள் நெறிந்தன. ***இவனை எனக்குத் தெரியும். இதுக்கு முன்னால எங்கே பார்த்திருக்கேன்?***

புன்னகைத்தபடி, புதிதாய்க் கிழித்த இரத்தக்கோட்டின் மீது கரன் மீண்டும் கத்தியை ஓட்ட, அது தசைநாரில் ஆழ இறங்கியது.

''பதில்,'' இம்முறை கரன் ஜடாயூவின் கன்னத்தில் கோடு கிழிக்க, இரத்தம் மேலும் குமிழிட்டது. ''அவள் எங்கே?''

ஜடாயூ காறித் துப்பினார். ''நீ மெல்லக் கொன்றாலும், விரைவாய்க் கொன்றாலும், என்னிடமிருந்து ஒன்றும் கிடைக்காது.''

வேலை தீர்த்துவிடும் ஆத்திரத்துடன் கத்தியை ஓங்கிய கரனின் எண்ணத்தில் மண் விழும்படி - 'விர்'ரெனப் பாய்ந்த சரம் கையில் தைத்தது. கத்தி தரையில் விழ, வலியில் அலறினான்.

திடுக்கிட்ட இராவணனும், சகோதரன் கும்பகர்ணனும் சுழன்றனர். வெகு வேகமாய் ஓடி வந்த பல இலங்கை வீரர்கள்

அவ்விரு அரசகுலத்தினரைச் சுற்றிப் பாதுகாப்பு வளையமாய் நின்றனர். அவசரக்குடுக்கையான தமையனைக் கட்டுப்படுத்தும் எண்ணத்துடன் இராவணனின் கரம் பற்றிக்கொண்டான் கும்பகர்ணன்.

பிற வீரர்களோ, விற்களைப் பூட்டிச் சரங்களை சீதாவின் திசையில் ஆயத்தமாய்க் குறி பார்த்தனர். ''வேண்டாம்!'' என்ற கும்பகர்ணனின் உரத்த உத்தரவில், விற்கள் சட்டென்று தழைந்தன.

கையில் செருகியிருந்த அம்பின் தண்டை மட்டும் உடைத்தான் கரன்; உள்ளேயிருக்கும் நுனி இரத்தப்போக்கைச் சற்று நேரம் கட்டுப்படுத்தும். அம்பு வந்த திசையில் ஆள் நுழைய முடியாதபடி அடர்ந்திருந்த மரவரிசையைப் பார்த்து, ஏளனத்துடன் ஹுங்காரம் செய்தான். ''யார் எய்தது இதை? துன்பத்தில் ஆண்டாண்டு காலமாய் உழலும் இளவலா? அவனது இராட்சதத் தம்பியா? அல்லது விஷ்ணுவேவா?''

அதிர்ச்சியில் சீதா ஆணியடித்தாற்போல் நின்றாள். *விஷ்ணு?! இலங்கையருக்கு எப்படித் தெரியும்? யார் என்னைக் காட்டிக் கொடுத்தது?*

மனதை ஒருமுகப்படுத்தி நிகழ்காலத்திற்குக் கொண்டுவந்தாள். கவனம் சிதற இது நேரமல்ல.

சட்டென்று, சத்தம் சிறிதுமில்லாமல், இடம் மாறினாள்.

நான் தனியா இருக்கேன்னு அவங்களுக்குத் தெரியக்கூடாது.

''உண்மையான வீரர்களானால் வெளியே வந்து போரிடுங்கள்!'' கரன் சூளுரைத்தான்.

இப்பொழுதிருந்த இடம் - சீதா முதல் அம்பை எய்த இடத்திலிருந்து சற்றே விலகி - அவளுக்குத் திருப்திகரமாயிருந்தது. நிதானமாய் இன்னொரு சரத்தை தூணியிலிருந்து உருவி, வில்லில் பூட்டி குறி பார்த்தாள். இலங்கைப் படைகளைப் பொறுத்தவரை, தளபதியை வீழ்த்தினால் மற்றவர்கள் வெகுவேகமாய்ப் பின்வாங்குவது வழக்கம் என்பது தெரிந்ததுதான். ஆனால், கேடயங்களை உயர்த்தியபடி இராவணனின் வீரர்கள் அவனை நன்கு காத்ததில், சீதாவினால் இலக்கைச் சரியாக கணிக்கமுடியவில்லை.

இராமன் இருந்திருந்தால் நல்லாயிருந்திருக்கும். எப்படியாவது அம்பைச் செலுத்தியிருப்பார்.

எங்கேயாவது இடைவெளி உண்டாக்க வேண்டி, வளையத்தைச் சரமாரியாகத் தாக்குவதென முடிவெடுத்த சீதா, வெகு விரைவாக ஐந்து [illegible] தொடுத்தாள் ஐந்து [illegible] வீழ்ந்தாலும்,

மற்றவர்கள் நகரவில்லை; இராவணனைச் சுற்றியிருந்த வளையமும் உடையவில்லை. மன்னனுக்காக வீழத் தயாராய் அசையாமல் நின்றது.

இராவணன் இன்னமும் பாதுகாப்பாய்த்தான் இருந்தான்.

சில வீரர்கள் அவளிருந்த திசை நோக்கி ஓடி வர, சீதா 'சட்'டென நகர்ந்தாள்.

புதிய இடம் வந்தவுடன், தூணியைச் சோதித்தாள்; மூன்றே சரங்கள்தான்.

கடவுளே!

வேண்டுமென்றே ஒரு குச்சியின் மீது கால் பதித்தாள். சில வீரர்கள் அச்சத்தத்தை நோக்கி விரைய, இராவணனைச் சூழ்ந்த பாதுகாப்பு வளையத்தில் இடைவெளி தேடி சீதா வேகமாய் நகர்ந்தாலும் - அவள் கணிப்பைக் கரன் மிஞ்சிவிட்டான் என்பதே உண்மை.

சற்று பின்வாங்கியவன், காயம்படாத இடக்கையினால், காலணியின் அடியினின்று ஒரு கத்தியை உருவினான். ஜடாயூவின் பின்னால் நகர்ந்து, நாகாவின் கழுத்தில் அதைப் பதித்தான்.

''நீர் தப்பியிருக்கலாம்,'' குத்திக் காட்டியவனின் முகத்தில் வெறி பிடித்தவனின் வெற்றிப் புன்னகை. ''ஆனால் செய்யவில்லை. ஆக, மரங்களுக்குப் பின் மறைந்திருக்கும் கூட்டத்தில் நீரும் இருக்கிறீரென்று ஆகிறது, *மஹா* விஷ்ணு.'' கரனின் உச்சரிப்பில், 'மஹா' ஏளனத்தின் உச்சம் தொட்டது. ''உம்மை வழிபடுபவர்களைக் காக்க எண்ணுகிறீர். அடடா, என்னே தங்கள் மேன்மை; தங்கள் பண்பு... மனதையே அல்லவா பிழிந்தெடுக்கிறது...'' கன்னத்தில் வழிந்த கண்ணீரைத் துடைப்பது போல் பாவனை செய்தான்.

வைத்த கண் வாங்காமல் அவனை வெறித்தாள் சீதா.

''ஆனபடியால், ஒரு சலுகை அளிக்கிறேன்: முன்னே வாரும். உமது கணவரையும், இராட்சத மைத்துனனையும்தான். இந்தத் தளபதியை உயிருடன் விட்டுவைக்கிறோம். பரிதாபத்திற்குரிய அயோத்ய இளவல்களைக் கூட இம்மியும் துன்புறுத்தாமல் அனுப்பிவிடுகிறோம். நீர் சரணடைந்தால் போதும்.''

சீதாவிடம் அசைவில்லை. மௌனம்.

ஜடாயூவின் கழுத்தைக் கரன் நிதானமாய்க் கீற, இரத்தம் மெல்லிய கோடாய் வெளிப்பட்டது. ''நாள் முழுதும் காத்திருக்க முடியாது...'' என்று ஏற்ற இறக்கத்துடன் பாடினான்.

'வெடுக்'கென தலையால் ஜடாயூ பின்புறம் இடித்ததில் இடுப்பில் வலி தெறிக்க, கரன் ஏறக்குறைய இரண்டாய் மடிந்தான்.

''ஓடுங்கள்! ஓடிவிடுங்கள் தேவி!'' ஜடாயூ அலறினார். ''என்னைக் காப்பாற்ற தங்களைப் பலியிட்டுக்கொள்ளாதீர்கள்!''

மூன்று லங்கர்கள் ஓடி வந்து அவரைத் தரையில் வீழ்த்த, இன்னமும் வலியில் கவிழ்ந்திருந்த கரன் உரக்க சபித்தபடி எழ முயன்றான். சில நொடிகளில் நாகாவின் அருகே ஊர்ந்து ஓங்கி உதைத்தான். சரங்கள் வந்த அனைத்துத் திசைகளையும் சுற்றிப் பார்த்தபடி, மரவரிசையை ஆராய்ந்தவன் அவ்வப்பொழுது ஜடாயூவை உதைப்பதை நிறுத்தவில்லை. பிறகு குனிந்து, தயவு தாட்சண்யமின்றி அவரை நிற்க வைத்ததில், சீதாவினால் கைதியை இப்பொழுது காணமுடிந்தது. நன்றாகவே.

இம்முறை, ஜடாயூவின் தலை இடிக்க இடம் கொடாமல், அடிபட்ட வலக்கையால் அவர் சிரத்தைக் கெட்டியாகப் பற்றினான் கரன். முகத்தில் ஏளனம் திரும்பியிருக்க, கத்தியை மற்றொரு கையால் எடுத்து நாகாவின் கழுத்தில் பதித்தான். ''இதோ இருக்கும் பெருநரம்பை அறுத்தால், உமதருமைத் தளபதியார் நொடியில் சடலமாவார், மஹாவிஷ்ணு.'' மலயபுத்ரரின் வயிற்றுக்குக் கத்தியை இறக்கினான். ''அல்லது, குறைவான இரத்தப்போக்கினால் மெதுவாகவும் இறக்கலாம். யோசித்து முடிவெடுக்க உங்கள் எல்லோருக்கும் சற்று அவகாசமுண்டு.''

சீதா உறைந்து நின்றாள். அம்புறாத்தூணியில் மூன்று சரங்களே மீதமிருந்த நிலையில், எந்த முயற்சியும் பைத்தியக்காரத்தனம். அதற்காக? ஜடாயூவை இறக்க விடுவதா? அவளது தமையன் போன்றவரல்லவா அவர்?

''எங்களுக்கு வேண்டியது விஷ்ணு மட்டும்தான்,'' கரன் கூவினான். ''அவளை ஒப்புக்கொடுத்து விட்டு ஏனையோர் செல்லலாம். இது என் வாக்கு - இலங்கையனின் வாக்கு!''

''விடு அவரை!'' மரங்களின் மறைவிலிருந்து சீதா கத்தினாள்.

''வெளியே வந்து சரணடையும்,'' கரன் ஜடாயூவின் வயிற்றில் கத்தியைப் பதித்தான். ''விட்டுவிடுகிறோம்.''

குனிந்த சீதா, கண்களை மூடிக்கொண்டாள். இயலாமை நிறைந்த ஆத்திரத்தால் தோள்கள் தளர்ந்தன. இரண்டாம் யோசனைக்கு இடம்கொடாமல், 'சட்'டென - உள்ளுணர்வின் உந்துதலில் எய்யத் தயாராய் வில்லில் அம்பைப் பூட்டித்தான் - வெளிவந்தாள்.

''மஹாவிஷ்ணு,'' ஒரு நொடி ஜடாயூவை விடுவித்த கரன், கொக்கரித்தபடி தலையின் பின்புறமிருந்த பழைய தழும்பைத் தடவிக்கொண்டான். நினைவேட்டின் அவ்வளவாக மறக்கப்படாத பக்கங்களைப் புரட்டுவது போல. ''என்னே தங்கள் பொன்மனம்! [illegible]! எங்கே உம் கணவரும் இராட்சத மைத்துனரும்?''

சீதா பதில் கூறவில்லை. சில லங்க வீரர்கள் அவளை நோக்கி மெல்ல முன்னேற, அவர்களது வாட்கள் உறையிட்டே இருந்ததைக் கவனித்தாள். காயமேற்படுத்தும் - ஆனால் கொல்லாத - *நீண்ட மூங்கில் லத்திகளை* ஏந்தியிருந்தனர். முன்னால் வந்தவள், வில்லைத் தாழ்த்தினாள். ''சரணடையறேன். தளபதி ஜடாயூவை விட்டுருங்க.''

மெல்லச் சிரித்துக்கொண்டே கரன் ஜடாயூவின் வயிற்றில் கத்தியை நிதானமாய் அழுத்தினான். கல்லீரலைத் தாண்டி, சிறுநீரகம் என்று இறங்கிய கத்தி நிற்காமல், நிற்காமல்...

''வேண்டாஆஆஆம்!'' அலறும்போதே சீதா வில்லையுயர்த்தித் தொடுத்த அம்பு கரனின் கண்ணில் ஆழப் பதிந்தது. மூளைக்குள் இறங்கி நொடியில் உயிரைப் பறித்தது.

''அவள் உயிருடன் வேண்டும்!'' லங்கர்களின் பாதுகாப்பு வளையத்திற்குள்ளிருந்து கூவினான் கும்பகர்ணன்.

உயர்த்திய மூங்கில் *லத்தி*களுடன் சீதாவை நோக்கி விரைந்த கூட்டத்தில் மேலும் லங்கர்கள் சேர்ந்துகொண்டனர்.

''ராமாஆஆஆ!'' அலறலுடன் சீதா தூணியினின்று அடுத்த அம்பை மின்னல் வேகத்தில் எய்ய, இன்னொரு லங்கன் வீழ்ந்தான்.

தங்களில் ஒருவனின் இழப்பால் சற்றும் தளராத லங்கர்கள், தொடர்ந்து முன்னேறினர்.

சீதா இன்னொரு - இறுதியான அம்பை - எய்தாள். மற்றொரு லங்கன் சாய, ஏனையோர் மேலும் மேலும் வந்தனர்.

''ராமாஆஆஆ!''

மூங்கில் *லத்திகளை* தூக்கிக்கொண்டு லங்கர்கள் இதோ, வந்தேவிட்டார்கள்.

''ராமாஆஆஆ!'' சீதா கூவினாள்.

ஒரு லங்கன் நெருங்க, வில்லைச் சுழற்றி நாணால் அவன் *லத்தி*யைச் சுருக்கிட்டுப் பிடுங்கினாள். அதே கழியை வீசி மண்டையைப் பதம் பார்க்க, லங்கன் தள்ளாடி விழுந்தான். அவள் கரங்கள் லாகவமாய்ச் சுழற்றிய *லத்தி*யின் பயங்கர ஓசையில் 'சட்'டென எச்சரிக்கையடைந்த வீரர்கள், தயங்கினர். நகர்வதை நிறுத்திய சீதா, ஆயுதத்தை இறுகப் பற்றினாள். சக்தியைச் சேமித்து. தயாராய், விழிப்புடன். கக்கத்தில் செருகியிருந்த கழியின் மையத்தில் ஒரு கை. மற்றொரு கை நீண்டு. ஸ்திரத்தன்மை வேண்டிக் கால் பரப்பி. ஏறக்குறைய ஐம்பது லங்கர்கள் அவளைச் சூழ்ந்திருந்தனர். என்றாலும், முன்னேறத் தயங்கினர்.

''ராமாஆஆஆஆ!'' எப்படியாவது, ஏதேனும் அதிசயம் நிகழ்ந்து தன் அலறல் கானகம் கடந்து கணவனைச் சேராதா?

''தங்களைக் காயப்படுத்தும் நோக்கம் எங்களுக்கில்லை, விஷ்ணு தேவி,'' லங்கனின் குரலில் இருந்த பணிவு ஆச்சர்யமாயிருந்தது. ''தயவு செய்து சரணடைந்து விடுங்கள். உங்கள் மேல் ஒரு கீறல் விழாது.''

சீதா ஜடாயூவின் மீது சட்டெனெ ஒரு பார்வை வீசினாள். *மூச்சிருக்கிறதா இல்லையா?*

''அவரைக் காப்பாற்றுவதற்கான உபகரணங்கள் எங்கள் **புஷ்பகவிமான**த்தில் உள்ளன,'' லங்கன் தொடர்ந்தான். ''தங்களைக் காயப்படுத்தும் கட்டாயத்திற்கு எங்களை ஆளாக்காதீர்கள். தயவு செய்து.''

நுரையீரல் முழுதும் காற்றை நிரப்பிக்கொண்டு சீதா மீண்டும் உச்சஸ்தாயியில் கதறினாள். ''ராமாஆஆஆ!''

எங்கோ வெகு தூரத்திலிருந்து பதில் வரும் பிரமை உண்டாயிற்று. ''சீதாஆஆஆ!''

இடப்புறமிருந்த ஒரு லங்கன் விருட்டென நகர்ந்து, **லத்தி**யைத் தாழ்வாய்ச் சுழற்றினான். அவளது ஆடுசதையைக் குறி வைத்து. கால்களை மடக்கிக்கொண்டு உயரத் தாவினாள் சீதா. அந்தரத்திலிருந்தபடியே வலக்கையிலிருந்த **லத்தி**யை எறிந்து இடக்கையால் முரட்டுத்தனமாய்த் தாக்கினாள். கழி லங்கன் தலைப் பக்கவாட்டில் இறங்க, அவன் நினைவின்றி சுருண்டு விழுந்தான்.

தரையிறங்கியபோதே சீதா மீண்டும் கூவினாள். ''ராமாஆஆஆஆ!''

இம்முறையும் பதில் குரல். அவள் கணவனின் குரல். மெலிதாய், வெகு தூரத்திலிருந்து. ''அவளை... விடுங்க...''

அந்த எதிரொலி மின்வெட்டாய்த் தாக்கியதுபோல் பத்து லங்கர்கள் ஒரு சேர அவள் மீது பாய்ந்தனர். ஆக்ரோஷமாய் சீதா **லத்தி**யை வீசியதில், பலர் தரையில் சரிந்தனர்.

''ராமாஆஆஆஆ!''

மீண்டும் அதே குரல். இம்முறை அதிக தூரத்தில் இல்லை. ''சீதாஆஆஆஆ!''

வந்துட்டார். கிட்டே வந்துட்டார்.

லங்கர்களின் தாக்குதல் இப்பொழுது விடாமல், அடாது தொடர்ந்தது. சீதாவும் இயந்தர கதியில் - காட்டுத்தனமாய் - கழியைச் சுழற்றவே செய்தாள். என்றாலும், அவர்களின் [illegible] அவள் முதுகை.

"ராஆஆஆ..."

முழங்கால் 'சட்'டென மடங்க, சீதா தரையில் சரிந்தாள். அவள் சுதாரித்துக் கொள்வதற்குள் வீரர்கள் ஓடி வந்து அவளை இறுகப் பற்றிக்கொண்டனர்.

தன்னை விடுவித்துக்கொள்ள அவள் ஆவேசமாய் முயன்றபோதே, கையில் வேப்பிலையுடன் ஒரு லங்கன் வந்தான். அதில் நீலநிறப் பசை தீற்றியிருந்தது. அவள் மூக்கில் அதை அழுத்தினான்.

இருள் அவளைச் சூழ்ந்த போதே, கை மற்றும் கால்கள் மீது கயிற்றை உணர்ந்தாள்.

ராமா... காப்பாத்துங்க...

காரிருள் முழுவதுமாய் அவளை உள்வாங்கிக்கொண்டது.

அத்தியாயம் 2

38 வருடங்களுக்கு முன், த்ரிகூட மலைகளுக்கு வடக்கே, தியோகர், இந்தியா

''ஒரு நிமிஷம்,'' குதிரைச் சேணக்கயிற்றை இழுத்துப் பிடித்தபடி கிசுகிசுத்தாள் சுனெனா.

கங்கை நதிக்கு ஏறக்குறைய நூறு கிலோமீட்டர் தெற்கே, மிக நீண்ட தூரம் பயணித்துத் த்ரிகூட மலைகளை அடைந்திருந்தனர் மிதிலை மன்னர் ஜனகர் மற்றும் மனைவி சுனெனா. மகோன்னதம் பெற்ற *கன்யாகுமரித்* தெய்வத்தை, *கன்னித்* தேவதையை, தெய்வீகம் பொருந்திய அதிசயக் குழந்தையை தரிசிக்கவே இத்துணை பெரிய பிரயாணம். தூய உள்ளத்துடன் தன்னைக் காணவரும் எவருக்கும் அவ்வாழும் தெய்வம் உதவும் என்று *சப்தசிந்து - ஏழு நதிகளின் பூமி* - முழுவதும் பரவலான ஒரு நம்பிக்கை. மிதிலையின் ராஜகுடும்பத்திற்கும் அவளது அருள் இப்பொழுது அவசியமாகத்தான் இருந்தது.

அசுரபலம் கொண்டு அலைபுரண்டோடிய கண்டகி நதிக்கரையின் மீது மாமன்னர் மித்தியால் நிர்மாணிக்கப்பட்ட செல்வாக்குள்ள துறைமுகப் பட்டினமாகத்தான் மிதிலா ஒரு காலத்தில் திகழ்ந்தது. அற்புத பயிர்ச்செழிப்புள்ள நிலவளம் மட்டுமன்றி, நதியின் விளைவாய் வர்த்தகத்திலும் சப்தசிந்து முழுவதும் பெயர் பெற்றிருந்தது அந்நகரம். துரதிர்ஷ்டவசமாய், பதினைந்து வருடங்களுக்கு முன் தாக்கிய கொடும் பூகம்பத்தாலும், அதனால் ஏற்பட்ட பெருவெள்ளத்தாலும் கண்டகி பாதை மாறியதில், மிதிலாவின் தலையெழுத்தும் மாறியது உண்மை. நதி இப்பொழுது மேலும் மேற்கே, ஸங்கஷ்யாவை ஒட்டிப் பாய்ந்தது. ஜனகரின் இளைய சகோதரர் குஷத்வஜர் ஆண்ட இந்த ராஜ்யம் பெயரளவில் கீழ்ப்படிந்ததென்றாலும், மிதிலாவின் துன்பம் தீர்ந்தபாடில்லை; மழையும் சில வருடங்கள் பொய்த்துவிட, மிதிலா இழப்பு, ஸங்கஷ்யாவின் லாபமாயிற்று; மித்தி குலத்தின்

நியமிக்கப்படா பிரதிநிதியாக குஷத்வஜர் வெகு விரைவில் உயர்ந்துவிட்டார்.

கண்டகியைப் பழைய பாதைக்கே திருப்பும் பொறியியல் பணிக்கென மிதிலாவின் பரம்பரைச் சொத்துக்களில் கொஞ்சத்தை செலவழிக்கும்படி ஜனக மன்னருக்கு ஆலோசனை கூறிய பலரின் வரிசையில் குஷத்வஜர் இல்லை. அப்பேர்ப்பட்ட பிரம்மாண்டப் பணியில் செல்வம் கரைவதில் அர்த்தமில்லை என்று வாதிட்டவர், வேறொரு காரணத்தையும் முன் வைத்தார்: ஸங்கஷ்யாவின் செல்வமனைத்தும் மிதிலாவுடையதே என்னும் பட்சத்தில், நதியின் தற்போதைய பாதையை வேலை மெனக்கெட்டுத் திருப்புவானேன்?

சிறந்த பக்திமானும் ஆன்மீகவாதியுமான ஜனகர், ராஜ்யத்தின் செல்வச் சரிவை ஒரு வித தத்துவார்த்த விரக்தியுடனே எதிர்கொண்டார் என்றாலும், இரண்டு வருடங்களுக்கு முன் திருமணம் செய்துகொண்ட அரசி சுனெனா, எதையும் அதனதன் போக்கில் விட்டுவிடுபவளல்ல. மிதிலாவின் பழைய செல்வாக்கை எப்படியேனும் மீட்டெடுப்பதென கங்கணம் கட்டிக்கொண்டவளின் குறிக்கோள்களில், கண்டகியைப் பண்டைய பாதைக்கு திருப்புவது பிரதானமாயிருந்தது. எத்தனையோ காரணங்கள் இருந்தும், இத்தனை வருடங்களுக்குப் பிறகு இப்பேர்ப்பட்ட கடினமான பொறியியல் பணியை ஏராளமான ஆள், பொருள் செலவில் தொடங்குவதை நியாயப்படுத்துவதும் சுலபமாயில்லை.

நியாயங்கள் ஆற்றாத காயங்களை, பக்தி ஆற்றுவதுண்டு.

கன்யாகுமரி ஆலயத்திற்குச் சென்று தேவியருள் பெறத் துணை வருமாறு சுனெனா ஜனகரை வற்புறுத்தியிருந்தாள். ஒரு வேளை கண்டகி பணிக்குக் கன்னித்தாயே ஒப்புதல் கொடுத்தால், குஷத்வஜரால் கூட பெரிதாக எதிர்வாதம் புரியமுடியாதல்லவா? *கன்யாகுமரி*யின் வாக்கு, முழுமுதல் அன்னையின் அருள்வாக்கே என்பது மிதிலர்கள் மட்டுமன்றி, இந்தியா முழுதுமிருந்த பலரின் அசைக்க முடியாத நம்பிக்கை. துரதிர்ஷ்டவசமாய், கன்னித்தேவியிடமிருந்து மறுப்பே வந்தது. ''இயற்கையின் நியதியை மதிக்கவேண்டும்,'' என்றது வாக்கு.

ஏமாற்றத்துடன் சுனெனாவும், தத்துவார்த்த மனநிலையில் ஜனகரும் மெய்க்காவலர்கள் சகிதம் இப்பொழுது த்ரிகூட மலைகளினின்று வடக்கே, மிதிலா நோக்கிப் பயணித்துக் கொண்டிருந்தனர்.

''ஜனகா!'' சுனெனா குரலுயர்த்தினாள். வேகம் குறையாமல் கடந்து சென்ற கணவனை நிறுத்த எண்ணி.

சேணக்கயிற்றை இழுத்துப் பிடித்தவர் திரும்பிப் பார்க்க, மனைவியோ, வாய் பேசாமல் தூரத்தில் இருந்த மரத்தைக் காட்டினாள். அவள் சுட்டிய திசையில் திரும்பினார் ஜனகர். சில நூறு மீட்டர் தூரத்தில், ஒற்றைப் பருந்தைச் சூழ்ந்திருந்தது ஒரு ஓநாய்க்கூட்டம். நெருங்கி வர அவை முயற்சிக்கும் போதெல்லாம் அந்த பிரம்மாண்டப் பருந்து ஓயாமல் விரட்டியடித்தது. அவ்வப்பொழுது 'க்றீச்'சிட்டுக் கூவியது. பருந்தின் குரல் இயற்கையில் சோகமானது என்றாலும், இதன் கூச்சலில் பதற்றம் விரவியிருந்தது.

சுனைனா அக்காட்சியைக் கூர்ந்து கவனித்தாள். இப்போராட்டத்தில் சமநிலையில்லை; ஆறு ஓநாய்கள் திட்டமிட்டு பருந்தை ஒரே கதியில், முன்னும் பின்னுமாய் மாற்றி மாற்றித் தாக்கிக்கொண்டிருக்க, வீரத்தின் சொரூபமான பறவையோ, மிக்க தைரியத்துடன் அவற்றை விரட்டிக்கொண்டிருந்தது. என்றாலும், வெறிகொண்ட மிருகங்கள் நெருங்கிக்கொண்டுதான் இருந்தன. ஒரு ஓநாய் பருந்தைக் கூரிய நகங்களால் 'சரக்'கெனக் கீறியதில் இரத்தம் வெளிப்பட்டது.

ஏன் பறந்து போகமாட்டேங்குது?

ஏதோ பொறிதட்ட, ஆர்வத்துடன் களத்தை நெருங்கினாள் சுனைனா. மெய்க்காப்பாளர்கள் சற்று தள்ளிப் பின்தொடர்ந்தனர்.

''சுனைனா...'' இருந்த இடத்திலிருந்தே சேணத்தை இறுகப் பிடித்தபடி எச்சரித்தார் கணவர்.

இடப்புறமிருந்து வந்த ஆபத்தைச் சமாளிப்பதில் கவனம் சிதறியிருந்த பருந்தை இன்னொரு ஓநாய் ஆக்ரோஷமாய்த் தாக்கியது. வலப்புறமிருந்து பாய்ந்து, இடது சிறகை கொடூரமாய்க் குதறியது. பற்களை ஆழப் பதித்து பலமாய் இழுத்து பருந்தை அப்புறப்படுத்த முயன்றது. 'க்றீச்'சிட்ட பறவை பீதியில் அலறினாலும், இருந்த இடத்தை விட்டு நகராமல், முடிந்த மட்டும் உடலைப் பின்னுக்கிழுத்துக்கொள்ள முயன்றாலும் ஓநாயின் பலமான தாடையையும், அதைவிட பலம் வாய்ந்த நகங்களையும் தப்ப முடியவில்லை; இரத்தம் பீறிட்டு வாவி போல் பொங்கியது. 'சட்'டென்று பருந்தை விடுவித்த ஓநாய், பிய்ந்த சிறகின் மிச்சங்களைத் துப்பியவாறு பின்வாங்கியது.

போராட்டக்களத்தை குறி வைத்துக் குதிரையைத் தட்டிவிட்டாள் சுனைனா. இரு ஓநாய்களும் தங்களையறியாமல் விட்டிருந்த இடைவெளி வழியே பருந்து தப்பக்கூடுமென எதிர்பார்த்தவள், அது அங்கேயே நின்று இன்னொரு ஓநாயை விரட்டுவதை ஆச்சர்யத்துடன் கவனித்தாள்.

இடைவெளியைப் பயன்படுத்திக்கோ! தப்பிச்சுப் போ!

மிருகங்களை நோக்கிக் காற்றெனெ இப்போது சுனைனா பறந்தாள். வாட்களை உருவியபடி மெய்க்காப்பாளர்களும் தொடர, சிலர் மன்னரின் அணுக்கத்தில் பின்தங்கினர்.

''சுனைனா!'' மனைவியைப் பற்றிய கவலையில் அவரும் குதிரையைத் தட்டிவிட்டாலும், அவ்வளவாகப் பயிற்சியற்ற அவரது கட்டளையை ஏற்காமல் புரவியென்னமோ தன்னிஷ்டப்படி மெதுவாகவே சென்றது.

சற்றேறக்குறைய ஐம்பது மீட்டர் நெருங்கிய போது, சுனைனாவின் கண்களில் முதன்முதலாய் அந்தத் துணி மூட்டை பட்டது. இதைத்தான் பருந்து ஓநாய்களிடமிருந்து பாதுகாத்துக் கொண்டிருந்தது. வறண்ட மண்ணில் சிறு வரப்பு போன்ற குழைவில் செருகப்பட்டிருந்தது மூட்டை.

சட்டென அசைந்தது.

''*பிரபு பரசுராமா!*'' சுனைனா கூவினாள். ''குழந்தை!''

குதிரையை எத்தியதில், வேகம் கூட்டித் 'தடதட'த்தது.

ஓநாய்க்கூட்டத்தை நெருங்கிய நொடியில், மனிதக் குழந்தையின் மெல்லிய, பீதி நிறைந்த - மிருகங்களின் ஊளையால் ஏறக்குறைய மூழ்கடிக்கப்பட்ட - அழுகுரல் அவள் காதில் விழுந்தது.

''*ஹ்யாஆஹ்!*'' சுனைனா அலறினாள். மெய்க்காவலர்கள் பின்னோடு விரைந்தனர்.

குதிரைவீரர்கள் அடிபட்ட பறவையை நோக்கிப் புயலென வருவதைக் கண்ட ஓநாய்க்கூட்டம் கண நேரத்தில் புறமுதுகிட்டு காட்டிற்குள் மறைந்தது. பருந்தை வீழ்த்தும் எண்ணத்துடன் ஒரு வீரன் வாளை ஓங்க -

''வேண்டாம்!'' சுனைனாவின் வலக்கை உயர்ந்தது.

வீரன் கீழ்ப்படிந்த கணத்தில் மற்றவர்களும் வந்து சேர்ந்து புரவிகளை இழுத்துப் பிடித்தனர்.

ப்ரங்க தேசத்திற்குக் கிழக்கே வளர்ந்தவள் சுனைனா. சிற்சில சமயங்களில் *ப்ரக்ஜ்யோதிஷா - கீழ்த்திசை ஒளி*யின் தேசம் - என விளிக்கப்பட்ட அஸ்ஸாமைச் சேர்ந்தவர் அவள் தந்தை. தாயோ, *ராமின் உயர்குடிமக்கள்* பூமியென அறியப்பட்ட *மிஸோராம்* தேசத்தவள். ஆறாம் விஷ்ணு பிரபு பரசுராமரின் பக்தர்களான மிஸோக்கள் மகா பராக்கிரமசாலிகளென்றாலும், விலங்குகள் மற்றும் இயற்கையிடத்தில் அவர்களுக்கிருந்த தனிச்சையான, ஆழ்ந்த புரிதலே அவர்கள் பிரசித்தி பெற முக்கியக் காரணம்.

துணிக் குவியலின் உள்ளடக்கம் பருந்தின் உணவல்ல; பத்திரமாய்க் காக்க வேண்டிய பொறுப்பு என்பதை சுனைனாவின் உள்ளுணர்வு சுட்டிக் காட்டியது.

''கொஞ்சம் தண்ணி கொண்டு வாங்க,'' உத்தரவிட்டபடி குதிரையினின்று இறங்கினாள்.

மற்றவர்களும் அவ்விதமே செய்ய, ''தேவி,'' என்றான் ஒரு வீரன். ''இது பாதுகாப்பற்ற -''

சுனெனா சுட்டெரிப்பது போல் பார்க்க, வாக்கியம் பாதியில் நின்றது. அரசியார், உயரம் குறைவு; சிறிய கூடு. உருண்டையான பால்வண்ண முகம், பார்ப்போர் மனதில் மெல்லியலாளின் தோற்றம் ஏற்பட்டாலும், உள்ளத்தின் மனதிடத்தை கண்களின் இரும்புத் தீர்மானம் தன்னையறியாமல் வெளிப்படுத்தியது. ''தண்ணி,'' மெல்லிய குரலில் வலியுறுத்தினாள்.

''உத்தரவு, தேவி.''

உடனடியாக நீர் நிரம்பிய கிண்ணம் அவள் முன் வந்தது.

பருந்தின் கண்களுடன் தன்னுடையதைப் பொருத்தினாள் சுனெனா. ஓநாய்க் கூட்டத்துடனான போராட்டத்தினால் மிகக் களைத்திருந்த பறவைக்கு மூச்சு முட்டியது. உடலில் பரவியிருந்த கணக்கில்லா காயங்களினின்று - குறிப்பாய் சிறகின் குதறலில் - பொங்கிப் பெருகிய குருதி பீதியூட்டியது. அதிக இரத்தப்போக்கினால் நிற்கவும் சக்தியின்றி தள்ளாடினாலும், சுனெனாவின் மீது வைத்த கண்ணை எடுக்காதது மட்டுமின்றி, பருந்து அங்கிருந்து நகரவும் தயாராக இல்லை. ஆக்ரோஷமாகக் க்றீச்சிட்டபடி இன்னமும் அலகைத் துருத்தித் தாக்கி - காற்றில் கால்களை நீட்டி நகங்களால் துழாவி - மிதிலை அரசியை விலக்க முயன்றது.

பின்னால் இருந்த மூட்டையை வேண்டுமென்றே கண்டுகொள்ளாமல் பருந்தின் மீது மட்டும் கவனம் செலுத்திய சுனெனா, ஆற்றுப்படுத்தும் விதமாய் மெலிதாய்ப் பாடத் துவங்கினாள். பருந்து சற்றே தளர்ந்தாற்போல் தோன்றியது. நகங்களை இழுத்துக்கொண்டது. ஆக்ரோஷமும் சப்தமும் சற்றே அடங்கியது.

சுனெனா மெல்ல - மெதுவாய் - அரவமின்றி முன்னே நகர்ந்தாள். நெருங்கியதும், சிரம் தாழ்த்தி, மிக்க பணிவுடன் நீர்க்கிண்ணத்தைப் பறவையின் முன் நகர்த்தினாள். வந்தது போலவே மெல்லப் பின்வாங்கினாள். ''நான் உதவத்தான் வந்திருக்கேன்,'' என்றாள் இனிமையான, அமைதியான குரலில். ''என்னை நம்பு...''

பேச முடியாத அப்பறவைக்கும் மனிதக் குரலின் தொனி புரிந்தது. குனிந்து தண்ணீரைக் குடிக்க முயன்று, முடியாமல் பருண்டது.

பரபரப்புடன் முன்னால் வந்த சுனேனா, தரையில் கிடந்த பறவையின் தலையை தன் மடியில் போட்டுக்கொண்டு மெல்லத் தடவிக் கொடுத்தாள். ஆழ்ந்த சிவப்பில் கரிய பட்டைகள் கொண்ட துணியில் மூடப்பட்ட குழந்தை 'வ்ராட் வ்ராட்'டென்று கத்திற்று. பறவையை ஆற்றுப்படுத்தும் முயற்சியில் இருந்த சுனேனா, அந்த அதிசய மூட்டையை எடுக்கும்படி வீரனொருவனிடம் சைகை செய்தாள்.

"என்ன அழகான குழந்தை," மனைவியை நெருங்கி, நெடுநெடுவென உயர்ந்த மெல்லிய தேகத்தை வளைத்து உற்றுப் பார்த்த ஜனகரின் குரல் குழைந்திருந்தது. ஞானமும், ஒரு வித தொடர்பற்ற விலகலும் மிளிரும் கண்களில் இப்போது அன்பும் பற்றும் மிகுந்திருந்தன.

தற்காலிகமாகப் போட்டிருந்த நாற்காலிகளில் அமர்ந்திருந்தனர் இருவரும். சுனேனாவின் கரங்களில், மிருதுவான பருத்தித் துணியில் சுற்றப்பட்டு குழந்தை நிம்மதியாய் உறங்கிக்கொண்டிருந்தது. சுட்டெரிக்கும் சூரியனிடமிருந்து பிரம்மாண்டக் குடை அவர்களைக் காத்தது. இராஜ வைத்தியர் குழந்தையைப் பரிசோதித்து வலது நெற்றிப்பொட்டுக் காயத்தில் வேப்பிலையுடன் சில மூலிகைகளைச் சேர்த்துக் கட்டினார். காலப்போக்கில் தழும்பு அநேகமாய் மறைந்துவிடும் என்று இராஜ தம்பதியைச் சமாதானம் செய்தார். மற்றொரு வைத்தியருடன், இப்பொழுது பருந்தின் காயங்களைச் சோதித்து மருந்திடும் பணியில் ஈடுபட்டிருந்தார்.

"சில வாரம்தான் இருக்கும்," குழந்தையை சுனேனா மெல்லத் தாலாட்டினாள். "இவ்வளவு கஷ்டத்தைத் தாங்கியிருக்கான்னா... ரொம்ப பலசாலிதான்."

"உண்மை. அழகும், நெஞ்சுரமும். உன்னைப் போலவே."

குழந்தையின் தலையை வருடியபடி கணவனைப் பார்த்த சுனேனா புன்னகைத்தாள். "இப்படிப்பட்ட குழந்தையைக் காட்டுல விட யாருக்கு மனசு வரும்?"

"வாழ்க்கையின் வரங்களைப் பல மனிதர்களால் புரிந்துகொள்ள முடிவதில்லை," ஜனகர் பெருமூச்செறிந்தார். "மறுக்கப்படும் விஷயங்களை நினைத்து மறுகுவதே பிழைப்பாகிவிடுகிறது."

சுனேனா தலையசைத்துவிட்டு, மீண்டும் குழந்தையின்பால் கவனத்தைத் திருப்பினாள். "தேவதை மாதிரித் தூங்குறா."

"உண்மை," ஜனகர் ஆமோதித்தார்.

குழந்தையைத் தூக்கி, அடிபட்ட இடத்தைத் தொடாமல் ஜாக்கிரதையாக நெற்றியில் முத்தமிட்டாள் சுனௌனா.

''ஆனால்...'' ஜனகர், மனைவியின் முதுகை ஆதுரத்துடன் தடவினார். ''முடிவே செய்துவிட்டாயா?''

''ஆமா. இது நம்ம குழந்தை. நம்ம விண்ணப்பத்தை வேணும்னா **கன்யாகுமரி** தேவி மறுத்திருக்கலாம் - ஆனா, அதை விட உத்தமமான ஒண்ணை அருளியிருக்காங்க.''

''என்ன பெயர் வைக்கலாம்?''

வானத்தைப் பார்த்து, சுனௌனா மூச்சை இழுத்துவிட்டாள். மனதிற்குள் ஏற்கனவே ஒரு பெயர் தோன்றியிருந்தது. திரும்பி, ஜனகரைப் பார்த்தாள். ''பூமித்தாயின் பிளவிலதானே இவளைக் கண்டுபிடிச்சோம்? அம்மாவுடைய கருவறை மாதிரி? 'சீதா'ன்னு கூப்பிடுவோம்.''

—ॐ—

சாய்வு நாற்காலியில் சாவகாசமாய் உட்கார்ந்து ஜனகர் ***ஜாபாலி உபநிஷதம்*** - மாபெரும் ரிஷி ஸத்யகாம் ஜாபாலி அருளிய ஞான போதனை - படித்துக்கொண்டிருந்த பிரத்யேக அலுவலகத்திற்குள் பரபரப்புடன் சுனௌனா நுழைய, நூலை வைத்துவிட்டு மனைவியிடம் கவனம் திருப்பினார். ''என்ன, வெற்றி சக்ரவர்த்திக்குத்தானே?''

சீதா அவர்கள் வாழ்வில் நுழைந்து வருடங்கள் ஐந்து கடந்திருந்தன.

''இல்லை,'' சுனௌனாவின் குரலில் இன்னதென்று வகுக்க முடியாத கலக்கம்; ஆச்சர்யம். ''தோத்துட்டார்.''

அதிர்ச்சியில் ஜனகர் 'சடக்'கென நிமிர்ந்தார். ''இலங்கை வணிகனிடமா? தசரதரா?''

''ஆமா. கரச்சாபாவில சப்தசிந்து படைகளை ராவணன் துவம்சம் பண்ணிட்டான். சக்ரவர்த்தி உயிரோட தப்பிச்சதே பெரிய விஷயம்.''

''ருத்ரபகவான்தான் கருணை புரிய வேண்டும்,'' ஜனகர் கிசுகிசுத்தார்.

''இன்னும் இருக்கு. கரச்சாபா போர்ல சக்ரவர்த்தி தோத்த அதே நாள்ள முதல் மனைவி அரசி கௌஸல்யாவுக்கு ஆண் குழந்தை பிறந்தது. தோல்விக்கு அவனைத்தான் குற்றம் சொல்றாங்க. சாபக்கேடாம். அவன் பிறக்கற வரைக்கும் சக்ரவர்த்தி ஒரு போர்லகூட தோத்ததில்லையாம்.''

"என்ன பைத்தியக்காரத்தனம்!" என்றார் ஜனகர். "இத்தனை முட்டாள்களாகக் கூடவா இருப்பார்கள்?"

"பையன் பேரு ராம். ஆறாம் விஷ்ணு பிரபு பரசுராமருக்காக வெச்சிருக்காங்க."

"அதிலாவது அதிர்ஷ்டம் பிறக்கட்டும். பாவம்."

"எனக்கு மிதிலாவுடைய எதிர்காலம் பத்திதான் கவலை, ஜனகா."

அவர் இயலாமை நிறைந்த பெருமூச்சொன்றெறிந்தார். "என்ன நடக்குமென்று எதிர்பார்க்கிறாய்?"

சமீபகாலமாய் மிதிலை இராஜ்யத்தை ஏறக்குறைய ஒற்றை ஆளாய் நிர்வகித்து வந்தது சுனைனாவே. தத்துவ விசாரத்தில் ஜனகர் அமிழும் நேரம் அதிகரித்துக்கொண்டே செல்ல, அரசியாரின் செல்வாக்கு பரவத் துவங்கியது உண்மை. அவளது வரவு மிதிலாவின் அதிர்ஷ்டம் என்னும் நம்பிக்கை மக்கள் மனதில் வேரூன்றியிருந்தது. காரணமில்லாமலில்லை: ஜனகரின் மனைவியாய் அவள் நகரில் காலடி எடுத்து வைத்த நாளிலிருந்து ஒவ்வொரு வருடமும் மழை பொழிந்து தள்ளிவிடுகிறதல்லவா?

"நகர்ப் பாதுகாப்பைப் பத்திக் கவலையா இருந்தது," என்றாள் சுனைனா.

"அப்படியானால் செல்வம்?" ஜனகர் கேட்டார். "வணிகரீதியான சட்டதிட்டங்களை ராவணன் அனைத்து இராஜ்யங்களிலும் நிறுவ முயல்வான் என்று தோன்றவில்லையா? சப்தசிந்துவின் பணம் இலங்கையின் கருவூலத்தைத்தான் நிரப்பும்."

"நாமதான் இப்ப ஏறக்குறைய வர்த்தகமே செய்யறதில்லையே? எதையும் மிரட்டி வாங்கமுடியாது. மற்ற இராஜ்யங்களின் பாடுதான் திண்டாட்டம். சப்தசிந்துவின் படைப்பிரிவுகள் நிர்மூலமாக்கப்பட்டதுதான் என் கவலை. சட்டம் ஒழுங்கு சீர்குலையும். தேசம் முழுக்க சீரழிஞ்சா நமக்கெல்லாம் என்ன பாதுகாப்பு?"

"உண்மை."

விதியின் எழுத்தை - மக்களுடையதோ, தேசத்துடையதோ - யார்தான் மாற்றியெழுத முடியும்? என்ற எண்ணம் ஜனகரின் மனதில் ஓடியது. *எதையும் எதிர்த்துப் போராடாமல், உள்ளதை ஏற்றுக்கொண்டு, மறுபிறவிக்கான பாடங்களைக் கற்க வேண்டும். அல்லது மோட்சம் நோக்கிப் புறப்படவேண்டும்.*

சுனைனா வெறுக்கும் குணாதிசயங்களில் 'கையாலாகாத்தனம்' உண்டென்பதால், மௌனம் காத்தார்.

''ராவணன் ஜெயிப்பான்னு நான் எதிர்பார்க்கவேயில்லை,'' அரசி தொடர்ந்தாள்.

''வெற்றியடைவதெல்லாம் சரிதான்,'' ஜனகர் மெல்லச் சிரித்தார். ''ஆனால், தோற்றவர்கள்தானே இல்லத்தரசிகளின் அன்புக்குப் பாத்திரமாகிறார்கள்?''

இந்த ஜாலப் பேச்சின் முயற்சியால் சற்றும் கவரப்படாத சுனெனா, சுருங்கிய கண்களுடன் ஜனகரை ஏறிட்டாள். ''ஏதாவது ஏற்பாடு செய்யணும். வரப்போறதைச் சந்திக்க நாம் கொஞ்சமாவது தயாரா இருக்கணும்.''

இன்னொரு சமத்காரப் பதிலுடன் அவள் கேள்வியை எதிர்கொள்ள எண்ணினார் ஜனகர். நல்ல வேளையாக அறிவு, நாக்குக்குத் தளையிட்டது. ''உன் மேல் எனக்கு முழு நம்பிக்கை இருக்கிறது,'' என்றவர், *ஜாபாலி உபநிஷதத்தின்* பால் மீண்டும் கவனத்தைத் திருப்பினார். ''தகுந்த சமயத்தில் தக்க திட்டங்களுடன் தயாராக இருப்பாய். எனக்குத் தெரியாதா?''

அத்தியாயம் 3

இராவணனிடம் தசரதர் அடைந்த அதிர்ச்சித் தோல்வியின் அதிர்வலைகளால் இந்தியா முழுவதுமே ஆட்டம் கண்டிருந்தாலும், மிதிலா அவ்வளவாக பாதிக்கப்படவில்லை - பெரிய அளவில் வாணிபம் ஏதும் இல்லாததும் ஒரு காரணம். சுனைனா கொண்டு வந்திருந்த சில சமூக சீர்திருத்தங்கள் சற்றே பலித்திருந்தன - உதாரணத்திற்கு, தேசமுழுதிற்குமான வரி வசூலிப்பும் நிர்வாகமும் இப்பொழுதெல்லாம் கிராமத்தையே சார்ந்திருந்ததால், மிதிலாவின் அரசு இயந்திரத்தின் மீதான பாரம் குறைந்து சீராக, ஒழுங்குமுறையுடன் இயங்கியது.

விவசாயம் மூலம் அதிகரித்திருந்த செல்வம் கொண்டு அரசின் தேவையற்ற அலுவல் கசடுகளை நீக்கி, காவல்துறையை விரிவாக்கம் செய்ததன் விளைவாய், நாட்டின் சட்டம் ஒழுங்கு முன்னேற்றம் அடைந்தது. யுத்த சந்நத்தமாய் படைகள் மிதிலாவில் கிடையாது; அதற்கு அவசியமும் இல்லை. வெளிப் பகைவர்களிடமிருந்து ஆபத்து நேர்ந்தால், ஸங்கஷ்யாவின் படைகள் உதவிக்கு வரவேண்டுமென்ற உடன்படிக்கை உண்டு. இவையெல்லாம் மிதிலர்களின் அன்றாட வாழ்க்கையை அதிகம் பாதிக்காத சிறிய மாற்றங்களாகையால், செவ்வனே அமல்படுத்தப்பட்டாலும், மிகுந்த துயரத்திற்குள்ளாகியிருந்த பிற இராஜ்யங்களின் நிலை அப்படியல்லவே? இராவணன் விதித்த கொடூரமான உடன்படிக்கைகளுக்குக் கீழ்ப்படிய வேண்டிய கட்டாயம் உயிர் அறுக்கும் வேதனையாக இருந்தது மட்டுமன்றி, மலையளவு சஞ்சலங்களையும் உருவாக்கியது.

அரசாங்க உத்தரவின்படி, சீதாவின் பிறந்தநாள் நாடு முழுதும் கொண்டாடும் சுபதினமாக அறிவிக்கப்பட்டது. உண்மையில் அவள் உதித்த தினம் தெரியாததால், பூமிப்பிளவில் கண்டெடுத்த தேதியையே கொள்வதென முடிவாயிற்று. இன்று, ஆறாம் பிறந்தநாள்.

நகரின் ஏழைகளுக்குப் பரிசுகளும், உணவும் வழங்கப்பட்டன - வழக்கமாய் விழாநாட்களில் அளிக்கப்படுவதுதான். ஒரே ஒரு வித்தியாசம். அரசு இயந்திரம் சீரடையும் முன், இவ்வகையான சலுகைகளை அடித்துப் பிடித்து அடைவது பணப்புழக்கமல்லாத, ஆனால் ஏழையுமல்லாத தொழிலாளி வர்க்கமே. சுனைனாவின் வரவால் இந்த அநீதி சீர்திருத்தப்பட்டதில், உண்மையில் வறுமையில் வாடுவோருக்கு - கோட்டையின் இரண்டாம் உட்சுவரோரம் இருந்த தெற்கு வாசலருகே கசகசத்த சேரிக் குடியிருப்புகளில் - சென்று சேர்ந்தது.

பொதுவில் நடந்த திருவிழா விமரிசைகள் முடிந்து அரச தம்பதியினர், ருத்ரபகவானின் பிரம்மாண்ட ஆலயம் வந்து சேர்ந்தனர்.

சிவப்பு மணற்கல்லால் ஆன இம்மகத்தான கோயில், மிதிலாவின் மிக உயர நிர்மாணங்களில் ஒன்று. நகரின் அநேக பகுதிகளிலிருந்து சுலபத்தில் பார்க்கமுடியும். கசகசவென கூட்டம் நெரியும் இப்பகுதியில் ஆழ்ந்த அமைதியளிக்கக்கூடிய மிகப்பெரும் நந்தவனம் சுற்றிலும் அமைந்திருந்தது. அதையும் தாண்டிய சேரிக் குடியிருப்புக்கள், கோட்டைச்சுவர் வரை நீண்டன. *கர்ப்பக்ரஹத்தினுள்ளே*, ருத்ரபகவான் மற்றும் மோஹினி தேவியின் பெரிய திருவுருவச் சிலைகள் காட்சியளித்தன. ஞானம், அமைதி மற்றும் தத்துவக் கொள்கைகளின் மீது மாறா பற்று கொண்ட அந்நகரின் ஆன்மாவுடன் மெய் கலந்தது போல், ருத்ரபகவான், தனக்கேயுரிய ஆக்ரோஷ ரூபத்தில் இங்கே தரிசனம் தராமல் இயற்கைக்கு மாறாய், அன்பு நிறைந்த - ஏன் ஏறக்குறைய ஆதுரமான - நோக்குடனேயே பக்தர்களைச் சந்தித்தார். அருகே அழகே உருவாய் அமர்ந்திருந்த மோஹினி தேவியின் கரத்தையும் பற்றியிருந்தார்.

பூஜைகள் முடிவடைந்தவுடன் அரச குடும்பத்தினருக்குப் *ப்ரஸாதம்* அருளினார் கோயில் குருக்கள். அவரது பாதம் தொட்டு வணங்கிய சுனைனா, மகளின் கரம் பற்றி *கர்ப்பக்ரஹத்தை*யொட்டியிருந்த சுவரிடம் சென்றாள். குழந்தை சீதாவை ஓநாய்க்கூட்டத்திடமிருந்து மிக்க வீரத்துடன் காப்பாற்றி இறுதியில் உயிர் நீத்த பருந்தின் நினைவாய் அங்கே பொறிக்கப்பட்டிருந்தது ஒரு சாஸனம். சகல மரியாதைகளுடன் ஈமக்கிரியைகள் செய்யுமுன், உயிரற்ற முகத்தை உலோகத்தில் பிரதியெடுத்திருந்தனர். இறக்கும் தறுவாயில், அவ்வீரப் பறவை காட்டிய - தீர்மானமும் ஒப்பில்லா வீரமும் இணைந்த அமானுஷ்ய - உணர்ச்சி வெள்ளத்தை முகமூடி உருக்கமாய்ப் பிரதிபலித்தது. இந்தக் கதையைச் சொல்லும்படி சீதா தாயை பத்தலையோ முறை நச்சரித்திருக்கிறாள். மேன்மை எங்கும், யாரிடமும், எந்த

முகத்திலும் இருக்குமென்பதை மறந்துவிடக்கூடாதென்பதில் தீவிரமாயிருந்த சுனெனாவும் அலுக்காமல் சலிக்காமல் விவரித்திருக்கிறாள். பயபக்தியுடன் முகமூடியை வருடினாள் சீதா. எப்போதும் போல், தன் உயிர் கொடுத்து அவள் உயிர் காத்த அந்த உத்தம ஜீவனை நினைத்து கண்களினின்று கண்ணீர் உருண்டு ஓடியது.

''நன்றி,'' என்றாள் கிசுகிசுப்பாய். *விலங்குகளின் அதிபதியான பிரபு பசுபதி*யின் ப்ரீதிக்கென ஒரு சிறிய ஸ்லோகம் சொன்னவள், பருந்தின் வீர ஆன்மா புதிய பிறவியை, பயணத்தைத் துவங்கியிருக்க வேண்டுமென பிரார்த்தித்தாள்.

ஜனகர் நாசூக்காய் மனைவிக்கு சைகை செய்ய, ருத்ரபகவானின் ஆலயத்தினின்று அரசகுடும்பம் மெல்ல நடந்து வெளியேறியது. குருக்கள் படிகளின் வழியே அவர்களை நடத்திச் செல்ல, மேடை மீதிருந்து சேரிக் குடியிருப்புக்களை நன்கு பார்க்கமுடிந்தது.

சீதா அங்கே சுட்டிக்காட்டினாள். ''நீங்க என்னை அங்கே போகவிடறதேயில்லி*யேம்மா*?''

சுனெனா புன்னகையுடன் மகளின் சிரத்தைத் தட்டினாள். ''சீக்கிரம்.''

''எப்பவுமே இதைத்தான் சொல்றீங்க,'' சீதாவின் முகத்தில் எரிச்சல் கலந்த வருத்தம்.

''காரணத்தோடதான்,'' சுனெனா சிரித்தாள். ''சீக்கிரம்னு சொன்னேனே தவிர, எவ்வளவு சீக்கிரம்னு சொல்லலையே?''

—ꟷ—

''சரியம்மா,'' ஜனகர் சீதாவின் தலையைச் சிலுப்பினார். ''போய் விளையாடு. குருஜியிடம் நான் சற்று பேசவேண்டியிருக்கிறது.''

ஜனகரின் பிரதமகுரு அஷ்டாவக்ரர் அவரது பிரத்யேக அலுவலகத்தில் நுழைந்தபோது, ஏழு வயது சீதா, தந்தையுடன் விளையாடிக் கொண்டிருந்தாள். சம்பிரதாயப்படி குருவுக்கு வணக்கம் செலுத்திய ஜனகர், உரிய ஆசனத்தில் அமரும்படியும் கேட்டுக்கொண்டார்.

சப்தசிந்துவின் அரசியல் களத்தில் இப்பொழுது பெரிய அளவில் காய் நகர்த்த வழியில்லாததால், மிதிலாவிற்கு நிரந்தர *ராஜகுரு* இல்லை. என்றாலும் பிரசித்தி பெற்ற சித்தர்கள்; அறிஞர்கள்; விஞ்ஞானிகள் மற்றும் தத்துவார்த்திகளை மிக அதிக எண்ணிக்கையில் கொண்டிருந்தது ஜனகரின் சபை. மிதிலையின் காற்றோடு காற்றாய்க் கலந்து விரவியிருந்த வித்தை, ஞானத்தில் திளைத்த இவர்களில் முதன்மையானவர் ஜனகரின் பிரதமகுரு,

ரிஷி அஷ்டாவக்ரர். மலயபுத்ரர் தலைவர் மஹரிஷி விஸ்வாமித்ரர் கூட சமயத்தில் மிதிலைக்கு வருகை புரிவதுண்டு.

''தங்களுக்கு விருப்பமானால், பிறிதொரு சமயம் சம்பாஷிக்கலாம், அரசே,'' என்றார் அஷ்டாவக்ரர்.

''அடடா, அப்படியொன்றும் இல்லை,'' என்றார் ஜனகர். ''சில காலமாக என்னை வருத்திக்கொண்டிருக்கும் ஒரு கேள்வி குறித்துத் தங்களிடம் தெளிவு பெற வேண்டியிருக்கிறது, குருஜி.''

தாயார் கர்ப்பகாலத்தின் இறுதியில் விபத்துக்குள்ளானதால், எட்டு பாகங்களில் விகாரப்பட்டிருந்தார் அஷ்டாவக்ரர். என்றாலும், உடல் கோணல்களை மனதின் அபூர்வ திறனால் சமன்படுத்தியிருந்தது இயற்கை. அசாத்திய புத்திகூர்மைக்கான அறிகுறிகள் மிகச் சிறிய வயதிலேயே அவரிடம் தென்பட்டன. இளைஞராக ஜனகரின் சபைக்கு வந்தவர், அப்பொழுதைய பிரதமகுரு ரிஷி பந்தியை அற்புதமான சொற்போரில் வீழ்த்தி, பல காலம் முன்பு இதே பந்தியிடம் வாதப்போரில் தோற்ற தந்தை ரிஷி கஹோலரின் அவமானம் துடைத்து கௌரவத்தை மீண்டும் நிலைநாட்டினார். தோல்வியைப் பெருந்தன்மையுடன் ஏற்ற ரிஷி பந்தி, அரசியல் களத்திலிருந்து ஓய்வு பெற்று, ஞானமார்க்கத்தைப் பின்பற்றிக் கிழக்குக் கடற்கரையோர ஆசிரமத்திற்குச் சென்றுவிட, இளம் வயதிலேயே ஜனகரின் ஆஸ்தானகுரு என்னும் பெறற்கரிய பதவியை அடைந்தார் அஷ்டாவக்ரர்.

பக்தியில் செறிந்த ஜனகர் ஆண்ட மிதிலையின் பரந்த நோக்குடைய சமூகத்தில் அஷ்டாவக்ரரின் உடல் ஊனங்கள் எவ்வித சலனத்தையும் ஏற்படுத்தவில்லை மஹரிஷியின் அறிவுத் தீட்சண்யம் அத்தகையதாய் இருந்தது.

''சாயங்காலம் உங்களைப் பார்க்கறேன், *பாபா*,'' சீதா ஜனகரின் பாதங்களில் விழுந்தாள்.

அவரது ஆசியைப் பெற்றவள், அஷ்டாவக்ரரின் கால்களிலும் பணிந்து விடைபெற்று விலகினாள். அறையை நீங்கிய மறுகணம், கதவின் பின் ஒளிந்துகொண்டாள். ஜனகரின் பார்வையினின்று மறைந்து - அதே சமயம் காதுகேட்கும் தூரத்தில். தந்தையை வருத்திக்கொண்டிருக்கும் கேள்வி என்னவாகத்தான் இருக்கும்? ஆர்வம் அவளைப் பிடுங்கித் தின்றது.

''நிஜம் என்பதென்ன? மெய்ம்மையின் தன்மையை எவ்வாறு அறிந்துகொள்வது, குருஜி?'' ஜனகர் வினவினார்.

சிறுமி சீதா விதிர்விதிர்த்து நின்றாள். குழப்பம். அரண்மனை மாடங்களிலும் பாதைகளிலும் அவ்வப்போது எழும் முணுமுணுப்புக்கள் அவள் காதிலும் விழுந்ததுண்டு. பா பா அப்பாவின் சுபாவம் பிறழத் துவங்கியிருப்பதாக - இயற்கைக்கு

மாறுபட்டு அவர் நடந்துகொள்வதாக. நிதர்சனம் அறிந்த ராணி சுனெனா இராஜ்யபாரத்தை ஏற்றிருப்பது மிதிலாவின் அதிர்ஷ்டம் என்று...

நிஜம் என்பதென்ன?

திரும்பி அம்மாவின் அறைகளை நோக்கி ஓடினாள். ''*மாஆ!*''

காத்திருந்து காத்திருந்து சீதாவிற்கு அலுத்துவிட்டது. வயது எட்டாகிவிட்டது. இன்னமும் கோட்டைச்சுவரையொட்டி இருந்த சேரிக்கு அம்மா அழைத்துச் சென்றபாடில்லை. சென்ற முறை கேட்டதற்குக் காரணமாவது கிடைத்தது - அங்கே போவது ஆபத்தாம். அங்கேயிருப்பவர்கள் அடித்துப் போட்டுவிடுவார்களாம். அம்மா சப்பைக்கட்டு கட்டுவது போல்தான் சீதாவுக்கு இப்போது தோன்றியது.

இறுதியில், ஆர்வம் கட்டுக்கடங்காமல் பணிப்பெண் மகளது உடைகளையணிந்து மாறுவேடத்தில் அரண்மனையை விட்டு புறப்பட்டாள் சீதா. தோளையும் காதுகளையும் மிகப் பெரிய *அங்கவஸ்திரம்* மூடியிருந்தது. உற்சாகமிகுதியாலும் ஒரு வித பதற்றத்தாலும் உள்ளம் துள்ளியது. தன்னந்தனியே மேற்கொள்ளும் இந்த அற்புதச் சுற்றுலாவை யாரும் கவனித்துவிடக்கூடாதென்னும் ஜாக்கிரதையுடன் பின்னால் திரும்பிப் பார்த்தவண்ணம் சென்றாள். ஒருவரும் கவனிக்கவில்லை.

மதியப்பொழுதில், ருத்ரபகவான் ஆலய நந்தவனங்களைத் தாண்டி சேரிக்குடியிருப்பிற்குள் காலடி வைத்தாள் சீதா. தன்னந்தனியாக. அம்மாவின் வார்த்தைகள் இன்னமும் காதில் ரீங்கரிக்க, பெரிய கழியை எச்சரிக்கையாக ஏந்திக்கொண்டிருந்தாள். ஏறக்குறைய ஒரு வருடமாக கம்பு சுற்றப் பழகிக் கொண்டிருந்தாளல்லவா?

சேரிக்குள் நுழைந்தவுடன் மூக்கைச் சுருக்கினாள். துர்நாற்றம் சகிக்கவில்லை. கோயில் கோபுரத்தை ஒரு கணம் நிமிர்ந்து பார்த்தவளுக்கு, திரும்பிவிட்டால்தான் என்ன என்று தோன்றியது. மறு கணம், தடுக்கப்பட்டதைச் செய்யப்போகும் உற்சாகம் தலைதூக்க, பின்வாங்கும் எண்ணத்தை மறந்தாள். இந்த சந்தர்ப்பத்திற்காகக் காத்திருந்த காலம் கொஞ்சமா? சேரிக்குள் புகுந்தாள். மூங்கில் ப்ளாச்சுக்களால் இடக்குமடக்காய்க் கட்டப்பட்டிருந்த வீடுகளில் துணி விதானங்கள் அலங்கோலமாய்த் தொங்கின. எந்த நொடியும் விழுந்துவிடுவது போல் ஆட்டம் கண்ட இல்லங்களுக்கிடையே இருந்த இடைவெளிகளைத்தான்

'தெரு'க்களெனக் கருதி குடியிருப்பின் மக்கள் நடமாடினர். இதே சந்துகள் திறந்த சாக்கடை, கழிவறை மற்றும் திறந்தவெளி மிருகசாலைகளாகவும் கூடுதல் பணியாற்றின. எங்கெங்கும் குப்பைமலைகள். சேறும் கழிவுகளும் பொங்கி வழிந்தன. மனித மற்றும் மிருகச் சிறுநீர் தரையில் மெலிதாய்ப் படர்ந்திருந்ததில் நடக்கச் சிரமமாக இருந்தது. ஆர்வமும் அருவருப்பும் ஏககாலத்தில் தாக்க, *அங்கவஸ்த்ரத்தை* இழுத்து மூக்கு மற்றும் வாயை மூடிக்கொண்டாள்.

இப்படியும் ஜனங்க வாழறாங்களா? ருத்ரபகவான்தான் கருணை புரியணும்!

அரசி சுனைனாவின் வருகைக்குப் பின் மிதிலா சேரிக்குடியிருப்புக்களின் நிலை முன்னேற்றம் கண்டிருந்ததாக அரண்மனைப் பணியாளர்கள் அவளிடம் கூறியிருந்தனர்.

இதையே முன்னேற்றம்ங்கறாங்கன்னா, இதுக்கு முன்னால எவ்வளவு மோசமா இருந்திருக்கணும்?

சேறும் சகதியுமான நடைமேடைகளில் பரவியிருந்த கழிவுகளை மிதிக்காமல் ஜாக்கிரதையாக, பல்லைக் கடித்துக்கொண்டு நடந்தாள் - ஒரு காட்சியைக் காணும் வரை.

பரிதாபமான வீட்டொன்றின் முன் அமர்ந்திருந்த ஒரு தாய், சிக்கனமான தட்டிலிருந்து உணவூட்டிக்கொண்டிருந்தாள். சாப்பிடும் குழந்தைக்கு இரண்டு, மூன்று வயதிற்கு மேல் இருக்காது. அம்மாவின் மடியில் உட்கார்ந்து களுக்கென்று சிரித்தபடி உணவை வாங்கிக்கொள்ளாமல் சண்டித்தனம் செய்தான். அவ்வப்பொழுது பெரிய மனது வைத்து அதீத நாடகத்தனத்துடன் வாய் திறந்து, சின்னஞ்சிறிதாய் ஓரிரு வாய் ஊட்டப்படச் சம்மதித்தான். இச்சமயங்களிலெல்லாம் மகிழ்ந்து மகனிடம் மழலை பேசி விளையாடுவது தாயின் முறை. மனதை நெகிழ்த்தும் காட்சியென்றாலும், சீதாவின் கவனத்தைக் கவர்ந்தது இதுவல்ல: தாயினருகில் அமர்ந்திருந்த காக்காய்தான். குழந்தைக்கு ஒரு வாய் அளித்த தாய், அடுத்ததைக் காக்கைக்கு ஊட்டினாள். அதுவும் காத்திருந்தது. பொறுமையாய். அதற்கு இது விளையாட்டல்ல.

தாய் இருவருக்கும் சோறூட்டினாள். மாற்றி மாற்றி.

சீதாவின் முகம் மலர்ந்தது. சில நாட்களுக்கு முன் அம்மா சொன்ன வார்த்தைகள் நினைவில் நிழலாடின. *பல சமயங்களில் மேன்மை, மேல்வர்க்கத்தைவிட கீழேயுள்ளோரிடம்தான் அதிகம் காணப்படும்.*

அப்பொழுது சரியாக அர்த்தமாகவில்லை. இப்பொழுது புரிந்தது.

திரும்பினாள். முதல் முறைக்கு சேரியை போதுமான அளவு பார்த்துவிட்டதாகத் தோன்றியது. சீக்கிரம் திரும்பிவிடுவதாய் தனக்குத் தானே செய்து கொண்ட பிரமாணத்தின் படி, அரண்மனை போகவேண்டும்.

எதிரே நான்கு சிறிய சந்துக்கள். *எதுக்குள்ளே நுழையறது?*

தீர்மானமின்றி இடது பக்கம் திரும்பி, நடக்கத் துவங்கினாள். போய்க்கொண்டே இருந்தாலும், சேரியின் எல்லை கண்ணுக்கெட்டிய தூரம் வரைத் தெரியவில்லை. பதற்றத்தில் அவள் வேகத்தை அதிகரித்ததில் இதயமும் குதிக்கத் துவங்கியது.

வெளிச்சம் தேய ஆரம்பிக்க, எல்லா கசகசக்கும் சந்துக்களும் வேறு பாதைகளின் சந்திப்புக்களிலேயே முடிவது போல் தோன்றியது. எல்லாமே சுற்றிச் சுற்றி, சீரின்றி, ஒழுங்கற்று... குழப்பத்துடன் அமைதியான ஒரு சந்துக்குள் குத்துமதிப்பாய்க் கால் வைத்தாள். பீதியின் கரம் முதல்முதலாய் நெஞ்சைப் பிடிக்க, விரைந்தாள். ஆனால், அதி வேகமாய்த் தவறான திசையில் சென்றதைத் தவிர வேறு பலனில்லை.

யார் மீதோ மோதியவள், ''மன்னிச்சுக்குங்க!'' என்றாள்.

அந்தக் கருநிறப் பெண்ணிற்குப் பதின்ம வயது - ஒன்றிரண்டு கூடுதலோ என்னமோ - சொல்லலாம். அழுக்கும் அசுத்தமும் அவளைப் பிரகடனம் செய்தன. வீசிய துர்நாற்றம், பலநாட்களாக உடை மாற்றப்படாததை எடுத்துக் காட்டியது. கழுவாத சடை பிடித்த கூந்தலில் பேன்கள் ஊர்ந்தன. நெடுநெடுவென உயர்ந்த தேகம், கட்டுமஸ்தாக இருந்தது ஆச்சர்யம். பூனையின் கூர்மையான கண்களும், வடுக்கள் நிறைந்த உடலும் அவளுள் பொதிந்திருந்த ஆபத்தை, கூர்மையைக் கோடிட்டுக் காட்டின.

சீதாவின் முகத்தையும் பின்பு கைகளையும் ஆராய்ந்தவளின் கண்களில், சட்டென்று மின்வெட்டைப் போன்ற வெளிச்சம் - ஏதோவொரு வாய்ப்பைக் கண்டதன் அடையாளம். சீதாவோ, அருகேயிருந்த சந்திற்குள் புகுந்திருந்தாள். பதற்றம் அதிகரிக்க, ஏறக்குறைய ஓடத் துவங்கினாள். சேரியை விட்டு வெளியேறும் பாதையாக இருக்கவேண்டுமென பிரார்த்தித்தபடி.

நெற்றியில் முத்து முத்தாக வியர்வை அரும்பியது. சுவாசத்தைச் சீராக்க முயன்றாள். முடியவில்லை.

ஓடிக்கொண்டேயிருந்தாள். நிற்கவேண்டிய கட்டாயம் வரும் வரை.

''ருத்ரபகவானே! கருணை புரியுங்கள்.''

எதிரே மகத்தான தடுப்புச்சுவர் எழும்ப, மேலே செல்ல வழியின்றி 'தடா'லென நின்றாள். திசை தெரியாமல் தொலைந்து

சேரியின் மறுகோடியில் இருந்த கோட்டை உட்சுவரருகில் நன்றாகவே மாட்டிக்கொண்டுவிட்டோம் என்பது புரிந்தது. மிதிலையின் உட்பகுதி எங்கோ, வெகு தொலைவில் இருந்தது. இங்கேயோ, அமானுஷ்ய அமைதி. அருகில் மனித நடமாட்டம் இருப்பதாகத் தோன்றவில்லை. சூரியன் ஏறக்குறைய மறைந்து விட, அந்திப் பொழுதின் மங்கிய வெளிச்சம் அவ்விடத்தின் இருளை அதிகப்படுத்துவதுபோல் தோன்றியது. என்ன செய்வதென்று புரியவில்லை.

''இது யார்றா, புதுசா?'' பின்னாலிருந்து குரல் கேட்டது.

தாக்கத் தயாராய் சீதா சுழன்றாள். வலப்புறமிருந்து இரு பதின்ம வயது இளைஞர்கள் அவளை நோக்கி வருவதைக் கண்டாள். இடப்பக்கம் திரும்பினாள். ஓடினாள். அதிக தூரமில்லை. 'சடக்'கென ஒரு கால் நீண்டு அவளைத் தடுக்க, நிலைதடுமாறி விழுந்தாள். சகதியில். மேலும் ஆட்கள் சேர்ந்தனர். இப்பொழுது அவளைச் சுற்றி ஐந்து பையன்கள். முகத்தில் குரூரம் அனாயாசமாய்த் தாண்டவமாடியது.

இக்குடியிருப்புக்களில் சர்வசாதாரணமாய் நடைபெறும் குற்றங்களைப் பற்றி அம்மா எச்சரித்திருக்கிறாள். மக்கள் தாக்கப்படுவது பற்றி. மிகுந்த பயபக்தியுடன், பணிவுடன் தன் தாயிடம் சலுகைகள் பெற்றுச் செல்லும் இனிய மக்களாவது, அக்கிரமம் செய்வதாவது? இருக்கமுடியாதென்பது சீதாவின் கருத்து.

அம்மா பேச்சைக் கேட்டிருக்கணும்.

பதற்றத்துடன் சுற்றுமுற்றும் பார்த்தாள். ஐவரும் இப்பொழுது அவள் முன் நின்றனர். பின்னால் செங்குத்தாய்க் கோட்டைச்சுவர். தப்பிக்க வேறு வழியில்லை.

பயமுறுத்தும் விதமாய் கழியைச் சுழற்றினாள். குச்சியை ஆட்டும் சிறுமியைக் கண்டு களிப்படைந்தது போல் பையன்கள் கெக்கலி கொட்டினர்.

நடுவில் இருந்தவன் பீதியடைந்தது போல் நகத்தை கடித்துக்கொண்டான். ''ஹையோ... பயந்து வருதே...'' என்று ஏற்ற இறக்கத்துடன் பாட, ''ஓ'' என்று மற்றவர்கள் இடிபோல் சிரித்தனர்.

''உசத்தியான மோதிரம் போலத் தெரியுதே, கோமகளே,'' நாடகத்தனமான பணிவுடன் ஒருவன் பேச்சுவார்த்தை துவக்கினான். ''நாங்க அஞ்சு பேரும் வாழ்நாள் முழுக்க சம்பாதிக்கறதை விட அதிகம் மதிப்பிருக்கும் போல. நீ யந்து -''

"மோதிரம் வேணுமா?" ஒரு வித நிம்மதி மனதில் பரவ, அதைக் கழற்ற யத்தனித்தாள் சீதா. "எடுத்துக்கோ. என்னை மட்டும் விட்டுரு."

பையன் கொக்கரித்தான். "கண்டிப்பா விடத்தான் போறோம். முதல்ல மோதிரத்தை இப்படி வீசு."

பீதியில் சீதா மிடறு விழுங்கினாள். கழியை உடம்போடு அணைத்துக்கொண்டு, 'சட்'டென மோதிரத்தை ஆள்காட்டி விரலினின்று கழட்டினாள். முஷ்டிக்குள் மூடிக்கொண்டு, கழி பற்றியிருந்த இடக்கையை நீட்டினாள். "இதைப் பயன்படுத்த எனக்குத் தெரியும்."

மற்றவர்களைப் பார்த்த பையனின் புருவங்கள் உயர்ந்தன. சிறுமியிடம் திரும்பியவன், புன்னகைத்தான். "நம்பறோம். மோதிரத்தை மட்டும் தூக்கிப் போடு."

சீதா அவ்விதமே செய்ய, அது அவனிடமிருந்து சற்று தூரத்தில் விழுந்தது.

"வீசும் திறன் போதாது, கோமகளே - இன்னும் பலம் வேணும்," சிரித்தவன், குனிந்து பொறுக்கி, கவனமாய் ஆராய்ந்தான். மெல்லச் சீட்டியடித்துவிட்டு, இடைக் கச்சில் செருகிக்கொண்டான். "வேற என்ன வெச்சிருக்க?"

'சட்'டென முன்னோக்கி வளைந்து, 'பொத்'தென்று தரையில் சரிந்தான். பின்னால் நின்றவள், சீதா சற்று முன்னர் முட்டிக்கொண்ட உயரமான, கருநிறப் பெண். கையில் பெரிய மூங்கில் கழி பையன்கள் ஆக்ரோஷமாய்ச் சுழன்று அவளை வெறிக்க - ஏறிய வேகத்தில் சுரத்திறங்கியது. அவர்களை விட அவள் உயரம். ஒற்றை நாடியானாலும், இறுகிய தேகம்.

அதைவிட முக்கியம் - அவர்கள் அவளை அறிவர். அவள் பெற்றிருந்த பெயரையும்தான்.

"உனக்கும் இதுக்கும் சம்பந்தமில்ல, ஸமீச்சி..." என்றான் ஒருவன் தயக்கத்துடன். "போயிரு."

கழியால் பதிலிறுத்த ஸமீச்சி, அவன் கையைப் 'பட்'டென அடித்தாள். ஆக்ரோஷமாக. கையைப் பிடித்தபடி நிலைதடுமாறினான் அவன்.

"இங்கேயிருந்து கிளம்பலை, இன்னொண்ணையும் முறிச்சி டுவேன்," உறுமினாள்.

பையன் பின்னங்கால் பிடரியில் பட ஓடினான்.

குற்றத்தில் குறியாய் இருந்த மற்ற நான்கு பையன்களோ, அசையவில்லை. அதிலும் முன்னால் அடிபட்டவன் இப்பொழுது

எழுந்துவிட்டான். ஸமீச்சியை நேரடியாக எதிர்த்து நின்றவர்கள், முதுகு காட்டியது சீதாவிற்கு. ஆபத்தற்ற சீதா.

கழியை அவள் இறுகப் பிடித்ததையோ, தலைக்கு மேல் உயர்த்தி, மோதிரத்தை வைத்திருந்தவனை நோக்கி மெல்ல அடியெடுத்து வைத்ததையோ அவர்கள் கவனிக்கவில்லை. தூரத்தைத் துல்லியமாகக் கணித்தவள், ஆவேசமாகப் பையன் தலையில் கழியை இறக்கினாள்.

த்வாக்!

பின்னந்தலை உடைந்து இரத்தம் பீறிட, அவன் சுருண்டு விழுந்தான். மற்ற மூவரும் சுழன்றனர். அதிர்ச்சியில். உறைந்தனர்.

"வா! சீக்கிரம்!" முன்னால் வந்து சீதாவின் கரத்தைப் பற்றிய ஸமீச்சி கூவினாள்.

இரு பெண்களும் தெறிகெட்டு ஓடி மூலை திரும்புகையில், ஸமீச்சி திரும்பிப் பார்த்தாள். அடிபட்ட பையன் அசையாமல் கிடக்க, நண்பர்கள் அவனைச் சூழ்ந்துகொண்டு எழுப்ப முயன்று கொண்டிருந்தனர்.

"சீக்கிரம்!" அலறியபடி சீதாவை இழுத்துச் சென்றாள்.

அத்தியாயம் 4

முதுகுக்குப் பின் கைகட்டி நின்றாள் சீதா. தலை குனிந்து. மிதிலைச் சேரிகளின் சகதியும் குப்பையும் உடையெல்லாம் தீற்றியிருந்தது. முகத்தில் சேறு அப்பியிருந்தது. விலைமதிப்பற்ற மோதிரம் விரலில் காணவில்லை. பீதியில் நடுங்கும் உடல். அம்மா இவ்வளவு ஆத்திரமடைந்து அவள் பார்த்ததேயில்லை.

மகளை வெறித்தாள் சுனெனா. வார்த்தைகளற்ற, ஆழ்ந்த அதிருப்தி. அதைவிட மோசம், ஏமாற்றம். தாயின் நம்பிக்கையை மிக மோசமாகக் குலைத்துவிட்டது போல் உணர்ந்தாள் சீதா.

''மன்னிச்சிருங்க*ம்மா*,'' கண்ணீர் கண்களில் ஆறாய் ஓட, கேவினாள்.

அம்மா வாய் திறந்து ஏதேனும் பேசினால் பரவாயில்லை என்று தோன்றியது. 'பட்'டென்று ஒரு அறை விடலாம். திட்டவாவது திட்டலாம். இந்த மௌனம் பயங்கரம்.

''மா...''

அழுத்தமாய், கல் போல் அமர்ந்திருந்தாள் சுனெனா. மகளை தீவிரமாய் நோக்கியபடி.

''தேவி!''

அறைவாசலுக்குத் திரும்பிய சுனெனாவின் கவனம், அங்கே காத்திருந்த காவல்துறை அதிகாரியின்பால் விழுந்தது. அவன் தலை குனிந்திருந்தான்.

''என்ன செய்தி?'' என்றாள் 'நறுக்'கென்று.

''ஐந்து சிறுவர்களையும் காணவில்லை, தேவி,'' என்றான் அதிகாரி. ''தப்பிச் சென்றிருக்கலாம்.''

''அஞ்சு பேருமா?''

''அடிபட்ட சிறுவன் பற்றி புதிய செய்திகள் என்னிடம் இல்லை,'' சீதா தலையில் காயப்படுத்தியவனைக் குறிப்பிட்டான். ''மற்றவர்கள் தூக்கிச் சென்றுவிட்டதாக சம்பவத்தை நேரில் பார்த்தவர்கள் கூறுகின்றனர். இரத்தப்போக்கு அதிகமாம்.''

''அதிகமா?''

''வந்து... ஒரு சாட்சி சொன்னதை வைத்துப் பார்த்தால் சிறுவன்-''

பிழைக்க வாய்ப்பில்லை என நாக்கின் நுனி வரையில் வந்துவிட்ட வார்த்தைகளைச் 'சட்'டென விழித்த மூளை தடுத்தது.

''நீங்க போகலாம்,'' என்றாள் சுனெனா.

காவல்துறை அதிகாரி உடனடியாக வணக்கம் செலுத்திவிட்டு, வெளியேறினான்.

மீண்டும் சீதாவிடம் கவனத்தைத் திருப்பினாள் சுனெனா. அந்தப் பார்வையின் தீவிரம் தாங்காமல் மகள் கூனிக் குறுகினாள். கடைசியாக, சுனெனாவின் கண்கள் அவளையும் தாண்டி, சுவரருகே அழுக்கே உருவாய் நின்றாய் பதின்மவயதுப் பெண்ணின் மீது பதிந்தன.

''உன் பெயரென்னம்மா?''

''ஸமீச்சி, தேவி.''

''நீ மறுபடி சேரிக்குப் போகப் போறதில்லை, ஸமீச்சி. இனி இந்த அரண்மனைதான் உன் இடம்.''

முகமலர்ந்த ஸமீச்சி, பணிவுடன் *நமஸ்கரித்தாள்.* ''நிச்சயமா, தேவி. இதை எனக்குக் கிடைச்ச பாக்கியமா நான் -''

சுனெனா வலக்கையை உயர்த்த, வார்த்தை வெள்ளம் சட்டென்று நின்றது. அரசி, சீதாவை நோக்கினாள். ''உன் அறைக்குப் போ. குளி. உனக்கும் ஸமீச்சிக்கும் காயத்துக்கு வைத்தியம் பார்த்துக்க. நாளைக்குப் பேசலாம்.''

''*மா*...''

''நாளைக்கு.''

—ᒍᘔ—

தரையில் அமர்ந்திருந்த சுனெனாவின் அருகே நின்றாள் சீதா. அரசியின் அந்தப்புர ஆலயத்தின் முன் அவர்கள் இருந்தனர். தரையில் புதிதாய் *ரங்கோலி* - *வர்ணப்பொடி கொண்டு, அபூர்வ வடிவமைப்பும், கணிதம், தத்துவம் மற்றும் ஆன்மீகக் கோட்பாடுகளின் இயைந்த வெளிப்பாடாய் அமையும் அதிசய கோலங்கள்* - போடுவதில் ஆழ்ந்திருந்தாள்.

கோயில் வாயிலில் ஒவ்வொரு அதிகாலையும் புதிதாய் *ரங்கோலி* இடுவது சுனெனாவின் வழக்கம். அவள் வழிபடும் பிரதான தெய்வங்களின் திருவுருவச் சிலைகள் ஆலயத்தில் பிரதிஷ்டை செய்யப்பட்டிருந்தன: முந்தைய விஷ்ணு பிரபு

பரசுராமர்; மஹாதேவர் ருத்ரபகவான்; சிருஷ்டியின் ஆதாரமும், விஞ்ஞானியுமான ப்ரம்மதேவர்... ஆனால், அனைவரிலும் முன்னுரிமை பெற்றிருந்தது அன்னைத் தெய்வமான சக்தி மாதா. சுனெனாவின் தந்தைத் தேசத்தில் - இந்தியத் துணைக்கண்டத்தின் மிகப்பெரும் நதியான ப்ரம்மபுத்ரா கரைபுரண்டோடிய பள்ளத்தாக்குகளின் உயரடுக்குகளை அணைத்த வளமிக்க, பயிர் செழிக்கும் பிரம்மாண்ட அஸ்ஸாமில் - சக்தி வழிபாடு பிரசித்தம்.

சீதா பொறுமையாய் அமர்ந்திருந்தாள். பயத்தில் வார்த்தைகளே வரவில்லை.

''ஒரு விஷயம் செய்யலாம், கூடாதுன்னு சொல்றேன்னா காரணமில்லாம இருக்காது, சீதா,'' என்றாள் சுனெனா. தரையில் மெல்ல மெல்ல உருவெடுத்துக்கொண்டிருந்த *ரங்கோலி*யிலிருந்து கண்களை அகற்றாமல்.

சீதா அசையாமல் அமர்ந்திருந்தாள். கண்கள் அம்மாவின் கரங்களின் மீது நிலைத்திருந்தன.

''வாழ்க்கையில் சில விஷயங்களைத் தெரிஞ்சிக்க ஒரு குறிப்பிட்ட வயசை அடையணும். தயாரா இருக்கணும்.''

*ரங்கோலி*யை முடித்த சுனெனா மகளைப் பார்த்தாள். தாயார் கண்களில் ஒளிர்ந்த கனிவைக் கண்டதும் சீதா சற்று நிம்மதியடைந்தாள். பாசமும் அன்பும் விழிகளில் பளிச்சிட்டன. எப்போதும் போல். அம்மா இப்போது கோபமாக இல்லை.

''உலகத்துல கெட்டவங்களும் இருக்காங்க, சீதா. குற்றம் செய்யறவங்க. உள்நகரத்துல, பணக்காரங்க மத்தியிலும் உண்டு; சேரியில இருக்கற ஏழைகளுக்கு நடுவுலேயும் உண்டு.''

''ஆமாம்*மா*; நான்...''

''ஷ், பேசாதே; கேளு,'' என்றாள் சுனெனா அழுத்தமாக. சீதா மௌனமானாள். ''பணக்காரக் குற்றவாளிகளுடைய ஆதார உந்துதல் அநேகமா பேராசைதான்,'' தொடர்ந்தாள். ''அதை அணுக முடியும்; பேரம் பேசமுடியும். ஆனா, ஏழைக் குற்றவாளிகளைச் செலுத்தறது கையாலாகாத்தனமும் கோபமும். சில சமயங்கள்ள, மனுஷனுக்குள்ளே மறைஞ்சிருக்கற நல்ல குணங்களை இயலாமை வெளிப்படுத்தும் - அதனாலதான் ஏழைகள்ளே அடிக்கடி உத்தமர்களைப் பார்க்கமுடியும். அதே இயலாமை, கீழ்த்தரமான குணத்தையும் வெளிக்காட்ட வாய்ப்பிருக்கு. இழக்கதான் ஒண்ணுமேயில்லையே? அதுவும், அவங்களுக்கிடையே இல்லாமை தாண்டவமாடும் போது மத்தவங்கள் செல்வத்துல புரள்றதை பார்த்தா ஏன் ஆத்திரம் வராது? அந்தக் கோபம் புரிஞ்சிக்கக்கூடியதுதான். சூழ்நிலையை மாத்தி, நன்மையைக் கொண்டுவர்றதுதான் ஆட்சியாளர்களா நம்

கடமை - ஆனா, இது ஒரு நாள்ள சாத்தியமாகிற விஷயமில்ல. செல்வந்தர்கள் கிட்டேயிருந்து ஒரேயடியாகப் பிடுங்கிக்கிட்டு வந்து ஏழைகள் கையில கொடுத்தா, செல்வந்தர்கள் ஆட்சேபிப்பாங்க. அனர்த்தமும் குழப்பமும்தான் விளையும். எல்லோருக்கும் கஷ்டம். அதனால, மெதுவாத்தான் காரியத்தில் இறங்கணும். உண்மையிலேயே வறியவர்களை முழுமுனைப்பா முன்னேத்தணும். அதுதான் தர்மம். அதே சமயம், ஏழைகள் அத்தனை பேரும் உத்தமர்கள்னு குருட்டுத்தனமா நம்பறதுலே அர்த்தமில்லை. வயிறு காலியாயிருக்கும்போது இதயம் நிறைஞ்ச குணவான்களா எல்லோரும் இருக்கணும்னு எதிர்பார்க்கறது நியாயமுமில்லை.''

மகளை மடியில் இழுத்துக்கொண்டாள் சுனைனா. யோசனையில்லாமல் சேரியில் புகுந்து ஆபத்தில் மாட்டிக்கொண்ட பின் முதன்முறையாக சற்றே ஆறுதலடைந்த சீதா, வாகாக அமர்ந்துகொண்டு, சற்றே ஆசுவாசப் பெருமூச்சு விட்டுக்கொண்டாள்.

''மிதிலாவின் ஆட்சியதிகாரத்துல நீ பங்கெடுத்துக்கற நாளும் வரும்,'' என்றாள் சுனைனா. ''முதிர்ச்சியுள்ள யதார்த்தவாதியா நீ இருக்க வேண்டியது அவசியம். உன் இலக்கை இதயம் முடிவு செஞ்சாலும், பாதையை மூளைதான் கணக்கிடணும். இதயத்தின் குரலை மட்டுமே கேக்கறவங்க எதிலும் வெற்றியடையறது கஷ்டம். அதே சமயம், மூளையின் கட்டளையை மட்டுமே ஏத்துக்கறவங்க, சுயநலவாதின்னு பேர் வாங்குவாங்க; அது நஷ்டம். உன்னுடைய நலனுக்கு முன்னால மத்தவங்களுடையதைப் பத்தி யோசிக்க இதயத்தாலதான் முடியும். ஆனா, தர்மம் காக்க சமூகத்துல பாரபட்சமில்லாத சமநிலை வேணும். கடினம்தான் - ஆனா, முடிஞ்ச வரைக்கும் ஏற்றத்தாழ்வுகளை நீக்க முயற்சி செய்யணும். முக்கியமா, எல்லோரையும் ஒரே சட்டத்துக்குள்ளே, வரையறைக்குள்ளே அடைக்கும் பொறியில நீ சிக்கக்கூடாது. அதிகாரமுள்ளவங்க எல்லோருமே அயோக்கியர்களில்லை; அதிகாரத்துல இல்லாதவங்க எல்லோரும் உத்தமர்களுமில்லை. நல்லதும் கெட்டதும் எல்லோர்கிட்டேயும் கலந்திருக்கு.''

சீதா மௌனமாய்த் தலையாட்டினாள்.

''பரந்த நோக்கோட இரு. அதுதான் இந்தியக் கலாசாரம். ஆனா, மூளைக்கு வேலையில்லாத குருட்டுத்தனமான பரந்த நோக்கம் கூடாது.''

''சரிம்மா.''

''இனிமேல், வலிஞ்சு உன்னை ஆபத்துக்குட்படுத்திக்காதே.''

கண்களில் கண்ணீர் பெருக்கெடுக்க, சீதா அம்மாவை அணைத்துக் கொண்டாள்.

அவளைப் பின்புறம் இழுத்த சுனைனா மகளின் கண்களைத் துடைத்தாள். ''பயத்துலே எனக்கு உசுரே போய்டுச்சு. உனக்கு ஏதாவது ஆகியிருந்தா என் கதி?''

''மன்னிச்சிருங்கம்*மா*.''

புன்னகைத்த சுனைனா, சீதாவை மீண்டும் தழுவிக்கொண்டாள். ''என் அவசரக்குடுக்கையே...''

மூச்சை இழுத்துப் பிடித்துக்கொண்ட சீதாவை குற்ற உணர்ச்சி பிறாண்டியது. தெரியாவிட்டால் முடியாது போலிருந்தது. ''மா, நான் மண்டையில அடிச்ச அந்தப் பையன் .. அவன் என்ன...''

சுனைனா மறித்தாள். ''அதைப் பத்தியெல்லாம் கவலைப்படாதே.''

''ஆனா...''

''கவலைப்படாதேன்னு சொன்னேன்ல?''

''ரொம்ப நன்றி, *சித்தப்பா!*'' சந்தோஷக் கூப்பாட்டுடன் அவர் கரங்களில் தாவினாள் சீதா.

மிதிலைக்கு வருகை தந்திருந்த ஜனகரின் இளைய சகோதரரும், ஸங்கஷ்யாவின் மன்னருமான குஷத்வஜர், தமையன் மகளுக்கு அளித்திருந்த பரிசுப்பொருள் ஏகோபித்த, பலமான பாராட்டுக்கு உரித்தாயிருந்தது. அராபியக் குதிரையல்லவா? இவற்றுக்கும் இந்தியாவின் புரவியினங்களுக்குமிடையேதான் எத்தனை வேறுபாடுகள்? முன்னவைக்கு முப்பத்தி ஆறு விலா எலும்புகள் என்றால், பின்னவை அநேகமாய் முப்பத்தி நான்கு கொண்டிருந்தன. முக்கியமாக, சிறிய கூடு, செறிவான தேகக்கட்டு, பயிற்சியளிக்க எளிது எனப் பல காரணங்களால், அராபியக் குதிரைகளுக்கு மிகுந்த வரவேற்பிருந்தது. எதையும் தாங்கும் அசாத்திய பலம் மட்டுமன்றி, விலைமதிப்பற்ற இவ்வகைப் புரவிகள், உரிமையாளர்களின் பெருமைக்கு பெருமை சேர்த்ததும் உண்மை.

சீதா ஆனந்தக் கூத்தாடியதில் வியப்பில்லைதானே?

அவளுக்கென பிரத்யேகமாய்த் தயார் செய்திருந்த சேணத்தையும் அளித்தார் குஷத்வஜர். தோலினாலான அதன் முன் பிடி, தங்கத் தகடு போர்த்திய கொம்பால் அலங்கரிக்கப்பட்டிருந்தது. சிறிய அச்சேணமே சிறுமி சீதாவிற்கு கனமாக இருந்தாலும் மிதிலா அரசுப் பணியாளர்கள் எவரும் தொடக்கூட அவள் அனுமதிக்கவில்லை; உதவவும் விடவில்லை.

அரண்மனை அந்தரங்க முற்றத்திற்குச் சேணத்தை இழுத்துக்கொண்டு அவள் வந்த போது, கயிற்றைக் குஷத்வஜரின் ஆள் பற்றியிருக்க, இளம் புரவி காத்திருந்தது.

சுனௌா முகமலர்ந்தாள். ''மிக்க நன்றி. அடுத்த சில வாரங்களுக்கு சீதாவைப் பிடிக்கவே முடியாது. குதிரையேற்றம் கத்துக்கறவரைக்கும் சாப்பாடு, தூக்கம் எல்லாத்துக்கும் முழுக்குதான்!''

''நல்ல பொண்ணு,'' என்றார் குஷத்வஜர்.

''ரொம்ப விலை உயர்ந்த பரிசு.''

''என் அண்ணன் மகள்தானே, *பாபி*,'' *அண்ணி*யை மரியாதையுடனேயே விளித்தார் குஷத்வஜர். ''நான் செல்லம் குடுக்காம வேற யார் குடுப்பாங்க?''

புன்னகைத்த சுனௌா, முற்றத்தை ஒட்டியிருந்த திறந்தவெளியில் நின்ற ஜனகருடன் சேர்ந்துகொள்ளும் எண்ணத்துடன் சைகை செய்தாள். மனைவியும் தம்பியும் வந்தவுடன், கையிலிருந்த *ப்ரஹதாரண்யக உபநிஷதத்*தை மூடி வைத்தார். ஆங்காங்கே அமரிக்கையாய் நின்றிருந்த சேவகர்கள் ஆரவாரமின்றி மோர்க்குவளைகளை எடுத்து வைத்து, கூடவே ஒரு வெள்ளி விளக்கை ஏற்றி மேஜையின் நடுவே வைத்துவிட்டு, சப்தமின்றி மறைந்தனர்.

அதை ஏற இறங்கப் பார்த்த குஷத்வஜரின் புருவங்கள் முடிச்சிட்டன. பகல் வேளைதானே? என்றாலும், மௌனம் காத்தார்.

சேவகர்கள் காது கேளா தூரம் செல்லும் வரை காத்திருந்த சுனௌா, ஜனகரை ஏறிட்டாள். அவரோ, மீண்டும் நூலைக் கையில் எடுத்துவிட்டார். அதில் ஆழ்ந்தும் விட்டார். அவரது கண்களைச் சந்திக்க எடுத்த முயற்சிகள் தோல்வியடைய, தொண்டையைச் செருமிக்கொண்டாள். ஜனகரின் கவனம் புத்தகத்திநின்று விடுபடவில்லை.

''என்ன விஷயம், *அண்ணி*?'' குஷத்வஜர் கேட்டார்.

வேறு வழியில்லை; தானேதான் பேச்சுவார்த்தையைத் துவக்க வேண்டும் என்பதை உணர்ந்த சுனௌா, இடையில் கட்டியிருந்த பெரிய சுருக்குப்பையினின்று ஒரு பத்திரத்தை எடுத்து, மேஜையின் மீது பரப்பினாள். தன் பார்வை அதன் மீது பதியாமல், குஷத்வஜர் வெகு ஜாக்கிரதையாகப் பார்த்துக்கொண்டார்.

''ஸங்கஷ்யாவையும் மிதிலாவையும் இணைக்கும் சாலையைப் பத்திப் புல வருஷமா பேச்சுவார்த்தை நடத்தியிருக்கோம்,'' சுனௌா துவங்கினாள். ''பெருவெள்ளத்துல சாலை

அடிச்சுக்கிட்டு போயிடுச்சு. இதெல்லாம் இருபது வருஷங்களுக்கு முன்னால். இந்தச் சாலை இல்லாததால் மிதிலை மக்களுக்கும், வர்த்தகர்களுக்கும் ஏற்பட்டிருக்கிற சிரமங்கள் கொஞ்சநஞ்ச மில்லை.''

''வர்த்தகர்களா?'' குஷத்வஜர் மெல்லச் சிரித்தார். ''அப்படி யாராவது மிதிலாவில இருக்காங்களா என்ன?''

குத்தல் வார்த்தைகளைப் பொருட்படுத்தாமல் சுனைனா தொடர்ந்தாள். ''மிதிலா மூன்றில் ஒரு பங்கு செலவைச் சந்திக்கிறதாயிருந்தால், மிச்சம் இரண்டு பங்கை ஏத்துக்கறதா கொள்கையளவுல ஒப்புக்கிட்டீங்க.''

குஷத்வஜரிடம் பதிலில்லை.

''தன் பங்கு பணத்தை மிதிலா சேர்த்தாச்சு.'' சுனைனா பத்திரத்தைச் சுட்டிக்காட்டினாள். ''உடன்படிக்கையை ஒப்புக் கொண்டு கையெழுத்திட்டா, கட்டுமானத்தை ஆரம்பிச்சிடலாம்.''

''பிரச்சனையே எனக்குப் புரிபடலையே, அண்ணி,'' குஷத்வஜரின் முகத்தில் புன்னகை தவழ்ந்தது. ''சாலை ஒண்ணும் அவ்வளவு மோசமாயில்லையே? மக்கள் தினமும் பயன்படுத்திக்கிட்டுத்தானே இருக்காங்க? நானே அது வழியாத்தானே மிதிலா வந்தேன்?''

''நீங்க மன்னர், குஷத்வஜரே,'' மலர்ந்த முகத்துடனேயே பதிலிறுத்த சுனைனாவின் குரலில் வரவழைக்கப்பட்ட பணிவு. ''சாதாரண மக்களுக்கு கைவராத எத்தனையோ காரியங்கள் உங்களுக்கு வசப்படும். ஆனா, அவங்களுக்கு நல்ல சாலை வேணுமே?''

குஷத்வஜரின் புன்னகை விரிந்தது. ''உண்மை. உங்களைப் போல் மக்கள் பணிக்கு முழுமையா அர்ப்பணிச்சிக்கிட்ட ஒருத்தர் கிடைச்சது மிதிலையின் சாதாரணர்கள் செஞ்ச பாக்கியம்.''

சுனைனா மௌனம் காத்தாள்.

''எனக்கொண்ணு தோணுது, *அண்ணி*,'' என்றார் குஷத்வஜர். ''சாலைக் கட்டுமானத்தை மிதிலா தொடங்கட்டும். பணியில் மூன்றில் ஒரு பங்கு முடிஞ்சதும், மீதமிருக்கற இரண்டை ஸங்கஷ்யா முடிக்கும்.''

''சரி.''

பத்திரத்தை எடுத்த சுனைனா, பக்கத்து மேஜை மீதிருந்த எழுத்தாணியால் அடியில் ஒரு வரி கிறுக்கினாள். சுருக்குப்பையிலிருந்து அரசு இலச்சினை எடுத்து, முத்திரையும் பதித்தாள். குஷத்வஜரிடம் பத்திரத்தை நீட்ட - விளக்கின் தாத்பர்யம் இப்போதுதான் அவருக்குப் புரிந்தது.

அக்னி பகவான் சாட்சியாக...

தூய்மையின் மறு உருவமாக ஒவ்வொரு இந்தியனும் ***அக்னி***யைக் கண்டான். இந்திய சாஸ்திரங்களிலேயே புனிதமானதும், மிகப் பிரசித்தி பெற்றதுமான ***ரிக் வேதத்தின்*** முதல் அத்தியாயத்தின் முதல் ஸ்லோகம், அக்னி வாழ்த்து என்பது தற்செயல் அல்ல. அக்னி சாட்சியாக எடுக்கப்பட்ட எந்தப் பிரமாணமும் - திருமணங்களில் துவங்கி, ***யாகங்கள்***, சமாதான உடன்படிக்கைகள், சாலைக் கட்டுமானம் வரை - மீற முடியாதது.

அண்ணியாரிடமிருந்து குஷத்வஜர் பத்திரத்தைப் பெற்றுக் கொள்ளவில்லை. பதிலாக, தன்னுடைய சுருக்குப்பையிலிருந்து தனக்கான பிரத்யேக அரச இலச்சினையை எடுத்தார். ''எனக்கு உங்க மேல முழு நம்பிக்கை இருக்கு. இதோ, என் இலச்சினை. நீங்களே என் சார்பா முத்திரையிடலாம்.''

அதை வாங்கி பத்திரத்தில் சுனெனா பதிக்க இருந்த நொடியில், குஷத்வஜர் மெல்லிய குரலில் பேசினார். ''புது இலச்சினை, ***அண்ணி.*** ஸங்கஷ்யாவின் தத்ருபமான அடையாளம்னு சொல்லலாம்.''

புருவத்தைச் சுருக்கிய சுனெனா, இலச்சினையைத் திருப்பி அடியில் பொறித்திருந்த குறியீடுகளை ஆராய்ந்தாள். பத்திரத்தில் இருந்த முத்திரையின் பிரதிபிம்பம் எனவே தோன்றினாலும், மிதிலையின் அரசி அதை உடனடியாக இனம் கண்டாள்: ஒற்றை டால்ஃபின் மீன். காலங்காலமாய் மிதிலை அரச குடும்பத்தாரின் இளைய உறுப்பினர்களால் ஆளப்பட்ட ஸங்கஷ்யா, என்றுமே முந்தையதன் ஆதிக்கத்திற்குட்பட்ட சிற்றரசு. அரச இலச்சினையும் வேறு: ***உள்ளம்*** வகை மீன்.

ஆத்திரத்தில் சுனெனா இறுகினாலும், அதை வெளிப்படுத்தும் சமயம் இதுவல்ல என்பதை உணர்ந்தேயிருந்தாள். பத்திரத்தை மெல்ல மேஜையின் மீது வைத்தாள். ஸங்கஷ்யாவின் சின்னம் பயன்படுத்தப்படாமலேயே இருந்தது.

''உண்மையான இலச்சினையையே குடுக்கலாமே, குஷத்வஜரே,'' என்றாள்.

''இதுதான் இனி என் ராஜ்ய இலச்சினை, ***அண்ணி.***''

''மிதிலாவின் ஒப்புதல் இல்லாம நடக்காது. நாங்கள் அதிகாரபூர்வமாக அங்கீகரித்தாலொழிய எந்த ராஜ்யமும் உங்கள் இலச்சினையை ஏற்காது. மிதிலாவின் நேர்வழிச் சந்ததியின் சின்னமே டால்ஃபின் மீன்னு சப்தசிந்துவின் ஒவ்வொரு ராஜ்யமும் அறியும்.''

''உண்மை, ***அண்ணி.*** ஆனா, நீங்க நினைச்சா - இந்தப் பத்திரத்தில் அந்த இலச்சினையை அதிகாரபூர்வமா பயன்படுத்தினா - அதை மாத்தலாம்.''

சுனைனா கணவன் மீது ஒரு பார்வை வீசினாள். மிதிலையின் அரசர் தலை நிமிர்த்தி அவள் கண்களை ஒரே ஒரு நொடி சந்தித்துவிட்டு, மீண்டும் *ப்ரஹதாரண்யக உபநிஷதத்*திற்குள் தஞ்சமடைந்தார்.

''ஒப்புக்கொள்ளவே முடியாது, குஷத்வஜரே,'' குமுறிக் கொந்தளித்த ஆவேசத்தை குரலும் முகமும் காட்டிக் கொடுக்காமல் இருக்க சுனைனா மிகுந்த பிரயத்தனம் செய்ய வேண்டியிருந்தது. ''நான் உயிரோட இருக்கறவரைக்கும் நடக்காது.''

''இவ்வளவு பதட்டம் ஏன்னே புரியலையே, ***அண்ணி.*** நீங்க திருமணம் மூலம் மிதிலை அரசகுலத்துக்குள்ளே காலடி எடுத்து வெச்சவர். நானோ ராஜகுடும்பத்திலேயே பிறந்தவன். மிதிலையின் ராஜ ரத்தம் பாயறது என் நரம்புகளில்தானேயொழிய, உங்களுடையதில இல்லை. சரிதானே, ஜனக*ண்ணா?*''

ஒரு வழியாக ஜனகர் நிமிர்ந்து பார்த்தார். ''குஷத்வஜா,'' என்றவர் குரல் ஆத்திரத்தின் சுவடற்று, விட்டேற்றியாகத்தான் இருந்தது. ''சுனைனாவின் முடிவே என்னுடையதும்.''

குஷத்வஜர் எழுந்தார். ''இது ஒரு துக்க தினம். ரத்தத்தை ரத்தமே இழிவு படுத்துது. அதன் பொருட்டு...''

சுனைனாவும் எழுந்தாள். ''வரப் போற வார்த்தைகள் எச்சரிக்கையாவே இருக்கட்டும், குஷத்வஜரே.'' 'பட்'டென்று இடைமறித்தாலும், சொற்கள் இன்னமும் மிகுந்த பணிவாகவே இருந்தன.

அவர் சிரித்துவிட்டு, ஓரடி முன்னால் வைத்து சுனைனாவின் கையிலிருந்த ஸங்கஷ்ய இலச்சினையை எடுத்துக்கொண்டார். ''இது என் சொத்து.''

அவள் மௌனம் காத்தாள்.

''மிதிலாவின் அரச பாரம்பர்யத்தைக் கட்டிக் காப்பாத்தும் காவலரா வேஷம் போட வேண்டாம்,'' குஷத்வஜர் குரலில் ஏராள ஏளனம். ''நீங்க ரத்த சொந்தமில்லை. வெறும் இறக்குமதிதான்.''

எதையோ சொல்ல வாயெடுத்த சுனைனா, தன் கரத்தை இன்னொரு சிறிய கரம் பற்றுவதை உணர்ந்து, குனிந்து பார்த்தாள். அவளருகே நின்றிருந்த சீதாவின் உடல் ஆத்திரத்தில் நடுங்கிக் கொண்டிருந்தது. இன்னொரு கையில், குஷத்வஜர் அப்போதுதான் பரிசளித்திருந்த சேணம். 'சட்'டென அவள் அதை வீசியெறிய, அது அவர் பாதத்தில் விழுந்தது.

வலியில் குஷத்வஜர் கவிழ்ந்த போதே ஸங்கஷ்யாவின் இலச்சினை அவர் கையிலிருந்து நழுவியது.

புயலென முன்னால் பாய்ந்த சீதா, இலச்சினையை எடுத்து தரையில் வீச, இரண்டாய்ப் பிளந்தது. அரச இலச்சினையை உடைப்பது மிகப் பெரும் அசம்பாவிதம்; மன்னிக்க முடியாத குற்றம்.

''சீதா!'' ஜனகர் கத்தினார்.

தாள முடியாத கோபத்தில் குஷத்வஜரின் முகம் விகாரமடைந்தது. ''என்ன கேவலம் - அவமானம், *அண்ணா!*''

சீதா இப்போது அம்மாவிற்கு முன் வந்து நின்றாள். சிற்றப்பாவின் முகத்தை ஆராய்ந்தவளின் கண்களில் ஆவேசமும் அறைகூவலும் ஒருசேர போட்டியிட்டன. கைகளை விரித்தபடி தாயைக் காக்கும் கவசம் போல் நின்றாள்.

''இதோட விளைவுகளை நீங்க அனுபவிப்பீங்க *அண்ணா!*'' உடைந்த இலச்சினைத் துண்டுகளைப் பொறுக்கியெடுத்தபடி புயலென அங்கிருந்து வெளியேறினார் குஷத்வஜர்.

அவர் கிளம்பிய தட்சணமே, சுனைனா மண்டியிட்டு, மகளைத் தன்புறம் திருப்பினாள். ''இப்படி செஞ்சிருக்கக்கூடாது, சீதா.''

அம்மாவை ஏறிட்ட சீதாவின் கண்களில் பொறி பறந்தன. சுழன்று அப்பாவைப் பார்த்தவளின் முகத்தில் எதிர்ப்புணர்ச்சியும் குற்றச்சாட்டும் தாண்டவமாடின. மன்னிப்புக் கோரும் முகபாவம் எள்ளளவும் இல்லை.

''இப்படி செஞ்சிருக்கக்கூடாது, சீதா.''

— —

அம்மாவைப் பிடித்த பிடியை விடாமல் நின்றாள் சீதா. வார்த்தைகளற்ற துக்கத்தால் கண்களினின்று கண்ணீர் வழிந்தது. மலர்ந்த முகத்துடன் வந்த ஜனகர், அவள் தலையை வருடினார். மன்னரின் பிரத்யேக அலுவலகத்தில் அரச குடும்பம் கூடியிருந்தது. குஷத்வஜர் சம்பவம் நடந்து சில வாரங்கள் கடந்துவிட்ட நிலையில், சீதா *குருகுலம்* - அதாவது, *குருவின் அகம்*; ஆனால், உறைவிடப் பள்ளி - செல்லும் வயதை அடைந்துவிட்டதாகப் பெற்றோர் முடிவெடுத்திருந்தனர்.

மகளுக்கு ரிஷி ஷ்வேதகேதுவின் ஆசிரமத்தை ஜனகரும் சுனைனாவும் தேர்ந்தெடுத்தனர். ஜனகரது ஆஸ்தான குரு அஷ்டாவக்ரரின் மாமனே இவர். தத்துவம், கணிதம், அறிவியல் மற்றும் ஸம்ஸ்க்ருதம் ஆகிய ஆதார பாடங்கள் மட்டுமின்றி, சற்றே

நுணுக்கமான புவியியல், வரலாறு, பொருளாதாரம் மற்றும் அரசு நிர்வாகம் ஆகியவற்றிலும் சீதாவிற்குப் பயிற்சியளிக்கப்படும்.

ஜனகரின் ஆட்சேபணைகளைப் பொருட்படுத்தாது, மகள் கற்றேயாக வேண்டும் என சுனெனா விரும்பிய ஒன்றே ஒன்று: போர்ப்பயிற்சி மற்றும் தற்காப்புக் கலைகள். ஜனகர் அஹிம்சாவாதி; சுனெனாவோ, யதார்த்தவாதி.

போகத்தான் வேண்டும் என்று சீதாவிற்குத் தெரிந்தே இருந்தது. என்றாலும், சிறுமியல்லவா? இல்லத்தை நீங்குவதில் எந்தக் குழந்தை பீதியடையாது?

''அடிக்கடி வீடு வரலாம், குழந்தாய்,'' என்றார் ஜனகர். ''நாங்களும் உன்னை வந்து பார்த்துக்கொள்வோம். கங்கை நதிக்கரையில்தானே உள்ளது *ஆசிரமம்*? அதிகத் தொலைவில்லை.''

அம்மாவின் மீது பிடியை இறுக்கினாள் சீதா.

அவள் கையை வலுக்கட்டாயமாய் விலக்கிய சுனெனா, முகவாயைத் தாங்கினாள். தன் முகத்தைப் பார்க்க வைத்தாள். ''அங்கே நீ நிச்சயம் சாதிப்பே. அந்த இடம் வாழ்க்கைக்கு உன்னைத் தயாராக்கும். எனக்குத் தெரியும்.''

''*சித்தப்பா*கிட்டே நடந்துகிட்டதுக்காக என்னை அனுப்பறீங்களா?'' சீதா கேவினாள்.

உடனடியாக மண்டியிட்ட ஜனகரும் சுனெனாவும் அவளை அணைத்துக்கொண்டனர்.

''நிச்சயம் இல்ல, கண்ணம்மா,'' சுனெனா ஆறுதல் கூறினாள். ''இதுக்கும் அவருக்கும் எந்த சம்பந்தமும் இல்லை. நீ படிக்கணும். என்னிக்காவது இந்த நாட்டை ஆள உதவணும்னா உனக்குக் கல்வியறிவு அவசியம்.''

''ஆமாம், சீதா,'' ஜனகர் ஆமோதித்தார். ''உன் தாய் சொல்வது சரியே. சிற்றப்பா குஷத்வஜர் விஷயத்தில் நடந்ததற்கும் உனக்கும் எவ்விதத் தொடர்புமில்லை. அது அவருக்கும், எனக்கும் உன் தாய்க்கும் இடையேயான விஷயம்.''

சீதாவிற்கு மீண்டும் அழுகை பீறிட்டது. பெற்றோர்களைப் பிரியவே முடியாதென்பது போல் அவர்களைப் பற்றிக்கொண்டாள்.

அத்தியாயம் 5

ஷ்வேதகேது குருகுலத்திற்கு சீதா வந்து வருடங்கள் இரண்டு ஓடிவிட்டன. அசாத்திய அறிவாற்றலாலும், சூட்சும புத்தியினாலும் அந்தப் பத்து வயதுச் சிறுமி குருவின் நன்மதிப்பைச் சம்பாதித்தாலும், உண்மையில் அதிசயமாயிருந்தது, வகுப்பறைக்கு வெளியே அவள் காட்டிய உற்சாகம்தான். அதிலும், கழி சுழற்றுவதில் அவள் அடைந்த தேர்ச்சி அபூர்வமானது.

அதே சமயம், துடுக்கான சுபாவத்தால் பிரச்சனைகளும் அவ்வப்போது தலைதூக்காமல் இல்லை - உதாரணத்திற்கு, ஜனகர் கவைக்குதவாத மன்னர்; ராஜ்யம் ஆள்வதைவிட ஆசானாய் இருக்கவே லாயக்கானவர் என்று சக மாணவன் கிண்டலடித்த சம்பவம். சீதா அடித்து நொறுக்கி விட்டதில் குருகுல *ஆயுராலய*த்தில் அவன் ஏறக்குறைய ஒரு மாதம் கழிக்க வேண்டியிருந்தது. பிறகும் இரண்டு மாதங்கள் விந்தி விந்தித்தான் நடந்தான்.

கவலையிலாழ்ந்த ஷ்வேதகேது, அஹிம்சை, உணர்ச்சிகளைக் கட்டுப்படுத்துதல் ஆகியவற்றில் மேலதிக வகுப்புக்கள் ஏற்பாடு செய்ய, 'சட்'டெனக் கோபம் தலைக்கேறும் அச்சிறுமிக்குப் குருகுலத்திற்குள் வன்முறையைக் கையாள்வது பற்றி பலமாகப் பாடம் புகட்டப்பட்டது. சுயகட்டுப்பாட்டையும் வருங்கால அரசபணிக்கான ஒழுகையும் பயிற்றுவிக்கவே போர்ப் பயிற்சி யென்பதால், பள்ளி வளாகத்திற்குள் ஒருவரையொருவர் காயப்படுத்திக்கொள்ள அனுமதியில்லை.

விஷயம் கை மீறிப் போகாமலிருக்க, மகளை ஒருமுறை பார்க்க வந்த சுனைனாவிடமும் இச்சம்பவம் தெரிவிக்கப்பட்டது. அவளது அழுத்தமான அறிவுரைக்குப் பலன் இல்லாமலில்லை. ஆத்திரம் தலைக்கேறி கைகள் துருதுருத்தாலும், சக மாணவர்களின் மீது பாயாமல் சீதா தன்னைக் கட்டுப்படுத்திக் கொள்ளவே செய்தாள்.

இப்பொழுதும் அப்படியொரு சூழ்நிலை.

''உன்னைத் தத்தெடுத்தாங்க இல்லை?'' சக மாணவன் காமல் ராஜ் நக்கலாய்க் கேட்டான்.

வளாகத்தின் குளத்தருகே குருகுலத்தைச் சேர்ந்த ஐந்து மாணவர்கள் கூடியிருந்தனர். கயிறுகளைக் கொண்டு ஜியோமிதி வடிவமொன்றை தரையில் அமைத்திருந்த சீதாவைச் சுற்றி மூவர் இருந்தனர். *பௌதாயன சுல்ப* சூத்திரத்தின் ஒரு தேற்றத்தை விளக்குவதில் ஆழ்ந்திருந்தவள், காமலைத் தீவிரமாய்ப் புறக்கணித்துக்கொண்டிருந்தாள். மற்றவர்களும்தான். அவனோ, வழக்கம் போல் எல்லோரது கவனத்தையும் திசைதிருப்பும் முயற்சியில் வட்டமிட்டுக் கொண்டிருந்தான். அவன் பேச்சைக் கேட்ட எல்லோரது கண்களும் சீதாவின் மீது நிலைத்தன.

உயிர்த்தோழி ராதிகா, சச்சரவைச் சமாளிக்கும் முயற்சியில் உடனடியாக இறங்கினாள். ''கண்டுக்காதே, சீதா. வடிகட்டின முட்டாள்.''

நிமிர்ந்து உட்கார்ந்த சீதா ஒரு கணம் கண் மூடினாள். பெற்ற தாயைப் பற்றி அவள் அடிக்கடி யோசித்ததுண்டு. தன்னைப் புறக்கணித்தது ஏன்? தத்தெடுத்த தாய்க்கு இணையான மகோன்னதம் படைத்தவளோ? ஆனால், ஒரு விஷயத்தில் மட்டும் எள்ளளவும் சந்தேகமில்லை: அவள் சுனைனாவின் மகள்.

''நான் எங்கம்மாவோட பொண்ணு,'' தோழியின் அறிவுரையை விலக்கி, துன்புறுத்துபவனை முறைத்தாள் சீதா.

''ஆகா, அதெல்லாம் சரி. நாம எல்லோருமே அம்மாவோட பசங்கதான். ஆனா உன்னைத் தத்தெடுத்தாங்க இல்ல? உங்கம்மாவுக்கு நிஜமான பொண்ணு பிறந்தா உன் கதி?''

''எது, நிஜமான பொண்ணா? நான் பொய்யில்லை, காமல். ரொம்ப ரொம்ப *நிஜம்*.''

''ஆமாமா. இருந்தாலும் நீ ஒண்ணும் -''

''போய்த் தொலையேன்,'' சீதா *பௌதாயன* தேற்றத்தை விளக்கும் பொருட்டு குச்சியை மீண்டும் எடுத்தாள்.

''இல்லல்ல; நான் சொல்றது உனக்குப் புரியலை. நீ தத்தெடுக்கப்பட்டவள்னா, எந்த நிமிஷமும் உன்னைத் துரத்தி விட்ருவாங்க இல்ல? அப்ப என்ன பண்ணுவே?''

குச்சியை வைத்து விட்டு அவனை ஏறிட்ட சீதாவின் கண்கள் பனிப்பாறை போல் சில்லிட்டிருந்தன. அவன் வாய் மூட இதுவே சரியான சந்தர்ப்பம் - ஆனால், காமலுக்கு என்றுமே சூட்சுமம் அவ்வளவாய்ப் போதாது.

''ஆசான்களுக்கு - குருஜிக்கும்தான் - ஏன் உன்னைப் பிடிச்சிருக்குன்னு எனக்குப் புரியுது. உன்னை வீட்டை விட்டுத் துரத்தின பிறகு இங்கேயே வந்து நாள் முழுக்க பாடம்

எடுக்கலாம், எடுக்கலாம் - எடுத்துக்கிட்டே இருக்கலாம்!'' காமல் இடி இடியெனச் சிரித்தான். மற்றவர்களிடம் ஹாஸ்யத்தின் சுவடே இல்லையென்பதோடு, காற்றில் பரவியிருந்த ஒரு வித இறுக்கம், எந்த நொடியும் வெடிக்கப் போகும் ஆபத்திற்குக் கட்டியம் கூறியது.

''சீதா...'' அமைதி வேண்டி ராதிகா மீண்டும் கெஞ்சினாள். ''விட்டுடேன்...''

அறிவுரையை மீண்டும் நிராகரித்த சீதா, மெல்ல எழுந்து காமலை நோக்கி நடந்தாள். மிடறு விழுங்கினாலும், அவன் பின்வாங்கவில்லை. சீதாவின் கரங்கள் முதுகுக்குப் பின்னால் இறுகக் கோர்த்திருந்தன. எதிராளிக்கு ஓரங்குலம் இடைவெளியில் வந்து நின்றாள். நின்று, அவனை வெறித்தாள். கண்களை நேருக்கு நேர் சந்தித்து முறைத்தாள். பதற்றத்தில் காமலுக்கு மூச்சு தடுமாற, நெற்றியில் துடித்த நரம்பு, தைரியம் வெகுவேகமாய் வற்றிக்கொண்டிருந்தைக் காட்டிக்கொடுத்தது. என்றாலும், அதே இடத்தில் நின்றான்.

சீதா இன்னொரு பீதியூட்டும் அடியெடுத்து வைத்தாள். காமலை நெருங்கி, ஆபத்தாய். அவளுடைய கால் விரல்கள், அவனுடையதைத் தொட்டன. மூக்கின் நுனி காமலுடையதினின்று ஒரு சென்டிமீட்டருக்கும் குறைவான தூரத்திலிருந்தது. கண்களில் பொறி பறந்தது.

காமலின் நெற்றியில் வியர்வை துளிர்த்தது. ''இத பாரு... நீ யாரையும் அடிக்கக்கூடாதுன்னு சொல்லியிருக்காங்க...''

சீதா தன்னுடைய கண்களை அவனுடையதுடன் ஊடாட விட்டாள். தீவிரமாக வெறித்தாள். இமைக்காமல். சில்லிட்ட பார்வை. அவசர கதியில் சுவாசம்.

காமலின் குரல் கீச்சிட்டது. ''இ-இத பாரு...''

'வீர்'ரென்று சீதா 'சட்'டென போட்ட கூச்சலில் - பயங்கர, உச்சகட்ட 'க்றீச்'சிடலில் - செவிப்பறை கிழிந்தது போன்ற அசாத்திய அதிர்ச்சியில் 'தடா'லெனத் தரையில் விழுந்த காமல்... அழத் துவங்கிவிட்டான்.

மற்ற சிறுவர்கள் சிரிக்க ஆரம்பித்தனர்.

எங்கிருந்தோ திடீரென ஒரு ஆசிரியர் முளைத்தார்.

''அடிக்கலை - நான் அவனை அடிக்கலை!''

''சீதா...''

தன்னை அவர் இழுத்துச் செல்வதை சீதா தடுக்க முயலவில்லை. ''நான் அவனை அடிக்கவேயில்லை!''

''ஹனு *அண்ணா!*'' ஆனந்தக் கூவலுடன் *தமையனை* - சரியாகச் சொன்னால், *ஒன்றுவிட்ட தமையனை* - அணைத்துக்கொண்டாள் ராதிகா.

மிக நெருக்கமான இந்த உறவைச் சந்திக்க சீதாவையும் அழைத்து வந்திருந்தாள் அவள். ஸ்தலம் குருகுலத்திலிருந்து ஏறக்குறைய ஒரு மணி நேரத் தொலைவில், அடர்ந்த காட்டின் மத்தியில், மறைவான ஒரு திறந்தவெளியில். வழக்கமாய்ச் சந்தித்துக் கொள்வதும் இங்கேதான். இரகசியமாக. குருகுலத்தார் பார்வையில் படாமல் இருக்க அவள் சகோதரருக்கும் எத்தனையோ காரணங்கள்.

அவர் நாகா; விகார ஊனங்களுடன் பிறந்தவர்.

கபில நிற *தோத்தி*யும், வெள்ளை *அங்கவஸ்த்ர*மும் தரித்திருந்தார். வெண்ணிற சருமம். உயரம்; முடியடர்ந்த தேகம். அடிமுதுகிலிருந்து ஏதோ நீட்டிக் கொண்டிருந்தது - கிட்டத்தட்ட வால் போல. தனிச்சையாய் ஒரு வித தாள லயத்துடன் கச்சிதமாய் ஆடிக் கொண்டிருந்தது. மகத்தான உடற்கட்டும், கட்டுமஸ்தான தேகமும் பிரமிப்பான தோற்றத்தை - ஏறக்குறைய தெய்வீக சாந்நித்யத்தை - ஏற்படுத்தின. தட்டையான மூக்கு ஒட்டியிருந்த முகத்தைச் சுற்றி நேர்த்தியாய், அளவாய் வளர்ந்திருந்த முடி. உதட்டிற்கு மேலும் கீழும் மிக விசித்திரமாய் சருமம் முடியற்ற, பட்டுபோன்ற வழவழப்புடன், வெளிர் ரோஜா நிறத்தில் - சற்றே உப்பியிருந்தது. இருக்கின்றனவோ, இல்லையோ எனச் சொல்லும்படி மிக மெலிதான உதடுகள். அறிவின் தீட்சண்யமும் ஆழ்ந்த ஞானத்தின் அமைதியும் பளிச்சிட்ட கண்களுக்கு மேல் மிக அழகாய், கலைநயத்துடன் வளைந்தன அடர்த்தியான புருவங்கள். அனைத்துலகும் காக்கும் கடவுள், குரங்கு முகத்தை மனிதன் தலையில் ஒட்டிவிட்டார் போலும்.

ஏறக்குறைய ஒரு தந்தையின் வாத்ஸல்யத்துடன் அவர் ராதிகாவை ஏறிட்டார். ''நலம்தானா, அருமைத் தங்கையே?''

''பார்த்து எவ்வளவு நாளாச்சு?'' பொய்க் கோபத்துடன் ராதிகா கீழுதட்டைத் துருத்தினாள். ''புது *குருகுலம்* ஆரம்பிக்கலாம்னு அப்பா சொன்னதிலிருந்து...''

ஷோன் நதிக்கரையில் அமைந்திருந்த கிராமத்தின் தலைவர், ராதிகாவின் தந்தை. அருகே புதிதாய் *குருகுலம்* ஒன்று அமைக்கப்பட சமீபத்தில்தான் அனுமதியளித்திருந்தார். நான்கு சிறுவர்கள் மட்டுமே சேர்ந்திருந்தனர். வேறு மாணாக்கர் எவருமில்லை. வீட்டிற்கு மிக அருகில் ஒரு குருகுலமிருக்க, ரிஷி ஷ்வேதகேதுவின் ஆசிரமத்தில் ராதிகா இருக்க வேண்டியது ஏன் என சீதா அவ்வப்போது யோசித்ததுண்டு. நால்வர் மட்டுமேயுள்ள

ஆசிரமம் தங்கள் குருஜியின் பிரசித்தி பெற்ற குருகுலத்திற்கு இணையாகாது போலும்.

''மன்னித்துக்கொள் ராதிகா; வேலை அதிகம்,'' என்றார் அவர். ''புதிதாய் ஒரு பணி ஒப்படைத்திருக்கிறார்கள்; அது வேறு -''

''உன் பணியைப் பத்தி எனக்கென்ன?''

ராதிகாவின் சகோதரர் 'சட்'டெனப் பேச்சை மாற்றினார். ''உன் புதுத் தோழியை எனக்கு அறிமுகம் செய்துவைக்கப் போவதில்லையா?''

சில நொடிகள் அவரை உற்றுப் பார்த்தவள், சரணடையும் புன்னகையுடன், சிநேகிதியிடம் திரும்பினாள். ''இதுதான் சீதா. மிதிலை இளவரசி. இவர் என் தமையன். ஹனு ***அண்ணா.***''

நமஸ்தே எனக் கரம் குவித்தவரின் முகத்தில் புன்னகை விரிந்தது. ''ஹனு ***அண்ணா***ங்கிறது ராதிகா கூப்பிடறது. என் பெயர் ஹனுமான்.''

பதிலுக்கு வணக்கம் செலுத்திய சீதா, அவரது கனிவான முகத்தை நோக்கினாள். ''எனக்கும் ஹனு***ண்ணா***னுதான் கூப்பிடணும்னு தோணுது.''

ஹனுமான் கலகலவென மனம் நிறைந்து சிரித்தார். ''அப்படியே ஆகட்டுமே?''

குருகுலத்தில் சீதா கழித்த வருடங்கள் ஐந்து. இப்பொழுது அவளுக்குப் பதின்மூன்று வயது.

மகதத்திற்கு சற்று தெற்கே, ஆர்ப்பாட்டமான ஸரயூ, அமைதியான கங்கையுடன் சங்கமிக்கும் இடத்தில் புனித கங்கையின் தென்கரையில் அமைந்திருந்தது குருகுலம். வாய்ப்பான இடமாதலால், பல ***ரிஷிகளும் ரிஷிகைகளும்*** அடிக்கடி தற்காலிக ஆசிரியர்களாக சில மாதங்கள் தங்கி வகுப்பெடுப்பதும் வழக்கம்.

அவ்வளவு ஏன்? இப்பொழுது வருகை புரிந்திருந்த உன்னத விருந்தினர் மஹரிஷி விஸ்வாமித்ரரே அல்லவா? சற்றேறக்குறைய இருபத்தைந்து மாணாக்கர்கள் தங்கிப் படித்துத் தவ வாழ்க்கை மேற்கொண்டிருந்த அந்த ***ஆசிரம***த்திற்கு அவரும், அவரது சீடர்களும் வந்திறங்கினர்.

''மஹா மலயபுத்ரரே, ***நமஸ்தே,***'' ஆறாம் விஷ்ணு பிரபு பரசுராமர் விட்டுச் சென்ற குலத்தின் தலைவரான மகோன்னத ***ரிஷி***க்கு குனிந்து, கரம் குவித்தார் ஷ்வேதகேது. மலயபுத்ரர் பணி

இருவகைப்பட்டது: அடுத்த மஹாதேவர் - ஆணோ, பெண்ணோ -அவதரிக்கும் போது, அவர் தீமையை வெல்ல உதவுவது. நேரமும் காலமும் கூடி வரும்போது, அடுத்த விஷ்ணுவை - சமூக நன்மைக்கான வழிகாட்டியை - தேர்ந்தெடுப்பது.

***ஸப்தரிஷி உத்ராதிகாரி* - வரலாற்றுச் சிறப்பு வாய்ந்த மகோத்தமர்களான ஏழு ரிஷிகளின் வழித்தோன்றல்** - மஹரிஷி விஸ்வாமித்ரர் எழுந்தருளியதால் குருகுலமே மின்சாரம் தாக்கியது போல் விதிர்விதிர்த்துக்கொண்டிருந்தது. இதுவரை வந்து சென்ற எத்தனையோ விருந்தினர் வருகையையெல்லாம் மிஞ்சிய அரும்பெரும் பேறல்லவா இது?

''**நமஸ்தே,** ஷ்வேதகேது,'' ராஜதோரணையுடன் வணக்கம் தெரிவித்த விஸ்வாமித்ரரின் முகத்தில் புன்னகையின் சாயல்.

ஆசிரமப் பணியாளர்கள் உடனடியாகக் களமிறங்கினர்: வந்து சேர்ந்த சாமக்கிரியை, குதிரைகளுக்கு இடம் ஒதுக்கி, இன்னபிற தளவாடங்களை எடுத்து வைப்பதில் சிலர் சீடர்களுக்கு உதவ, மற்றவர்கள் ஏற்கனவே கண்ணாடி போல் துல்லியமாய்த் துலங்கிய விருந்தினர் அறைகளைச் சுத்தப்படுத்த விரைந்தனர். மலயபுத்ரர் படைத்தலைவரும், விஸ்வாமித்ரரின் வலக்கையுமான அரிஷ்டநேமி, பெயருக்குத் தக்கபடி இராணுவ நேர்த்தியுடன் பணிகளை நிர்வகித்தார்.

''மஹானுபாவரே, தாங்கள் இங்கு வந்த நோக்கம்?'' ஷ்வேதகேது வினவினார்.

''நதியின் மேற்புறம் சில பணிகள்,'' பட்டுக்கொள்ளாமல் பதில் சொன்ன விஸ்வாமித்ரர், விவரிப்பதில் சுவாரசியம் காட்டவில்லை.

மேற்கொண்டு மலயபுத்ரர்களின் மகோன்னதத் தலைவரைக் குடைவதிலுள்ள ஆபத்தை ஷ்வேதகேது அறியாதவரல்ல - என்றாலும், பேச்சுவார்த்தைக்கான முயற்சியிலாவது இறங்க வேண்டும் என்பது அவர் எண்ணம். ''ராவணனின் வர்த்தக உடன்படிக்கைகளால் சப்தசிந்து ராஜ்யங்கள் அடைந்திருக்கும் கடுந்துயரை வர்ணிக்க வார்த்தைகளில்லை, மஹாகுரு. மக்கள் வறுமையிலும், துன்பத்திலும் வாடுகிறார்கள். யாராவது அவனை எதிர்க்கவேண்டும்.''

விஸ்வாமித்ரரின் பிரதாபமும், பெற்றிருந்த பெயரும் போதாதென்று ஓங்கி உலகளந்த ஆகிருதி, தேஜஸைக் கூட்டிக் காட்டியது. ஏறக்குறைய ஏழடி உயரம்; அதற்கேற்ற மகத்தான உடற்கட்டு; பெருத்த தொந்தி; இணையான கட்டுமஸ்தான, விரிந்த மார்பு; திரண்ட தோள் மற்றும் தசையிறுகிய கரங்கள் என திகைப்பேற்படுத்தும் தோற்றத்துடன் விளங்கினார். நீண்ட

வெண்தாடி; மழுங்கிய சிரசில் அந்தணர்களுக்குரிய சிறு குடுமி; பளபளக்கும் பெரிய விழிகள்; தோளில் வீற்றிருந்த ஜணாவு என எவையும் அவர் உடல் மற்றும் முகத்தை அலங்கரித்த பலப்பல விழுப்புண்களுடன் பொருந்தவில்லை. அசாத்திய உயரத்தினின்று ஷ்வேதகேதுவைக் குனிந்து பார்த்தார்.

''இப்படிப்பட்ட பணியை எடுத்தாளும் வல்லமை கொண்டவர்கள் இன்றைக்கிருக்கும் மன்னர்களில் எவருமில்லை,'' என்றார். ''இவர்கள் தங்களைக் காப்பாற்றிக் கொள்ளவே திண்டாடுபவர்கள். தலைவர்களல்ல.''

''வெறும் மன்னர்களால் முடியாத காரியமாய் இருக்கலாம், மஹாபிரபு...''

விஸ்வாமித்ரரின் புன்னகை மிக மர்மமான முறையில் விரிந்தாலும், வேறு பதில் இல்லை.

''என் அதிகப்பிரசங்கித்தனத்தை மன்னிக்கவேண்டும், மஹரிஷிஜி,'' இப்பேர்ப்பட்ட பெரிய மனிதருடன் அளவளாவ வேண்டும் என்ற ஆவலை ஷ்வேதகேது அடக்கிக் கொள்வதாக இல்லை. ''எங்களுடன் எத்தனை காலம் தங்கப் போகிறீர்கள் என அறிந்து கொள்ள இயலுமா? தங்கள் வழிகாட்டுதலினால் என் மாணாக்கர்கள் அடையும் பயனை விடப் பெரும்பேறென்ன வேண்டும்?''

''சில நாட்கள்தான் இருப்பேன், ஷ்வேதகேது. குழந்தைகளுக்கு வகுப்பெடுப்பது சாத்தியமாக வாய்ப்பில்லை.''

முன்னை விட அதிகப் பணிவுடன் தன் கோரிக்கையை ஷ்வேதகேது மீண்டும் சமர்ப்பிக்கத் தயாராகும்போதே - பலத்த சப்தம் ஒன்று கேட்டது.

'ஹூஷ்' எனப் பறக்கும் ஒலி... 'த்வாக்'கென அடிக்கும் ஓசை!

முன்காலத்தில் க்ஷத்ரிய இளவரசான விஸ்வாமித்ரர், சப்தத்தை உடனடியாக இனம் கண்டுகொண்டார். மர இலக்கை ஈட்டி அறையும் ஒலி. ஏறக்குறைய துல்லியமாய்.

பாராட்டின் அறிகுறியாய் புருவங்கள் லேசாக உயர, சப்தம் வந்த திசை நோக்கித் திரும்பினார். ''உங்கள் குருகுலத்தில் ஒருவருக்கு திறமையான ஏவும் கரம்.''

ஷ்வேதகேதுவின் முகத்தில் பெருமிதப் புன்னகை. ''வாருங்கள், குருஜி. காட்டுகிறேன்.''

சீதா - மிதிலைப் போர்மங்கை

"சீதா?" ஆச்சர்யத்தில் விஸ்வாமித்ரர் பேச்சற்று நின்றார். "ஜனகரின் மகள் சீதாவா?"

வில்வித்தை, ஈட்டி எறிதல் இன்னபிற அனங்க ஆயுதப் பயிற்சிகளில் மாணாக்கர்கள் பரவலாக ஈடுபடும் சற்றே வெறுமையான, ஆனால் உரிய போர்த்தளவாடங்களுள்ள திறந்த களத்தின் ஒரு கோடியில் அவரும் ஷ்வேதகேதுவும் நின்றிருந்தனர். மறு கோடியில் வாள், கதை போன்ற அங்க ஆயுதங்களின் பயிற்சிக்கான பிரத்யேக இடம். அடுத்த எறிதலுக்குத் தயாராவதில் தீவிரமாயிருந்த சீதா, அதைக் கண்காணிக்க மௌனமாய் வந்து நின்ற இரு ரிஷிகளைக் கவனிக்கவில்லை.

"மன்னர் ஜனகரின் ஞானம் அனைத்தும் அவளுக்கிருக்கிறது, மஹா மலயபுத்ரரே," ஷ்வேதகேது பதிலளித்தார். "அதோடு, ராணி சுனைனாவின் யதார்த்த அறிவும், போர்க்குணமும் நிரம்பியிருக்கிறது. அப்புறம் கேட்பானேன்? குருகுல ஆசான்களும் அவள் சுபாவத்தைச் செதுக்கியிருக்கிறார்கள் என்றே சொல்லவேண்டும்."

சீதாவைக் கூர்ந்து கவனித்தார் விஸ்வாமித்ரர். பதின்மூன்றே வயதுதான் என்றாலும், நல்ல உயரம்; இப்பொழுதே தசைகள் இறுகத் துவங்கியிருந்தன. கருத்த கூந்தலைப் பின்னி, பயிற்சிக்குத் தோதாக இறுகச் சுருட்டி முடிந்திருந்தாள். காலால் ஒரு ஈட்டியைச் 'சட்'டென சொடக்கி, கையில் அழகாய் ஏந்திக்கொண்டாள். அச்செயலின் அசட்டையான லாகவத்தை விஸ்வாமித்ரர் கவனிக்கத் தவறவில்லையென்றாலும், அவரை பிரமிப்பில் ஆழ்த்தியது வேறொன்று: கம்பத்தின் சமன்புள்ளி மீது அவள் பிடி - பயிற்சி ஈட்டிகளைப் போலல்லாது, இதில் அதற்கான பிரத்யேகக் குறியீடு இல்லை - துல்லியமாய் நிலைத்திருந்தது. உள்ளுணர்ச்சி மிகச் சரியாக வழிகாட்டியது போலும். பிடி கச்சிதமாய் இருந்ததை நின்ற இடத்திலிருந்தே கவனித்தார். ஆள்காட்டி விரலுக்கும் நடுவிரலுக்கும் இடையே உள்ளங்கையில் பதிந்திருந்தது ஈட்டி. கட்டைவிரல் பின்புறம் பார்த்திருக்க, மற்றவை எதிர்ப்புறம் நீட்டியிருந்தன.

இடது கால் இலக்கை நோக்கியிருக்க, திரும்பினாள் சீதா. மரப்பலகையில், வர வரச் சிறுக்கும் வட்டங்கள் ஒன்றுக்குள் ஒன்று வரைந்திருந்தன. அதே திக்கில் இடக்கையை உயர்த்தினாள். வீசும் போது பலம் சேர்க்க அவள் உடல் சற்றே சற்று திரும்பியது. வலக்கையைத் தரைக்கோணத்தில் பின்னுக்கிழுத்து, அப்படியே நின்றாள். தேர்ந்த ஓவியனின் தரமான படைப்பு போல். ஆயத்தமாய்.

பிரமாதம்.

ஷ்வேதகேதுவின் முகம் மலர்ந்தது. மாணாக்கர்களுக்கு அவர் போர்ப்பயிற்சி அளிப்பது வழக்கமில்லையெனினும், சீதாவின் அபூர்வ தேர்ச்சியில் அவருக்குத் தனிப்பட்ட பெருமிதமுண்டு. ''எறியும் முன் சம்பிரதாயமாய் சில அடிகள் எடுத்து வைப்பது சீதாவின் வழக்கமல்ல. உடலைத் திருப்புவதும் தோளின் பலமுமே வீச்சிற்கான உந்துசக்தியை அளித்துவிடுகிறது.''

ஷ்வேதகேதுவின் விளக்கத்தால் கவரப்படாதது போல், விஸ்வாமித்ரர் ஒரு அலட்சியப் பார்வை வீசினார். அந்த அபூர்வப் பெண் மீது மீண்டும் கவனத்தைத் திருப்பினார். ஷ்வேதகேது குறிப்பிட்ட சில அடிகளால் பலம் கூடலாம் - அல்லது குறி முழுதும் தவறலாம்; அதுவும், இலக்கு சிறிதாக இருக்கும் பட்சத்தில். இந்த நுணுக்கத்தை ஷ்வேதகேதுவுக்கு விளக்குவதில் அவருக்கு அக்கறையில்லை.

முதுகு மற்று தோளின் முழு பலத்தையும் திரட்டி, இடப்பக்கம் உடலைச் சுழற்றிய வேகத்தில் கணையை எறிந்தாள். மணிக்கட்டையும், விரல்களையும் 'டக்'கென முன்னால் செலுத்தி. இறுதி வீச்சில் சக்தியனைத்தையும் புகுத்தி.

'விர்'ரென்று ஓசை - 'த்வாக்'கென்று சப்தம்!

ஈட்டி இலக்கைத் துல்லியமாய்க் குத்திட்டு - நட்ட நடுவே, ஏற்கனவே எறியப்பட்ட வேலுடன் இடம் போதாமல் சிறிய வட்டத்திற்குள் உரசியவாறு - நின்றது.

விஸ்வாமித்ரர் முகத்தில் லேசான புன்னகை. ''பரவாயில்லை... பரவாயில்லையே...''

பார்வையாளர்கள் இருவருக்கும் தெரியாத விஷயம்: அடிக்கடி தன் சகோதரிகளைச் சந்தித்த ஹனுமானிடம் சீதா பயிற்சியெடுத்துக் கொண்டிருந்தாள். ஆயுதத்தில் அவளது ஆளுமையைப் பட்டை தீட்ட உதவியது அவரே.

ஒரு தந்தையின் பெருமிதத்துடன் ஷ்வேதகேது புன்னகைத்தார். ''அபூர்வமானவள், இந்தப் பெண்.''

''இப்பொழுது மிதிலாவில் அவள் அந்தஸ்து என்ன?''

ஷ்வேதகேது மூச்சை இழுத்துவிட்டார். ''சொல்ல முடியவில்லை. இவள் வளர்ப்பு மகள். ஜனக மன்னரும் ராணி சுனைனாவும் சீதா மீது அளவற்ற அன்பு கொண்டுள்ளார்கள் என்பது உண்மை. ஆனால், இன்றைய நிலையில்...''

''சில வருடங்களுக்கு முன் சுனைனாவிற்கே பெண் பிறந்ததை அறிந்தேன்,'' என்றார் விஸ்வாமித்ரர்.

''ஆம். சற்றேறக்குறைய திருமணம் முடிந்து பத்து வருடங்களுக்குப் பிறகு இப்பொழுது அவர்களுக்குச் சொந்த மகள் இருக்கிறாள்.''

''ஊர்மிளைதானே?''

''ஆம். அதுதான் அவள் பெயர். மகள்களுக்கிடையே எந்த வேறுபாடும் பார்ப்பதில்லையென ராணி அறிவுறுத்துகிறார். அதே சமயம், அவர் சீதாவைச் சந்தித்து ஒன்பது மாதங்களாகின்றன. முன்பெல்லாம் ஆறு மாதங்களுக்கொருமுறை தவறாமல் வருவார். அடிக்கடி சீதா மிதிலாவிற்கு அழைக்கப்பட்டதையும் ஒப்புக்கொள்ளத்தான் வேண்டும். கடைசியாக ஆறு மாதங்களுக்குமுன் போய் வந்தாள். திரும்பியபோது அவ்வளவு மகிழ்ச்சியாக இல்லை.''

மோவாயைக் தாங்கியபடி விஸ்வாமித்ரர் சீதாவை கூர்ந்து பார்த்தார். யோசனையிலாழ்ந்தபடி. இப்பொழுது அவள் முகத்தை அவரால் காணமுடிந்தது. என்ன விசித்திரம் - எப்போதோ, எங்கோ பார்த்தது போலல்லவா தோன்றுகிறது? ஆனால் எங்கே? தெரியவில்லை.

குருகுலத்தில் மதிய உணவு வேளை. மாணாக்கர்களின் எளிய மண் குடில் சூழ்ந்த முற்றத்தின் மத்தியில் அமர்ந்திருந்தனர் விஸ்வாமித்ரர் மற்றும் மலயபுத்ரர்கள். இதுவே வகுப்பறையாகவும் அமைந்திருந்தது; பாடங்கள் எப்போதும் வெளியில் நடப்பது வழக்கம். ஆசிரியர்களுக்கான ஆடம்பரமற்ற சிறிய குடிசைகள் சற்று தூரத்தில் இருந்தன.

''துவங்கலாமா குருஜி?'' மலயபுத்ரர் இராணுவத் தலைவர் அரிஷ்டநேமி வினவினார்.

மாண்புமிகு விருந்தாளிகளுக்கு வாழையிலை இட்டு உணவு பரிமாறியிருந்தனர் குருகுல மாணவர்கள் மற்றும் சேவகர்கள். விஸ்வாமித்ரர் அருகில் அமர்ந்திருந்த ஷ்வேதகேது, அவர் சடங்கைத் துவக்கக் காத்திருந்தார். குவளையைக் கையிலெடுத்த விஸ்வாமித்ரர், வலக்கையில் சிறிது நீரை ஊற்றி இலையைச் சுற்றி வட்டமாய்த் தெளித்து, உணவிற்கும் ஊட்டச்சத்திற்கும் தேவி அன்னபூர்ணாவிற்கு நன்றி தெரிவித்தார். முதல் கவளத்தை உருட்டி, கடவுளுக்கு அர்ப்பணிக்கும் விதமாகத் தனியே வைக்க, மற்றவர்களும் அவரைப் பின்பற்றினர். விஸ்வாமித்ரர் சைகை செய்ததும் அனைவரும் சாப்பிடத் துவங்கினர்..

உணவை வாயருகே கொண்டு சென்ற விஸ்வாமித்ரர், சற்று தயங்கினார். ஒரு குறிப்பிட்டவரைத் தேடிக் கண்கள் வளாகத்தைத் துழாவின - வீரர்களில் ஒருவரான ஜடாயூ. பிறவியில் உடலில் மறைந்திருந்த கொடூரம் நாளடைவில் விகாரமாய்ப் பரவ, நாகா என

முத்திரை குத்தப்பட்டவர். பருந்து போன்ற முகத்தை அளித்திருந்த ஊனத்தால், பலர் அவரை ஒதுக்கினர். விஸ்வாமித்ரரைத் தவிர்த்து. ஜடாயூவிற்குள் ஒளிந்திருந்த பராக்கிரமத்தையும், பொன் மனதையும் மலயபுத்ரர் தலைவர் நன்கறிந்தவரென்றாலும், மனதைக் குறுக்கிக் கொண்ட மற்ற மற்றவர்களால் அவரது உத்தம குணங்களை இனம் காணமுடியவில்லை.

அன்றைய நம்பிக்கைகளை விஸ்வாமித்ரர் அறியாதவரல்ல; இந்த *ஆசிரமத்*தில் ஜடாயூவின் உணவு குறித்து யாரேனும் கவலைப்படுவார்களா என்பதும் சந்தேகம். அவரைக் கண்டுபிடிக்கும் முயற்சியில் சுற்றுமுற்றும் பார்த்தார். இறுதியில், சற்று தூரத்தில் ஒரு மரத்தினடியில், தன்னந்தனியே அவர் அமர்ந்திருந்தப்பதைக் கண்டார். மாணவனொருவனைச் சைகையால் அழைக்கு முன், ஒரு கையில் வாழையிலையும் மறு கையில் உணவுத் தாலத்துடனும் நாகாவை நோக்கிச் சீதா செல்வதைப் பார்த்தார்.

கூச்சம் கலந்த ஆச்சர்யத்துடன் ஜடாயூ எழுந்து நிற்பதையும் கண்டார்.

அவர்கள் பேசுவது இந்தத் தொலைவில் கேட்கவில்லை யென்றாலும், உடல்மொழியைப் படிப்பது கடினமாக இல்லை. மிகுந்த மரியாதையுடன் சீதா வாழையிலையை ஜடாயூ முன் வைத்து, உணவு பரிமாறினாள். ஒருவித தர்மசங்கடப் புன்னகையுடன் ஜடாயூ சாப்பிட உட்கார, குனிந்து அவரைக் கரம் கூப்பி வணங்கிவிட்டு, அங்கிருந்து சென்றாள்.

அவளையே பார்த்த விஸ்வாமித்ரர் சிந்தனையில் ஆழ்ந்தார். *எங்கே பார்த்திருக்கிறேன் இந்த முகத்தை?*

சிறுமியை கவனித்துக்கொண்டிருந்த இன்னொருவர் - அரிஷ்டநேமி - விஸ்வாமித்ரரை நோக்கித் திரும்பினார்.

''அபூர்வ பிறவி போலத் தெரிகிறதே, குருஜி.''

''ஹ்ம்ம்,'' என்றபடி தன் அதிகாரியை ஒரே ஒரு கணம் நோக்கிய விஸ்வாமித்ரர், உணவின் மீது கவனமானார்.

அத்தியாயம் 6

''இது நல்ல யோசனையாக எனக்குப் படவில்லை, கௌசிகா,'' என்றார் திவோதாஸ். ''நம்பு, சகோதரா.''

காவிரிக்கரையில் அமைந்திருந்த குருகுலத்திற்கு வெளியே, பெரும்பாறையொன்றின் மீது இருவரும் அமர்ந்திருந்தனர். முப்பதுகளை எட்டியிருந்த இந்நண்பர்கள், ஸப்தரிஷி உத்ராதிகாரி - மகோன்னதம் படைத்த ஸப்தரிஷியின் வழித்தோன்றல் - என்றறியப்பட்ட மஹரிஷி கஸ்யபரின் ஆசிரமத்தில் ஆசிரியர்களாகப் பணியாற்றினர். இங்கேயேதான் இளம்பருவத்தில் கல்வியும் கற்றிருந்தனர். படிப்பு முடிவடைந்தவுடன், அவரவரின் பாதைகளில் சென்றுவிட்டனர். மிகப்பெரும் ஆசானாய் திவோதாஸ் பெயர் பெற, கௌசிகனோ க்ஷத்ரிய இளவலாய் பெரும் புகழுடன் விளங்கினான். இருபது வருடங்களுக்குப் பிறகு மீண்டும் பிரசித்தி பெற்ற குருகுலத்தில், இம்முறை ஆசான்களாகச் சேர்ந்ததுமே, பழைய நட்பையும் புதுப்பித்துக் கொள்ள அவர்கள் தவறவில்லை. ஏறக்குறைய சகோதரர்களாகவே ஒருவரையொருவர் பாவித்ததில், இன்றும் பண்டைய குருகுலப் பெயர்களைக் கொண்டே அழைத்துக் கொள்ளவும் செய்தனர்.

''ஏனில்லை, திவோதாஸ்?'' கட்டுமஸ்தான தேகத்தை வழக்கம் போல் ஆவேசத்துடன் முன்னால் சாய்த்தபடி கேட்டார் கௌசிகர். ''வானரர்களுக்கு எதிரான மனப்பான்மை கொண்டிருக்கிறார்கள். இந்தக் கேவலமான மனப்போக்கை இந்தியாவின் நன்மைக்காக எதிர்த்தே தீர வேண்டுமல்லவா?''

தலையசைத்து திவோதாஸ் மறுத்தபோதே, விவாதத்தைத் தொடர்வதில் அர்த்தமில்லை என்றும் உணர்ந்தார். கௌசிகரின் பிடிவாதத்தை எதிர்க்கும் வீண் முயற்சியை அவர் கைவிட்டுப் பல காலமாயிற்று. எறும்புப் புற்றில் முட்டிக்கொள்வது போலத்தான். மோசமான பின்விளைவுகள் நேரும்!

அருகேயிருந்த மண் குவளையை எடுத்தார். அதில் நுரைத்துக்கொண்டிருந்த பால் போன்ற திரவத்தை மூக்கை மூடிக் கொண்டு ஒரே மடக்கில் குடித்தார். ''உவ்வேக்!''

நண்பனின் முதுகை அழுந்தத் தட்டிய கௌசிகர் ஆரவாரமாய்ச் சிரித்தார். ''இத்தனை வருடங்களுக்குப் பிறகும் குதிரை மூத்திரம் போலத் தான் இருக்கிறது.''

புறங்கையால் வாயைத் துடைத்துக் கொண்ட திவோதாஸ் புன்னகைத்தார். ''வேறு உவமையைக் கற்றேயாகவேண்டும் நீ. குதிரை மூத்திரம் என்று எப்படி சொல்கிறாய்? அதைக் குடித்துப் பார்த்திருக்கிறாயா?''

'இடி இடி'யெனச் சிரித்த கௌசிகர், தோழன் தோள் பற்றினார். ''சோமரஸத்தைத்தான் அடிக்கடி பருகியிருக்கிறேனே. என்னைப் பொறுத்தவரை, குதிரை மூத்திரம் கூட அத்துணை மோசமாக இருக்கமுடியாது!''

நண்பனின் தோளைக் கட்டிக்கொண்ட திவோதாஸின் புன்னகையும் விரிந்தது. குருகுலம் அமைந்திருந்த சிற்றூரான மாயூரத்தையொட்டி அமரிக்கையாகப் பாய்ந்த காவிரியைத் தோழமையான மௌனத்தில் ரசித்தபடி பாறை மீதமர்ந்திருந்தனர். கடலிலிருந்து சற்று தூரமேயிருந்த இவ்வூர், நூற்றுக்கணக்கான மாணாக்கர்கள் வசித்துக் கல்வி கற்ற மிகப்பெரும் ஆசிரமத்திற்கு மிகப் பொருத்தமே. அது மட்டுமா? பலதரப்பட்ட கல்வித்துறைகளில் நுணுக்கமான மேற்படிப்பிற்கான பாடத்திட்டங்களையும் அளித்த குருகுலமல்லவா இது? கடலுக்கு அண்மையென்பதால், வட இந்தியாவைச் சேர்ந்த பல மாணவர்கள் கிழக்குக் கரையோரமாகவே வெகு சுலபத்தில் கப்பல் பிரயாணம் செய்ய முடிந்தது. இன்னொரு நன்மை: வடக்கேயிருந்து தெற்கே நர்மதையைத் தாண்டுவதில் இருந்த நம்பிக்கை சார்ந்த தடைகளைக் கடப்பதும் சுலபம். இவை தவிர, வேதகால நாகரீகத்தின் இரு தந்தைதேசங்களில் ஒன்றான, வரலாற்றுக்கும் முந்தைய காலகட்டத்தைச் சேர்ந்த கடல் கொண்ட சங்கத்தமிழ் - மற்றொன்று மேற்கிந்தியாவின் த்வாரகை - இருந்த இடத்திற்கு அருகாமையென்பதால், மாணவர்களுக்குப் புனித பூமியாகவும் அமைந்ததில் வியப்பில்லை.

மனதைத் திடப்படுத்திக் கொள்வது போல், திவோதாஸ் தோள்களை இறுக்கிக்கொண்டார்.

நண்பனின் உடல்மொழியில் நன்கு தேர்ச்சி பெற்றிருந்த கௌசிகர், ''என்ன?'' என்றார்.

விவாதம் சிக்கல் நிறைந்ததாயிருக்குமென்பதை உணர்ந்திருந்த திவோதாஸ், மூச்சை இழுத்துவிட்டார். இன்னுமொரு

முயற்சி செய்துதானே தீரவேண்டும்? ''என் பேச்சைக் கேள், கௌசிகா. த்ரிசங்கிற்கு நீ உதவ நினைப்பது புரிகிறது. நானும் ஒப்புக்கொள்கிறேன் - அவனுக்கு ஆதரவு அவசியம். நல்லவன். அப்பாவி, முதிர்ச்சியற்றவன் - ஆனால், நல்லவனே. என்றாலும், வாயுபுத்ரன் ஆக முடியாது. இதை அவன் ஏற்கத்தான் வேண்டும். இது உருவம், அல்லது பிறப்பிடம் குறித்த பிரச்சனையேயல்ல. அவன் திறமை பற்றியது.''

முந்தைய மஹாதேவரான ருத்ரபகவான் விட்டுச் சென்றவர்களே வாயுபுத்ரர்கள். இந்தியாவின் மேற்கு எல்லையைத் தாண்டிய பரிஹா தேசத்தில் இவர்கள் வசித்தனர். அடுத்து அவதரிக்கப்போகும் விஷ்ணுவிற்கு உறுதுணையாய் நிற்பதே அவர்களுக்கு விதிக்கப்பட்ட பணி. அதே போல், தீமை தன் கொடுந்தலையை உயர்த்தும்போது, இவர்களில் ஒருவரே அடுத்த மஹாதேவர்.

கௌசிகர் இறுகினார். ''வானரர்கள் விஷயத்தில் வாயுபுத்ரர்கள் ஒரு தலைப்பட்சமாய் நடந்துகொள்வது உனக்கே தெரியும்.''

காவிரிக்கு வடக்கே பாய்ந்த க்ருஷ்ணா நதியின் கிளைகளில் ஒன்றான துங்கபத்ரைக் கரையில் சற்றே ஒதுங்கி வாழும் பெரிய, சக்தி வாய்ந்த குலத்தினர் வானரர்கள். உருவ அமைப்பில் இவர்கள் சற்றே வித்தியாசமானவர்கள்: கட்டை குட்டையான, கட்டுமஸ்தான தேகங்கள்; ஆங்காங்கே தலைதூக்கும் இராட்சத வடிவங்கள். முகத்தைச் சுற்றி வளர்ந்திருந்த மெல்லிய முடி தாடையின் கீழ் தாடியாய்ப் பருத்தது. உதடுகள் உப்பியிருக்க, சுற்றியிருந்த சருமம் முடியற்று, பட்டுப் போன்ற வழவழப்புடன் காட்சியளித்தது. விலங்குகளைப் போல் கனத்த போர்வையாய் தேகம் முழுதும் முடி வளர்ந்திருக்க, சில குறுகிய நோக்குடையோருக்கு வானரர்கள் மனிதர்களை விடத் தாழ்ந்த குரங்குகளைப் போல் தோன்றினர். இவர்களைப் போலவே வேறு சில குலங்கள் பரிஹாவுக்கும் மேற்கே வாழ்ந்து வந்ததாகத் தகவலுண்டு. அவ்வசிப்பிடங்களில் மிகப் பெரியது மற்றும் பழமையானது நியாண்டர்தால் - அதாவது, நியாண்டர் பள்ளத்தாக்கு.

''என்ன ஒருதலைப்பட்சத்தைக் கண்டுவிட்டாய்?'' திவோதாஸ் கையுயர்த்தினார். ''வானரனான இளம் மாருதியைத் தங்களில் ஒருவனாக அவர்கள் ஏற்றுக் கொள்ளவில்லையா? என்ன, அவனிடம் திறமையிருக்கிறது. த்ரிசங்கிடத்தில் இல்லை.''

''த்ரிசங்கு என் விசுவாசி,'' கௌசிகர் தலையசைத்து மறுத்தார். ''என்னிடம் உதவி கேட்டு மன்றாடினான். நானும் அளித்தே தீருவேன்!''

''அதற்காகப் புதிதாய் ஒரு பரிஹாவையே உன்னால் உருவாக்க முடியுமா? இது அறிவீனம்...''

''வாக்குக் கொடுத்துவிட்டேன், திவோதாஸ். உதவப் போகிறாயா, இல்லையா?''

''நிச்சயம். அதற்கு முன், சகோதரா, சொல்வதைக் கேள் -''

'சட்'டென்று தூரத்தில் ஓங்காரமாய் ஒலித்தது ஒரு பெண்குரல். ''ஏய், திவோதாஸ்!''

திரும்பிப் பார்த்தால்... நந்தினி. குருகுலத்தின் மற்றொரு ஆசிரியை. இருவருக்கும் தோழி. பற்களைலேசாய்க் கடித்தபடி கௌசிகர் திவோதாஸைப் பார்த்த பார்வை கறுத்து, அடிபட்டிருந்தது.

''குருஜி...''

ஏறக்குறைய ஒரு நூற்றாண்டுக்கு முந்தைய பழைய நினைவுகளிலிருந்து அந்தக் குரல் விஸ்வாமித்ரரை இழுக்க, கண்களைப் 'படக்'கெனத் திறந்தார்.

''தொந்தரவிற்கு மன்னிக்கவும்,'' மிக்க பணிவுடன் கைகூப்பியபடி நின்றார் அரிஷ்டநேமி. ''மாணாக்கர்கள் கூடியவுடன் எழுப்புமாறு பணித்திருந்தீர்கள்...''

விஸ்வாமித்ரர் எழுந்து அங்கவஸ்திரத்தை சீர் செய்துகொண்டார். ''சீதா வந்திருக்கிறாளா?''

''ஆம், குருஜி.''

திறந்தவெளியில் குருகுலத்தின் இருபத்தைந்து மாணவர்களும் அணி திரண்டிருந்ததில் புளகாங்கிதம் அடைந்திருந்த ஷ்வேதகேது, சற்று ஒதுங்கி நாற்காலியில் அமர்ந்திருந்தார். பிரதான அரச மரத்தைச் சுற்றியிருந்த வட்ட மேடையில் விஸ்வாமித்ரர் உட்கார்ந்திருந்தார். ஒரு முறைதானென்றாலும், பிரசித்தி பெற்ற மலயபுத்ரர் தலைவர் வகுப்பெடுப்பதென்பது ஷ்வேதகேதுவுக்கும் அவரது சீடர்களுக்கும் பெறற்கரிய பேறு.

பின்னால் குருகுல ஆசான்களும், பிற மலயபுத்ரர்களும் மௌனமாக நின்றனர்.

''மகோன்னதம் படைத்த நமது பண்டைய சாம்ராஜ்யங்களைப் பற்றிப் படித்திருக்கிறீர்களா?'' விஸ்வாமித்ரர் துவங்கினார். ''அவற்றின் உயர்வு தாழ்விற்கான காரணங்கள் அறிவீர்களா?''

மாணவர்கள் தலையசைத்தனர்.

"அப்படியானால், மஹா சக்ரவர்த்தி பரதரது வழித்தோன்றல்களின் சாம்ராஜ்யம் வலுவிழந்ததற்கான காரணத்தை யாரேனும் விளக்குங்கள். நூற்றாண்டுகளாக வளர்ந்து செழித்த தேசம் இரண்டே தலைமுறைகளுக்குள் தரைமட்டமானது எப்படி?''

காமல் கையை உயர்த்த, ஷ்வேதகேது மெல்ல முனகினார்.

"சொல்?'' என்றார் விஸ்வாமித்ரர்.

"குருஜி,'' காமல் ஆரம்பித்தான். "ஒரே சமயத்துல வெளிப்பகையும், உள்புரட்சியும் வெடிச்சது. கஞ்ச்சா கோலி விளையாட்டு மாதிரி. எல்லோரும் எல்லாத் திசையிலேர்ந்தும் செருப்பாலடிச்சா... சாம்ராஜ்யம் எப்படித் தாங்கும்?''

மனித வரலாற்றின் உச்சபட்ச ஹாஸ்யத்தைத் தொட்டது போல் காமல் குலுங்கிக் குலுங்கிச் சிரிக்க, மற்றவர்களிடம் மயான அமைதி. பின்வரிசைகளில் சிலர் வெட்கித் தலைகுனிந்தனர். உறைந்த முகத்துடன் விஸ்வாமித்ரர் காமலை வெறித்தார். பிறகு, அதே உணர்ச்சியற்ற பார்வையை ஷ்வேதகேது மீது செலுத்தினார்.

காமலை மீண்டும் பெற்றோரிடமே அனுப்பிவிட்டால் என்ன என்று இதற்கு முன் தோன்றிய எண்ணம் இப்போதும் ஷ்வேதகேதுவிற்குள் முளைத்தது. என்னவொரு பித்துக்குளித்தனமான, பயிற்சியளிக்கவே முடியாத சிறுவன்!

காமலைச் சற்றும் சட்டை செய்யாமல் கேள்வியை மீண்டும் முன்வைத்த விஸ்வாமித்ரர், இம்முறை சீதாவை வெளிப்படையாகவே நோக்கினார். மிதிலையின் இளவரசியோ, வாய் திறக்கவில்லை.

"ஏன் பதிலில்லை, பூமி?'' குருகுலப் பெயரைப் பிரயோகித்தார் விஸ்வாமித்ரர்.

"நிச்சயமாத் தெரியலை, குருஜி.''

அவர் முன்வரிசையை நோக்கிக் கை காட்டினார். "வா, குழந்தாய்.''

சென்ற முறை மிதிலா போய் வந்ததிலிருந்து சீதா தனிமையை நாடினாள்; வகுப்பில் அநேகமாய் கடைசி வரிசையைத் தேர்ந்தெடுத்தாள். இப்போது, தோழி ராதிகா ஊக்குவிக்கும் விதமாய் முதுகைத் தட்ட, மெல்ல முன்னால் வந்தவளை உட்காரும்படி விஸ்வாமித்ரர் சைகை செய்தார். கண்களைத் துழாவினார். விழிவழி மனதைப் படிக்கும் வித்தை மிகத் துல்லியமாகக் கைவந்த வெகு சில அபூர்வத் திறன் வாய்ந்த ரிஷிகளில் அவரும் ஒருவர்.

''சொல்,'' விஸ்வாமித்ரரின் கண்கள் சீதாவின் மனதை ஊடுருவின. ''மகோன்னதச் சக்ரவர்த்தி பரதரது வம்சாவளியான *பாரதர்கள்* சுவடின்றி அழிந்ததற்கான காரணம்?''

சீதா மிகுந்த தர்மசங்கடமடைந்தாள். எழுந்து ஓடி விடவேண்டுமென்ற உந்துதலை மிகுந்த பிரயத்தனத்துடன் புறக்கணித்தாள். *மஹரிஷி*க்குத் தீராத அவமானமேற்படுத்துவது போலாகும். பதில் சொல்வதுதான் நியாயம். ''*பாரதர்கள்* கிட்டே மிகப்பெரிய தரைப்படை இருந்தது. பல போர்முனைகள்ளே ஒரு சேர அவங்களாலே சுலபமா சண்டையிட முடிஞ்சிருக்கும். ஆனால், வீரர்களோ...''

''பயனற்றவர்கள்,'' அவள் எண்ணத்தை அவர் முடித்தார். ''ஏனப்படி? எதிலுமே குறையில்லையே - பணம், பயிற்சி, தளவாடங்கள், ஆயுதங்கள்...''

ஸமீச்சி எப்போதோ சொல்லிக் கேள்விப்பட்டதை சீதா மொழிந்தாள். ''விஷயம் ஆயுதத்திலில்லை - அதைக் கையாள்ற பெண்கிட்டேதான்.''

ஆமோதிப்பாய் விஸ்வாமித்ரர் புன்முறுவல் பூத்தார். ''பாரத வீரர்களுக்கு ஆயுதங்கள் வசப்படாதது ஏன்? அதிலும், பகைவர்களுடையதை விடப் பன்மடங்கு தொழில்நுட்பத்தில் சிறந்த ஆயுதங்கள் என்பதை மறந்துவிட வேண்டாம்.''

இது குறித்து யோசித்திராதவள், மௌனம் காத்தாள்.

''வீழ்ச்சியின் போது *பாரத* சமூகத்தின் நிலையை விளக்கு,'' விஸ்வாமித்ரர் பணித்தார்.

இதற்கு விடை அறிந்திருந்த சீதா, ''அமைதியாத்தான் இருந்தது,'' என்றாள். ''பணிவும் பரந்த நோக்கமும் கொண்ட சமூகம். கலை, கலாச்சாரம், இசை, கலந்துரையாடல், விவாதம்னு எல்லாத்துக்கும் புகலிடமா... அஹிம்சையை பின்பற்றறதோட நிறுத்திக்காம ரொம்ப பெருமிதத்தோட கொண்டாடவும் செஞ்சாங்க. வார்த்தையாலும், செயலாலும். உன்னதமான சமூகம். சொர்க்கம் மாதிரி.''

''உண்மை. ஆனால், சிலருக்கு நரகமாக வாய்த்தது.''

சீதா ஏதும் சொல்லவில்லையானாலும், மனதில் கேள்வி எழவே செய்தது: *யாருக்கு?*

அவள் வாய் விட்டுக் கேட்டது போல் விஸ்வாமித்ரர் மனதைப் படித்தார். ''வீரர்களுக்குத்தான்.''

''வீரர்களா?''

''அவர்களது பிரத்யேக குணாதிசயங்கள் என்னென்ன? எது அவர்களைச் செலுத்துகிறது? ஊக்குவிக்கிறது? கௌரவம், தேசம்,

தர்மம் ஆகியவற்றுக்குப் போரிடுவோர் இருப்பது உண்மை - அதே சமயம், சமூகம் அங்கீகரிக்கும் கொலைகளில் ஈடுபடத் துடிப்பவர்களும் உண்டு. தக்க வடிகால் இல்லையென்றால், இவர்களே சுலபத்தில் குற்றங்களை நாடுவர். மக்களால் கொண்டாடப்படும் எத்தனையோ வீரர்கள் சமூகக் குற்றவாளிகளாய் அல்லாமல், கௌரவத்திற்குரிய போர்த்தலைவர்களாய் நிலைத்து நின்றது ஏன் தெரியுமா? யுத்த தர்மம். சுத்த வீரர்களுக்கான கோட்பாடு: கொல்வதற்கு *நியாயமான* காரணம். அங்கீகாரம்.''

அசைக்கமுடியாத ஆதாரங்களைக் கைவிட்டுவிட்டு, நுணுக்கங்களை கையாள்வது குழந்தைகளுக்குக் கடினம். பதின்மூன்றே வயதான சீதாவின் உடல் இறுகியது.

''ஆராதனையும் மக்களின் கண்மண் தெரியாத ஆதர்சமும்தான் வீரர்களைச் செலுத்தும் ஊக்க சக்தி. இவையின்றி அவர்களது ஆன்மாவும், அதனுடன் சுத்த வீரக் கோட்பாடுகளும் மடிகின்றன. கொடுமை என்னவென்றால், பிற்கால *பாரத* சமூகத்தில் வீரர்கள் இழிவுபடுத்தப்பட்டனர்; அவமதிக்கப்பட்டனர். ராணுவத்தின் ஒவ்வொரு செயல்பாடும் கடும் கண்டனத்திற்குள்ளானது. எவ்வகையான வன்முறையும் - எத்துணை நியாயமென்றாலும் - எதிர்க்கப்பட்டது. வீரம் என்பதே ராட்சச குணமாக, கட்டுப்படுத்த வேண்டிய கேவலமாய்ப் பழிக்கப்பட்டது. விஷயம் இவற்றோடு நிற்கவில்லை: வார்த்தைகளால் விளையும் வன்முறையை கட்டுப்படுத்த பேச்சு சுதந்திரத்திலேயே கை வைக்கப்பட்டது. எக்கருத்தையும் ஒப்புக் கொள்ளாமை ஊக்குவிக்கப்பட்டது. பூமியில் சொர்க்கம் இவ்வண்ணம்தான் இருக்கமுடியும் - பலத்தை உறிஞ்சி, பலவீனத்தை உயர்த்தி - என்பது *பாரத* சமூகத்தின் ஏகோபித்த சிந்தனையானது.''

சீதாவிடம் மட்டுமே பேசுவது போல் விஸ்வாமித்ரரின் குரல் மிக்க மென்மையடைந்தது. கூட்டம் மெய்மறந்து ஆர்வமாய்க் கேட்டது.

''ஆக, க்ஷத்ரிய குலத்தை ஆக்ரோஷமாய் அடக்கி வைத்தது *பாரத* சமூகம். ஆண்மை, இழிவுபடுத்தப்பட்டது. தீவிர அஹிம்சையும் அன்பையும் போதித்த பண்டையகால ரிஷிகள் போற்றப்பட்டு, அவர்களது வாக்குகள் மிகைப்படுத்தப்பட்டன. இதனால், அந்நிய படையெடுப்புக்கள் நிகழ்ந்த போது அமைதிப்புறாக்களும், அஹிம்சாவாதிகளுமான *பாரத* ஆண்களும் பெண்களும் அந்நியர்களை எதிர்க்கமுடியாமல் தடுமாறினர். வெளிப்பகைவர்களுக்கு, இந்நாகரீக மாந்தர்கள் முதுகெலும்பற்ற ஈனப்பிறவிகளாகத் தெரிந்ததில் ஆச்சர்யம் என்ன?'' விஸ்வாமித்ரரின் குரலில் ஏளனம். ''*பாரத* சமூகத்தின் நம்பிக்கையைப் பழிக்கும் விதமாய், *ஹிரண்யலோம*

ம்லேச்சர்களுக்கு அன்பெனும் தாரக மந்திரத்தின் மீது சற்றும் நம்பிக்கையில்லை; அதற்கு அவர்களது பதிலடி - எண்ணற்ற கொலைகள். தங்களுக்கென சாம்ராஜ்யம் அமைத்துக்கொள்ளும் திறனற்ற காட்டுமிராண்டிகள், *பாரதத்தின்* செல்வத்தையும், செல்வாக்கையும் முற்றுமாய் அழித்தனர். அவர்கள் துவக்கி வைத்ததை, உள்நாட்டுக் கலகக்காரர்கள் செவ்வனே முடித்தும் வைத்தனர்.''

''அந்நிய ராட்சசர்களோட போராட நம்மிடையேயும் ராட்சசர்கள் இருக்கணுமா, குருஜி?''

''இல்லை. அதீதங்கள் குறித்து சமூகம் எச்சரிக்கையாக இருக்கவேண்டும் என்கிறேன். முரண்படும் சித்தாந்தங்களுக்கிடையே எப்போதும் சமநிலையை உருவாக்க முயலவேண்டும். குற்றவாளிகள் நீக்கப்பட்டு, அர்த்தமற்ற வன்முறை தவிர்க்கப்படவேண்டும். அதே சமயம், வீரம் துவேஷத்திற்குள்ளாக்கப்படக்கூடாது. ஆண்மையைப் பழிக்கும் சமூகம் உருவாகக்கூடாது. எதிலும் அதீதம், சமூகத்தின் சமநிலையை பாதிக்கும். அஹிம்சை போன்ற நற்குணங்களுக்கும் இது பொருந்தும். மாற்றம் நிகழும் தருணத்தைக் கணிக்க இயலாததால் சமூகத்திற்கு - ஏன் வாழ்க்கைக்கே - வன்முறை எப்போது பயன்படும் என்பதையும் யாராலும் அறுதியிட்டுக் கூறமுடியாது.''

எள் விழுந்தால் கேட்கக்கூடிய அமைதி.

நேரம் வந்துவிட்டது.

எதன் பொருட்டு பேச்சைத் துவங்கினாரோ, அந்தக் கேள்வியை வீசினார். ''ராவணன் சுலபத்தில் வீழ்த்தக்கூடிய வகையில், எந்த அதீத கொள்கைக்காவது சப்தசிந்து தன்னை இழந்திருந்ததா?''

சீதா கேள்வியை ஆராய்ந்தாள். ''ஆமா. வர்த்தக வகுப்பின் மேல காட்டின அதிகபட்ச அசூயை; ஆத்திரம்.''

''உண்மை. பண்டைய காலத்தில், வீரர் குலத்தில் ஆங்காங்கே முளைத்த சில அரக்கர்களின் கொடுமையால் க்ஷத்ரிய வாழ்வியலையே எதிர்த்த ***பாரதர்கள்,*** எல்லை கடந்த அஹிம்சாவாதிகளாய் உருமாறினர். பிராமணர்கள் சிலரது குறுகிய மனம், ஆதிக்க மனப்பான்மை மற்றும் பிரிவினைவாதத்தால் அவர்களது வாழ்வியலைத் தாக்கும், ஞானத்திற்கெதிரான சமூகங்கள் உருவாகியதுண்டு. அதே போல் வைஸ்யர்களில் சிலர் சுயநலத்திலும் பகட்டிலும் நாட்டம் கொண்டு, பணப் பித்தும் பிடித்து அலைந்ததால், நம் காலத்திலேயே சப்தசிந்து வாணிபத்தையே இழிவுபடுத்தியது. சமூகத்தின் முதலாளித்துவ அரக்கர்களிடமிருந்து வர்த்தகத்தைப் பறித்து நாளாவட்டத்தில் அந்நியர்களிடம்

கொடுத்துவிட்டோம். குபேரனும், பிறகு ராவணனும் சிறுகச் சிறுக செல்வத்தைக் கைப்பற்றியதில் காலப்போக்கில் பொருளாதாரமும் அவர்களிடத்திலேயே இயற்கையாகத் தஞ்சமடைந்துவிட்டது. பல காலமாய் வழக்கிலிருந்த வரலாற்று நடப்பை கரச்சாபா போர் அதிகாரபூர்வமாக்கியது; அவ்வளவே. சமூகம், என்றும் சமநிலையையே நோக்க வேண்டும். அறிவாளிகள்; வீரர்கள்; வர்த்தகர்கள், கலைஞர்கள்; நுணுக்கமான வேலைத்திறன் படைத்தவர்கள் என சமூகத்திற்கு எல்லோருமே அவசியம். எந்தக் குழுவையும் தேவைக்கு மீறி உயர்த்தினாலும், தாழ்த்தினாலும், அனர்த்தமே விளையும்.''

தந்தையின் *தர்மசபை*களில் ஒரு முறை கேட்டது சீதாவிற்கு நினைவிற்கு வந்தது. ''நாம் நம்பும் ஒரே மதம் யதார்த்தம்.''

சொன்னது ஒரு சார்வாகக் கொள்கையாளர்.

''சார்வாகத்தைப் பின்பற்றுபவளா நீ?'' விஸ்வாமித்ரர் கேட்டார்.

கங்கை நதிமூலமான கங்கோத்ரியில் வாழ்ந்த லௌகீக வாழ்வில் நம்பிக்கையுள்ள நாத்திகவாதியொருவரின் பெயரால் பண்டைய காலத்தில் தோற்றுவிக்கப்பட்டது சார்வாக சித்தாந்தம். புலன்கள் நுகரக்கூடிய விஷயங்களில் மட்டுமே சார்வாகர்களுக்கு நம்பிக்கையுண்டு. ஆன்மாவிலோ, கடவுளர்களிலோ இல்லை. பஞ்சபூதங்களைக் கொண்டு உருவாக்கப்பட்ட உடல், உயிர் பிரிந்த பின் மீண்டும் பஞ்சபூதங்களுடன் கலப்பதே உலகின் நியதி; நிஜம். அன்றைய பொழுதை மட்டுமே உணர்ந்து, வாழ்க்கையை அனுபவித்தனர் அவர்கள். ஆதரவாளர்களுக்கு தனித்தன்மையும் பிறரை இழிவுபடுத்தாத பரந்த நோக்குடையவர்களாகவும், விமர்சிப்போருக்கு ஒழுக்கமோ பொறுப்போ அற்ற சுயநலவாதிகளாகவும் காட்சியளித்தனர்.

''இல்லை. குருஜி. உண்மையான யதார்த்தவாதி, *எல்லா* தத்துவக் கொள்கைளையும் அணுகத் தயாரா இருக்கணும். எனக்கு உதவக்கூடிய பகுதிகளை ஏத்துக்கிட்டு, உதவாததை புறக்கணிக்கணும். என் கர்மாவை நிறைவேத்த உதவக்கூடிய எந்த சித்தாந்தத்திடமும் நான் கத்துக்கணும்.''

விஸ்வாமித்ரர் புன்னகைத்தார். *புத்திசாலி. பதின்மூன்று வயதுக்கு சூட்சுமம் அதிகம்தான்.*

அத்தியாயம் 7

முக்கிய இந்திய தத்துவமான *நியாயதர்ஷ*னின் கொள்கைகளை அறிமுகப்படுத்தும் உன்னத *நியாயஸூத்திர*த்தைக் குளக்கரையில் படித்துக்கொண்டிருந்தாள் சீதா. ரிஷி ஷ்வேதகேது குருகுலத்திற்கு விஸ்வாமித்ரர் வருகை புரிந்து சில மாதங்கள் கடந்துவிட்டன.

''பூமி,'' குருகுலப் பெயரைப் பிரயோகித்தாள் ராதிகா. ''உங்க வீட்டுலேர்ந்து வந்திருக்காங்க.''

எரிச்சலுடன் பெருமூச்செறிந்தாள் சீதா. ''காத்திருக்க மாட்டாங்களாமா?''

ரிஷி ஷ்வேதகேதுவிடம் கேட்கவேண்டியவற்றைத் தொகுத்துக் கொண்டிருந்தவள், நிறுத்தினாள். இது வேறு தாமதமாகும்.

படகுத்துறையினருகே பொறுமையாகக் காத்திருந்தாள் ஸமீச்சி. சீதாவுக்காக.

பின்னால், அவள் அதிகாரத்திற்குட்பட்ட பத்து பேர் கொண்ட குழு.

இப்பொழுது ஏழைக் குடியிருப்புப் பெண்ணல்ல இவள். காவல்துறையைச் சேர்ந்த பிறகு, அசுரவேகத்தில் உயரும் நம்பிக்கை நட்சத்திரமாகியிருந்தாள். மிதிலைச் சேரிகளில் இளவரசி சீதாவைக் காப்பாற்றியதால் நன்றி கொண்ட அரசகுடும்பம் அவளிடத்தில் எத்துணை அன்பு பாராட்டியதென்பதை ஊரே அறியும். அவள் முன்னிலையில் அனைவரும் சற்று எச்சரிக்கை காத்தனர் என்றுதான் சொல்லவேண்டும். ஸமீச்சியின் உண்மையான வயதை - அவள் உட்பட - அறிந்தவர் எவருமில்லை. உருவத்தைப் பார்த்தால் இருபதுகளில் இருக்கலாம். பிரபு வம்சத்தில் பிறக்காத பெண் இந்த வயதில் காவல்துறையில் ஒரு குழுவிற்கே தலைமையேற்பது சுலபத்தில் கிடைக்காத கௌரவம். இளவரசியையே காப்பாற்றியவளல்லவா?

''ஸமீச்சி!''

சலிப்புடன் முனகினாள். அந்தப் பைத்தியக்காரக் காமல் ராஜ். அவளருகே ஓடி வந்து சேர்ந்தபோது அவனுக்கு மூச்சிறைத்தது. ஆவலில்.

''இங்கே இருக்கறதா சொன்னாங்க. எவ்வளவு சீக்கிரம் முடியுமோ வந்தேன்.''

பன்னிரண்டு வயதான அந்தப் பையனை ஏற இறங்கப் பார்த்தாள் ஸமீச்சி. கையில் சிகப்பு ரோஜா. பிடித்துத் தள்ள வேண்டும் எனப் பொங்கிய ஆத்திரத்தை மிகுந்த பிரயத்தனத்துடன் கட்டுப்படுத்திக்கொண்டு, இடுங்கிய கண்களால் வெறித்தாள். ''முன்னமேயே சொல்லியிருக்கேன்...''

''ரோஜா பிடிக்கும்னு நினைச்சேன்,'' வெட்கப் புன்னகையுடன் காமல் சொன்னான். ''போன முறை வந்திருந்தப்ப பூவை ரசிச்சதையெல்லாம் கவனிச்சுக்கிட்டுத்தான் இருந்தேன்.''

''எந்த வாசனையிலும் எனக்கு விருப்பமில்லை,'' ஸமீச்சியின் முணுமுணுப்பில் உறைபனி.

இதற்கெல்லாம் கலங்காத காமல், இரத்தம் வழியும் விரலை அவளிடம் காண்பித்தான். ரோஜாவைப் பறிக்கும் போது மீண்டும் மீண்டும் முட்கள் கீறியிருந்தன. வேறெதுவும் உதவாத நிலையில் காயத்தைக் காட்டி இரக்கம் சம்பாதித்துக்கொள்ளும் பரிதாப முயற்சி. இதுவும் பலிக்காதது புரிய, நெருங்கினான். ''விரலுக்கு மருந்து வெச்சிருக்கியா?''

அவனிடமிருந்து விலகும் முயற்சியில் சற்றே பின்வாங்கிய ஸமீச்சி, எதிர்பாராமல் ஒரு கல்லில் இடறினாள். கொஞ்சம்தான். உடனடியாக அவளைத் தாங்கிக்கொள்ளத் தாவினான் காமல். உண்மையிலேயே உதவவேண்டும் என்பதுதான் அந்த அப்பாவிச் சிறுவனின் எண்ணம். கண் மூடித் திறக்கும் வேகத்தில் அடுத்தடுத்த நிகழ்வுகள் நடந்தேறின: ஆத்திரக் கர்ஜனையுடன் ஸமீச்சி அவன் கையைத் திருகி, காலை ஆக்ரோஷமாய் உதைத்தாள். முன்னால் விழுந்த காமலை முழங்கையால் குத்திய ஆவேசத்தில் கணத்தில் மூக்கு உடைந்தது.

இரத்தம் கொட்டும் மூக்கைக் காமல் பிடித்துக்கொள்ள, ஆங்காரத்துடன் கூச்சலிட்டாள் ஸமீச்சி: **''தொடாதே - எப்பவும்!''**

தரையில் சுருண்டு விக்கியழுதுகொண்டிருந்தான் காமல். குருதியில் மூழ்கி. பீதியில் நடுங்கியபடி. ஓடி வந்த காவலர்கள் அவனை எழுப்பினர். தலைவி மீது அவர்கள் வீசிய ஓரக்கண் பார்வையில் அதிர்ச்சி. எல்லோர் மனதிலும் ஒரே எண்ணம்.

சின்னப் பையன்தானே? என்ன பிரச்சனை இவளுக்கு?

கல் போலிருந்த ஸமீச்சியின் முகத்தில் மருந்திற்கும் வருத்தமில்லை. அசட்டையாய் ஒரு காவல்துறை அதிகாரியைக் கையசைத்து வரவழைத்தாள். ''இந்தப் பித்துக்குளியை முதல்ல அப்புறப்படுத்துங்க.''

பையனை ஜாக்கிரதையாகத் தூக்கிக் கொண்டு அவர் குருகுல மருத்துவரைத் தேடிச் சென்றார். மற்றவர்கள் சற்றே அச்சமுற்ற ஊர்வலமாய் படகுத்துறையை நோக்கி நகர்ந்தனர். வாய் பேசாவிட்டாலும், தளபதியைக் குறித்த அவர்களது கருத்து சந்தேகத்திற்கிடமின்றி அந்த வெளியைச் சூழ்ந்தது.

ஸமீச்சிகிட்டே என்னவோ சரியில்லை.

''ஸமீச்சி.''

திரும்பிய எல்லோரும், இளவரசி சீதா மரங்களுக்கிடையேயிருந்து வெளிவருவதைக் கண்டனர். உடனடியாக ஸமீச்சி முழுமையாக மாறினாள் - பச்சோந்தி போல. புன்னகையுடன் முன்னால் பாய்ந்தவளின் கண்களில் ஆதுரம் ததும்பியது.

''எப்படியிருக்கே?'' தோழியை அணைத்துக்கொண்டாள் சீதா. ஸமீச்சி பதில் கூறுமுன், தூரத்தில் நின்ற காவலதிகாரிகளை நோக்கி முகமலர்சசியுடன் **நமஸ்தே** என்றாள். அவர்களும் மிக்க தாழ்மையுடன் வணக்கம் செலுத்தினர்.

''உன் ஆட்கள் எப்பவுமே பயந்த மாதிரியே தெரியறாங்களே, ஏன்?'' சீதா கிசுகிசுத்தாள்.

புன்னகை மேலும் விரிய, தலையை மறுப்பாய் அசைத்தபடி சீதாவின் கைகளைப் பற்றிக்கொண்டு காவலதிகாரிகள் காது கேளா தூரத்திற்கு இழுத்துச் சென்றாள் ஸமீச்சி. ''அவங்களை விடுங்க, இளவரசி,'' என்றவளின் புன்முறுவலில் அளவு கடந்த வாத்ஸல்யம்.

''முன்னாடியே சொல்லியிருக்கேன்,'' என்றாள் சீதா. ''நாம மட்டும் இருக்கறப்ப 'சீதா'ன்னுதான் கூப்பிடணும். நீ என் சிநேகிதி. இப்பத்தான் யாரும் என்னை இளவரசியாவே நினைக்கறதில்லையே?''

''மத்தவங்க என்ன நினைச்சாலும், நீங்க மிதிலா இளவரசிங்கிறதுல எனக்கு எந்த சந்தேகமுமில்லை.''

சீதா விழிகளை உருட்டினாள். ''அது சரி.''

''இளவரசி, நான் வந்தது எதுக்குன்னா -''

''சீதா.'' இடைமறித்தாள். ''இளவரசியில்ல.''

''மன்னிக்கணும், சீதா. வீட்டுக்கு வரணும்.''

''முடியாதுன்னு உனக்கே தெரியும்.'' சீதா பெருமூச்செறிந்தாள். ''என்னால *அம்மா*வுக்கு எவ்வளவோ சிரமம்.''

''உன்னை நீயே இப்படி வதைச்சிக்கணுமா?''

''*சித்தப்பா* விஷயத்துல நடந்தது உனக்கே தெரியும். அவர் அரச இலச்சினையை நான் உடைச்சப்ப.'' குஷத்வஜரின் கடைசி மிதிலா வருகையைக் குறிப்பிட்டாள் சீதா. ''*அம்மா*வுக்கும் மிதிலாவுக்கும் ஓயாம குடைச்சல் தர்றார். என்னைத்தான் எல்லாரும் குத்தம் சொல்றாங்க. நியாயம்தானே? நான் விலகியிருக்கறதுதான் சரி.''

''நீயில்லாம அப்பாவும் அம்மாவும் ரொம்ப வருத்தப்படறாங்க. ராணி சுனெனாவுக்கு உடல்நிலை ரொம்ப மோசமாயிருக்கு. நீ வந்து -''

''*அம்மா*வுக்கு ஒண்ணும் ஆகாது. அவங்க சக்தி தேவி. அசகாய சூரி. குருகுலத்துலேர்ந்து என்னைக் கிளப்பறதுக்காக வேணும்னு சொல்றே.''

''இல்லை... உண்மையத்தான் சொன்னேன்.''

''ஊர்மிளா மேலேயும், ராஜ்யத்தின் பேர்லேயும்தான் *அம்மா*வின் கவனம் இருக்கணும்கிறதுதான் உண்மை. அப்பாவுடைய கவனம் வந்து... சிதறுதுன்னு உனக்குத் தெரியும். ஜனங்க என்னைப் பத்தி என்ன பேசிக்கறாங்கன்னும் சொல்லியிருக்கே. நான் வேற வந்து பிரச்சனைகளை அதிகப்படுத்த வேண்டியதில்ல.''

''சீதா...''

''போதும்,'' கையுயர்த்தினாள். ''மேற்கொண்டு இதைப் பத்திப் பேசவேண்டாம்னு தோணுது.''

''சீதா...''

''கழி சுத்தலாம்னு நினைக்கறேன். வர்றியா?''

எப்படியாவது பேச்சை மாத்தினா சரி, ஸமீச்சி எண்ணினாள்.

''வா,'' சீதா சுழன்றாள்.

பின்னோடு சென்றாள் ஸமீச்சி.

கங்கைக்கரை மலயபுத்ரர் *ஆசிரமத்*தில், ஆடம்பர அலங்காரங்களற்ற தன் எளிய குடிசையில் பத்மாசனமிட்டு அமர்ந்திருந்தார் விஸ்வாமித்ரர்.

தியானத்தில் ஈடுபட்டிருந்தவர், மனதில் ஓடத் துடித்த எண்ணங்களைக் கட்டுப்படுத்த முயன்றார். இன்றென்னவோ முடியவில்லை.

சீழ்க்கையொலி கேட்டது. உடனடியாக அடையாளம் கண்டுகொண்டார். எங்கும் காணப்படும் மலை நாகணவாய். அபூர்வ குரல்வளம் கொண்ட பறவையென பரவலாகப் புகழ்பெற்றது. சீழ்க்கை, பாட்டு, கூவல் - ஏன், சொன்னதைத் திருப்பச் சொல்லும் அசாத்திய திறன் கூட அதற்குண்டு.

வாழ்விடம் தாண்டி சமவெளிகளில் என்ன செய்துகொண்டிருக்கிறது?

கடந்தகாலத்திலிருந்து இன்னொரு சம்பவத்தை நோக்கி நினைவுகள் நடைபயின்றன. கேட்கக்கூடாத இடத்தில் மைனாவின் குரலைக் கேட்டவுடன்.

இந்த மனம்தான் எப்படி அலைபாய்கிறது... தான்தோன்றித்தனமாய்... கணிக்கமுடியாதபடி...

எத்தனையோ வருடங்களுக்கு முன் - அந்த நாள் - அதன் நினைவுகள் வெள்ளம் போல் கரைபுரண்டோடின.

அயோத்யா ராஜகுருவாய் வஸிஷ்டர் நியமனம் செய்யப்பட்டதாக அவருக்குச் செய்தி வந்த தினம்.

ஆத்திரத்திலும், வேதனையிலும் இதயம் பிழியப்படுவது போலிருந்தது.

முதுகில் குத்திய மகாபாவி... எத்தனை செய்திருப்பேன் அவனுக்கு...

செய்தி கேட்ட துல்லிய நொடியை நோக்கி மனம் சென்றது. அன்னாருடைய ஆசிரமத்திற்கு...

விஸ்வாமித்ரரின் கண்கள் 'பட்'டெனத் திறந்தன.

பிரபு பரசுராமா...

அந்த முகத்தை - சீதாவின் முகத்தை - எங்கே பார்த்தோம் என்று நினைவுக்கு வந்துவிட்டது.

புன்னகைத்தார். எடுத்திருந்த தீர்மானத்திற்கு இது பலம் கூட்டியது.

நன்றி, பிரபு பரசுராமா. என் மனதை நீர் அலைக்கழித்தது நான் சரியான பாதையை அடையத்தான்.

''குருஜி...'' அரிஷ்டநேமி கிசுகிசுத்தார்.

முன்னோடிக் கப்பலின் சுற்றுச்சுவரோரமாய், விஸ்வாமித்ரர் அருகே அவர் நின்றிருந்தார். பிரத்யேக இக்கருப்பொருளொன்றைத் தேடும் முயற்சியிலிருந்த சுரங்கத்

தொழிலாளிகளை மேற்பார்வையிடும் பொருட்டு, புனித கங்கையில் ஐந்து மரக்கலங்கள் கொண்ட பரிவாரத்துடன் அவர்கள் பயணித்துக்கொண்டிருந்தனர். *அசுராஸ்திரம்* என்னும் மிகச் சக்தி வாய்ந்த ஆயுதத்தைப் பெற உதவுவது மட்டுமில்லாமல், இக்கருப்பொருள் வாயுபுத்ரர்கள் மீதான சார்பையும் குறைக்கும்.

பல நூற்றாண்டுகளுக்கு முன் *தைவி அஸ்திரப்* பிரயோகத்தைக் கட்டுப்படுத்தியவர் முந்தைய மஹாதேவர். இத்***தெய்வீக ஆயுதங்களைப்*** பயன்படுத்த ருத்ரபகவானின் வாழும் பிரதிநிதிகளான வாயுபுத்ரர்களின் ஒப்புதல் அவசியம். இதில் விஸ்வாமித்ரருக்குப் பிடித்தமோ, சம்மதமோ இல்லைதான்.

பிரசித்தி பெற்ற அம்*மஹரிஷி,* சில பல திட்டங்களை - குறிப்பாய் *அசுராஸ்த்ரத்*தின் பங்களிப்புள்ள திட்டங்களைத் - தீட்டியிருந்தார். வாயுபுத்ரர்களுக்கு தன்னைப் பிடிக்காது - அதிலும் த்ரிசங்கு விவகாரத்திற்குப் பிறகு; இருப்பினும், வேறு வழியில்லாததால் அவரைச் சகித்தனர் - என்பதையெல்லாம் அவர் அறியாதவரல்ல. மலயபுத்ரர் தலைவரை எங்ஙனம் புறக்கணிப்பது?

தேடும் பணி மிக மிக மெதுவாய், கடுமையானதாய் இருப்பினும், கருப்பொருள் கடைசியில் சிக்கிவிடும் என்னும் நம்பிக்கை விஸ்வாமித்ரருக்கு இருந்தது.

திட்டத்தின் அடுத்த கட்டத்திற்குச் செல்லும் நேரம் வந்துவிட்டது. விஷ்ணுவை அடையாளம் காணவேண்டும். நம்பிக்கைக்குரிய படைத்தலைவர் அரிஷ்டநேமியிடம் தன் தேர்வை அப்போதுதான் வெளியிட்டார்.

''உமக்குச் சம்மதமில்லையோ?''

''சராசரிக்கும் அதிகத் திறமை பொருந்தியவள்தான், குருஜி; சந்தேகமில்லை. இந்த இளம் வயதிலேயே அது நன்கு தெரிகிறது. ஆனால்...'' அரிஷ்டநேமியின் குரல் தேய்ந்தது.

அவர் தோளில் கரம் பதித்தார் விஸ்வாமித்ரர். ''மனதிலுள்ளதைச் சொல்லும். உமது கருத்தைத் தெரிந்துகொள்ளவே விஷயத்தைப் பிரஸ்தாபித்தேன்.''

''அவளை நானும் சற்றுக் கவனிக்கவே செய்தேன், குருஜி. சொல்பேச்சுக் கேட்பவளாகத் தெரியவில்லை. மலயபுத்ரர்களால் அவளைச் சமாளிக்கவோ, கட்டுப்படுத்தவோ முடியுமென்று தோன்றவில்லை.''

''முடியும். அவளுக்கென்று யாரும் இல்லை. அவள் நகரமே அவளைப் புறக்கணித்துவிட்டது. ஆனால், மகோன்னதத்திற்கான

வித்து அவளுக்குள் வேரூன்றியிருக்கிறது. அம்மகோன்னதத்தை அடையவேண்டுமென்ற உத்வேகமும் கனன்று கொண்டிருக்கிறது. அந்த லட்சியத்தை அடைவதற்கான பாதையை நாம் போட்டுத் தருவோம்.''

''பிற வேட்பாளர்கள் தேடும் முயற்சியை நிறுத்திவிட வேண்டுமா?''

''உம் விசுவாசத்திற்குரிய உதவியாளர்கள் அவள் குறித்து மிதிலாவில் செய்திகள் சேகரித்தார்களல்லவா? அநேகமாய் நம்பிக்கையளிக்கக் கூடியவையாகத்தான் இருந்தன.''

''எட்டு வயதிருக்கையில் சேரிக்குடியிருப்பில் ஒரு சிறுவனைக் கொன்றிருக்கலாம் என்றும் தகவல்.''

''எந்த சூழ்நிலையையும் சமாளிக்கக்கூடியவள் என்பதைத்தான் நான் பார்க்கிறேன். சம்பந்தப்பட்ட சிறுவனும் குற்றம் புரிந்திருக்கலாம் என்று உமது ஆட்களே சொல்லவில்லையா? சிறுமியென்றபோதிலும், எல்லாவற்றுடனும் எல்லோருடனும் மோதி ஜெயித்திருக்கிறாள். நல்ல விஷயம். எதையும் எதிர்த்துப் போராடக்கூடியவள். கோழையைப் போல் உயிரை விட்டிருக்கவேண்டும் என்கிறீரோ?''

''இல்லை, குருஜி,'' என்றார் அரிஷ்டநேமி. ''ஆனால், நாம் அடையாளம் காணாத வேறு வேட்பாளர்கள் இருக்கக்கூடுமென சந்தேகிக்கிறேன்.''

''இந்தியாவின் பல அரச குடும்பங்களை நீர் தனிப்பட்ட முறையில் அறிவீர். அநேகர் உருப்படியில்லாதவர்கள் என்றும் அறிவீர். கோழைத்தனமும் பலவீனமும் நிறைந்த சுயநலமிகள். அடுத்த தலைமுறையினரோ, அவர்களையும் மிஞ்சி விடுவார்கள் போலிருக்கிறது. மரபணுக் குப்பைகளன்றி வேறொன்றுமில்லை.''

அரிஷ்டநேமி சிரித்துவிட்டார். ''இவ்வளவு கீழ்த்தரமான பிரபு வர்க்கம் வாய்க்கும் துரதிர்ஷ்டம் மிகச் சில நாடுகளுக்குத்தான்.''

''பண்டைய காலத்தில் நமக்கும் பெருந்தலைவர்கள் வாய்த்தார்கள். வருங்காலத்திலும் வாய்ப்பார் - இந்தியாவின் இப்பொழுதைய அலங்கோலப் படுகுழியிலிருந்து மீட்கக்கூடிய ஒருவர்.''

''சாதாரணர்களிலிருந்து பிறக்கமுடியாதோ?''

''எத்தனையோ காலமாக தேடிக்கொண்டிருக்கிறோம். பிரபு பரசுராமரின் திருவுள்ளம் அவ்விதமிருந்திருந்தால், என்றோ தோன்றியிருக்கக்கூடும். இன்னொன்றையும் மறக்கவேண்டாம்: சீதா அரண்மனையில் வளர்ந்திருந்தாலும், அரசகுலத்தவளல்ல. அவள் பெற்றோர் பற்றி எந்தத் தகவலுமில்லை.''

சீதாவின் பிறப்பு குறித்துத் தன் சந்தேகங்களை வெளியிட அவசியமிருந்ததாக விஸ்வாமித்ரர் கருதவில்லை.

அரிஷ்டநேமி தயக்கத்தினின்று மீண்டார். ''அயோத்யா இளவல்களைப் பற்றி அறிந்தவரையில் -''

விஸ்வாமித்ரர் சிலிர்த்துக்கொண்டதைப் பார்த்தவர், வாக்கியத்தைக் கைவிட்டார். பிரசித்தி பெற்ற அவரது தைரியம்கூட காற்றில் கரைந்து போனது. இளவரசர்கள் - குறிப்பாய் இராமன் மற்றும் பரதன் - பற்றிப் பாராட்டத்தக்கதாய் எவ்வளவோ கேள்விப்பட்டிருந்தது என்னவோ உண்மை. இராமனுக்கு அகவை சற்றேறக்குறைய ஒன்பது. ஆனால், அயோத்யா *இராஜகுரு* வஸிஷ்டர் அல்லவா? அவர் குறித்த எந்த பேச்சையும் எடுக்காமல் இருப்பதன் உசிதத்தை அரிஷ்டநேமி என்றோ கற்றிருந்தார்.

''அந்தப் பாம்பு அயோத்யா இளவரசர்களைத் தன் *ஆசிரம*த்திற்கல்லவா இழுத்துச் சென்றிருக்கிறது?'' விஸ்வாமித்ரருக்குள் ஆத்திரம் நெருப்புக்கோளமாய்ச் சுழன்றது. ''அதன் இருப்பிடம் கூடத் தெரியவில்லை. பரம ரகசியமாய் வைத்திருக்கிறான். எனக்கே தெரியாதென்றால், வேறு யார் அறிந்திருக்கக்கூடும்? நான்கு சகோதரர்களும் விடுமுறைக்காக அயோத்யா திரும்பும்போதுதான் தகவல் கிடைக்கிறது.''

மூச்சு விடவும் தயங்கியவாறு அரிஷ்டநேமி சிலை போல் சமைந்து நின்றார்.

''வஸிஷ்டன் மூளை வேலை செய்யும் விதம் நான் அறியாததா? ஒரு காலத்தில் அவனை என் நண்பனாகக் கருதும் தவறையே அல்லவா செய்தேன்? என்னவோ திட்டத்தில் இருக்கிறான். ராமன் அல்லது பரதனைக் கொண்டுதான்.''

''நினைத்ததெல்லாம் சில சமயம் நடந்துவிடுவதில்லை, குருஜி. இலங்கையில் நம் பணி எதிர்பாராவிதமாக அவனுக்கு உதவி -''

''ராவணனால் சில பயன்கள் உண்டு,'' விஸ்வாமித்ரர் இடைமறித்தார். ''எக்காரணம் கொண்டும் அதை மறந்துவிடவேண்டாம். அதோடு, நமக்கு வேண்டிய திசையில் பயணித்துக்கொண்டிருக்கிறான். எல்லாம் சரியாகவே நடக்கும்.''

''ஆனால், குருஜி - வாயுபுத்ரர்களால் மலயபுத்ரர்களை எதிர்க்கமுடியுமா? அடுத்த விஷ்ணுவைத் தேர்ந்தெடுப்பது நம் பிரத்யேக உரிமையல்லவா? அயோத்யா *ராஜகுரு*வுடையதல்லவே?''

''பாரபட்சமற்ற பாசாங்கெல்லாம் ஒரு புறமிருந்தாலும், அந்த எலிக்குத் தங்களாலான உதவிகளை வாயுபுத்ரர்கள் அளிக்கப்போவது நிச்சயம். எனக்குத் தெரியும். அதிக நேரமில்லை. ஆயத்தங்களை இப்போதே ஆரம்பிக்கவேண்டும்!''

"சரி, குருஜி."

"உரிய பாத்திரத்தை அவள் ஏற்கவேண்டுமானால், அதற்கான பயிற்சியும் இப்போதே துவங்கவேண்டும்."

"அப்படியே, குருஜி."

"சீதாவே அடுத்த விஷ்ணு. என் ஆட்சியில் விஷ்ணு உதயமாவார். வேளை வந்துவிட்டது. இந்த தேசத்திற்கு தலைவர் தேவை. அன்பிற்குரிய இந்தியா காலங்காலமாய் அல்லல்படுவதை சகிக்கமுடியாது; கூடாது."

"ஆம், குருஜி," என்றார் அரிஷ்டநேமி. "தளபதியிடம் சொல்லவா..."

"செய்யும்."

"என்னை எங்கே கூட்டிட்டுப் போறே, ராதிகா?" கையைப் பிடித்து இழுத்துச் சென்ற தோழியைப் பார்த்துப் புன்னகைத்தாள் சீதா.

குருகுலத்திற்குத் தெற்கே இருந்த அடர்வனத்திற்குள் அவர்கள் சென்று கொண்டிருந்தனர்.

ஒரு சிறிய திறந்தவெளிக்குள் நுழைந்தவுடன், "ஹனு*ண்ணா*!" எனச் சீதா சந்தோஷக் கூச்சலிட்டாள்.

மரத்தில் கட்டப்பட்ட களைத்த குதிரையின் பிடரியைத் தடவியபடி அருகே நின்ற ஹனுமான், "சகோதரிகளே!" என்று பாசத்துடன் வரவேற்றார்.

மென்மையே வடிவான அந்த இராட்சத உருவம் மெல்ல நடந்து வந்து அவர்களை அன்புடன் அணைத்துக்கொண்டது. "எப்படியிருக்கிறீர்கள் இருவரும்?"

"எத்தனை நாளாச்சு நீங்க வந்து," ராதிகா குறைகூறினாள்.

"தெரியும்," ஹனுமானிடம் பெருமூச்சு. "மன்னிக்க வேண்டும். வெளியூர் சென்றிருந்தேன்..."

"அப்படி எங்கேதான் போய் வர்றீங்க?" ஹனுமானின் மர்ம வாழ்க்கை சீதாவை வசீகரித்தது. "உங்களை இந்தப் பணிக்கெல்லாம் யார் அனுப்பறாங்க?"

"தெரிவிக்கிறேன், சீதா... ஆனால், இப்போதல்ல."

குதிரைச் சேணத்துடன் இணைந்த பையிலிருந்து, ஒரு மெல்லிய தங்கச் சங்கிலியை எடுத்தார் ஹனுமான். நுணுக்கமான அதன் வேலைப்பாடு, அந்நிய வடிவமைப்பைப் பறைசாற்றியது.

ராதிகா உற்சாகக் கூச்சலிட்டாள்.

''சரியாகக் கணித்துவிட்டாய்,'' புன்னகையுடன் ஹனுமான் அவளிடம் அதைக் கொடுத்தார். ''உனக்குத்தான்...''

கைகளில் அதைத் திருப்பித் திருப்பிப் பார்த்த ராதிகா, அணு அணுவாய் ஆபரணத்தை ரசித்தாள்.

''என் தீவிரமான தங்கைக்கு,'' ஹனுமான் சீதாவிடம் திரும்பினார். ''உன் பல நாள் விருப்பத்தைக் கொண்டு வந்திருக்கிறேன்...''

சீதாவின் கண்கள் அகன்றன. ''*ஏகமுகி ருத்ராக்ஷமா?*''

ருத்ரன் கண்ணீர் என்பதே *ருத்ராக்ஷம்* என்பதன் அர்த்தம். உண்மையில், கபில நிறத்தில் நீள்வட்டமான விதை. ருத்ரபகவானாகிய மஹாதேவரின் விசுவாசிகள் இவற்றை நூலில் கோர்த்து மாலையாக அணிந்தோ, பூஜையறைகளில் பாதுகாத்தோ வந்தனர். சாதாரண *ருத்ராக்ஷ* மணியில் பல கோடுகள் ஊடுருவியிருக்கும். *ஏகமுகி ருத்ராக்ஷ*த்தின் மேற்பகுதியில் ஒரு வரி மட்டுமே உண்டு. இவ்வகை விதைகள் அபூர்வம் மட்டுமல்ல, மிக விலையுயர்ந்தவையும் கூட. ருத்ரபகவானின் ஆதர்ச பக்தையான சீதாவுக்கோ, விலைமதிப்பற்ற பொக்கிஷம்.

சேணப்பைக்குள் கைவிட்ட ஹனுமான் முறுவலித்தார்.

திடீரென குதிரை படபடப்புடன் கால்களை மாற்றி மாற்றி வைக்க, காதுகள் முன்னும் பின்னும் சொடுக்கின. சில நொடிகளுக்குள் அதன் சுவாசம் ஆழமற்று, அதி வேகமாய் எகிறியது. பதற்றம்.

சுற்றுமுற்றும் எச்சரிக்கையாய்ப் பார்த்த ஹனுமானுக்கு ஆபத்து உடனே கண்ணில் பட்டது.

மிக மெதுவாக, பீதியின் அறிகுறி சற்றும் தென்படாதவண்ணம், ராதிகாவையும் சீதாவையும் பின்னால் இழுத்தார்.

பெண்கள் இருவருக்கும் பேசக்கூடாதென்பது புரிந்திருந்தது; அவர்களும் ஆபத்தை உணராமலில்லை. எங்கேயோ, ஏதோ மிகத் தவறாக இருந்தது.

'சட்'டென பதற்றமடைந்த குரங்கொன்றின் 'க்றீச்'சிட்ட குரல் - ஹனுமானிடமிருந்துதான். மரத்தின் பின்னால் ஒளிந்திருந்து எதிர்பாராமல் இரை மீது பாய்ந்து கொல்லும் திட்டம் வலுவிழக்க, புலி மெல்ல வெளிவந்தது. இடுப்புச்சுற்றில் கட்டியிருந்த உறையிலிருந்து ஹனுமான் வளைந்த கத்தியை உருவினார். பராக்கிரமசாலிகளான கோர்க்கா வீரர்களின் *குக்ரி* வடிவமைப்பையொத்திருந்த இவ்வாயுதம், நேராக இல்லை. நடுப்பகுதியில் பருத்து, கீழ்நோக்கி வளைந்தது. சரியும் தோள்போல. பிடியின் அருகே, கூர்முனையில் இரட்டை

அலை போல் வெட்டியிருந்தது - பசுவின் குளம்பைப் போல். இவ்வடிவமைப்பின் யதார்த்தமான காரணம்: கத்தியில் சேரும் இரத்தம் பிடிவரை வழிந்து வழுக்காமல் இருக்கத்தான். குளம்பின் அமைப்பிலிருந்து, புனிதமான பசுவைக் கொல்ல அக்கத்தி பயன்படுத்தப்படமாட்டாது என்றும் தெளிவாகியது. தந்தத்தினாலான பிடியின் மையத்தில் சுற்றிலும் சிறிய மேடு. நடுவிரலுக்கும் மோதிரவிரலுக்கும் இடையே நுழைந்து பிடிமானத்தை இறுக்க ஏற்பட்டது. குத்தும் போது காக்க குக்ரியின் பிடிக்குக் கவசம் ஏதுமில்லை; தேர்ச்சியற்ற வீரனின் கரம் போரின் ஆவேசத்தில் நழுவி கத்திக்கு வந்துவிட்டால், மிக மோசமாகக் காயமடையலாம்.

அதே சமயம், ஹனுமானைத் தேர்ச்சியற்ற வீரன் என விளிப்பவர்களுக்கு மூளை குழம்பியிருக்க வேண்டும்.

புலி முன்னால் மெல்ல அடியெடுத்து வைக்க, ''பின்னால் நில்லுங்கள்,'' எனப் பெண்களிடம் கிசுகிசுத்தார்.

நிலைதடுமாறாமல் இருக்க கால்களைப் பரப்பிக்கொண்டு நின்றார். காத்திருந்தார். வரவிருப்பதை எதிர்கொள்ள. சுவாசத்தைச் சீராக்கிக்கொண்டு.

காதைக் கிழிக்கும் கர்ஜனையுடன் பின்னங்கால்களை ஊன்றி, முன்கால்களைப் பரப்பிப் புலி 'சடா'ரெனப் பாய்ந்தது. பிரம்மாண்டமான ஹனுமானைக் கவ்விக் கொள்ள. வாயைப் பிளந்தபடி தொண்டையைக் குறி வைத்தது.

புலியின் திட்டம் எளியது: மகத்தான கனத்தால் மனிதனை வீழ்த்தி, நகங்களால் தரையோடு தரையாய் அழுத்தி, கூரிய பற்களால் வேலை முடிப்பது.

சாதாரணனாயிருந்திருந்தால் இம்முயற்சி பலித்திருக்கும். துரதிர்ஷ்டவசமாக, அது தாக்கத் துணிந்தது மகாபலம் பொருந்திய ஹனுமானையல்லவா?

உயரம் பருமனில் ஏறக்குறைய புலியை ஒத்திருந்தார் அந்த பிரம்மாண்ட நாகா. ஒரு காலைப் பின்னால் தள்ளி, முதுகை வளைத்து, தசைகளை இறுக்கியவர், அதே இடத்தில் நின்றார். இடக்கையால் புலியின் கழுத்தைப் பற்றி, பயங்கரமான பற்களின் தாக்குதலைத் தடுத்தார். கூரிய நகங்கள் தன் முதுகைக் கீற அனுமதித்தார் - விளைவுகள் மோசமாயிருக்காது என்பதை உணர்ந்து. வலக்கையைப் பின்னுக்கிழுத்து, தோள்களை முறுக்கி, ஆக்ரோஷமாய்க் குக்ரியை புலியின் அடிவயிற்றில் செலுத்தினார். அசாத்திய கூர்மை கொண்ட கத்தி 'சரக்'கெனப் புதைந்ததில், மிருகம் வேதனையில் கர்ஜித்தது. விழிகள் அதிர்ச்சியில் விரிந்தன.

மூச்சை இழுத்துப் பிடித்த ஹனுமான், கத்தியை வலப்புறம் இழுத்து மீண்டும் வயிற்றில் பாய்ச்சினார். ஒரு முனையிலிருந்து மறுமுனை வரை - முழுவதுமாக. கொடூரம், ஆனால், உத்தமம். வயிற்றின் உறுப்புக்கள் உறுதியாக சிதைக்கப்படுவதுடன், முதுகுத்தண்டின் ஒரு பகுதி உடைந்து உள்ளே பாதுகாக்கப்பட்ட நரம்புகளும் துண்டிக்கப்பட்டன.

கிழிந்த வயிற்றினூடே குடல்கள் சரிந்து வெளியே விழ, புலியின் பின்னாங்கால்கள் நகரமுடியாமல் செயலிழந்து இறுகின. ஹனுமான் விலங்கைத் தள்ள, வலி தாளாமல் முன்கால்கள் சர்வ திசையிலும் உதைத்துக் கொண்டு தரையில் வீழ்ந்தது.

புலி பலவீனமடையும் வரை காத்திருந்திருந்தால், அதன் கூரிய நகங்களினால் மேலும் காயமடையாமல் ஹனுமான் காத்துக் கொண்டிருக்கலாம். முன்கால்கள் தளரும் வரை பொறுத்திருந்திருக்கலாம். ஆனால், மரணாவஸ்தையில் தத்தளித்துக்கொண்டிருந்த அவ்விலங்கின் வேதனையைத் தீர்க்க எண்ணி அருகே குனிய, நகங்கள் அவர் தோளில் ஆழ இறங்கின. புலியின் மார்பில் நேரடியாகக் கத்தியைப் பாய்ச்சினார் நாகா. ஆழப் புதைந்த குக்ரி, இதயத்தைக் கிழித்தது. சில நொடி நேர போராட்டத்திற்குப் பிறகு, உயிர் உடலினின்று விடைபெற்றது.

கத்தியை உருவிய ஹனுமான், மெல்ல முணுமுணுத்தார். ''பிறவிப் பெரும்பயனை நோக்கி உனது ஆன்மா மீண்டும் பயணம் துவக்கட்டும், அரிய விலங்கே.''

''அடர்ந்த வனத்திற்குள் இம்மாதிரி சம்பவங்களெல்லாம் சகஜம், ராதிகா,'' என்றார் ஹனுமான். ''வேறென்ன எதிர்பார்த்தாய்?''

அவள் உடல் இன்னமும் பீதியில் நடுங்கிக்கொண்டிருந்தது.

சற்றும் தாமதமின்றி சீதா குதிரையின் சேணப்பையிலிருந்து முதலுதவிப் பெட்டியை உருவி, ஹனுமானை ஆற்றுப்படுத்துவதில் முனைந்தாள். உயிராபத்து இல்லையென்றாலும், சில காயங்கள் ஆழமாகவே இருந்தன. மோசமாய்ப் பிளந்திருந்த இரண்டை சீதா தைத்து மூடினாள். புத்துணர்வூட்டும் சில மூலிகைகளை திறந்தவெளியிலேயே பிடுங்கி வந்து கற்கள் கொண்டு இடித்துத் தண்ணீர் கலந்த கஷாயம் தயாரித்து, ஹனுமானிடம் கொடுத்துக் குடிக்கச் சொன்னாள்.

அதை விழுங்கிவிட்டு, பின்னங்கையால் வாயைத் துடைத்துக்கொண்டவாறு அவளை ஆராய்ந்தார்.

பயமில்லை இவளிடம்... பதற்றமடையவில்லை... இந்தப் பெண் அபூர்வமானவள்...

"ஒரு புலியை இவ்வளவு சுலபமா வீழ்த்தமுடியும்னு நான் நினைக்கலை," சீதா மெல்லிய குரலில் சொன்னாள்.

"என் ஆகிருதியினால் விளைந்த நன்மை," ஹனுமான் சிரித்தார்.

"குதிரையோட்ட முடியுமா? ஆபத்தான காயமில்லைன்னாலும் -"

"அதற்காக இங்கேயே தங்கிவிட முடியாதே. திரும்ப வேண்டும் -"

"இன்னொரு மர்மமான பணியா?"

"போகவேண்டும்."

"செய்ய வேண்டியதை செஞ்சுதான் ஆகணும், ஹனுண்ணா."

அவர் புன்னகைத்தார். "உன் பரிசை மறந்துவிடாதே."

சேணப்பையினின்று ஒரு பட்டுப்பையை எடுத்தாள் சீதா. மெதுவாகப் பிரித்து, உள்ளிருந்த ஏகமுகி ருத்ராக்ஷத்தை மிக்க அதிசயத்துடன் உற்று பார்த்தாள். அதை எடுத்து நெற்றியில் பயபக்தியுடன் ஒற்றிக்கொண்டவள், இடையிலிருந்த பையில் கட்டி பத்திரப்படுத்திக் கொண்டாள்.

அத்தியாயம் 8

ஷ்வேதகேதுவால் தன் அதிர்ஷ்டத்தை நம்பமுடியவில்லை. வருடத்தில் இரண்டாம் முறையாக மஹாமுனி விஸ்வாமித்ரர் தன் குருகுலத்திற்கு வருவதாவது? மலயபுத்ரர்கள் ஆசிரமத்திற்குள் படையெடுக்கவும் அவர் வாசலை நோக்கி விரையவும் சரியாக இருந்தது.

''பெருமகனாருக்கு **வணக்கம்,**'' புன்னகை காதளவு நீள, கைகூப்பி முகமன் கூறினார்.

''**நமஸ்தே,** ஷ்வேதகேது,'' அச்சுறுத்தா வண்ணம் சற்றே சற்று முகமலர்ந்தார் விஸ்வாமித்ரர்.

''இவ்வளவு சீக்கிரம் தங்களை மீண்டும் எங்கள் குருகுலத்திற்கு வரவேற்கும் பேறே பேறு!''

''ஆம்,'' என்றபடி சுற்றுமுற்றும் பார்த்தார் விஸ்வாமித்ரர்.

''தங்களது மேன்மையான வழிகாட்டுதலைப் பெற என் மாணவர்கள் இங்கில்லை என்பது எங்கள் துரதிர்ஷ்டம்,'' அகத்தின் வருத்தம் ஷ்வேதகேதுவின் முகத்தில் பிரதிபலித்தது. ''அநேகர் விடுப்பில் சென்றிருக்கிறார்கள்.''

''சிலர் இங்கேயே தங்கிவிட்டதாகவும் கேள்வி.''

''ஆம், பெருமானே. சீதா இருக்கிறாள்... அதோடு...''

''அவளைச் சந்திக்கவேண்டும்.''

''அப்படியே.''

தூரத்தில் தெரிந்த கங்கையின் மறுகரையை நோக்கிய வண்ணம், நங்கூரமிட்டிருந்த கப்பலது பிரதான தளத்தின் சுற்றுச்சுவரருகே மஹரிஷி விஸ்வாமித்ரருடன் நின்றாள் சீதா. குருகுலத்தின் பிற ஆசிரியர்களின் ஆவல் மிகுந்த கண்களிலிருந்து தப்ப விரும்பினார்

விஸ்வாமித்ரர். அவர்களிருவரிடமிருந்து சற்று விலகி, மலயபுத்ர *பண்டிதர்கள்* செங்கற்களாலான சிறிய *யக்ஞ குண்ட*மொன்றை ஆயத்தம் செய்துகொண்டிருந்தனர்.

மஹரிஷி *எதுக்கு என்கிட்டே பேச விரும்பறார்?* சீதாவுக்குக் குழப்பம்.

''இப்பொழுது உன் அகவை என்ன, சீதா?''

''சீக்கிரத்துல பதினாலு ஆகிடும், குருஜி.''

''அதிகம் இல்லை. துவங்கலாம் என்றுதான் தோன்றுகிறது.''

''எதை, குருஜி?''

விஸ்வாமித்ரர் மூச்சை இழுத்துவிட்டுக்கொண்டார். ''விஷ்ணு என்னும் கட்டமைப்பு குறித்து கேள்விப்பட்டதுண்டா நீ?''

''உண்டு, குருஜி.''

''என்ன தெரியும்? சொல்.''

''நன்மைக்கு வழிவகுக்கும் மிகப்பெரும் தலைவர்களுக்கான பட்டம். புது வாழ்வியலை நோக்கி மக்களை வழிநடத்திப் போவாங்க. நாம் வாழும் வேத யுகத்திலே இது வரைக்கும் ஆறு விஷ்ணுக்கள் தோன்றியிருக்காங்க. முந்தைய விஷ்ணு மஹாபிரபு பரசுராமர்.''

''ஜெய் பரசுராம்.''

''ஜெய் பரசுராம்.''

''வேறென்ன அறிவாய்?''

''தீமையை ஒழிக்கும் மஹாதேவர்களோட விஷ்ணுக்கள் கூட்டு சேர்றது மரபு. ஒரு குறிப்பிட்ட ஜன்மத்தில் *கர்மா* முடிவுக்கு வர்றப்ப, தங்களுடைய பிரதிநிதிகளா மஹாதேவர்கள் ஒரு குலத்தை நியமிக்கிறது வழக்கம். முந்தைய மஹாதேவர் ருத்ரபகவானுடையதுதான் தொலைதூரப் பரிஹாவுல வாழற வாயுபுத்ரர்கள். நம் யுகத்தின் விஷ்ணு இவங்களோடதான் நெருங்கிய கூட்டணியில் -''

''இந்தக் கூட்டணி விவகாரமெல்லாம் அத்துணை முக்கியமல்ல,'' இடைமறித்தார் விஸ்வாமித்ரர்.

திகைப்பில் மௌனமானாள் சீதா. அவள் கற்ற பாடங்கள் இவ்விதம் கூறவில்லை.

''வேறு?''

''முந்தைய விஷ்ணு பிரபு பரசுராமரும் ஒரு குலத்தை நியமிச்சார்னு தெரியும் - மலயபுத்ரர்கள். நீங்கதான் அவர்களுடைய தலைவர்னும் தெரியும். ஆக, நம்மைச் சூழ்ந்திருக்கும் இருளை ஒழிக்க இந்த யுகத்தில் அவதரிக்கப் போற விஷ்ணு நீங்கதான்.''

''தவறு.''

சீதாவின் புருவங்கள் முடிச்சிட்டன. குழப்பத்தில்.

''இறுதி வாக்கியத்தில் உன் அனுமானம் தவறு,'' விஸ்வாமித்ரர் விளக்கினார். ''நான் மலயபுத்ரர்களின் தலைவன் என்பது உண்மை - ஆனால், விஷ்ணுவாக முடியாது. ஏனெனில், அடுத்த விஷ்ணுவை தேர்ந்தெடுக்கும் பொறுப்பு என்னுடையது.''

சீதா வாய் பேசாமல் தலையசைத்தாள்.

''இன்றைய இந்தியாவில் புரையோடியிருக்கும் மிகப்பெரும் பிரச்சனை எதுவென்று நினைக்கிறாய்?''

''ராவணன்னு அநேகர் சொல்வாங்க - என்னைத் தவிர.''

விஸ்வாமித்ரர் முறுவலித்தார். ''ஏன்?''

''அவன் அறிகுறியேயொழிய, வியாதியில்லை. ராவணன் இல்லைன்னா, வேற யார் கையிலாவது சித்திரவதை அனுபவிச்சிட்டிருப்போம். நம்மை நாமே தாழ்த்திக்க அனுமதிக்கறோம்னா, தப்பு நம்ம பேர்லதானே? ராவணன் பலசாலியா இருக்கலாம். ஆனா, நாம -''

''சப்தசிந்து எண்ணுவது போல் ராவணன் உண்மையில் அத்துணை பலம் பொருந்தியவன் அல்ல. ஆனால், தன்னைப் பற்றித் தானே உருவாக்கிக்கொண்டிருக்கும் அரக்க பிம்பத்தை மிக ரசித்து வரவேற்கிறான். மற்றவர்களை பீதியுறச் செய்யும் அதே உருவகம், ஒரு வகையில் நமக்குச் சாதகமாகவும் உள்ளது.''

இந்தக் கடைசி வாக்கியம் சீதாவுக்குப் புரிபடவில்லை. விஸ்வாமித்ரர் அதற்குமேல் விவரிக்கவும் இல்லை.

''ஆக, ராவணன் வெறும் அறிகுறி என்கிறாய். அப்படியானால், சப்தசிந்துவை ஆட்டிப் படைக்கும் நோய் எது?''

மனதை ஒருமுகப்படுத்திக் கொண்டாள் சீதா. ''போன வருஷம் நீங்க வந்து பேசினதுலேர்ந்து நான் இது பத்தி யோசிச்சுக்கிட்டுத்தான் இருக்கேன், குருஜி. சமூகத்துல சமநிலை தேவைன்னு சொன்னீங்க. அறிஞர்கள்; வீரர்கள்; வர்த்தகர்கள், திறமையான வேலையாட்கள்னு எல்லாமே வேணும். அதே சமயம், எந்த ஒரு குழுவின் சார்பாகவும் தராசு சாயக்கூடாது. எல்லாருக்கும் நடுவில் நியாயமா நிக்கணும்.''

''அப்புறம்...''

''சமூகம் ஏன் எப்பவுமே சமநிலையற்ற தன்மையை நோக்கியே சாயுது? அதைப் பத்திதான் யோசிச்சேன். தங்களுடைய இயற்கைக்கு, திறமைகளுக்கு ஒவ்வாத வாழ்க்கையில மக்கள் நிர்ப்பந்திக்கப்படுறப்ப, அல்லது - இன்னிக்கு சப்தசிந்துவின் ***வைஸ்ய*** வகுப்பைப்போல் - ஒரு குறிப்பிட்ட குலம்

தாழ்த்தப்படும்போதோ, இகழப்படும்போதோ, சமநிலை தடுமாறலாம். *வைஸ்ய குணாதிசயங்களைக்* கொண்டவங்க இயலாமையும் கோபமும் அடைவாங்க. இதே சஞ்சலம், நமக்குப் பிடிச்ச பணியைத் தேர்ந்தெடுக்க முடியாம பெற்றோர், இல்லைன்னா குலம் விதிச்ச தொழிலை செய்யக் கட்டாயப்படுத்தப்பட்டாலும் ஏற்படும். ராவணன் பிறப்பால பிராமணன். ஆனா, குலத்துக்குரிய வாழ்க்கையை வாழ அவன் விரும்பலை. ஏன்னா, குணத்தால் அவன் க்ஷத்ரியன். இதே நிலைமைதான் -''

சரியான சமயத்தில் சீதா நிறுத்திக்கொண்டாள். விஸ்வாமித்ரரோ, அவள் மனதையே படித்துவிடுவது போல் கண்களை ஊடுருவினார். ''... எனக்கும். ஆம். நான் பிறப்பால் க்ஷத்ரியன் என்றாலும், அந்தணனாகவே வாழ விரும்பினேன்.''

''உங்களைப் போலுள்ளவங்க அபூர்வம், குருஜி. அநேகர் சமூகம், பெத்தவங்க குடுக்கற அழுத்தத்துக்குக் கட்டுப்பட்டு சரணடைஞ்சிடுவாங்க. ஆனா, இதனால விளையற கையாலாகாத்தனம் ரொம்பக் கொடுமை. மனசு சரியில்லாம, ஆத்திரமும் துக்கமும் நிறைஞ்ச சமநிலையில்லாத, திருப்தியில்லாத வாழ்க்கை வாழறங்க. மொத்த சமூகமுமே கஷ்டப்படுது. வீரமற்ற, மக்களைக் காப்பாற்ற முடியாத க்ஷத்ரியர்களால - ஆசிரியத் தொழிலில் பிடித்தமில்லாம, சிற்பிகளாகவோ, தேர்ந்த அறுவை சிகிச்சை நிபுணர்களான சூத்திரர்களாக மாற விரும்பும் அந்தணர்களால... சமூகம் மொத்தமா சீரழியும்.''

''பிரச்சனையை நன்றாகவே இனம் கண்டுவிட்டாய். தீர்வு?''

''தெரியலை. சமூகத்தை எப்படி மாத்தறது? மகோன்னதமான நம்ம தேசத்தை அழிக்கும் பிறப்பு சார்ந்த ஜாதி கலாசாரத்தை எப்படி உடைக்கிறது?''

''ஒரு தீர்வு தோன்றுகிறது.''

சீதா காத்திருந்தாள்.

''இல்லை,'' என்றார் விஸ்வாமித்ரர். ''பிறிதொரு நாள் சொல்கிறேன். நீ ஆயத்தமானவுடன். இப்போது சடங்கு ஒன்று செய்யவேண்டியிருக்கிறது.''

''சடங்கா?''

''ஆம்,'' என்ற விஸ்வாமித்ரர், தளத்தின் மையத்தில் நிர்மாணிக்கப்பட்டிருந்த *யக்ஞ குண்டத்தை* நோக்கித் திரும்பினார். மறுபுறம், ஏழு மலயபுத்ர *பண்டிதர்கள்* காத்திருந்தனர். விஸ்வாமித்ரர் சைகை செய்ய, *குண்டம்* நோக்கி வந்தனர்.

''வா.'' விஸ்வாமித்ரர் அவளை அழைத்துச் சென்றார்.

சம்பிரதாயத்திற்கு மாறான - சீதாவுக்கு அறிமுகமில்லாத - விதத்தில் **யக்ஞ** மேடை வடிவமைக்கப்பட்டிருந்தது. சதுர வெளிப்புற செங்கல் எல்லைக்குள், உலோகத்தாலான இன்னொரு வட்டச் சுற்று.

"இந்த **யக்ஞ குண்டம்** ஒரு வகையான **மண்டலத்தை** - அதாவது, ஆன்மீக யதார்த்தத்தின் குறியீட்டை - பிரதிபலிக்கிறது," விஸ்வாமித்ரர் எடுத்துரைத்தார். "சதுர எல்லை, நாம் வாழும் *ப்ருத்வி*, அதாவது பூமி. நான்கு புறங்களும், நான்கு திசைகளே. உட்புறம் இயற்கை - அதாவது *ப்ரக்ருதி*. கட்டற்ற, நாகரீகமற்ற சுயேச்சையின் வெளிப்பாடு. உள்ளிருக்கும் வட்டம் ஞானம் நோக்கிய பாதையை - *பரமாத்மாவின்* அறிதலைக் குறிக்கிறது. பூமியில், இந்த ஜன்மத்தில், *பரமாத்மாவைக்* கண்டுகொள்வதே விஷ்ணுவின் பணி. கடவுளை அடையும் பாதைக்கு விளக்கேற்றி வைப்பவரே விஷ்ணு. அவ்வழி திறப்பது உலகைத் துறப்பதனால் அல்ல - இம்மஹாதேசத்துடன் ஆழ்ந்த ஆன்மீக உறவு பூணுவதால்."

"ஆம், குருஜி."

"சதுரத்தின் தெற்குப்புறம் நீ அமரலாம்."

சீதா அவ்விதமே உட்கார, வடக்கிற்கு முதுகு காட்டியவாறு அவளைப் பார்த்து விஸ்வாமித்ரர் அமர்ந்தார். தீயின் அதிபதியை ஸ்தோத்தரித்தபடி, மலயபுத்ர **பண்டிதர்** ஒருவர் **யக்ஞ** மேடை மீதிருந்த வட்ட உட்சுவருக்குள் அக்னி வளர்த்தார்.

யாகம் என்பது தியாகப் பரிமாற்றம்: மனதுக்குகந்த ஒன்றை விட்டுத் தந்து, அதன் பலனாய் தெய்வீக அருள் பெறும் முயற்சி. இவ்வாறு மனிதனுக்கும் தெய்வத்திற்கும் இடையே நிகழும் பரிவர்த்தனைக்கு, புனிதத்தின் அடையாளமான அக்னி பகவானே சாட்சி.

நமஸ்கரிக்கும் விதமாய் விஸ்வாமித்ரர் கரங்களைக் கூப்ப, சீதாவும் அவரை அடியொற்றினாள். *ப்ரஹதாரண்யக உபநிஷத்தினின்று* அவர் ஒரு ஸ்லோகத்தைத் துவங்க, சீதாவும் ஏழு மலயபுத்ர **பண்டிதர்களும்** அவரைப் பின்பற்றினர்.

அஸதோ மா ஸத்கமய

தமஸோமா ஜ்யோதிர் கமய

ம்ருத்யோர்மாம்ரிதம் கமய

ஓம் ஷாந்திஷாந்தி ஷாந்திஹி

பொய்ம்மையினின்று என்னை உண்மை நோக்கிச் செலுத்து

இருளினின்று என்னை ஒளி நோக்கிச் செலுத்து

இறப்பினிலிருந்து இறவா பெரும்பேற்றை நோக்கிச் செலுத்து

நானும், பிரபஞ்சமும் வேண்டுவது அமைதி; அமைதி; அமைதி

இடையிலிருந்த சுருக்குப்பையினின்று விஸ்வாமித்ரர் ஒரு சிறிய உறையை எடுத்தார். பயபக்தியுடன் உள்ளங்கையில் தாங்கிக்கொண்டு, உள்ளிருந்து மிகச் சிறிய வெள்ளிக் கத்தியை உருவினார். விரலை ஓரமாய் ஓட்டி, முனையில் - கூர்முனையில் - நிறுத்தினார். பிடியில் பொறித்திருந்த குறியீடுகளை ஆராய்ந்தார். சரியான ஆயுதம்தான். நெருப்பைத் தாண்டி சீதாவிடம் நீட்டினார். வடக்கிலிருந்து தென்திசைக்குத்தான் இப்பரிமாற்றம் நிகழவேண்டும்.

''இந்த *யாகம்,* இரத்தத்தால் பூர்ணமடையவேண்டும்,'' என்றார் விஸ்வாமித்ரர்.

''அப்படியே குருஜி,'' மிகுந்த பணிவுடன் இரு கரத்தால் அதைப் பெற்றுக்கொண்டாள் சீதா.

மீண்டும் சுருக்குப்பைக்குள் கைவிட்டு இன்னொரு சிறு உறையை எடுத்தார் விஸ்வாமித்ரர். அதிலிருந்தும் ஒரு கத்தியை எடுத்து, முனையை ஆராய்ந்தார். துல்லியமான கூர்மை. சீதாவை ஏறிட்டார். ''*யாக குண்ட*த்தின் உள்வட்டத்திற்குள் மட்டும்தான் இரத்தம் சொட்டவேண்டும். செங்கல்லிற்கும் உலோகத்திற்குமுள்ள இடைவெளிக்குள் ஒருபோதும் விழக்கூடாது. புரிந்ததா?''

''நன்றாக, குருஜி.''

வேப்பிலையால் தயாரிக்கப்பட்ட கிருமி நாசினிகளில் தோய்க்கப்பட்ட இரு துணிகளை மலயபுத்ர *பண்டிதர்கள்* இருவர் மௌனமாக முன்னே வந்து நீட்டினர். உத்தரவு வரும் வரை காத்திராமல், கத்தியின் கூர்முனையை இடது உள்ளங்கையில் வைத்து அழுத்திக்கொண்டாள் சீதா. ஒரே மூச்சில் அதை 'சரக்'கென உருவ, உள்ளங்கையின் ஒரு முனையிலிருந்து மறுமுனை வரை கிழிந்து, தீயில் இரத்தம் பொங்கி வழிந்தது. முகத்தில் வலியின் சுவடேயில்லை.

''*அடடா,* ஒரு சொட்டு போதும்,'' விஸ்வாமித்ரர் அங்கலாய்த்தார். ''ஒரே ஒரு சிறிய வெட்டு போதும்.''

சலனமின்றி அவரை ஏறிட்ட சீதா, கிருமிநாசினித் துணியை இரத்தம் சிறிதும் சிந்தா வண்ணம் காயத்தில் அழுத்திக்கொண்டாள்.

கத்தி முனையால் 'நறுக்'கெனத் தன் கட்டைவிரலை வெட்டினார் விஸ்வாமித்ரர்.

யாக குண்டம் மீது கரத்தை நீட்டி கட்டைவிரலை சற்றே அழுத்த, ஒரேயொரு சொட்டுக் குருதி நெருப்பில் விழுந்தது.

சீதாவும் அவ்விதமே இடக்கையை நெருப்பின் மேல் வைத்து துணியை விலக்க, இரத்தம் சொட்டியது.

"புனித அக்னி பகவான் சாட்சியாக,'' விஸ்வாமித்ரரின் குரல் 'கணீ'ரென ஒலித்தது. "பிரபு பரசுராமருக்கு அளித்த வாக்கைக் காப்பேன். எப்போதும். என் இறுதி மூச்சுள்ளவரை. அதையும் கடந்து. இது சத்தியம்.''

சீதா அவரை எதிரொலித்தாள். வார்த்தை பிசகாமல்.

"*ஜெய் பரசுராம்,*'' என்றார் விஸ்வாமித்ரர்.

"*ஜெய் பரசுராம்,*'' என்றாள் சீதா.

சுற்றி நின்ற மலயபுத்ர **பண்டிதர்களும்** அவ்வண்ணமே உச்சரித்தனர். "*ஜெய் பரசுராம்.*''

முகமலர்ச்சியுடன் கையை விஸ்வாமித்ரர் பின்வாங்கிக்கொள்ள, சீதாவும் அவ்விதமே செய்து கிருமிநாசினித் துணியால் கரத்தை மூடினாள். மலயபுத்ர **பண்டிதர்** ஒருவர் முன்னால் வந்து துணியை அவள் கையில் இறுக்கி இரத்தப்போக்கை நிறுத்தினார்.

"முடிந்தது,'' சீதாவைப் பார்த்தார் விஸ்வாமித்ரர்.

"நான் இப்ப மலயபுத்ர குலத்தைச் சேர்ந்தவளா?'' அவள் ஆர்வமாய் விசாரித்தாள்.

புன்னகையை அடக்கமுடியாமல், சீதாவின் கத்தியைச் சுட்டிக்காட்டினார். "அதில் பொறித்துள்ள குறியீடுகளைக் கவனி.''

கத்தியை எடுத்தாள். முனையில் அவள் இரத்தம். பிடியை ஆராய்ந்தாள். மூன்று எழுத்துக்கள் நுணுக்கமாய் வடிக்கப்பட்டிருந்தன. அறிவிற் சிறந்த பண்டைய ரிஷிகள், பழம்ஸமஸ்க்ருதத்திற்கு எழுத்துரு இருத்தல் சரியல்ல என்று கணித்திருந்தனர். கையால் வடிக்கப்படும் வார்த்தைகள், வாயால் உச்சரிக்கப்படுபவற்றை விடத் தாழ்ந்தவை; தத்துவங்களை மனம் உள்வாங்கிக்கொள்ள முடியாமல் தடுப்பவை என்பது அவர்களது எண்ணம். ரிஷி ஷ்வேதகேதுவின் கருத்தோ வேறு: எழுத்தில் அல்லாமல் வாய்மொழியாக சாஸ்திரங்கள் பாதுகாக்கப்பட்டால், மாறும் காலகட்டத்திற்கு ஏற்றாற்போல் அவற்றையும் மாற்றலாம் என்று ரிஷிகள் முடிவெடுத்திருக்கக்கூடும். எழுத்தில் வடிக்கப்பட்ட சாஸ்திரங்கள் நாளாவட்டத்தில் இறுகிவிடக்கூடியவை. காரணம் எதுவாயினும், சப்தசிந்துவில் எழுத்திற்கு மரியாதையில்லை; இதனால், நாடுமுழுதும் எத்தனையோ வகையான எழுத்துருக்கள் புழங்கின. காலத்திற்குக் காலம், தேசத்திற்கு தேசம் மாறும் எழுத்துக்கள். பொதுவான ஒரு எழுத்துருவை உருவாக்க தீவிரமான முயற்சிகள் அதுவரை ஏதுமில்லை.

பிடியின் எழுத்துக்கள், ஸரஸ்வதி நதியின் மேற்பகுதிகளில் பரவலாகப் புழங்கும் எழுத்துருவைச் சேர்ந்தவையென சீதா அடையாளம் கண்டுகொண்டாள்.

பரசுராமரைக் குறித்தன.

''அந்தப் பக்கமில்லை, சீதா,'' என்றார் விஸ்வாமித்ரர். ''மறுபுறம்.''

பிடியைத் திருப்பியவளின் கண்கள் அதிர்ச்சியில் அகன்றன.

இந்தியாவின் அனைத்து எழுத்துருக்களுக்கும் பொதுவானது மீன் சின்னம். ஆழிப்பேரலை நாட்டைச் சூறையாடியபோது, பிரபு மனு மற்றும் மக்களைக் காப்பாற்றியது மிகப்பெரிய மகர மீன். மத்ஸ்ய பிரபு என அதற்குப் பெயரிட்டு முதல் விஷ்ணுவாய் பிரபு மனு கௌரவிக்க, மீன் சின்னம், விஷ்ணுவைப் பின்பற்றுவோரைக் குறிக்கத் துவங்கியது. விஸ்வாமித்ரரின் கத்திப் பிடியில் இருந்த சின்னமும் இதுவே:

சீதாவின் கத்தியிலிருந்த சின்னமோ, சற்றே மாறுபட்டிருந்தது. இதுவும் மீன் - ஆனால், சிரத்தில் க்ரீடத்துடன்.

க்ரீடமற்ற மீன், விஷ்ணு பக்தனைக் குறிக்கும். க்ரீடமுள்ள மீனோ... விஷ்ணுவையே குறிக்கும்.

திகைத்துப்போய் குருவை ஏறிட்டாள் சீதா.

''இந்தக் கத்தி உன்னுடையது, சீதா,'' என்றார் விஸ்வாமித்ரர், மெல்ல.

அத்தியாயம் 9

ஷ்வேதகேது ஆசிரம மாணாக்கர்களின் வசிப்பிடம் மிக எளிமையானது. அச்சூழலுக்குத் தக்கபடி. ஒரு கட்டில்; துணி மாட்டும் முளைகள்; பாடப்புத்தகங்கள் - இவைகளுக்கு மட்டுமே இடம் கொண்ட ஜன்னலற்ற சிறிய மண் குடிசை. கதவுகளில்லை; அவற்றுக்கான இடைவெளி மட்டுமே.

முந்தைய நாள் மலயபுத்ரர் கப்பலில் நடந்தவற்றை அசைபோட்டபடி படுத்திருந்தாள் சீதா.

கத்தியைப் பிடித்திருந்தாள். உறைக்குள் பத்திரமாக இருந்ததால், கையைக் கிழிக்கும் அபாயம் இல்லை. அவள் கண்கள் மீண்டும் மீண்டும் பிடியை - அதில் பொறித்திருந்த அழகிய சின்னத்தை - நாடின.

விஷ்ணுவா?

நானா?

பயிற்சிகள் விரைவில் துவங்கிவிடுமென விஸ்வாமித்ரர் கூறியிருந்தார். இன்னும் சில மாதங்களில் குருகுலவாசம் முடியும் அகவை வந்துவிடும்; பிறகு தென்னிந்தியாவில் மலயபுத்ரர்களின் தலைநகரான அகஸ்த்யகூடம் செல்லவேண்டும். பிறகு, இந்தியா முழுதும் சுற்றுப்பயணம் மேற்கொள்ளவேண்டும். பிறரறியாமல்தான். என்றோ, காலம் கனிந்தவுடன் தான் கடைத்தேற்றப்போகும் தேசத்தை அவள் இன்றே அறிந்துகொள்ள வேண்டும் என்பது விஸ்வாமித்ரர் எண்ணம். மலயபுத்ரர் சகிதம், அவளை அனைத்திலும் வழிநடத்திச் செல்வது அவர் பொறுப்பு. ஆற்றவேண்டிய பணி குறித்து - ஏன், புத்தம்புதிய வாழ்வியலுக்கெனவே - இடைக்காலத்தில் அவர்கள் ஒரு வரைபடம் தயாரிக்க வேண்டியிருக்கும்.

அவளுக்கு மூச்சு முட்டிற்று.

''தேவி.''

படுக்கையினின்று எழுந்து வாசலருகே வந்தாள். தூரத்தில் ஜடாயூ.

''தேவி,'' என்றார் மீண்டும்.

நமஸ்தே எனக் கரம் குவித்தாள். ''நான் உங்க தங்கை மாதிரி, *ஜடாயூஜி.* தயவு செய்து என்னை தர்மசங்கடத்துக்கு ஆளாக்க வேண்டாம். பெயரைச் சொல்லியே கூப்பிடலாம்.''

''அது முடியாது, தேவி. நீங்கள்தான் -''

'சட்'டென நிறுத்தினார். சீதாவே அடுத்த விஷ்ணு என்பதைப் பற்றி யாரும் வாய் திறக்கக்கூடாது என மலயபுத்ரர்களுக்கு கடுமையான உத்தரவு. தக்க சமயத்தில் அதிகாரபூர்வ அறிவிப்பு வெளியாகுமாகையால், இது குறித்துப் பேச சீதாவுக்கே தடை விதிக்கப்பட்டிருந்தது. தான் சுமக்கும் இப்புதிய பட்டத்தின் பின்விளைவுகள் குறித்து அவளே சற்று பதற்றம் - ஏன், ஏறக்குறைய பயமும் - கொண்டிருந்ததால், சீதா சுயமாய் இப்பேச்சை எடுக்க வாய்ப்பில்லைதான்.

''அப்ப 'சகோதரி'ன்னே கூப்பிடலாமே?''

ஜடாயூ முகமலர்ந்தார். ''நியாயம்தான், சகோதரி.''

''என்ன விஷயமா என்கிட்டே பேச வந்தீங்க, *ஜடாயூஜி?*''

''இப்போது கரம் எப்படியிருக்கிறது?''

வேப்பிலை கட்டியிருந்த கையைத் தொட்ட சீதா, புன்னகைத்தாள். ''இரத்தம் எடுக்கறதுல எனக்குக் கொஞ்ச ஆர்வக் கோளாறு.''

''ஆம்.''

''இப்ப பரவாயில்லை.''

''நல்லது.'' இயற்கையில் கூச்ச சுபாவியான ஜடாயூ, சற்று தயங்கி, மெல்ல, நீண்ட மூச்சிழுத்தார். ''மலயபுத்ரர்கள் தவிர்த்து, என் மீது அன்பு செலுத்திய வெகு சிலரில் நீங்களும் ஒருவர்,'' என்றார் அடங்கிய குரலில். ''அவ்வண்ணம் பிரபு விஸ்வாமித்ரர் உத்தரவிடாத போதும்.''

இன்னுயிர் ஈந்து தன்னுயிர் காத்த உத்தமப் பருந்தின் முகத்தை நினைவுபடுத்தியதனாலேயே, எத்தனையோ மாதங்களுக்கு முன் ஜடாயூவிற்கு உணவு படைத்தது நினைவுக்கு வந்தாலும், சீதா அவ்விஷயத்தை வெளியிடவில்லை.

''புதிய சூழல் தங்களை நிலைதடுமாற வைத்திருக்கலாம்,'' என்றார் ஜடாயூ. ''சற்று மூச்சுமுட்டுவது போல் தோன்றுவது இயறகையே.''

சீதாவை விஷ்ணுவென அங்கீகரிப்பதில் சில மலயபுத்ரர்களுக்கே தயக்கம் இருந்ததும், அசாத்திய பிரசித்தி பெற்ற குருவை எதிர்க்கத் திராணியில்லாமைதான் அவர்கள் மௌனத்திற்குக் காரணம் என்பதை மட்டும் ஜடாயூ வெளியிடவில்லை.

அவள் வாய் பேசாமல் தலையசைத்தாள்.

''மலயபுத்ரர்கள் தவிர்த்து வேறு யாருடனும் இதைப் பகிர்ந்துகொள்ள முடியாது என்பதும் ஒரு தடைக்கல்.''

சீதா புன்னகைத்தாள். ''ஆமா.''

''எப்போதேனும் அறிவுரை தேவைப்பட்டாலோ - பேச வேண்டுமெனத் தோன்றினாலோ, நான் இருக்கிறேன். இன்றிலிருந்து உங்களைக் காப்பது என் கடமை. நானும் என் சிறுபடையும் அருகிலேயேதான் இருப்போம்,'' ஜடாயூ பின்னால் சைகை செய்தார்.

சற்று தூரத்தில் சற்றேறக்குறைய பதினைந்து ஆட்கள் நின்றிருந்தனர்.

''மிதிலாவிலும் சரி, வேறெங்கிலும் ஆகட்டும், பொதுவில் என்னை வெளிப்படுத்தித் தங்களுக்குச் சங்கடமேற்படுத்த மாட்டேன்,'' தொடர்ந்தார். ''நான் நாகா என்பதை அறிவேன். ஆனால், தங்களிடமிருந்து சில மணி நேரப் பயணத்திலேயே இருப்பேன். இனிமேற்கொண்டு நானும் என் மக்களும் நிழலாய்த் தொடர்வோம்.''

''உங்களால் எனக்கு சங்கடமேற்பட வாய்ப்பேயில்லை,'' என்றாள்.

''சீதா!''

மிதிலாவின் இளவரசி இடப்புறம் பார்த்தாள். அரிஷ்டநேமி.

''சீதா,'' என்றார். ''குருஜி பேச விரும்புகிறார்.''

''மன்னிச்சுக்குங்க, ஜடாயூஜி,'' சீதா பணிவுடன் *நமஸ்கரித்தாள்.*

அவர் பதில் வணக்கம் செலுத்த, அரிஷ்டநேமியைத் தொடர்ந்தாள். தூரத்தில் அவள் மறைய, குனிந்து அவள் காலடித் தடத்தினின்று மண்ணை எடுத்து பயபக்தியுடன் ஜடாயூ நெற்றியில் இட்டுக்கொண்டார். சீதா சென்ற திசையை நோக்கித் திரும்பினார்.

எவ்வளவு நல்ல பிறவி...

குரு விஸ்வாமித்ரருக்கும் குரு வஸிஷ்டருக்கும் இடையே வெடிக்கும் யுத்தத்தில் சீதா தேவி பகடைக்காயாகாமல் இருக்கவேண்டும்.

இரு மாதங்கள் கழிந்தன. விடைபெற்ற மலயபுத்ரர்கள், தலைநகர் அகஸ்த்யகூடம் நோக்கிச் சென்றுவிட்டனர். உத்தரவுப் படி, விஸ்வாமித்ரர் கொடுத்திருந்த பல பாடங்களை ஓய்வு நேரத்தில் படித்தாள் சீதா. முந்தைய விஷ்ணுக்கள் நரசிம்மர்; வாமனர்; பரசுராமர் ஆகிய சிலரின் வரலாறுகள். கடும் பிரச்சனைகளைக் கடந்து சமுக நன்மைக்கு வழி வகுக்கும் புத்தம்புதிய பாதையை உருவாக்க, அவர்களது வாழ்வைப் படித்து, சந்தித்த சவால்களினின்று அவள் கற்க வேண்டுமென்பதே அவர் உத்தேசம்.

இக்கருத்தை முழுமனதோடு ஏற்று மிக்க தீவிரத்துடன் பிறரறியாவண்ணம் பணியாற்றினாள் சீதா. இன்று அவள் உட்கார்ந்திருந்த குளக்கரை, மற்ற மாணாக்கர்கள் அதிகம் புழங்காத இடம். ஆகையால், இங்கேயும் தடங்கல் ஏற்பட்டபோது அவள் எரிச்சலடைந்ததில் அதிசயமில்லை.

''பிரதான கூடத்துக்கு வந்தே ஆகணும், பூமி,'' ராதிகா அவளது குருகுலப் பெயரைப் பிரயோகித்தாள். ''வீட்லேர்ந்து வந்திருக்காங்க.''

சீதா எரிச்சலுடன் கையசைத்தாள். ''வர்றேன்.''

''சீதா,'' என்றாள் ராதிகா உரக்க.

திரும்பினாள். தோழியின் உடல்மொழியிலும் குரலிலும் பதற்றம்.

''உங்கம்மா வந்திருக்காங்க. நீ வரணும். இப்பவே.''

—ஸ்ரீ—

குருகுலத் திறந்தவெளி நோக்கி சீதா மெல்ல நடைபயின்றாள். இதயம் படபடத்தது. ஆசிரமப் படகுத்துறைக்குச் செல்லும் பாதையோரமாய் இரு யானைகள் கட்டப்பட்டிருந்ததைக் கண்டாள். அவற்றை அழைத்து வருவதில் தாய்க்குள்ள பிரியத்தை சீதா அறிவாள். சுனெனாவின் ஒவ்வொரு வருகையின் போதும் அடர் வனத்திற்குள் இருவரும் யானை மீது பவனி வருவது ஆகிவந்த வழக்கம்; மிருகங்களின் இயற்கைச்சூழலில் அவை குறித்து மகளுக்குக் கற்றுத் தருவதிலும் சுனெனாவுக்கு ஆர்வம் அதிகம்.

சீதாவுக்கு அறிமுகமான கணக்கற்றவர்களில், விலங்குகள் பற்றி அதிகம் அறிந்தவள் சுனெனாவே. காட்டிற்குள் நிகழும் இச்சுற்றுலாக்கள் - இயற்கையன்னை மட்டுமன்றி தன் அன்னையின் அரவணைப்பில் கழித்த நொடிகள் - நினைவேட்டில் சீதா பொக்கிஷமாய்ப் பாதுகாத்த சந்தோஷ பக்கங்கள்.

இதயத்தில் வலி 'சுரீ'ரெனப் பாய்ந்தது.

அவள் பொருட்டேயல்லவா மிதிலை வாணிபத்தின் மீது குஷத்வஜர் விதித்த எண்ணிலடங்கா அதீத கட்டுப்பாடுகள்? தந்தையின் ராஜ்யத்துடன் பெருவாரியான வர்த்தகத்திற்கு சிற்றப்பாவின் ஸங்கஷ்யாவே முக்கிய வழித்தடமாகையால், அத்தியாவசியமானவை உட்பட எத்தனையோ பொருட்களின் விலை வானை முட்டிற்று. இதற்குச் சீதாவையே பல மிதிலர்கள் குற்றம் கூறினர். குஷத்வஜரின் அரச இலச்சினையை அவள் உடைத்தது ஊரறிந்த விஷயம். அதன் பின்விளைவுகளில் யாருக்கும் சந்தேகமில்லை. பண்டைய சம்பிரதாயங்களின்படி, இராஜ இலச்சினை அரசனின் உன்னதச் சின்னம்; அதை உடைப்பது மன்னனைக் கொல்வதற்கே சமம்.

இந்தக் குற்றச்சாட்டு தங்குதடையின்றி தாய் சுனௌனா மீதும் படர்ந்துவிட்டது - என்ன இருந்தாலும், சீதாவை தத்தெடுத்தவளாயிற்றே?

கஷ்டத்தைத் தவிர அம்மாவுக்கு வேறென்ன கொடுத்தேன்? வாழ்நாள் முழுக்க அவங்க பாடுபட்டு உருவாக்கினதை அநேகமா அழிச்சதுதான் என் சாதனை.

மா என்னை புறக்கணிக்கிறதுதான் நல்லது.

திறந்தவெளியை அடைந்த போது, தன் முடிவு குறித்த தீர்மானம் அவளுக்குள் மேலும் வலுவடைந்தது.

அரசுமுறைச் சந்திப்பென்றாலும், வழக்கத்திற்கு மீறி அவ்விடம் கூட்டத்தால் நிரம்பி வழிந்தது. சுமார் எட்டு மனிதர்கள் சூழ்ந்த பல்லக்கு, இதுவரை பார்த்திராத வடிவமைப்பில், நீள அகலத்தில் பெரிதாய், கனத்த - அதே சமயம் வெறுமையாய்க் - காட்சியளித்தது. படுத்தபடியே பயணிக்கக்கூடிய பரிமாணங்கள். இடப்புறம், அசோகமரத்தைச் சுற்றிய தாழ்ந்த மேடையருகே எட்டு பெண்கள் குழுமியிருந்தனர். சீதாவின் கண்கள் இங்குமங்கும் சுழன்றன. அம்மாவை மட்டும் காணவில்லை.

அவள் எங்கே எனக் கேட்கும் எண்ணத்துடன் பெண்களை நோக்கி சீதா நகர்ந்த கணத்தில் சிலர் விலகி, சுனௌனாவை வெளிப்படுத்தினர்.

மூச்சு முட்டியது போல் சீதா விதிர்விதிர்த்து நின்றாள்.

முன்பிருந்த சுனௌனாவின் நிழல் வடிவம்தான் இது. எலும்பும் தோலுமாய் மாறியிருந்தாள். வட்ட நிலவாய்ப் பொலிந்த முகம் மெலிந்து, கன்னங்கள் ஒடுங்கியிருந்தன. இயற்கையில் குறைந்த உயரமும் குறுகிய கூடும் கொண்டிருந்தாலும், இதுவரை அவள் ஆரோக்கியமிழந்ததில்லை. இப்போதோ, தசைகள் கரைந்து,

கொஞ்ச நஞ்சமிருந்த கொழுப்புச்சத்தும் வற்றியிருந்தது. கண்களில் ஒளியில்லை. 'கருகரு'வெனச் செழித்து அடர்ந்த கேசம் உதிர்ந்து, அமானுஷ்ய வெண்மை பூத்திருந்தது. எழக் கூட சக்தியற்றவளைத் தூக்கி நிறுத்தவே பணிப்பெண்களின் உதவி தேவையாயிருந்தது.

அருமை மகளைக் கண்டதும் சுனெனாவின் முகம் மலர்ந்தது. சீதாவின் மனதில் சந்துஷ்டியையும், தஞ்சம் புகுந்த நிம்மதியையும் ஊற்றெடுக்கவைக்கும் அதே கனிந்த புன்னகை.

''குழந்தாய்,'' அம்மாவின் குரல் ஈனஸ்வரத்தில் ஒலித்தது.

தாயன்பு பொங்கும் இதயம், மரணச் சாயை படர்ந்த வெளிறிய முகத்தில் தற்காலிகமாய் உயிரோட்டம் பாய்ச்ச, மிதிலை அரசி கரங்களை நீட்டினாள்.

சீதா ஆணியடித்தாற்போல் நின்றாள். பூமி தன்னை விழுங்கிவிடாதா என்ற நிராசையுடன்.

''வா, குழந்தாய்,'' அதற்கு மேல் உயர்ந்திருக்க சக்தியில்லாமல் சுனெனாவின் கரங்கள் தளர்ந்து விழுந்தன.

இருமினாள். 'சட்'டென ஓடி வந்து பணிப்பெண் உதட்டைத் துடைக்க, அதில் பொட்டுப் பொட்டாக இரத்தம்.

தட்டுத் தடுமாறி - திக்கித் திகைத்து - அம்மாவை நோக்கி எட்டு வைத்த சீதா, சரிந்து மண்டியிட்டு மடியில் தலைசாய்த்தாள். விழுந்த மழையைப் பஞ்சு போல் 'மெத்'தென உள்வாங்கிக்கொள்ளும் பூமித்தாயைப் போன்ற அன்னைமடி. இப்போது அதே மடி, பலப்பல வறட்சிகளைச் சந்தித்து மேடும் பள்ளமுமாய் இறுகிவிட்ட நிலம் போல் எலும்பின் கடினத்துடன் மெலிந்திருந்தது.

சீதாவின் கேசத்தைக் கோதினாள் சுனெனா.

உடலை மட்டுமல்லாது உயிரையும் இதுகாறும் பாதுகாத்து போஷித்து வந்த மகோன்னத ஆலமரத்தின் வீழ்ச்சியைக் காணச் சகிக்காத சிட்டுக்குருவி போல் பீதியிலும் துக்கத்திலும் நடுங்கினாள் சீதா.

கோதுவதை நிறுத்தாத சுனெனா குனிந்து, மகளின் நெற்றியில் முத்தமிட்டு, ''குழந்தாய்,'' எனக் கிசுகிசுத்தாள்.

சீதா அழத் துவங்கினாள்.

—⁂—

மிதிலா ஆஸ்தான அரச மருத்துவரின் அத்தனை ஆட்சேபங்களும் வியாதியில் பலவீனமுற்றிருந்த சுனெனாவின் அசுர மனபலத்தின் முன் தோற்றதில் வனத்தினூடே மகளுடன் யானை பவனி வரும் திட்டத்தை தடுக்கவும் முடியவில்லை.

வேறுவழியின்றி, கடைசி அஸ்திரத்தைப் பிரயோகித்தார் மருத்துவர். ''மஹாராணி,'' என்றார் காதுக்குள். ''இதுவே தங்களது கடைசி யானை ஊர்வலமாகவும் மாறிவிடக்கூடும்.''

''அதனாலேயே அவசியம் மேற்கொள்ளவேண்டும்,'' என்றாள் சுனெனா.

இரு யானைகள் பயணத்திற்குத் தயாராக, பல்லக்கில் ஓய்வெடுத்தாள் அரசி. ஒன்றில் சுனெனாவும் சீதாவும் செல்ல, இன்னொன்றில் வைத்தியரும் சில பணியாளர்களும்.

நேரம் வந்தபோது, தரையில் அமர்ந்திருந்த யானையின் அம்பாரி நோக்கித் தூக்கிச் செல்லப்பட்ட சுனெனாவைத் தொடர்ந்து, பணிப்பெண் ஒருத்தியும் ஏற முயன்றாள்.

''வேண்டாம்,'' சுனெனா அழுத்தமாய் மறுத்தாள்.

''ஆனால், தேவி...'' கைக்குட்டையையும் ஒரு சிறிய குடுவையையும் காட்டினாள். நீரில் கலந்த மருந்தின் புகையை சுவாசிப்பது சற்று நேரத்திற்காவது புத்துணர்வூட்டும்.

''என் மகள் இருக்கிறாள்,'' என்றாள் சுனெனா. ''வேறு யாரும் தேவையில்லை.''

உடனடியாக பணிப்பெண்ணிடமிருந்து கைக்குட்டையையும் மருந்துப்புட்டியையும் வாங்கிக்கொண்டு அம்பாரியின் மீது ஏறிக்கொண்டாள் சீதா.

சுனெனா சைகை செய்ய, பாகன் கனிவுடன் யானையின் காதுகளுக்குப் பின்னால் பாதத்தால் வருடினான். சுனெனாவிற்கு குறைந்தபட்ச அசௌகர்யமேயுள்ள வண்ணம், யானை மிக மெல்ல எழுந்தது.

''போகலாம்,'' என்றாள்.

மிதிலைக் காவல்துறை அதிகாரிகள் ஐம்பது பேர் கால்நடையாகப் பாதுகாப்பிற்கு வர, இரு யானைகளும் வனத்திற்குள் சாவதானமாய்ப் பிரவேசித்தன.

அத்தியாயம் 10

யானையின் அசைந்தாடும் நடை அம்பாரியைத் தொட்டில் போல் மென்மையாகத் தாலாட்டியது. அம்மாவின் கரத்தைக் கெட்டியாகப் பற்றியபடி நெருங்கி உட்கார்ந்தாள் மகள். மரங்களுக்கடியில் - கதகதப்பாக, ஈரக்கசிவில்லாத - நிழலடர்ந்த பகுதிகளுக்குள் யானைகளைச் செலுத்தினான் பாகன்.

சீதாவோ, நடுங்கிக்கொண்டிருந்தாள். குற்ற உணர்ச்சியில். பயத்தில்.

சுனௌனா கையை லேசாய்த் தூக்க, உள்ளுணர்வில் அவள் தேவையறிந்த சீதா, கரத்தை மேலும் உயர்த்தித் தோள் மீது போட்டுக்கொண்டு இன்னும் நெருக்கமான அணைப்பில் அமர்ந்தாள். திருப்திப் புன்னகை சுனௌனாவின் இதழ்களில் இழையோட, சீதாவின் நெற்றியில் முத்தமிட்டாள்.

''அப்பா வரமுடியலையேன்னு எனக்கும் வருத்தம்தான்,'' என்றாள் அரசி. ''ஏதோ வேலைன்னு தங்கிட்டார்.''

மகளின் மனதைப் புண்படுத்த விரும்பாமல் அம்மா பொய் சொல்வதை சீதா உணராமலில்லை.

ஒரு வகையில், அதுவும் நல்லதிற்குத்தான்.

சென்ற முறை மிதிலா சென்றிருந்தபோது சமயசந்தர்ப்பமில்லாமல் ஜனகர் மீது விசிறியடித்த ஆத்திரத்துடன் ஆன்மீகத்தில் நேரத்தை வீணாக்காமல் இராஜ்யத்தை நிர்வகிப்பதில் சுனௌனாவுக்காவது உதவியாயிருக்கலாம் - நியாயமாய்ப் பார்த்தால், அதுவே கடமை - என அவள் வெடிக்க, தந்தையைவிட சுனௌனா அதிகக் கோபம் கொண்டது உண்மை.

இது மட்டுமல்ல. சீதாவின் நான்கே வயதான தங்கை ஊர்மிளா, உடல்நலிவுற்றவள். அவளைக் கவனித்துக்கொள்வதற்காக ஜனகர் நகரிலேயே தங்கியிருக்கக்கூடும். அம்மாவோ, ஷ்வேதகேது குருகுலத்திற்கு உடலை உருக்கும் நோயையும் பொருட்படுத்தாமல் - சஞ்சலத்தால் பீடிக்கப்பட்ட மூத்த மகளைக்

காண, மீண்டும் வீட்டிற்கு வரவழைக்க - இவ்வளவு தூரம் கடந்து வந்திருக்கிறாள்.

குற்ற உணர்வினால் கண்ணீர் மீண்டும் கன்னத்தில் உருண்டு ஓட, சீதா கண்களை மூடிக்கொண்டாள்.

சுனைனா இரும, உடனடியாக தாயின் உதட்டைத் துணியால் மெல்ல ஒற்றினாள். அதிலிருந்த சிவப்புப பொட்டுக்களை - அம்மாவின் உயிர் கொஞ்சம் கொஞ்சமாய் விடைபெற்றுக் கொண்டிருந்ததைப் பறைசாற்றும் கறைகளை - பார்த்தாள்.

கண்ணீர் ஆறாய்ப் பெருக்கெடுத்தது.

''எல்லாரும் என்னிக்காவது ஒருநாள் போகத்தான் வேணும், கண்ணம்மா,'' என்றாள் சுனைனா.

சீதா அழுவதை நிறுத்தவில்லை.

''ஆனா, மனசுக்குப் பிரியமானவங்க பக்கத்துலே இருக்கறப்ப உயிர் துறக்கறவங்க அதிர்ஷ்டசாலிகள்.''

தேர்ந்த பாகர்கள் யானைகளை அமைதியாய், அசையாமல் இருத்த, மிதிலைக் காவலர்கள் ஐம்பது பேரும் வாய் திறவாமல் ஆணியடித்தாற்போல் நின்றனர். மிகச் சிறிய சப்தமும் ஆபத்தில் முடியலாம்.

மனிதக் கண்களுக்குக் காணக்கிடைக்காத காட்சியொன்றை பத்து நிமிடங்களுக்கு முன்னர்தான் சுனைனா கண்டிருந்தாள்: மிகப்பெரும் யானைக்கூட்டமொன்றின் மகத்தான பெருந்தலைவி மரணவாயிலை அடையும் தருணம்.

யானைக்கூட்டங்கள் குறித்த அம்மாவின் பாடங்கள் சீதாவின் நினைவலைகளில் எழும்பின. மூத்த பெண் யானையே மற்றவற்றை வழிநடத்தும்; அநேகக் கூட்டங்கள் வளர்ந்த பெண் யானைகளைக் கொண்டவை; குட்டிகள் - ஆண், பெண் இரு பாலும் - பொதுவில் வளர்க்கப்படும். வயது வந்தவுடன் ஆண் யானைகள் கூட்டத்தை விட்டு விலக்கப்படுவது வழக்கம்.

தலைவியானவள், பிறரை வழிநடத்துபவள் மட்டுமல்ல, அனைவருக்கும் தாய்.

இப்பேர்ப்பட்ட பெரும்பிறவியின் இறப்பினால் கூட்டமே பரிதவித்துச் சின்னாபின்னமடையும். அவ்விதம் நடக்குமென்றுதான் எதிர்பார்க்கப்படும்.

''சில வருஷங்களுக்கு முன்னால நாம பார்த்த அதே கூட்டம்னு தோணுது,'' சுனைனா கிசுகிசுத்தாள்.

சீதா தலையசைத்தாள்.

சற்று தூரத்திலிருந்து, மரங்களின் மறைவினூடே அக்காட்சியை நோக்கினார்கள்.

பெருந்தலைவியின் உயிரற்ற உடலைச் சுற்றி வட்டமாய் பிற யானைகள் நின்றன. ஆர்ப்பரிப்பின்றி. அசைவின்றி. ஓசையின்றி. தாட்சண்யமின்றிக் கொளுத்தும் சூரியனின் தாக்கத்திற்கு ஆதுரமளிக்க வழியின்றி மதியத்தின் மெல்லிய தென்றல் தவித்தது. வட்டத்தினுள்ளே, உடலின் மிக அருகே இரு கன்றுகள் நின்றன. ஒன்று மிகச் சிறிது; மற்றது சற்றே பெரிது.

''சின்னது பொறந்ததை நாம் பார்த்தோமே, சீதா,'' என்றாள் சுனைனா.

சீதா தலையாட்டினாள்.

உண்மைதான். சில வருடங்களுக்கு முன், பிறிதொரு யானையின் மீது வனத்தில் பவனி வந்தபோது நிகழ்ந்த சம்பவம்.

இன்று அதே கன்று, ஆண் யானைக்குட்டி, இறந்துபோன அம்மாவினருகே மண்டியிட்டிருந்தது. அதன் தும்பிக்கை அம்மாவுடன் பிணைந்திருக்க, உடல் நடுங்கியது. சில நிமிஷங்களுக்கொரு முறை எழுப்ப முயற்சிப்பது போல் அம்மாவின் தும்பிக்கையைப் பிடித்து இழுக்கவும் செய்தது.

தமக்கையான மற்றொரு கன்று, குட்டியின் அருகே நின்றது. அமைதியாய். அசையாமல். கூட்டத்தின் பிற யானைகளைப் பின்பற்றி.

''கவனி...'' சுனைனா கிசுகிசுத்தாள்.

இன்னொரு பெண் யானை - புதிய பெருந்தலைவியாய் இருக்கலாம் - சடலம் நோக்கி மெல்ல அடியெடுத்து வைத்தது. தும்பிக்கையை நீட்டி, மிகுந்த மரியாதையுடன் இறந்த யானையின் நெற்றியை ஒற்றியது. சடலத்தை ஒரு முறை சுற்றி வந்து, திரும்பி, அங்கிருந்து விலகிச் சென்றுவிட்டது.

மற்றவையும் ஒன்றன்பின் ஒன்றாய் அதனை அடியொற்றின. அதே விதமாய், அச்சுப் பிசகாமல் - இறந்த பெருந்தலைவியின் நெற்றியைத் தும்பிக்கையால் ஒற்றிவிட்டு - ஒரு முறை வலம் வந்து விலகின.

அமரிக்கையாய். மரியாதையாய்.

மறந்தும் எவையும் திரும்பிப் பார்க்கவில்லை. ஒரு முறை கூட. ஒரு முறை கூட.

சிறிய ஆண்குட்டியோ, அம்மாவை பிரிய மனமின்றி உடலைப் பற்றிக்கொண்டு நின்றது. இயலாமையுடன். தன்னை மீறிய ஆவேசத்துடன் அவளைப் பிடித்து இழுத்தது தமக்கையோ, அமைதியாய் அருகே நின்றது.

திரும்பிப் பார்க்காமல் யானைக்கூட்டம் சற்று தூரத்தில் நின்றது. பொறுமையாய்க் காத்திருந்தது.

சற்று நேரம் கடந்த பிறகு, தமக்கை தும்பிக்கை கொண்டு தம்பியை மெல்லத் தொட்டது.

ஆண்குட்டி அதைத் தட்டிவிட்டது. சக்தியனைத்தையும் சேகரித்து எழுந்து நின்று, அம்மாவுடைய தும்பிக்கையுடன் மீண்டும் தன்னுடையதைப் பிணைத்து, பலம் கொண்ட மட்டும் இழுத்தது. சறுக்கியது. எழுந்து, அம்மாவின் தும்பிக்கையைப் பற்றி இழுத்தது. பலமாக. தமக்கையின் உதவி கேட்டுக் கெஞ்சலுடன் பார்த்தது. 'ஓ'வென்ற பரிதாபமான ஓலத்துடன் அம்மாவை எழுப்ப மீண்டும் திரும்பியது.

ஆனால், மீளா நெடுந்தூக்கத்தில் ஆழ்ந்துவிட்ட தாய், இனி அடுத்த பிறவியில்தான் கண் விழிப்பாள்.

கன்றோ, இன்னமும் கைவிடத் தயாராக இல்லை. இப்படியும் அப்படியுமாக அசைந்தவாறு அம்மாவின் தும்பிக்கையை இழுத்தது. மீண்டும் மீண்டும்.

இறுதியாக, அம்மாவின் சடலத்தை நோக்கி நடந்த தமக்கை, மற்றவர்களைப் போல் நெற்றியை ஒற்றி விட்டு, வலம் வந்து, மறுபடியும் சகோதரனிடம் வந்து தும்பிக்கையால் அவனை வலுக்கட்டாயமாய் பிடித்து இழுக்க முயன்றது.

நெஞ்சு பதறும்படி ஆண்குட்டி 'க்றீச்'சிடத் துவங்கியது. அக்காவைப் பின்தொடர்ந்தாலும், திரும்பித் திரும்பி அம்மாவைப் பார்த்தது. மீண்டும். மறுபடியும். ஆனால், சகோதரியை மீற முயற்சிக்கவில்லை.

கூட்டத்தின் பிற யானைகளைப் போல் நிதானமாக முன்னால் சென்ற தமக்கை. அவ்விதம் திரும்பவில்லை. ஒரு முறை கூட. இல்லவே இல்லை.

கன்னங்களில் கண்ணீர் 'கரகர'வென வழிய, சீதா அம்மாவை நோக்கினாள்.

''சமூகம் கடந்து போயிடும், குழந்தாய்,'' சுனைனா மெல்லிய குரலில் சொன்னாள். ''நாடுகள். வாழ்க்கையே கடக்கும். கடக்கணும்.''

சீதாவால் பேச முடியவில்லை. அம்மாவைக் கண்கொண்டு பார்க்கவும் முடியவில்லை. சுனைனாவை அணைத்தபடி, மார்பில் முகம் புதைத்தாள்.

''வேதனை நிறைஞ்ச நினைவுகளை கட்டிக்கிட்டு அழறதில் அர்த்தமில்லை, சீதா,'' என்றாள் சுனைனா. ''நீ இதைக் கடந்துதான் ஆகணும். வாழணும்...''

காதால் கேட்டுக்கொண்டாலும், சீதாவின் கண்ணீர் என்னவோ நிற்கவில்லை.

''பிரச்சனைகளிலிருந்தும் சவால்கள்லேர்ந்தும் தப்பிக்கிறது சாத்தியமேயில்லை. எல்லாமே வாழ்க்கையில் ஒரு பகுதி. மிதிலாவைப் புறக்கணிக்கிறதால உன் சிக்கல்கள் மாயமாய் மறைஞ்சிடாது. வேற பிரச்சனைகள் முளைக்கும்கிறதுதான் நிஜம்.''

அம்மாவின் மீதான பிடியை சீதா இறுக்கினாள்.

''ஓடிப் போறது எதுக்கும் தீர்வில்லை. உன் பிரச்சனைகளை நேருக்கு நேர் சந்தி. சமாளி. அதுதான் வீரர்களின் வழி.'' சுனெனா சீதாவின் மோவாயைத் நிமிர்த்திக் கண்களை ஊடுருவினாள். ''நீ வீரமங்கை. அதை ஒரு நாளும் மறந்துடாதே.''

சீதா தலையசைத்தாள்.

''உன் தங்கை பிறப்பிலே பலவீனமானவள்னு தெரியும். ஊர்மிளாவுக்குப் போர்க்குணம் கிடையாது. அவளை நீதான் பார்த்துக்கணும், சீதா. மிதிலாவையும்.''

மனதின் ஆழத்தில், சீதா சத்யப்பிரமாணம் எடுத்துக்கொண்டாள். ***செய்வேன்.***

அவள் முகத்தை வருடிய சுனெனா புன்னகைத்தாள். ''என்னிக்குமே உங்கப்பாவுக்கு உன் மேல பாசம் உண்டு. உன் தங்கைக்கும்தான். ஞாபகம் வெச்சுக்கோ.''

தெரியும்.

''என்னைப் பொறுத்தவரை, உன் மேல எனக்கிருக்கிறது அன்பு மட்டுமில்லை. மிகப் பெரிய எதிர்பார்ப்புக்களும்தான். வரப் போகும் எத்தனையோ ஆயிரமாயிரம் ஆண்டுகளுக்கு நம் குலத்தின் பெயரை தக்க வைக்கப்போறது உன் கர்மாதான். நீ வரலாற்றில் இடம் பெறப்போறே.''

அம்மாவை குருகுலத்தில் பார்த்த கணத்திலிருந்து முதன்முதலாய் பேசினாள் சீதா. ''என்னை மன்னிச்சிருங்க***ம்மா.*** மன்னிச்சிருங்க. நான்...''

புன்னகைத்த சுனெனா அவளை இறுக அணைத்துக்கொண்டாள்.

''மன்னிச்சிருங்க...'' சீதா கேவினாள்.

''எனக்கு நம்பிக்கையிருக்கு. எனக்குப் பெருமை சேர்க்கற மாதிரிதான் வாழப்போறே.''

''நீங்க இல்லாம முடியாது***ம்மா.***''

பின்வாங்கிய சுனெனா, சீதாவின் முகத்தைக் கைகளில் ஏந்திக்கொண்டாள். ''வாழ முடியும். வாழ்வே.''

''இல்ல... நீங்க இல்லாம மாட்டேன்...''

சுனெனாவின் முகபாவம் இறுகியது. ''சொல்றதைக் கேள், சீதா. எனக்காக துக்கம் காத்து உன் வாழ்க்கையை வீணாக்கக்கூடாது. சிறப்பா வாழ்ந்து என்னைப் பெருமைப்படுத்தணும்.''

சீதாவின் அழுகை நிற்கவில்லை.

''திரும்பிப் பார்க்காதே. முன்னால பார். எதிர்காலத்தை நிர்மாணிக்கிறதுல கவனம் செலுத்து; கடந்தகாலத்தை நினைச்சு துக்கத்துல மூழ்காதே.''

பேசும் திறனையே சீதா இழந்திருந்தாள்.

''சத்தியம் பண்ணு.''

கண்களில் துக்கம் கரைகட்டி நிற்க, சீதா தாயை வெறித்தாள்.

''சத்தியம் பண்ணு.''

''சரிம்மா. சத்தியம்.''

ஷ்வேதகேது குருகுலத்திற்கு சுனெனா வருகை புரிந்து நான்கு வாரங்கள் கடந்துவிட்ட நிலையில், அவளுடன் வீடு திரும்பினாள் சீதா. இராஜ்ய நிர்வாகத்திற்கு அத்தியாவசியமான அத்துணை அதிகாரமும் ஒரு சேர அமைந்த பிரதமராக சீதா நியமிக்கப்பட அளப்பரிய பிரயத்தனங்கள் செய்து, இறுதியில் வெற்றியும் கண்டாள் சுனெனா.

வர வர ஷீணிக்கும் தாயைக் கண்ணும் கருத்துமாகக் காத்து வந்த சீதா, பெரும்பாலும் அவளுடனேயே நேரத்தைச் செலவிட்டாள். அரசு மந்திரிமார்களுடன் சீதாவின் சந்திப்புக்களைத் தன்னுடைய பிரத்யேகப் படுக்கையறையில், கட்டிலுக்கு அருகிலேயே நடத்தினாள் சுனெனா.

தங்கையுடனான உறவு குறித்து அவள் அடைந்திருந்த கவலையை சீதா அறிவாள் என்பதால், ஊர்மிளாவுடன் நெருக்கமேற்படுத்திக்கொள்வதில் முனைந்திருந்தாள் என்பது உண்மை. வரப் போகும் கடுமையான வருடங்களைக் கடக்க மகள்களுக்கிடையேயான பந்தம் வலுவடைய வேண்டியதன் கட்டாயத்தை மிதிலா அரசி அறிந்திருந்தாள். ஒருவரோடொருவர் இணைந்திருக்கவேண்டியதன் அவசியம் - இருவருக்கிடையே செழிக்க வேண்டிய பாசம் மற்றும் விசுவாசம் - குறித்தும் அவர்களிடம் தீவிரமாகவே பேசியிருந்தாள்.

ஒரு நாள் சாயங்கால வேளை, சுனெனாவின் அறைகளில் மிக நீண்ட அரசாங்க சந்திப்பினை முடித்துக்கொண்டு, அடுத்திருந்த

ஊர்மிளாவின் அறைக்குள் நுழைந்தாள் சீதா. கருந்திராட்சைகள் ஒரு தட்டு எடுத்து வருமாறு உதவியாளனைப் பணித்திருந்தாள். ஊர்மிளாவிற்கு அவை மிகப் பிடித்தம். பழங்கள் வந்தவுடன் பணியாளனை அனுப்பிவிட்டு, தட்டை அறைக்குள் எடுத்துச் சென்றாள்.

உள்ளே போதிய வெளிச்சமில்லை. சூரியன் மறைந்திருந்தாலும், சில விளக்குகளே எரிந்தன.

''ஊர்மிளா!''

அவள் படுக்கையில் இல்லை. தங்கையைத் தேடத் துவங்கிய சீதா, அரண்மனைத் தோட்டங்களை எதிர்நோக்கிய பெரிய உப்பரிகையில் கால் வைத்தாள்.

எங்கே தான் இருக்கா?

மீண்டும் அறைக்குள் வந்தாள். மங்கலான வெளிச்சத்தால் எரிச்சலடைந்தவள், அதிக விளக்குகளை ஏற்ற ஆணையிட முற்பட்ட நொடியில் மூலையில் நடுங்கிக்கொண்டிருந்த உருவத்தைக் கண்டாள்.

''ஊர்மிளா?''

சீதா அருகே சென்றாள்.

ஊர்மிளா ஒரு ஓரத்தில் ஒடுங்கியிருந்தாள். முழங்கால்களை மார்புக்கு இழுத்தவாறு. தலை கவிழ்ந்து.

உடனடியாக தட்டை நகர்த்திவிட்டு தரையில் அவளருகே அமர்ந்தாள் சீதா. தங்கையை ஒரு கையால் அணைத்துக்கொண்டாள்.

''ஊர்மிளா...'' என்றாள், மெல்ல.

தங்கை *தமக்கையை* நிமிர்ந்து பார்த்தாள். கண்ணீர்க் கோடிட்டிருந்த முகத்தில் சோகம் அப்பியிருந்தது.

''*அக்கா...*''

''என்னன்னு சொல்லும்மா.''

''வந்து...''

சீதா ஊர்மிளாவின் தோள்களை மெல்ல அழுத்தினாள். ''என்ன?''

''*மா* நம்மளை விட்டுட்டு சொர்க்கத்துக்குப் போறாங்களா?''

சீதா மிடறு விழுங்கினாள். இந்தக் கேள்விக்குப் பதில் சொல்ல *அம்மா* இங்கே இருந்தால் பரவாயில்லை எனத் தோன்றிய கணமே, வெகு சீக்கிரத்தில் சுனைனா இருக்கப்போவதேயில்லை என்பதும் புரிந்தது. ஊர்மிளாவிற்கு மட்டுமல்ல, அவளது கேள்விகளும் இனி இவள்தான் பொறுப்பு.

''இல்லடா. *மா* எப்பவுமே இங்கே தான் இருப்பாங்க.''

ஊர்மிளா நிமிர்ந்தாள். கண்களில் குழப்பம். நம்பிக்கை. ''நம்மளை விட்டுப் போறதா எல்லாரும் சொல்றாங்களே. நானும் புரிஞ்சுக்கிட்டு -''

''நமக்குத் தெரிஞ்சது மத்தவங்களுக்கெல்லாம் தெரிய வாய்ப்பில்லை, ஊர்மிளா. *மா* வேற ஒரு இடத்துல வாழப் போறாங்க. இந்த உடம்போட இருக்கமாட்டாங்க, அவ்வளவுதான்.'' அவளது இதயத்தையும், பிறகு தன்னுடையதையும் சுட்டிக் காட்டினாள் சீதா. ''இங்கேதான் மா இருப்பாங்க. நம்ம இதயங்கள்ளே எப்பவும் வாழ்வாங்க. எப்ப நாம ஒண்ணா இருக்கோமோ, அப்ப முழுசா நம்மளோட இருப்பாங்க.''

படபடக்கத் துவங்கிய இதயத்தைக் குனிந்து பார்த்துக்கொண்ட ஊர்மிளா, சீதாவை ஏறிட்டாள். ''நம்மளை விட்டுப் போகவே மாட்டாங்களா?''

''கண்ணை மூடு.''

சொன்னபடி செய்தாள் ஊர்மிளா.

''என்ன தெரியுது?''

''***அம்மா,***'' அவள் முகத்தில் புன்னகை மலர்ந்தது. ''என்னைக் கட்டிப் பிடிச்சிட்டிருக்காங்க. முகத்தை தடவிக் குடுக்கறாங்க.''

சீதாவின் விரல்கள் ஊர்மிளாவின் கன்னத்தை வருடின. அவள் கண்களைத் திறந்தபோது, புன்னகை விரிந்திருந்தது.

''எப்பவும் நம்மளோடவே இருப்பாங்க.''

ஊர்மிளா சீதாவை இறுகப் பற்றிக்கொண்டாள். ''***அக்கா...***''

''இனிமே நாம ரெண்டு பேரும்தான் அம்மா.''

''என் இந்தப் பிறவிப் பயணம் முடியப் போகுது,'' என்றாள் சுனெனா.

அவளும் சீதாவும் அந்தரங்க அறைகளில் தனித்திருந்தனர். சுனெனா படுத்திருக்க, அருகே அமர்ந்திருந்த சீதா கரங்களைப் பற்றிக் கொண்டிருந்தாள்.

''***மா...***''

''மிதிலா மக்கள் என்னைப் பத்தி என்ன பேசிக்கறாங்கன்னு எனக்குத் தெரியாம இல்லை.''

''யாரோ சில பைத்தியங்கள் சொல்றதையெல்லாம் -''

''என்னைப் பேச விடு, குழந்தாய்,'' சீதாவின் கையை அழுத்தினாள் சுனெனா. ''என் கடந்தகால சாதனைகள் எல்லாம்

சமீப காலங்கள்ள ஒண்ணுமில்லாமப் போய்ட்டதாகத்தான் எல்லாரும் நினைக்கிறாங்க. குஷத்வஜர் நம் ராஜ்யத்தை இறுக்கிப் பிழியத் துவங்கின பிறகு.''

குற்ற உணர்ச்சி பழையபடி வயிற்றுக்குள் உருண்டு எழுவதை சீதா உணர்ந்தாள்.

''உன் தப்பில்லை,'' சுனெனா அழுத்தந்திருத்தமாகச் சொன்னாள். ''நம்மைக் காயப்படுத்த கிடைக்கும் எந்த ஆயுதத்தையும் குஷத்வஜர் பிரயோகிச்சிருப்பார். மிதிலாவை தன் கட்டுப்பாட்டுக்குள்ளே கொண்டு வரணும்கிறதுதான் அவர் எண்ணம்.''

''நான் என்ன செய்யணும்*மா?*''

மகளின் ஆக்ரோஷ சுபாவத்தை நன்கறிந்திருந்தாள் சுனெனா. ''குஷத்வஜரை எதுவும் இல்லை... அவர் உன் அப்பாவோட சகோதரர். ஆனா, என் பெயரை நீ சிறப்பிக்கணும்.''

சீதா மௌனமாயிருந்தாள்.

''இந்த உலகத்துக்கு நாம கொண்டு வரதும், கொண்டு போகப்போறதும் ஒண்ணுமேயில்லைன்னு சொல்லுவாங்க. அது உண்மையில்லை. நம் கர்மாவை சுமக்கத்தான் செய்யறோம். நம் புகழை, நாம சம்பாதிச்ச நல்ல பெயரை விட்டுட்டுப் போறோம். என் பெயர் மேல படர்ந்திருக்கற மாசு நீக்கப்படணும்; பரிகாரம் கிடைக்கணும்னு விரும்பறேன், சீதா. அதையும் நீ செய்யணும்னு விரும்பறேன். ***நீதான்*** மிதிலாவின் செல்வாக்குக்கு வழி வகுக்கணும்.''

''செய்வேன்***மா.***''

சுனெனா முகமலர்ந்தாள். ''அந்தப பணி முடிவடைஞ்சதும்... நீ மிதிலாவை விட்டு விலக என் அனுமதியுண்டு.''

''*மா?*''

''உன்னைப் போல ஒருத்திக்கு மிதிலா ரொம்பச் சின்னது, சீதா. நீ அரும்பெரும் காரியங்களுக்காகப் பிறந்தவ. இதை விட மிகப் பெரிய மேடை - ஒரு வேளை இந்திய அரங்கே - உனக்குத் தேவைப்படலாம். ஏன், வரலாற்று அளவில்...''

தன்னை அடுத்த விஷ்ணுவாக மலயபுத்ரர்கள் அங்கீகரித்து விட்டதை சுனெனாவிடம் பகிர்ந்துகொள்வதா வேண்டாமா?

முடிவெடுக்க சீதாவிற்குச் சில கணங்களே தேவைப்பட்டன.

—ॐ—

வலக்கையில் கொள்ளியை ஏந்திக்கொண்டு தலைமைப் ***பண்டிதர்*** சீதாவை நோக்கி வந்தார். *கருட புராண* ஸ்லோகங்களை ஜபித்தவாறு பிற ***பண்டிதர்கள்*** பின்னணியில் வரிசைகட்டி நின்றனர். ''நேரம் வந்து விட்டது, தேவி.''

தலையசைத்த சீதா, இடப்புறம் குனிந்து பார்த்தாள். இரு கைகளால் தமக்கையைப் பற்றிக்கொண்டு நின்றாள் ஊர்மிளா. சுனைனா இறந்ததிலிருந்து அவளது அழுகை ஓயவில்லை. எவ்வளவோ முயன்றும், ஊன்றுகோலாய்த் தன்னை மேலும் இறுக்கிக்கொண்டவளின் பிடியை சீதாவால் விலக்க முடியவில்லை. தந்தையை ஏறிட, முன்னால் வந்த ஜனகர், ஊர்மிளாவைத் தூக்கிக் கொண்டு மூத்த மகளின் அருகே நின்றார். வாழ்க்கையைத் தொலைத்துவிட்டது போல் இளையவளின் முகத்தில் பொங்கிய துக்கம் அவர் முகத்திலும் பிரதிபலித்தது. தத்துவ ஞானமென்னும் ஆகாயவெளியில் அவர் எண்ணப்படி பறந்து திரிந்த போது மனிதக் கவசமாய்க் காத்தவளையல்லவா பறிகொடுத்துவிட்டார்? யதார்த்தம் அவர் வாழ்வில் கொடூர பிரவேசம் நிகழ்த்திவிட்டது.

பண்டிதரிடம் திரும்பிய சீதா, சுளுந்தைப் பெற்றுக்கொண்டாள்.

சுனைனா குருகுலத்திற்கு வருகை புரிந்து மூன்று மாதங்களே கடந்திருந்தன.

அவளுடன் செலவழிக்கக்கூடிய - வாழ, வாழ்க்கையைப் பகிர - காலம் இன்னும் இருக்கும் என்று பகல் கனவு கண்டிருந்திருந்தாள் சீதா.

ஆனால், விதி அதற்கு இடமளிக்கவில்லை.

இஷா வஸ்ய உபநிஷதத்தினின்று பண்டிதர்கள் ஜபித்த ஸ்லோகத்தை உள்வாங்கியவாறு முன்னேறினாள்.

வாயுர் அநிலம் அம்ரிதம்; அதேடம் பஸ்மந்தம் ஷரீரம்

அநித்திய உடல் சாம்பலாகலாம்; உயிர்மூச்சின் இடம் வேறு. இறவா பரம்பொருளுடன் அது மீண்டும் கலக்கட்டும்.

தாயின் உடலைச் சுற்றி செருகியிருந்த சந்தனக்கட்டைகளை நோக்கிச் சென்றாள். அம்மாவின் முகம் மனதில் நிழலாட, கண்களை மூடிக்கொண்டாள். அழக்கூடாது. இங்கேயல்ல, பொதுவிலல்ல. ஷ்வேதகேது குருகுலத்திற்கு பயணிக்கும்படி செய்து அம்மாவின் உடல்நிலையை மேலும் ஷீணிக்கச் செய்துவிட்டதால் பல மிதிலர்களுக்கு அவள் மீது மனக்கசப்பு உண்டென்பதை சீதா அறியாதளவளல்ல. அது மட்டுமா? குஷத்வஜரால் ஏற்பட்ட பிரச்சனைகளுக்குமல்லவா அவளைக் குற்றம் சாட்டினார்கள்?

தைரியமாக இருக்கவேண்டும். அம்மாவுக்காக. தூரத்தில் நின்ற ஸமீச்சியின் மீதும், அருகே நின்றிருந்த ராதிகாவின் மீதும்

பார்வையைச் செலுத்தியவள், அவர்கள் அணுக்கத்தினின்று சற்று ஊக்கம் பெற்றாள்.

எரியும் கொள்ளியை வைத்ததும், நெய் வார்த்திருந்த கட்டைகள் 'குப்'பென்று பற்றிக் கொண்டன. மகோன்னதப் பிறவியைப் புனிதப்படுத்தும் பெரும் பேற்றினால் இறுமாந்தது போல், சிதை கண்ணைப் பறிக்கும் ஜ்வாலையுடன் கொழுந்துவிட்டு எரிந்தது.

போய்ட்டு வா, மா.

பின்னடைந்த சீதா, வானை - ஒரே முழுமுதற் கடவுளான *ப்ரம்மத்தை* - நோக்கித் தலையுயர்த்தினாள்.

இங்கே யாருக்காவது மோட்சமடையும் தகுதி இருக்குன்னா, அது எங்கம்மாதான்.

யானைப் பெருந்தலைவியின் இறப்பை கண்ட அன்று அவள் சொன்ன வார்த்தைகள் நினைவில் சுழன்றன.

பின்னால் பார்க்காதே. முன்னாலே மட்டும் பார்.

சிதையை நோக்கி மெல்ல முணுமுணுத்தாள் சீதா. ''திரும்பிப் பார்த்தே தீர்வேன்*மா*. பார்க்காம எப்படி? நீதானே என் வாழ்க்கை.''

கடைசியாக சுனைனா நல்ல நினைவுடன் இருந்தபோது பேசியவற்றை நினைவுகூர்ந்தாள். விஷ்ணுவாய்த் தன் பிறவிப்பயனை நிறைவேற்ற வேண்டுமானால், மலயபுத்ரர் களையோ, வாயுபுத்ரர்களையோ முழுவதுமாக நம்புவதில் அர்த்தமில்லை என்பதே அம்மாவின் எச்சரிக்கை. இரு குலங்களும் பிறரறியாத இரகசிய இலக்குகளைக் கொண்டிருக்கும். சீதாவுக்குத் தேவை, சரியான துணைவர்கள்.

அவள் குரல் மனதிற்குள் எதிரொலித்தது. *உன்னுடைய குறிக்கோளுக்கு உதவக்கூடியவர்களாய், உனக்கு நம்பிக்கையான துணைவர்களைத் தேர்ந்தெடு. தனிப்பட்ட விசுவாசம் முக்கியமில்லை. ஆனா, உன்னுடையை லட்சியத்தில் நம்பிக்கை கொண்டவங்களா இருக்கணும்.*

தாயின் கடைசி வாக்கியமும் ஞாபகம் இருந்தது.

உன்னை பார்த்துக்கிட்டே இருப்பேன். எனக்குப் பெருமை சேர்.

மூச்சை ஆழ இழுத்துக்கொண்டு விரல்களை முஷ்டியாக்கி, சபதம் எடுத்தாள்.

''செய்வேம்*மா*. நிச்சயம் செய்வேன்.''

அத்தியாயம் 11

வெளிக் கோட்டைச்சுவர் ஓரமாய் அமர்ந்திருந்தனர் சீதாவும் ஸமீச்சியும். நகரைச் சுற்றியிருந்த அகழியைக் குனிந்து பார்த்தாள் இளவரசி. வெகு ஆழத்தில் இருந்தது. விழுந்தால் - மொத்தமாய்த் தரை வரையில் - எப்படியிருக்கும்? இந்தக் கேள்வி அவளுக்குள் எழுவது இது முதன்முறையல்ல. வலி தெரியுமா? உடலிலிருந்து உடனடியான விடுதலை உண்டா? ஒரு வழியாக சுதந்திரம் கிடைத்துவிடுமா? இறந்த பிறகு என்ன நடக்கிறது?

ஏன் இப்படியெல்லாம் பைத்தியக்காரத்தனமா தோணுது?

"சீதா..." ஸமீச்சியின் மெல்லிய முணுமுணுப்பு மௌனத்தை உடைத்தது.

அவர்கள் ஒன்றாய் அமர்ந்து சற்று நேரம் கடந்திருந்தது. அசட்டையாகச் சுவற்றைத் தாண்டி சீதா எட்டிப் பார்த்துக் கொண்டிருந்ததில் பேச்சுவார்த்தை அவ்வளவாக சுவாரசியப்பட வில்லை. அவளது வேதனை ஸமீச்சிக்குப் புரியாமலில்லை; அம்மாவைச் சிதையேற்றி ஒரு நாள் தானே ஆகியிருக்கிறது? சமீபகாலங்களில் சுனைனாவின் புகழ் சற்றே மங்கியிருந்தாலும், அரசியின் பொருட்டு ராஜ்யமே துக்கம் அனுசரித்துக் கொண்டிருந்தது உண்மை. தாயை இழந்தது சீதா மட்டுமல்லவே? மிதிலையுமே அல்லவா?

சீதாவிடம் பதிலில்லை.

"சீதா..."

உள்ளுணர்வு உந்தித் தள்ளியதில் 'சட்'டென அவள் முன் கரத்தை நீட்டினாள் ஸமீச்சி. வார்த்தைகளால் வடிக்காத, வடிக்கமுடியாத ஒரு பயங்கரம் நிகழாமல் தடுப்பது போல். இருண்ட எண்ணங்களின் கொடூர சக்தியை ஸமீச்சியை விட நன்கறிந்தவர் யார்?

ஆட்டிப்படைத்த தேவையற்ற நினைவுகளை ஒழிக்க விரும்புவது போல் சீதா தலையைக் குலுக்கிக் கொண்டாள்.

''சீதா...'' ஸமீச்சி மீண்டும் கிசுகிசுத்தாள்.

அவளோ, கவனமின்றி பேசினாள். தனக்குத்தானே. ''மா சொன்னதுதான் சரி... எனக்குக் கூட்டாளிகள் வேணும்... என் கர்மாவை நிறைவேத்துவேன்... ஆனா, தனியா முடியாது. துணைவர்கள் தேவை...''

தனக்குரிய திட்டங்களை சீதா வரையறுத்திருப்பதாக நினைத்த ஸமீச்சி, மூச்சைப் பிடித்துக் கொண்டாள். மிதிலாவிற்கென சுனெனா செய்ய விரும்பியவற்றை - சீதா நிறைவேற்ற வேண்டிய வாழ்க்கைக் கர்மா குறித்து இறந்துகொண்டிருந்த அரசி கேட்டுக்கொண்டவற்றை - பற்றி பிரஸ்தாபிக்கப் போகிறாளோ?

உண்மையில், சீதா குறிப்பிட்டது மலயபுத்ரர் தலைவர் அவளுக்கிட்டிருந்த பணி.

இடது உள்ளங்கை வடுவைப் பார்த்தவள், விஸ்வாமித்ரருடன் எடுத்திருந்த குருதிப் பிரதிக்ஞையை நினைவு கூர்ந்தாள். ''மகோன்னதம் படைத்த ருத்ரபகவான் மற்றும் மஹாபிரபு பரசுராமரின் பெயரால் சத்தியம் செய்கிறேன்,'' என்று தனக்குள் கிசுகிசுத்துக்கொண்டாள்.

வழக்கமாய் ருத்ரபகவான் பெயரை மட்டுமே ஸ்மரிக்கும் சீதா, முதல் முறையாக ப்ரபு பரசுராமரின் பெயராலும் உறுதியெடுத்ததை ஸமீச்சி கவனிக்கவில்லை. எப்படி முடியும்? அவளுடைய கவனமுமே ஒரே *முழுமுதற்கடவுளான* இறைவனைச் சென்றடைந்துவிட்டதல்லவா?

என்னைத் தன் தளபதியாக்கிக்கப் போறாளா சீதா? எல்லாப் புகழும் உனக்கே, இறைவா... இறைவனுக்கே ப்ரீத்தி...

— ॐ —

சுனெனா இறந்து ஓராண்டு கடந்துவிட்ட நிலையில், பதினாறு வயது சீதா இராஜ்யத்தை ஓரளவு நன்கு நிர்வகித்து வந்தாள் என்றே சொல்லவேண்டும். அம்மா நிர்மாணித்திருந்த அரசு இயந்திரத்தின் இயக்கத்தை தங்குதடையின்றி தொடர்ந்தவள், சுனெனாவின் குழுவை ஸ்வீகரித்துக்கொண்டு ஆட்சியை ஸ்திரப்படுத்துவதில் முனைந்தாள். நிகழ்த்திய ஒரே பெரிய மாற்றம், நம்பிக்கைக்குரிய ஸமீச்சியைக் காவல்துறைத் தலைவியாக்கியதுதான். இதுவும் எதிர்பாராத மாரடைப்பால் மரணித்த அப்பொழுதைய காவல்துறைத் தலைவரின் இழப்பால் ஏற்பட்ட பதவி உயர்வு.

வாக்களித்தபடி மலயபுத்ரர் தளபதி ஜடாயூ, வீரர் குழாம் சகிதம் சீதாவை நிழலாய்த் தொடர்ந்திருந்தார். மெய்க்காப்பாளர்களாய்ச் செயல்படுவதே அவர்கள் பணி. இது தேவையற்றது என்பது

சீதாவின் எண்ணமானாலும், நிழலைத் துரத்திவிடுவது எங்ஙனம்? இன்னும் சொன்னால், மிதிலைக் காவல்துறைக்குள் சில மலயபுத்ரர்களையும் இணைக்க வேண்டுமென்ற ஜடாயூவின் கோரிக்கைக்கே அவள் செவி சாய்க்கத்தான் வேண்டியிருந்தது. அவர்களது உண்மையான அடையாளம் ஸமீச்சி உட்பட அனைவரிடமிருந்தும் மறைக்கப்பட்டது. சீதாவைத் தொடர்ந்தனர். எப்போதும்.

கடந்த வருடத்தில் ஜடாயூவின் மீது சீதாவின் நம்பிக்கை உயர்ந்திருந்தது - ஏறக்குறைய சகோதரராய்ப் பாவிக்குமளவு. தினப்படி ஊடாடிய மலயபுத்ரர்களில் மூத்தவர் என்பதுடன், விஷ்ணு பதவிக்கான பொறுப்புகளை வெளிப்படையாக அவருடன் விவாதிக்கலாமல்லவா?

''புரியுதில்லையா, ஜடாயூஜி?'' சீதா வினவினாள்.

மிதிலாவிலிருந்து ஒரு மணி நேர பிரயாணத்திலிருந்த பாழடைந்த வளையல் தொழிற்சாலையருகே அவர்கள் சந்தித்துக் கொண்டனர். உடன், காவலதிகாரிகளாய் வேடமிட்ட மலயபுத்ர மெய்க்காப்பாளர்கள். தென்னிந்தியாவின் உட்பகுதியிலிருந்த மலயபுத்ரர்களின் இரகசிய தலைநகரான அகஸ்த்யகூடத்தில் சீதாவை விரைவில் விஸ்வாமித்ரர் எதிர்பார்ப்பதை ஜடாயூ வெளியிட்டிருந்தார். விஷ்ணுவாய் அவள் பரிமளிக்க அங்கே சில மாதங்கள் பயிற்சியெடுக்க வேண்டியிருக்கும். பிறகு பிறந்தகம் மிதிலையில் ஆறு மாத காலமும், புனருத்தாரணம் செய்யப்போகும் தேசத்தை அறிய சப்தசிந்து முழுதும் பிரயாணிப்பதில் ஆறு மாதங்களுமாய் அடுத்த சில வருடங்கள் கழியும்.

சீதாவோ, தான் மிதிலாவைப் பிரியத் தயாராகவில்லை என்பதை வெளிப்படுத்த விரும்பினாள். ஆற்ற வேண்டிய பணிகள் ஏராளமாய் இருந்தன: மிதிலாவை ஸ்திரப்படுத்தி, பாதுகாக்க ஆவன செய்யவேண்டும் - அதிலும், குஷத்வஜர் போன்றோரின் பகையினின்று.

''புரிகிறது, சகோதரி,'' என்றார் ஜடாயூ. ''மிதிலாவில் இன்னும் சில வருடங்கள் தேவைப்படுகின்றன. குருஜியிடம் தெரிவிக்கிறேன். புரிந்துகொள்வார் என்ற நம்பிக்கை எனக்கிருக்கிறது. இன்னும் சொன்னால், இங்கே தங்களது பணியும், ஒரு வகையில் தங்கள் லட்சியத்திற்கான பயிற்சியென்றே சொல்லலாம்.''

''நன்றி.'' சில காலமாய் மனதை அரித்த சந்தேகத்தை சீதா வெளியிட்டாள். ''ராவணனுடைய லங்கைக்குப் பக்கத்துலேதான் அகஸ்த்யகூடமாமே? கேள்விப்பட்டேன். நிஜமா?''

''ஆம் - ஆனால், கவலை வேண்டாம். தங்கள் பாதுகாப்பிற்குக் குறையொன்றும் இராது. ரகசிய நகரம். அதுவுமின்றி,

இருக்குமிடம் அறிந்தாலும் அகஸ்த்யகூடத்தைத் தாக்க ராவணன் துணியமாட்டான்.''

அகஸ்த்யகூடத்தின் பாதுகாப்பு ஏற்பாடுகளில் உண்மையில் சீதாவிற்கு அக்கறை இல்லை; அவள் கவலை வேறு. என்றாலும், மேற்கொண்டு விளக்கம் கேட்பதில்லை - இப்பொழுதைக்காவது - என்று முடிவெடுத்தாள்.

''பணத்தை என்ன செய்வதென்று தீர்மானித்துவிட்டீர்களா?'' ஜடாயூ கேட்டார்.

மிதிலையில் சீதாவை ஸ்திரப்படுத்தும் எண்ணத்துடன் மிகப்பெரும் தொகையான ஒரு லட்சம் தங்க நாணயங்களை மலயபுத்ரர்கள் கொடையளித்திருந்தனர். அவர்களுக்கு இது சிறிய தொகையானாலும், மிதிலாவிற்கு ஸ்வர்ணவர்ஷமல்லவா? ஞானத்திற்கே தன்னை அர்ப்பணித்துக்கொண்டு, *ரிஷிகளின்* பிரியத்திற்குப் பாத்திரமான அற்புத நகருக்கு இச்செல்வம் தானமளிக்கப்பட்டதென வெளியானது மலயபுத்ரர்களின் அதிகாரபூர்வ அறிவிப்பு.

எதிர்பாரா இப்பெருந்தன்மை யாரையும் அதிசயத்தில் ஆழ்த்தவில்லை. மகா புண்ணியர் ஜனக மன்னரின் ஞான நகரை மகோத்தமர்களான ரிஷிகள் போஷிப்பதில் ஆச்சர்யம் என்ன? அவ்வளவு ஏன், பல மலயபுத்ரர்கள் - பெருமகனார் *மஹரிஷி* விஸ்வாமித்ரர் உட்பட - மிதிலைக்கு அடிக்கடி வருகை புரிவது அந்நகரவாசிகளுக்குப் பழகிவிட்ட ஒன்று.

நிறைவேற்றமும் பொருட்செலவும் வேண்டி இப்போது தொக்கி நின்றவை இரு பெரும்பணிகள்: ஒன்று, ஸங்கஷ்யாவையும் மிதிலாவையும் இணைத்த சாலை. இன்னொன்று, சேரிமக்களுக்குக் குறைந்த செலவில், நிரந்தர வாழ்விடங்கள்.

''சாலையால் வர்த்தகம் மீண்டும் உயிர் பெறும்,'' என்றார் ஜடாயூ. ''நகருக்குச் செல்வம் பெருகும். மிகப்பெரும் நன்மை விளையும்.''

''இருக்கலாம் - ஆனா, அதுவும் ஏற்கனவே பணக்காரர்களா இருக்கற சின்ன சதவிகிதத்துக்குத்தான் போகும். அவங்கள்ள சிலர் மொத்தமா மூட்டை கட்டிக்கிட்டு வியாபாரத்துக்குக் குந்தகமில்லாத நகரங்களைத் தேடியும் விலகலாம். ஸங்கஷ்யா துறைமுகத்தை நம்பியிருக்கற நம்ப நிலையை ஒரு சாலை மாத்தப்போறதில்லை. மனசுக்குத் தோணினப்பல்லாம் மிதிலைக்கு வர்ற தளவாட சாமக்கிரியைகளை சித்தப்பா கிடுக்கிப்பிடி போட்டுத் தடுக்கறதையும் நிறுத்தப் போறதில்லை. நாங்க தனிச்சு, சுயமாய் நிமிர்ந்து நிக்கணும்.''

''உண்மை. சேரிப் புனருத்தாரணப் பணியோ, ஏழை மக்களுக்கு நிரந்தர வீடுகளை அமைத்துக் கொடுக்கும். தற்போதுள்ள அருவருக்கத்தக்க காட்சிகள் நீங்கி, கோட்டைவாசலை போக்குவரத்து எட்டவும் வழிவகுக்கும்.''

''ஹ்ம்ம்.''

''அதோடு, ஏழைகளின் நன்மதிப்பைச் சம்பாதிப்பீர்கள். அவர்களே மிதிலையின் பெரும்பான்மை ஆகையால், அத்தகையோர் விசுவாசம் என்றேனும் உதவக்கூடும், சகோதரி.''

''ஏழைகள் எப்பவுமே விசுவாசிகள்னு சொல்லமுடியாது,'' சீதா புன்னகைத்தாள். ''இருக்கலாம் - இரத்தத்துலே விசுவாசம் ஊறியிருந்தா. இல்லாதவங்களுக்கு, என்ன நன்மை செஞ்சாலும் விசுவாசம் தோணாது. எது எப்படியிருந்தாலும், வறுமையில வாடறவங்களுக்கு உதவணும். இந்த ஒரு பணியால எத்தனையோ வேலைவாய்ப்புக்கள் உருவாகும்; சுத்துவட்டாரங்கள்ள பலரை வளர்த்துவிட்ட மாதிரியும் ஆகும். அந்த வகையிலே நிச்சயம் நல்லதுதான்.''

''உண்மை.''

''இந்தப் பணியைப் பொறுத்தவரை, சுயமா நிக்கறதுக்கு இன்னும் சில யோசனைகள் வெச்சிருக்கேன் - குறைஞ்சபட்சம் உணவு, மத்த அத்தியாவசியங்களுக்காவது.''

''ஆக, ஒரு முடிவுக்கு வந்துவிட்டீர்கள் போல் காண்கிறதே?''

''இருக்கலாம் - ஆனா, பிற ஆலோசனைகளையும் கேட்டுக்கிட்டு எந்தத் தீர்மானத்துக்கும் வர்றதுதான் உத்தமம். எங்கம்மா அப்படித்தான் செஞ்சிருப்பாங்க.''

''மகத்தான பெண்மணி.''

''ஆமா,'' புன்னகைத்த சீதா, ஒரு நொடி தயங்கினாள். ஜடாயூவை மறுமுறை ஏறிட்டவள், இன்னொரு நாசூக்கான விஷயத்தைத் தொடும் உத்தேசத்துடன், ''ஜடாயூஜி, ஒண்ணு கேட்டா தப்பா எடுத்துக்கமாட்டீங்களே?'' என்றாள்.

''தாங்கள் ஒன்று கேட்டு,'' என்றார் ஜடாயூ. ''நான் பதில் மறுக்கமுடியுமா, மஹாவிஷ்ணு?''

''மஹரிஷி விஸ்வாமித்ரருக்கும் மஹரிஷி வஸிஷ்டருக்கும் இடையே அப்படி என்னதான் பிரச்சனை?''

''தெரிந்துகொள்ளக்கூடாததைத் துருவுவதில் அதிசயத் திறன் கொண்டிருக்கிறீர்கள்,'' ஜடாயூ முகத்தில் வறண்ட புன்னகை. ''அதுவும் ரகசியமாய் இருக்க வேண்டிய விஷயங்கள்.''

அவரைச் செயலிழக்கவைக்கும் அபூர்வ, உண்மையான புன்னகை சீதாவின் முகத்தில் மலர்ந்தது. ''என் கேள்விக்கு இது பதிலில்லை, ஜடாயூஜி.''

''இல்லை, சகோதரி,'' அவர் சிரித்தார். ''உண்மையைச் சொன்னால், அது குறித்து எனக்கு அதிகம் தெரியாது. ஒன்றை மட்டும் அறிவேன்: ஒருவர் மீது ஒருவர் அளவிடமுடியாத, வெளிப்படையான விரோதம் பாராட்டுகின்றனர். மஹரிஷி விஸ்வாமித்ரர் முன்னிலையில் மஹரிஷி வஸிஷ்டரின் பெயரை உச்சரிப்பது கூட அனுசிதம்.''

''நல்ல முன்னேற்றம்.'' நகர்ச் சேரிக்குடியிருப்புக்களின் புனருத்தாரணப் பணிகளைப் பார்வையிட்டவாறு ருத்ரபகவான் ஆலய நந்தவனத்தில் நின்ற சீதா முணுமுணுத்தாள்.

மிதிலைத் தெற்கு வாயிலருகே இருந்த சேரியை அழித்து, புதிய நிரந்தர வாழ்விடங்களை அதே இடத்தில் நிர்மாணிக்கும்படி சில மாதங்களுக்கு முன் கட்டளையிட்டிருந்தாள். மலயபுத்ரர்களின் கொடையால் கட்டப்பட்டும் இவ்வீடுகள், வறியோருக்கு இலவசமாக வழங்கப்படும்.

பிரதம மந்திரியின் பாராட்டுதலால் குளிர்ந்த ஸமீச்சி, சிலிர்த்துக்கொண்டாள். வெகு விரைவாகவும், வரையறுக்கப்பட்ட தொகைக்குள்ளும் பணியை முடிக்க, சம்பிரதாயத்தை மீறி நகர்த் தலைமைப் பொறியியல் வல்லுனரை விடுத்து, அவளிடம் சீதா பொறுப்பை அளித்திருந்தாள். எதையும் அணு அணுவாய் ஆராயும் திறன் கொண்டதுமில்லாமல், கீழதிகாரிகளை தயவுதாட்சண்யமின்றி விரட்டி வேலை வாங்கும் திண்மையுள்ளவள் தன் காவல்துறைத் தலைமையதிகாரி என்பதை சீதா அறிவாள். இவையெல்லாம் தாண்டி, இளமை முழுதும் சேரிகளில் கழித்திருந்த ஸமீச்சிக்கு அங்கே வாழ்ந்தவர்களின் பிரச்சனைகளைப் புரிந்துகொள்ளும் அபூர்வ பார்வையும் வாய்த்திருந்தது.

செயல்பாடுகள் ஸமீச்சியிடம் ஒப்புவிக்கப்பட்டிருந்தாலும், சேரிமக்களின் சில பிரதிநிதிகளுடன் கலந்தாலோசித்துப் பணியின் வடிவமைப்பிலும் திட்டமிடலிலும் முழுமையாய்த் தன்னை ஈடுபடுத்திக்கொண்டது சீதாவே. இறுதியில் அம்மக்களின் வாழ்விடங்களுக்கான தேவைகள் மட்டுமின்றி, வாழ்வாதாரத்திற்கே புதுமையான தீர்வொன்றைக் கண்டுபிடித்தாள்.

சில மாதங்களுக்கேயானாலும், குடியிருப்பு மக்கள் அவ்விடம் விட்டு அகல மறுத்தனர். நிர்வாகத்திடம் அவர்களுக்கிருந்த

நம்பிக்கை அத்தகையது. இவ்வகையான நிர்மாணப்பணிகள் வருடக்கணக்காக இழுபறியாகி, வீடில்லாமல் செய்துவிடும் என்ற பயம் ஒருபுறம்; பழைய வீடுகள் இருந்த இடத்திலேயே புதியதும் இருப்பதுதான் நன்மை என்ற நம்பிக்கை இன்னொருபுறம். அவ்வகையான வடிவமைப்பில் நேர்த்தியான தெருக்களுக்கு இடமிருக்காது; பழைய சேரியில் குறுகலான, கன்னாபின்னா சந்துக்கள் மலிந்திருந்தனவேயொழிய, தெருக்கள் அல்ல.

அற்புதமான யுத்தி ஒன்றை சீதா உருவாக்கினாள்: சுவர்களைப் பகிர்ந்துகொள்ளும் தேன்கூடு போன்ற கட்டிடம். குடியிருப்போர் கூரை வழியே உள்ளிறங்கி, வீடுகளுக்குச் செல்லலாம். வெளிப்பார்வைக்கு, அனைத்து இல்லங்களின் 'கூரைகளும்' ஒரே சீரான இணைந்த தளமாய் அமையும் - ஏறக்குறைய நான்கு மாடி உயரத்தில் இன்னொரு புதிய, செயற்கைச் 'சமதளம்.' குடியிருப்பைச் சேர்ந்தோர் பயன்பெறும் திறந்தவெளியாக மட்டுமின்றி, அவற்றில் வர்ணங்கள் கொண்டு கட்டமிட்ட 'தெருக்கள்' நேர்த்தியாய் உருவாக்கப்படும். 'தெரு'க்களில், வீடுகளுக்குச் செல்லக் கூண்டுக்கதவுகள் அமைந்திருக்கும். இதன் மூலம், மக்களது நம்பிக்கையை - பழைய குடிசையிருந்த இடத்தில் புதிய வீடு - நிறைவேற்றியதாகவும் ஆகும். தேன்கூடு நான்கு மாடிகள் கொண்டதாகையால், குடியேறும் ஒவ்வொருவருக்கும் நான்கு அறைகள் கிடைக்கும். முன்னிருந்த ஏற்பாட்டைவிட அளவிலும் பெரிது.

விசித்திர வடிவமைப்பை முன்னிட்டு, தற்காலிகமாய் இதைத் தேன்கூடு வளாகம் என ஸமீச்சி அழைக்க, அதனால் மிகக் கவரப்பட்ட சீதா, அதை அதிகாரபூர்வப் பெயராகவே அறிவித்துவிட்டாள்!

ஆனால், புதிய வீடுகள் நிர்மாணிக்கப்படும் வரையில் இல்லங்களுக்கு என்ன செய்வது? இங்கேயும் சீதா ஒரு நூதன உத்தி கண்டுபிடித்தாள். குடிநீர் மற்றும் விவசாயத் தேவைகளின் பொருட்டு, கோட்டையைச் சுற்றியிருந்த அகழியை ஏரியாக்கினாள். வெளிப்புற மற்றும் உட்புற மதில்களுக்கு இடையேயான நிலத்தில் ஒரு பகுதி சேரி மக்களுக்கு வழங்கப்பட, அவர்கள் துணி மற்றும் மூங்கில்களால் ஆன தற்காலிகக் குடிசைகளமைத்துக்கொண்டனர். மீதமிருந்த இடம் உணவு, மூலிகை மற்றும் பருத்தி விளைச்சலுக்குப் பயன்பட்டது. சில மாதங்களில் தயாராகப்போகும் தேன்கூடு வளாகத்தில் குடிபுகுந்த பிறகும் இந்நிலம் அவர்களுக்கே உரிமையாகும்.

இம்முயற்சியால் பல நன்மைகள்: முதலாவதாக, பாதுகாப்பை முன்னிட்டு வெறுமையாக்கப்பட்ட இரு மதிற்சுவர்களுக்கு மிடையேயான இடம் நல்ல முறையில் பயன்படுத்தப்பட்டது.

விவசாய உற்பத்தி அதிகரிக்க, சேரிமக்களுக்கு வருமானம் அதிகரித்தது. பொருளாதாரச் சீரழிவின் விளைவாய் மிதிலை அந்நிய தாக்குதலைச் சந்திக்க வாய்ப்பேயில்லையெனினும், விளைச்சலை கோட்டைக்குள் நகர்த்துவது முற்றுகைக் காலங்களில் மிக்க பலனளிக்கும்.

எல்லாவற்றையும் விட முக்கியமாய், உணவு, மருந்து மற்றும் பிற அத்தியாவசியங்களில் மிதிலர்கள் தற்சார்பு அடைந்துவிட - ஸங்கஷ்யா நதித்துறைமுகத்தின் மீதான சார்பு குறைந்தது.

இதனால் குஷத்வஜர் இராணுவத் தாக்குதல் நிகழ்த்தலாமென ஸமீச்சி எச்சரித்திருந்தாலும், சீதாவுக்கென்னவோ அது விஷயத்தில் சந்தேகம்தான். மிதிலையின் ஆன்மீகச் செம்மலைப் பகைக்க அரசியல் காரணங்கள் கண்டுபிடிப்பது கடினம்; ஸங்கஷ்யா குடிமக்களே அத்தகைய படையெடுப்பிற்கெதிராய்க் கலகம் செய்யக்கூடும். இருப்பினும், நடக்காத இந்த நிகழ்விற்கும் தயாராய் இருப்பதே உசிதம்.

நகரின் பிரதான குடிநீர் மையம் கோட்டைக்கு வெளிப்புறம் உள்ள அகழி மட்டுமே என்பதில் சீதா சற்று சஞ்சலமுற்றாள். முற்றுகைக்கான சாத்தியம் ஏற்படுமானால், பகைவர்கள் நீர்நிலையில் விஷம் கலந்து சீரழிக்கமுடியும். முன்னெச்சரிக்கையாக, நகரின் மையத்தின் ஆழமான ஏரியொன்றை வெட்டக் கட்டளையிட்டாள். தவிர, மிதிலையின் இரு மதில்களையும் பலப்படுத்தும் முயற்சியில் ஈடுபட்டாள்.

குழப்பமும் கூச்சலும் கூத்தாடிய நகரின் மத்திய கடைத்தெருவை சீராக்கினாள். சுகாதாரமும் ஒழுங்குமுறையும் நிலவும் ஒரே மாதிரியான நிரந்தர கடைகள் விற்பனையாளர்களுக்கு வழங்கப்பட்டன. சேதாரமும் கழிவுகளும் குறைய, விற்பனை உயர்ந்தது. இதனால் உருவான ஒரு உன்னத சுழற்சியில், விலைவாசி குறைந்து, வியாபாரம் பெருகியது.

இத்தேர்ந்த நிர்வாகத்தால் சீதாவின் பிரபல்யம் வெகுவேகமாய் உயர்ந்தது நிஜம். ஏழைகளிடையே மட்டுமாவது. அவர்கள் வாழ்வியலின் மிகப்பெரிய முன்னேற்றத்திற்குத் தங்கள் இளவரசியே அல்லவா காரணம்?

''ஆச்சர்யம்,'' ஜடாயூ ஒப்புக்கொண்டார். ''தேனிச்சதுக்க நிர்மாணத்தை ஒரு காவல்துறைத் தலைவர் இத்துணை சிறப்பாய் மேற்பார்வை புரிவார் என்பதை நான் எதிர்பார்க்கத்தான் இல்லை.

நகர் எல்லைக்கு வெளியே அவருடன் அமர்ந்திருந்தாள் சீதா. மூன்றாம் *ப்ரஹார்* ஜனித்திருக்க, வானில் சூரியன் இன்னமும் தேஜோமயமாய்ப் பிரகாசித்தான்.

''ஸமீச்சி திறமைசாலிதான்,'' புன்னகைத்தாள். ''சந்தேகமேயில்லை.''

''உண்மை. ஆனால்...''

அவரை ஏறிட்ட சீதாவின் புருவங்கள் முடிச்சிட்டன. ''ஆனா என்ன, ஜடாயூஜி?''

''தயவு செய்து நான் சொல்வதை அனுசிதமாய் எடுத்துக்கொள்ள வேண்டாம், மஹாவிஷ்ணு. இது தங்கள் ராஜ்யம்; தாங்களே பிரதமர். மலயபுத்ரர்களாகிய எங்கள் அக்கறையோ தேசம் முழுதிற்குமேயொழிய, மிதிலாவிற்கு மட்டுமேயல்ல -''

''என்ன விஷயம்?'' சீதா குறுக்கிட்டாள். ''நான் உங்களை பரிபூர்ணமாய் நம்பறேன்னு உங்களுக்குத் தெரியாதா? எதாயிருந்தாலும் 'பளிச்'சுன்னு வெளிப்படையா சொல்லுங்க.''

''காவல்துறையிலுள்ள என் ஆட்கள், பிற அதிகாரிகளுடன் கலந்து பேசுவதுண்டு. ஸமீச்சியைப் பற்றித்தான். அவளது -''

''தெரியும்,'' சீதா பெருமூச்செறிந்தாள். ''ஆண்கள்கிட்டே அவளுக்கு ஏதோ பிரச்சனைன்னு நல்லாவே தெரியுது...''

''பிரச்சனை என்பதை விட, முழுமையான வெறுப்பு என்பது சாலப் பொருந்தும்.''

''ஏதாவது காரணம் இருந்தாகணும். யாரோ ஒரு ஆண் -''

''செய்திருக்கக்கூடியவற்றுக்காக - அது என்னவாகயிருந்தாலும் - அனைத்து ஆண்களையும் கரிப்பது, நிலைதடுமாறிய சுபாவத்தைக் குறிக்கும். எதிர்மறையான பாரபட்சமும் ஒரு வகையில் பாரபட்சம்தானே? எதிர்மறை இனவெறியும் இனவெறிதான். எதிர்மறையான பால்பாகுபாடும் உண்மையில் பால்பாகுபாடே.''

''ஒத்துக்கறேன்.''

''தன் கருத்துக்களை மறைத்துக்கொண்டால் பரவாயில்லை. ஆனால், அவளது மனநிலை, பணியை பாதிக்கிறது. ஆண்கள் அநியாயமாய்க் குறிவைக்கப்படுகிறார்கள். முழுமுதற் கலகம் வெடிப்பதில் தங்களுக்கு உடன்பாடு இல்லையல்லவா?''

''தனிப்பட்ட முறையில உதவ என்னை அவ அனுமதிக்கிறதில்லை. ஆனா, வேலை பாதிக்கப்படாம பார்த்துக்கறது என் பொறுப்புதான். ஏதாவது செய்யறேன்.''

''உண்மையில் தங்களது கர்ம பணியைப் பற்றியதே என் கவலை. அந்தரங்கத்தில் அவள் தங்களிடம் மிகுந்த விசுவாசம் கொண்டவள் என்பதில் சந்தேகமேயில்லை.''

''நான் ஆம்பளையில்லைங்கிறதும் ஒரு வகையில நன்மைதான்!''

ஜடாயூ 'குபீ'ரெனச் சிரித்துவிட்டார்.

''எப்படியிருக்கிறீர், நாரதரே?'' என்றார் ஹனுமான்.

பரிஹாவிலிருந்து அப்போதுதான் திரும்பியிருந்தார். கிழக்கே, இந்தியாவிற்குள் ஆழப் புகும் முகாந்திரமாக, குஜராத் துறைமுகம் லோத்தலுக்கு கடல் மார்க்கமாய் வந்திருந்தார். அவரைச் சந்தித்தது நாரதர் - கலை, இலக்கியம் மற்றும் சமீப சுவாரசிய வம்பின் அன்பர்! உடனடியாக உடன்வந்தோர் சகிதம் ஹனுமானைத் தன் கடைக்குப் பின்னிருந்த அலுவலகத்திற்குள் அழைத்துச் சென்றார்.

''நல்லாவே,'' என்றார் உற்சாகமாய். ''இதைவிட நல்லா வாழ்ந்தா மகா பாவம்.''

''மகாபாவத்திலிருந்து மீள நீர் அதிக பிரயத்தனம் செய்வதாகத் தோன்றவில்லை,'' ஹனுமான் சிரித்தார்.

நாரதரும் சிரித்துவிட்டு, ''வழக்கமான தளவாடங்கள்தானே, நண்பரே,'' என்றார். ''உங்களுக்கும், உங்க குழுவுக்கும்?''

ஒரு சிறிய பரிஹர் படை ஹனுமானுடன் பயணிப்பது வழக்கம்.

''ஆகா, நன்றி.''

தலையசைத்த நாரதர், உதவியாளனிடம் மெல்லிய குரலில் சில உத்தரவுகள் பிறப்பித்தார்.

''இன்னொரு விஷயமாகவும் நன்றி தெரிவிக்க வேண்டியது அவசியமாகிறது,'' ஹனுமான் தொடர்ந்தார். ''செல்லுமிடம் குறித்துக் கேட்காததற்கு.''

வெளிப்படையான இத்தூண்டிலில் சிக்காமல் இருப்பது நாரதருக்கு சாத்தியமா? விரித்த வலையில் 'தடா'லென்று விழுந்தார். ''கேப்பானேன்? குரு வஸிஷ்டரைச் சந்திக்கத்தானே? எனக்குத் தெரியுமே?''

அயோத்ய அரச குடும்பத்தின் குலகுரு வசிஷ்டர், நான்கு இளவரசர்களுக்கும் - இராமன், பரதன், லக்ஷ்மணன் மற்றும் ஷத்ருக்னன் - தன் குருகுலத்தில் பிரத்யேகமாய்க் கல்வி பயிற்றுவிப்பது ஊரறிந்த விஷயம். இருக்குமிடம் என்னவோ பரம இரகசியமாகக் காக்கப்பட்டு வந்தது.

நாரதரை வைத்த கண் வாங்காமல் வெறித்தாலும், ஹனுமான் வாய் திறக்கவில்லை.

''கவலைப்படாதீங்க,'' நாரதர் முகத்தில் புன்னகை விரிந்தது. ''ஏறக்குறைய என் ஒருத்தனைத் தவிர நீங்க சந்திக்கப்போறவரை பத்தி யாருக்கும் தெரியாது. நான் உட்பட யாருக்குமே குருகுலம் இருக்குமிடம் தெரியாது.''

முறுவலித்த ஹனுமான் பதிலடி கொடுக்க வாய் திறந்த கணத்தில் பெண் குரலொன்று உரத்து ஒலித்தது.

''ஹன்ஸ்!''

முகம் சுணங்க, ஒரு நொடி கண்களை மூடிக்கொண்டவர், திரும்பினார். சதா அவரையே சுற்றிச் சுற்றிவரும் சுர்ஸா. நாரதரிடம் பணிபுரிபவள்.

நமஸ்தே எனக் கரம் குவித்தார் ஹனுமான். ''என் பெயர் ஹன்ஸ் அல்ல, அம்மா - ஹனுமான்,'' என்றார், மிக்க பணிவுடன்.

''தெரியும்,'' ஒய்யாரமாய் நடந்து வந்தாள் சுர்ஸா. ''ஆனா, ஹன்ஸ்தான் சுவையா இருக்கு. 'அம்மா'வை விட 'சுர்' இன்னும் இனிமையா இருக்கற மாதிரி. இல்லை?''

அவள் அருகாமையில் ஹனுமான் தர்மசங்கடத்துடன் கால் மாற்றி மாற்றி வைப்பதைக் கண்ட நாரதர் 'கிக் கிக்' எனச் சிரிக்க, நண்பரை எரித்துவிடுவது போல் பார்த்த நாகா, குடைச்சல் கொடுக்கும் இந்த விசிறியிடமிருந்து நாசூக்காய்த் தன்னை விலக்கிக் கொண்டார். ''நாரதருடன் மிக முக்கியமான பேச்சு வார்த்தையில் ஈடுபட்டிருந்தேன், அம்மா -''

''நான் குறுக்கே புகுந்துட்டேன்,'' சுர்ஸா இடைவெட்டினாள். ''சகிச்சுக்குங்க.''

''அம்மணி...''

புருவத்தை உயர்த்திய சுர்ஸா, இடையை நளினமாய் வளைத்தபடி நின்றாள். ''உங்க விஷயத்துல என் மனசு புரியலையா, ஹன்ஸ்? உங்களுக்காக நான் செய்ய விரும்பறது... உங்களையே செய்ய -''

''அம்மணி...'' ஹனுமானின் முகம் செக்கச் சிவக்க, மேலும் பின்வாங்கினார். ''எத்தனையோ தடவை சொல்லியிருக்கிறேன். நான் ப்ரம்மச்சர்ய விரதமேற்றவன். இது முறையல்ல. தயவு செய்து தங்களை அவமதிப்பதாய்க் கருத வேண்டாம். புரிந்துகொள்ளுங்கள். என்னால் -''

சுவற்றிலே சாய்ந்திருந்த நாரதரின் தோள்கள் குலுங்கின. வாய் பொத்தி நகைத்துக் கொண்டிருந்தார். சப்தமெழுப்பாமல் இருக்கும் முயற்சி.

''யாருக்கும் தெரிய வேண்டாம், ஹன்ஸ். விரதத்தைக் கடைபிடிக்கிற மாதிரி நீங்க பாட்டுக்கு பாவனை செய்யலாம்.

கல்யாணமெல்லாம் முக்கியமில்லை. எனக்கு வேணும்கிறது நீங்கதான். உங்க பெயரில்லை.'' முன்னால் வந்த சுர்ஸா, ஹனுமானின் கைகளைப் பற்ற யத்தனித்தாள்.

ஆகிருதிக்குப் பொருந்தாத அசாத்திய வேகத்துடன் பக்கவாட்டில் 'சட்'டென நகர்ந்த ஹனுமான், அவள் கைகளினின்று விலகிக்கொண்டார். ''அம்மணி, வேண்டாம்! தங்களைக் கெஞ்சிக் கேட்டுக்கொள்கிறேன்!''

உதட்டைப் பிதுக்கிய சுர்ஸா, விரல்களால் தன் மார்பின் மீது கோலமிட்டாள். ''நான் அழகாயில்லையா?''

''இந்திர பகவானே...'' ஹனுமான் திரும்பினார். ''நாரதரே, ஏதேனும் செய்யுங்களேன்!''

சிரிப்பை அடக்க முயன்று முடியாத நாரதர், ஹனுமானுக்கு முன்னால் வந்து நின்று அந்தப் பெண்ணை எதிர்நோக்கினார். ''இதப் பார், சுர்ஸா. வேண்டாம்னா விட்டுரணும். உனக்கே தெரியும் -''

'சட்'டெனக் கொப்பளித்த கோபத்துடன் அவள் சீறினாள். ''அறிவுரையெல்லாம் தேவையில்லை! நான் ஹன்ஸை விரும்பறது உங்களுக்கே தெரியும். எனக்கு உதவறதாவும் வாக்கு குடுத்தீங்க.''

''அதெல்லாம் சும்மா. மன்னிச்சுக்க,'' என்றார் நாரதர். ''விளையாட்டுக்குச் சொன்னேன்.''

''இதுதான் உங்களுக்கு விளையாட்டா? என்னதான் உங்க பிரச்சனை?''

நாரதர் பணியாளர்களை நோக்கிச் சைகை செய்ய, இரு பெண்கள் முன்னால் வந்து எரிச்சலின் முழு உருவாய் நின்ற சுர்ஸாவை பிடித்துக் கொண்டனர்.

''அயோக்கிய முட்டாளே, அடுத்த வியாபாரத்துல பாதிக்கு பாதி நஷ்டமாகிற மாதிரி செய்யறேனா இல்லையா பார்!'' சுர்ஸா கத்த, பெண்கள் அவளை வலுக்கட்டாயமாய் இழுத்துச் சென்றனர்.

மீண்டும் தனியே விடப்பட்டவுடன், ஹனுமான் நண்பரை முறைத்தார். ''நானும் கேட்கிறேன். என்னதான் உம் பிரச்சனை?''

''சும்மா வேடிக்கைக்குத்தான், நண்பரே. மன்னிச்சிருங்க.''

சிறிய தேகக்கட்டு கொண்டவரின் தோளைப் பற்றித் தன் ஆகிருதியின் முழு வீச்சையும் காட்டும் விதமாய் உயர்ந்து குனிந்து பார்த்தார் ஹனுமான். ''இது வேடிக்கையல்ல. சுர்ஸாவை அவமதித்தீர். என்னை வதைத்துக்கொண்டிருந்தீர். எலும்பு முறியும் வரை உம்மை விளாசினாலும் தகும்!''

பொய் வருத்தத்துடன் அவரது கைகளைப் பற்றிக்கொண்ட நாரதர் கண்களில் குறும்பு தாண்டவமாடியது. "மலயபுத்ரர்கள் யாரை விஷ்ணுவாய் நியமிச்சிருக்காங்கன்னு நான் தெரிவிச்சா, விளாசத் தோணாது."

ஹனுமான் நாரதரைச் 'சட்'டென விடுவித்தார். அதிர்ச்சியில். "நியமனமா?"

குரு விஸ்வாமித்ரர் இதை எவ்விதம் செய்யலாம்? வாயுபுத்ரர்களின் சம்மதமில்லாமல்?

நாரதர் புன்னகைத்தார். "தகவல்கள் குடுக்க நான் இல்லாம ஒரு நாள் கூட உங்களால சமாளிக்கமுடியாது. அதனால என்னை விளாசமாட்டீங்க!"

சற்றே வறண்ட புன்னகையுடன் தலையைக் குலுக்கிக் கொண்ட ஹனுமான், நாரதரின் தோளை விளையாட்டாய்க் குத்தினார். "மந்திரிகளில் முந்திரியே, தெரிவிக்கத் துவங்கலாமே?"

அத்தியாயம் 12

''ராதிகா!'' சீதாவின் முகம் மலர்ந்தது.

குருகுல நாட்களின் தோழி, திடீர் வருகை புரிந்திருந்தாள். சீதாவை விட ஒரு வயது குறைந்த பதினாறு வயதுப் பெண்ணை இளவரசியின் பிரத்யேக அறைகளுக்கு இட்டுச் சென்றது மிதிலாவின் புதிய அரசு சம்பிரதாய அதிகாரி, ஸமீச்சி. சமீபகாலமாய்ப் பழைய பொறுப்புக்களுடன் புதிதாய் சம்பிரதாயச் செயல்பணிகளும் சேர்ந்துகொண்டதில், காவல்துறையல்லாத வேலைகள் அவள் நேரத்தை அபகரித்தது நிஜம். ஆகையினாலேயே, உதவிக்குக் காவல்துறைத் துணைத் தலைவர் ஒருவரையும் சீதா நியமித்திருந்தாள். ஆண். தைரியமும், மிக்க நியாய உணர்வும் கொண்டவராதலால், ஸமீச்சியின் ஒருதலைப்பட்ச சிந்தனைகள் ஆதாரக் காவல் பொறுப்புக்களைப் பாதிக்காமல் பார்த்துக் கொண்டார்.

இம்முறை ராதிகா தனியாகப் பிரயாணம் செய்யவில்லை. தந்தை வருண் ரத்னாகர் மற்றும் உறவினர் வாயு கேஸரி ஆகியோர் துணையுடன் வந்திருந்தாள்.

வருண் ரத்னாகரை சீதா முன்பே சந்தித்திருந்தாலும், வாயு கேஸரியைப் பார்ப்பது இதுவே முதன்முறை. சாயலிலோ உடற்கட்டிலோ, உறவினர்களுடன் ஒத்திருந்ததாகத் தெரியவில்லை. இன்னும் சொன்னால், கட்டை குட்டையான தேகம், குறைவான உயரம், வெண் சருமம் இவற்றுடன், கட்டுமஸ்தான உடலில் 'கருகரு'வென முடியடர்ந்திருந்தது.

வானரரோ என்னமோ, சீதா எண்ணமிட்டாள்.

ராதிகாவின் குலமான வால்மீகர்கள், தாய்வழித்தாயத்தைப் பின்பற்றுபவர்கள் என்பதை அறிவாள். பெண்டிர், குலம் தாண்டி மணம் புரிவது வழக்கமில்லை. ஆண்கள் வால்மீகர்களல்லாத பெண்களை மணக்கலாம் - ஒரு நிபந்தனையின் பேரில்: மணமக்கள் குலத்தை நீங்க வேண்டியது. குலநீக்கம் செய்யப்பட்ட

வால்மீகருக்கும், வானரப் பெண்ணிற்கும் பிறந்தவரோ வாயு கேஸரி?

மூத்தோர் பாதம் பணிந்து நமஸ்கரித்தாள் சீதா.

இருவருமே நீண்ட ஆயுள் அருளி ஆசிர்வதித்தனர். அறிவிற்சிறந்தோரால் போற்றப்பட்ட சிந்தனையாளர் மற்றும் சான்றோர், வருண் ரத்னாகர். ஞானத்தின் உறைவிடமாய் சப்தசிந்துவில் திகழ்ந்த தந்தையுடன் அளவளாவுவதில் அவர் மெத்த மகிழ்ச்சியடைவார் என்பதில் சீதாவிற்குச் சந்தேகமில்லை. அதிலும், பிரதமகுரு அஷ்டாவக்ரர் இமாலயம் சென்றுவிட்டதில் தத்துவ விசாரத்தில் ஆழ ஜனகருக்குச் சந்தர்ப்பம் வாய்க்கவில்லைதான். தன்னைப் போல் அறிவுத்தாகம் கொண்டோருடன் கலந்துரையாட நேர்ந்தால் அகமகிழ்வார்.

விரைவிலேயே அவர்கள் ஜனக மன்னரின் அறைகளுக்குச் சென்றுவிட, பொறுப்பு மிகுதியால் சம்பிரதாயப் பேச்சு வார்த்தையில் அதிக நேரம் கழிக்க முடியாத ஸமீச்சியும் விடைபெற்றுக்கொண்டாள். மிதிலை இளவரசியின் பிரத்யேக படிப்பறையில் சீதாவும் ராதிகாவும் தனித்து விடப்பட்டனர்.

"எப்படி இருக்கு, வாழ்க்கை?" சீதா தோழியின் கைகளைப் பற்றிக்கொண்டாள்.

"அதிசயமான திருப்பங்கள் நிறைஞ்ச வாழ்க்கையை வாழறது யாரு?" ராதிகா முறுவலித்தாள். "நீதான்!"

"நானா?" அதீத விளையாட்டுத்தனத்துடன் கண்களை உருட்டிச் சிரித்தாள் சீதா. "அதெல்லாம் ஒண்ணுமில்ல. ஒரு சின்ன ராஜ்யத்தை நிர்வகிச்சு, வரி வசூலிச்சு, சேரியெல்லாம் புனருத்தாரணம் செய்யறேன். அவ்வளவுதான்."

"அது இப்போ. இன்னும் நீ சாதிக்கவேண்டியது எவ்வளவோ..."

உடனடியாக சீதா எச்சரிக்கையானாள். கபடமற்ற இப்பேச்சினடியில் வேறொரு அர்த்தம் இழையோடும் சந்தேகம் உதிக்க, ஜாக்கிரதையாகவே பதில் சொன்னாள். "மிதிலா பிரதமர்ங்கிற முறையில பொறுப்புகள் அதிகம்தான். ஆனா, முடியாத காரியமில்ல. எங்களுடையது ரொம்ப சின்ன, அவ்வளவா செல்வாக்கில்லாத தேசம்தானே?"

"இந்தியா பெரிய நாடாச்சே?"

சீதாவின் எச்சரிக்கையுணர்வு அதிகரித்தது. "இந்தியாவின் ஒரு மூலை என்ன சாதிச்சிட முடியும், ராதிகா? எல்லோராலும் புறக்கணிக்கப்பட்ட சக்தியற்ற ராஜ்யம்தானே மிதிலா?"

''இருக்கலாம்,'' ராதிகா புன்னகைத்தாள். ''ஆனா, இந்தியன்னு சொல்லிக்கிற யாராலேயும் அகஸ்த்யகூடத்தைப் புறக்கணிக்கமுடியாது.''

ஒரு கணம் மூச்சைப் பிடித்துக்கொண்டாள் சீதா. பார்வைக்கு நிதானத்தை மேற்கொண்டாலும், உள்ளுக்குள் இதயம் கட்டியக்காரன் முரசு போல் 'திண் திண்'ணென அதிர்ந்தது.

ராதிகாவுக்கு எப்படித் தெரியும்? வேற யாருக்கெல்லாம் தெரியும்? நான்தான் ஒருத்தர்ட்டேயும் சொல்லலையே? மாகிட்டே மட்டும்தான்.

''உனக்கு உதவ விரும்பறேன், சீதா,'' ராதிகா கிசுகிசுத்தாள். ''நம்பு. நீ என் தோழி. உன்னை எனக்கு ரொம்பப் பிடிக்கும். அதைவிட, இந்தியாவை ரொம்ப ரொம்ப பிடிக்கும். நீ இந்தியாவுக்கு முக்கியம். ***ஜெய் பரசுராம்.***''

''***ஜெய் பரசுராம்,***'' முணுமுணுத்த சீதா, ஒரு கணம் தயங்கினாள். ''வந்து, நீயும் உங்கப்பாவும் -''

''நான் பூஜ்யம், சீதா,'' ராதிகா சிரித்தாள். ''ஆனா, எங்கப்பா... இப்படி சொல்லலாமே? முக்கியமானவர். உனக்கு உதவ விரும்பறார். நான் வெறும் கருவி. அதனாலதானே பிரபஞ்சமே திட்டம் போட்டு என்னை உன் தோழியாக்கியிருக்கு?''

''உங்கப்பா மலயபுத்ரரா?''

''இல்லை.''

''வாயுபுத்ரரா?''

''அவங்க இந்தியாவிலேயே வாழறதில்லையே? மஹாதேவர் குலம் இந்தப் புண்ணிய பூமிக்கு எப்ப வேணும்னாலும் வந்து போகலாம் - ஆனா நிரந்தரமாத் தங்க முடியாதுன்னு உனக்கே தெரியும். எங்கப்பா எப்படி வாயுபுத்ரரா இருக்க முடியும்?''

''அப்படீன்னா யார்?''

''சமயம் வரட்டும்...'' ராதிகா புன்னகைத்தாள். ''இப்போதைக்கு, உன்கிட்டே சில விஷயங்களை சோதிச்சுத் தெரிஞ்சுக்கணும்னு எனக்கு வேலை.''

மரத்தின் மீது சாய்ந்து அமைதியாகத் தரையில் அமர்ந்திருந்தார் வஸிஷ்டர். அதிகாலை வேளையினின்று சற்று மனச்சாந்தி தேடும் முயற்சியில் ஈடுபட்டவர், தூரத்திலிருந்த ஆசிரமத்தைக் கண்ணுற்றார். மென்மையாய்ப் பாய்ந்த ஓடையைக் கவனித்தார். மௌன ஊர்வலம் போல், ஒரே அதிசய இடைவெளியில்

இலைகள் நீரில் மெல்ல மிதந்து சென்றன. மரம், நதி, இலைகள்... இதயத்தின் ஆழ்ந்த திருப்தியை இயற்கையே பிரதிபலிப்பது போல் தோன்றியது.

அவரது நுணுக்கமான திட்டங்களுக்கெனவே செதுக்கப்பட்டது போல், அயோத்யா இளவல்கள் - ராமன், பரதன், லக்ஷ்மணன் மற்றும் ஷத்ருக்னன் - நன்கு வளர்ந்து வந்தனர். இலங்கை அரக்க மன்னன் ராவணன் சக்ரவர்த்தி தசரதரை வீழ்த்தி, ஒரேயடியாக சப்தசிந்துவின் தலையெழுத்தையே புரட்டித் தலைகீழாக்கி வருடங்கள் பன்னிரண்டு கடந்துவிட்டன.

விஷ்ணு உதிப்பதற்கான காலகட்டம் உதித்துவிட்டதென வஸிஷ்டருக்கு உறுதியாய்த் தோன்றியது.

தன் எளிய குருகுலத்தை மீண்டும் ஆராய்ந்தார் வஸிஷ்டர். இதுவே மஹா பிரசித்தி பெற்ற ரிஷி சுக்ராச்சார்யார், விளிம்பிற்கே விரட்டப்பட்ட சில இந்திய அரசகுலத்தாரை புடம்போட்டு முன்னணியில் நிறுத்திய இடம். இக்களத்தில் உருவாகி நிலைபெற்றதே மகோன்னதம் பொருந்திய அற்புத சாம்ராஜ்யமான அசுர ஸாவித்ரம் - அசுர சூர்யன்.

இதே புண்ணிய ஸ்தலத்தில் புத்தம் புதிய மஹாஸாம்ராஜ்யம் மீண்டும் எழும். புதிதாய் ஒரு விஷ்ணு இங்கே தோன்றுவார்.

வஸிஷ்டர் இன்னமும் ஒரு தீர்மானத்திற்கு வரவில்லை. இருவரில் - இராமன், பரதன் - அடுத்த விஷ்ணுவாக்கும் முயற்சியில் யாரைத் தேர்ந்தெடுப்பது? ஒரு விஷயத்தில் என்னமோ சந்தேகமேயில்லை: வாயுபுத்ரர்கள் ஆதரவு. என்றாலும், ருத்ரபகவான் குலத்தினரின் செயல்பாட்டுக்கும் எல்லை உண்டு. வாயுபுத்ரர் மற்றும் மலயபுத்ரர்களுக்கென்று பணிகள் பிரத்யேகமாய் வரையறுக்கப்பட்டிருந்தன; அவ்விதம் பார்த்தால், விஷ்ணுவை அதிகாரபூர்வமாய் அங்கீகரிக்க வேண்டியவர்கள் மலயபுத்ரர்களே. அவர்களின் தலைவரோ... அவரது முன்னாள்...

சரி...

எப்படியாவது சமாளித்துக்கொள்கிறேன்.

''குருஜி.''

வஸிஷ்டர் திரும்பிய போது, இராமனும் பரதனும் மௌனமாய் அருகே வந்திருப்பதைக் கண்டார்.

''சொல்லுங்கள்,'' என்றார். ''என்ன கண்டுபிடித்தீர்கள்?''

''அவங்க இல்லை, குருஜி,'' என்றான் இராமன்.

''அவர்களா?''

''தலைவர் வருண் மட்டுமில்ல - மந்திரிமார்கள் பலரையும் கிராமத்துல காணோம்.''

ஷோன் நதிப்பாதையின் மேற்குக் கோடியருகே அமைந்திருந்த இந்த *ஆசிரமத்*தின் பொறுப்பை ஏற்றிருந்த கிராமத்தின் தலைவரே வருண். அவரது குலமான வால்மீகர்கள் அவ்வப்போது இப்பிரதேசத்தை குருக்களுக்கு வாடகைக்கு அளிப்பது வழக்கம். அவ்வண்ணமே அயோத்ய இளவரசர்கள் தன்னிடம் பயிலும் காலகட்டத்திற்கென வஸிஷ்டர் இந்த *ஆசிரமத்*தைத் தன் குருகுலமாக்கியிருந்தார்.

மாணாக்கர்கள் உண்மையில் யார் என்பதை வால்மீகர்களிடமிருந்து மறைத்திருந்தாலும், சமீபகாலமாய் இளவரசர்களின் அடையாளத்தை அக்குலத்தினர் உணர்ந்திருக்கலாம் என்ற சந்தேகம் உதித்திருந்தது. தங்கள் பங்கிற்கு வால்மீகர்களும் மிக ஜாக்கிரதையாகச் சில இரகசியங்களைக் காத்ததாகவும் தோன்றிற்று.

தலைவர் வருணிடம் பேசவேண்டிய நேரம் வந்துவிட்டது; குருகுலத்தை இடம் மாற்றுவதா வேண்டாமா என்பதை அப்போதுதான் தீர்மானிக்க வேண்டும். அவர் கிராமத்தில் இருக்கிறாரா எனச் சோதிக்கவே வஸிஷ்டர் இராமனையும் பரதனையும் அனுப்பியிருந்தார்.

ஆனால் வருண் எப்போதோ கிளம்பிச் சென்றுவிட்டார். வஸிஷ்டரிடம் தெரிவிக்காமல். மிக்க அதிசயம்.

''எங்கே போயிருக்கிறார்களாம்?'' என்று கேட்டார்.

''மிதிலான்னு கேள்வி.''

வஸிஷ்டர் தலையசைத்துக்கொண்டார். ஞானம் - குறிப்பாக ஆன்மீக சித்தாந்தங்கள் - மற்றும் அதை தேடும் முயற்சிகளிலும் வருணுக்குள்ள பற்று எத்தகையதென அவர் அறிவார். இவ்வாறான தாகமுள்ளவர்களுக்கு மிதிலா இயற்கையான புகலிடமே.

''ஆகட்டும், சீடர்களே,'' என்றார் வஸிஷ்டர். ''பாடத்திற்குத் திரும்புங்கள்.''

''விஷ்ணுவுக்கான பிரமாணம் இரத்தத்துலே எடுக்கப்பட்டாச்சுன்னு கேள்விப்பட்டோம்,'' என்றாள் ராதிகா.

''ஆமா,'' சீதா பதிலளித்தாள். ''குரு ஷ்வேதகேதுவுடைய *ஆசிரமத்*துல. சில வருஷங்களுக்கு முன்னால.''

ராதிகா பெருமூச்செறிந்தாள்.

''ஏதாவது பிரச்சனையா?'' சீதாவின் புருவங்கள் முடிச்சிட்டன.

"வந்து, மஹரிஷி விஸ்வாமித்ரர் அவ்வளவா... சம்பிரதாயங்களை மதிக்கிறவரில்லை."

"அப்படீன்னா? என்ன சொல்ல வர்றே?"

"முதல்ல, வாயுபுத்ரர்கள் அங்கே இருந்திருக்கணும்."

சீதாவின் புருவங்கள் உயர்ந்தன. "அது எனக்குத் தெரியாது..."

"விஷ்ணு மற்றும் மஹாதேவரின் குலங்கள் இணைஞ்சு பணியாற்ற வேண்டியவங்க."

'சட்'டென ஏதோ பொறி தட்ட, சீதா நிமிர்ந்தாள். "குரு வஸிஷ்டரா?"

ராதிகா முகமலர்ந்தாள். "இன்னும் பயிற்சியே ஆரம்பிக்கலை - அதுக்குள்ளே விஷயத்தைப் பிடிச்சிட்டியே."

தோள்களைக் குலுக்கிக் கொண்ட சீதா புன்னகைத்தாள்.

"வாயுபுத்ரர்களுக்கு மஹரிஷி விஸ்வாமித்ரர் மேல பிடித்தமுமில்ல, நம்பிக்கையும் இல்லை," ராதிகா தோழியின் கரத்தைப் பற்றிக் கொண்டாள். "பின்னணியில காரணங்கள் இருக்கலாம் - ஆனா, வெளிப்படையா மலயபுத்ரர் தலைவரை அவங்களால எதிர்க்கமுடியாது. நீ ஊகிச்சதும் சரிதான் - மஹரிஷி வஸிஷ்டருக்குத்தான் வாயுபுத்ரர்களின் ஆதரவு."

"அடுத்த விஷ்ணு யார்னு குரு வஸிஷ்டருக்குத் தனிப்பட்ட அபிப்ராயம் இருக்குன்னு சொல்ல வர்றியா?"

ராதிகா தலையசைத்தாள். "ஆமா."

"ஏன் ஒருத்தரையொருத்தர் இப்படி வெறுக்கறாங்க?"

"ரொம்ப சில பேருக்குத்தான் காரணகாரியங்கள் தெரியும். ஆனா, ரெண்டு பேருக்கும் இடையில உள்ள பகை ரொம்பப் பழமையானது. ரொம்ப தீவிரமானதும் கூட -"

சீதா வறட்சியாய்ச் சிரித்தாள். "முட்டிக்கிற யானைகளுக்கு நடுவுல சிக்கியிருக்கிற ஒரு புல்லு மாதிரிதான் நான்."

"மிதிபடும்போது துணைக்கு இன்னொரு புல்லு இருந்தா பிரச்சனை இருக்காதுங்கற?"

சீதா விளையாட்டாய் ராதிகாவின் தோள்களை மொத்தினாள். "அது யாரு, இன்னொரு புல்லு?"

ராதிகா மூச்சை இழுத்துக் கொண்டாள். "உண்மையைச் சொல்லட்டுமா? ரெண்டு."

"என்னது?"

"குரு வஸிஷ்டர்தான் பயிற்சி குடுத்துக்கிட்டு இருக்கார்."

"ரெண்டு விஷ்ணுக்களை உருவாக்கப்போறாரா, என்ன?"

''இல்லை. ஒருத்தரைத்தான் குரு வஸிஷ்டர் தேர்ந்தெடுப்பார்னு அப்பா நம்பறார்.''

''யார் அவங்க?''

''அயோத்யா இளவரசர்கள். ராமன்; பரதன்.''

சீதாவின் புருவங்கள் உயர்ந்தன. ''புளியங்கொம்பாத்தான் பிடிச்சிருக்கார். சக்ரவர்த்தியின் குடும்பமேவா?''

ராதிகாவின் முகத்தில் புன்னகை.

''ரெண்டு பேர்ல யார் உசத்தி?''

''அப்பாவுக்கு ராமனைப் பிடிச்சிருக்கு.''

''உனக்கு?''

''என் அபிப்ராயம் முக்கியமில்லை. அப்பாவுதும் இல்லைங்கிறதுதான் உண்மை. குரு வஸிஷ்டர் யாரைத் தேர்ந்தெடுத்தாலும், அவருக்கு வாயுபுத்ரர் ஆதரவுண்டு.''

''ரெண்டு குருக்களையும் இணைக்க வழியே இல்லையா? என்ன இருந்தாலும் இந்தியாவுடைய நன்மைங்கிற ஒரு பொது நோக்கத்துக்குத்தானே உழைக்கறாங்க? குரு வஸிஷ்டர் யாரை விஷ்ணுவாத் தேர்ந்தெடுத்தாலும் அவரோட நான் ஒத்துழைக்கத் தயார். அவங்க ஏன் ஒருத்தரோடொருத்தர் கூட்டணி அமைச்சுக்கக் கூடாது?''

ராதிகா மறுப்பாய்த் தலையசைத்தாள். ''ஒரு மனுஷனுடைய மிகப்பெரிய எதிரி யார் தெரியுமா? ஒரு காலத்துல மிக நெருங்கின நண்பனாயிருந்தவன்தான்.''

சீதா அதிர்ந்தாள். ''நிஜமாவா? நண்பர்களாவா இருந்தாங்க?''

''மஹரிஷி விஸ்வாமித்ரரும், மஹரிஷி வஸிஷ்டரும் பால்ய சிநேகிதர்கள். ஏறக்குறைய சகோதரர்கள்னே சொல்லலாம். என்ன ஆச்சோ, பகைவர்களாயிட்டாங்க.''

''என்னதான் நடந்ததாம்?''

''ரொம்ப சிலருக்குத் தான் தெரியும். நெருக்கமானவங்ககிட்டே கூட அதை அவங்க பகிர்ந்துக்கறதில்லை...''

''விசித்திரம் தான்.''

சற்று நேரம் ராதிகா மௌனம் காத்தாள்.

ஜன்னலுக்கு வெளியே பார்த்த சீதா, தோழியை ஏறிட்டாள். ''குரு வஸிஷ்டரைப் பத்தி உனக்கெப்படி இவ்வளவு தெரியும்?''

''எங்க கிராமத்துக்குப் பக்கத்திலே இருக்கற ஒரு குருகுலம் எங்க பராமரிப்புலதான் இருக்குன்னு உனக்குத் தெரியுமே? அது

அவருடையது. நாங்க குடுத்துருக்கற **ஆ**சிரமத்துல தான் அவர் நாலு இளவரசர்களையும் பயிற்றுவிக்கறார்.''

''ராமனையும் பரதனையும் நான் சந்திக்கலாமா? குரு வஸிஷ்டரே பாராட்டற அளவுக்கு அவங்க உசத்திதானான்னு தெரிஞ்சுக்க ஆவலாயிருக்கு.''

''இன்னும் காலம் கனியலை, சீதா. ராமன் உன்னைவிட அஞ்சு வயசு சின்னவன். மலயபுத்ரர்களும் உன்னைக் கண்காணிச்சிக்கிட்டே இருக்காங்க - எங்கே போனாலும் பின்தொடர்றாங்கங்கிறதை நீ மறக்கக்கூடாது. குரு வஸிஷ்டர் குருகுலத்தின் இருப்பிடத்தை வெளிப்படுத்தற ஆபத்து இருக்கில்லையா?''

ஒப்புக்கொள்வதைத் தவிர சீதாவிற்கு வேறுவழியில்லை. ''ஹ்ம்ம்.''

''அவங்களுடைய நடவடிக்கைகளைப் பத்தி நான் தகவல் குடுத்துக்கிட்டு வர்றேன். எப்படியிருந்தாலும், இது விஷயமா குரு வஸிஷ்டரோட அப்பா வெளிப்படையா பேசப்போறார்னுதான் நினைக்கறேன். ஏன், உதவற எண்ணம்கூட இருக்கலாம்.''

''குரு வஸிஷ்டருக்கா? எனக்கெதிராவா?''

ராதிகா புன்னகைத்தாள். ''நீ எதிர்பார்க்கற அதே கூட்டணிதான் அப்பாவுடைய ஆசையும்.''

சீதா முன்னால் சாய்ந்தாள். ''எனக்குத் தெரிஞ்ச பல விஷயங்களை நான் பகிர்ந்துக்கிட்டேன். பதிலுக்கு நான் சில விஷயங்களைத் தெரிஞ்சுக்கறதுதான் நியாயம்னு தோணுது... உங்கப்பா யாரு?''

ராதிகா சற்று தயங்குவதாகப்பட்டது.

''உங்கப்பாவுடைய அனுமதியில்லாம அயோத்யா இளவல்கள் பேச்சை நீ எடுத்திருக்கமாட்டே,'' என்றாள் சீதா. ''இந்தக் கேள்வியை நான் கேக்கப்போறேன்னும் அவர் நிச்சயம் எதிர்பார்த்திருக்கணும். உண்மையில் தான் யார்ங்கறதை வெளிப்படுத்தும் எண்ணமில்லாம என்னைச் சந்திக்க உன்னை அவர் அனுப்பியிருக்க வாய்ப்பில்லை. சொல்லு: யார் அவர்?''

ராதிகா சில கணங்கள் தாமதித்தாள். ''மோஹினி தேவி பத்தி கேள்விப்பட்டிருக்கியா?''

''என்ன கேள்வி இது?'' என்றாள் சீதா. ''அப்பேர்ப்பட்ட விஷ்ணுவைப் பத்தித் தெரியாதவங்க யார்?''

''எல்லோரும் அப்படி நினைக்கலை,'' ராதிகா புன்னகைத்தாள். ''ஆனா, இந்தியர்கள்ள பலர் அவங்களை அப்படித்தான் பாவிக்கறாங்க. குறிப்பா மலயபுத்ரர்கள் விஷ்ணுவா மதிக்கிறதென்னவோ நிஜம்.''

''நானும்தான்.''

''நாங்களும். மோஹினி தேவி விட்டுட்டுப் போன குலம்தான் எங்க அப்பாவுடையது. நாங்கள் வால்மீகர்கள்.''

சீதா நிமிர்ந்தாள். அதிர்ந்தாள். ''என்ன!'' 'சட்'டென வேறொரு எண்ணம் தாக்கியது. ''அப்படீன்னா, வாயு கேஸரி... ஹனு**ண்ணா**வோட அப்பாவா?''

ராதிகா தலையசைத்தாள். ''ஆமா.''

சீதாவின் முகம் மலர்ந்தது. ''அதனாலதான் -''

''நீ சொல்றது சரி,'' ராதிகா குறுக்கிட்டாள். ''அதுவும் ஒரு காரணம். ஆனா, அது மட்டுமில்ல.''

அத்தியாயம் 13

''தலைவரே,'' எழுந்த வஸிஷ்டர், பணிவுடன் கரம் கூப்பி *நமஸ்கரித்தார்.*

அப்போதுதான் மிதிலாவிலிருந்து திரும்பியிருந்த வருணை வஸிஷ்டர் எதிர்பார்த்திருந்தார் என்பது உண்மை.

கட்டுமஸ்தான காட்டுவாசித் தலைவரை விட உயரமென்றாலும், அவருடன் ஒப்பிட்டால் சற்று மெலிந்த தேகக்கட்டுடையவர் மஹரிஷி.

''குரு வஸிஷ்டரே,'' வருண் பதில் மரியாதை செலுத்தினார். ''கொஞ்சம் தனியாப் பேசணும்.''

வஸிஷ்டர் உடனடியாக எச்சரிக்கையானார். தலைவரை சற்று ஆரவாரமற்ற இடத்திற்கு அழைத்துச் சென்றார்.

சில நொடிகளில், நான்கு மாணாக்கர்களுக்கோ பிறருக்கோ காதுகேளா தொலைவில், *ஆசிரம*த்திற்குச் சற்று தூரத்தில் சலசலத்த ஓடைக் கரை மீது அமர்ந்தனர்.

''என்ன விஷயம், தலைவரே?'' வஸிஷ்டர் பணிவாகத் துவங்கினார்.

''நீங்களும் உங்க சீடர்களும் இங்கே பல வருஷமா தங்கியிருந்திருக்கீங்க, குருஜி,'' வருண் முகமலர்ச்சியுடனே ஆரம்பித்தார். ''நாம ஒருத்தரையொருத்தர் முறையா அறிமுகப்படுத்திக்கற நேரம் வந்தாச்சுன்னு தோணுது.''

ஏதும் புரியாதது போல், பனியாக வெளுத்த தாடியை ஜாக்கிரதையாய்க் கோதிக்கொண்டார் வஸிஷ்டர். ''என்ன சொல்ல வருகிறீர்கள்?''

''அதாவது... பிரபுக்கள், அல்லது பணக்கார வர்த்தகர்களின் குழந்தைகளாக அயோத்ய இளவரசர்கள் இனி வேஷம் போட வேண்டியதில்லைங்கறேன்.''

வஸிஷ்டரின் மனம் நொடியில் நான்கு சிறுவர்களை நோக்கிப் பறந்தது. எங்கே இருந்தனர்? வருணின் வீரர்கள் சூழ்ந்துவிட்டனரா?

அவர்களது சம்பிரதாயங்களின்படி, அயோத்ய அரசகுலத்தைச் சேர்ந்த எவருக்கும், வருணின் குலம் எவ்விதத்திலும் உதவியளிப்பது குற்றம்.

என் எச்சரிக்கையுணர்வு விழலுக்கு இரைத்த நீராகிவிட்டதோ? இலங்கை அல்லது மலயபுத்ரர்களின் ஆதிக்கத்திற்குட்பட்ட இடங்களினின்று விலகியிருந்தால் போதுமென்றல்லவா நினைத்தேன்?

வஸிஷ்டர் முன்னால் சாய்ந்தார். ''குலச் சட்டதிட்டங்களைப் பற்றியதே உங்கள் கவலை என்றால், அதிதிகளென வரவேற்றுவிட்டவர்களை ஆபத்திற்குள்ளாக்க முடியாது என்ற விதியையும் நினைவு கூர வேண்டுகிறேன்.''

வருணின் முகத்தில் புன்னகை மலர்ந்தது. ''உங்களுக்கோ, உங்க சீடர்களுக்கோ ஆபத்து உண்டாக்கும் எண்ணம் எனக்கில்லை, குருஜி.''

வஸிஷ்டர் சற்றே இளைப்பாறினார். ''தங்களைப் புண்படுத்தியிருந்தால் மன்னிக்கவேண்டும். ஆனால், பாதுகாப்பான இடம் தேவைப்பட்டது. இப்பொழுதே விடைபெறுகிறோம்.''

''அவசியமில்லை, குருஜி,'' வருண் நிதானமாகச் சொன்னார். ''உங்களை நான் துரத்த விரும்பலை. உதவத்தான் நினைக்கறேன்.''

வஸிஷ்டர் சற்றே திகைத்தார். ''அயோத்ய அரசகுலத்தாருக்கு உதவுவது உங்கள் குலவழக்கப்படி குற்றமல்லவா?''

''உண்மை. ஆனா, எல்லா விதிகளுக்கும் மேல ஒரு மிக முக்கிய சட்டமும் எங்களுக்கு உண்டு. அதுதான் எங்க வாழ்வியலுக்கே அடிப்படை. ஆதாரம்.''

குழப்பத்திலிருந்தாலும், புரிந்துகொண்டதுபோல் வஸிஷ்டர் தலையசைத்தார்.

''எங்க யுத்தகர்ஜனை உங்களுக்கே தெரியும்: எப்படியாகிலும் வெற்றி... யுத்த காலத்துலே சட்டங்களெல்லாம் புறக்கணிக்கப்படும். இப்போ யுத்தம் வந்துகிட்டிருக்கு, நண்பரே...''

பேச்சற்று, செயலற்று, வஸிஷ்டர் அவரை வெறித்தார்.

''என் வாயுபுத்ர புதல்வன் அடிக்கடி அர்த்த ராத்திரியில் உங்க ஆசிரமத்துக்குள்ளே பதுங்கிப் பதுங்கி வந்துட்டுப் போறது எனக்குத் தெரியாதுன்னு நினைக்கவேண்டாம்,'' வருண் புன்னகைத்தார். ''என்னையே முட்டாளாக்கலாம்னு அவனுக்கு எண்ணம்.''

விழி மூடிய திரை விலகினாற்போல தோன்ற, வஸிஷ்டர் பின்னால் சாய்ந்தார். ''ஹனுமானா?''

"ஆமா, அவங்கப்பா எனக்கு ஒண்ணுவிட்ட உறவு."

அதிர்ச்சியடைந்தாலும், வஸிஷ்டரின் குரலின் நிதானம் குன்றவில்லை. "வாயு கேஸரி உங்களுக்குச் சகோதரர் முறையா?"

"ஆமா."

ஹனுமானுக்கும் வஸிஷ்டருக்குமுள்ள பிணைப்பை வருண் அறியாதவரல்ல. எத்தனையோ வருடங்களுக்கு முன் சகோதரன் மகனுக்கு குரு ஆற்றியிருந்த உதவி தெரிந்திருந்தும், அதைக் குறிப்பிட வேண்டியதில்லை என முடிவெடுத்தார். நிலைமை தற்போது கவலைக்கிடம்.

"நீங்கள் யார்?" வஸிஷ்டர் கேட்டார்.

"என் முழுப்பெயர் வருண் ரத்னாகர்."

'சட்'டென எல்லாமே பளிச்செனத் துலங்கியது. இரண்டாவது பெயரின் முக்கியத்துவத்தை வஸிஷ்டர் நன்கறிவார். அவருடன் இணைந்து பணியாற்றக்கூடிய அணிகள் கிடைத்துவிட்டன. சக்தி படைத்த கூட்டாளிகள். அதுவும் தற்செயலாக.

இனி செய்யவேண்டியது ஒன்றே ஒன்றுதான். வருணின் குல வழக்கப்படி, வலது முழங்கையை இடக்கையால் பற்றிக்கொண்டு, வலது முஷ்டியால் நெற்றியைத் தொட்டு, சம்பிரதாயமாய் மரியாதை செலுத்தினார் வஸிஷ்டர். பண்டைய வணக்கவிளியையும் மிக்க பணிவுடன் பிரயோகித்தார். *"ஜெய் தேவி மோஹினி!"*

சகோதரனைப் போல் வஸிஷ்டரின் முன்கையை இறுகப் பற்றினார் வருண். *"ஜெய் தேவி மோஹினி!"*

―※―

சூரிய பகவானுடன் இந்தியர்களது பந்தம் சற்று விசித்திரமானது: சில சமயம் அவன் வேண்டும்; வேறு சந்தர்ப்பங்களில் வேண்டாம். வெய்யில் காலங்களில் அவன் கொதிப்பைச் சகிப்பர். ஓயாத பிரார்த்தனைகளால் சினம் தணியவோ, குறைந்தபட்சம் மேகங்களுக்குப் பின் மறையவோ கெஞ்சிக் கூத்தாடுவர். பனிக்காலங்களிலோ, முழுவீச்சுடன் சீறிப் புறப்பட்டு, அக்காலத்திற்கேயுரிய உறையும் குளிரை விரட்டக் கோரிக்கை விடுப்பர்.

பனிக்காலத் துவக்கத்தின் அப்படியொரு நாளிலே, சூரியனின் புத்துணர்வூட்டும் ஒளிக்கிரணங்களின் ஊக்கத்துடன் சீதாவும் ஸமீச்சியும் அரண்மனைப் பிரதான நந்தவனத்திற்குள் குதிரைகளில் தடதடத்தனர். சமீபத்தில்தான் தோட்டங்கள் சீதாவின் உத்தரவுக்கேற்பப் புதுப்பிக்கப்பட்டிருந்தன.

தனிப்பட்ட போட்டியில் - தேரோட்டும் பந்தயத்தில் - கலந்துகொள்ள இருவரும் முடிவெடுத்திருந்தனர். சீதாவுக்கு இவை மிகப் பிடித்தம். தோட்டத்தின் குறுகிய சந்துக்களே பந்தயப் பெருவீதிகள். இம்மாதிரி போட்டியில் பல காலமாய் ஈடுபட்டதில்லை - அதிலும், அரண்மனைத் தோட்டங்களில் இதுவரை இல்லை.

மரங்களும் செடிகொடிகளும் ஓரங்களில் அடர்ந்து அடைசலாக இருந்த அரண்மனைப் பாதைகளில் தேர்களைச் செலுத்த மிகுந்த சாமர்த்தியம் தேவை. சிறு தவறும் புயல் வேகத்தில் மரங்கள் மீது தூக்கியெறிந்துவிடும். ஆபத்தானது - உற்சாகமானதும் கூட.

விபத்தின் சாத்தியமும், அதில் அடங்கியிருந்த போதையின் சிலிர்ப்புமே பந்தயத்தை மிகுந்த சுவாரசியமாக்கின. இது ஒரு வகையான தேர்வு; உள்ளுணர்வும், கண்களும் கைகளும் அபாரமாய் இணைவதன் உச்சகட்டம்.

எந்த பூர்வாங்கமும் இன்றியே பந்தயம் துவங்கியது.

"ஹ்யாஹ்!" குதிரைகளின் மீது சாட்டையைப் பிரயோகித்த சீதா உடனடியாக முன்னே விரட்டினாள்.

வேகம். வேகம்.

மிக அருகாமையில் ஸமீச்சி வால் பிடித்துக்கொண்டு வந்தாள். ஒரு கணம் திரும்பிப் பார்த்த சீதா, தோழி தேரை வலப்பக்கம் நொடிப்பதைக் கவனித்தாள். முன்னால் நோக்கியபடித் தன் குதிரைகளையும் சற்றே வலப்புறம் திருப்பியவள், முதல் வளைவில் ஸமீச்சி முந்துவதை சாமர்த்தியமாகத் தடுத்தாள்.

"சே!" தோழி கத்தினாள்.

முகத்தில் புன்னகை விரிய சீதா புரவிகளை விரட்டினாள். "நகருங்க!"

சேணக்கயிற்றால் வேகத்தைக் குறைக்காமல் அடுத்த வளைவைக் கடந்தாள் சீதா. இடப்பக்கம் திரும்புகையில் மேலும் விரைவாக. தேர் சற்றே வலப்பக்கம் சாய்ந்தது. இம்மாதிரியான அசுர வேகங்களில் தாக்கும் மையவிலக்கு விசையைச் சமாளிக்கும் முயற்சியில் சீதா கால்களைச் சமநிலைப்படுத்தி, திறமையாக உடலை இடப்பக்கம் வளைத்தாள். குதிரைகள் வேகம் குறையாமல் தடதடக்க, நடுநிலைக்கு வந்த தேர் மின்னல் போல் முன்னேறியது.

"ஹ்யாஹ்!" மீண்டும் கர்ஜித்தபடி சீதா, காற்றில் சாட்டையைச் சுழற்றினாள்.

கொஞ்ச தூரத்திற்கு சற்றே குறுகலான, ஆனால் நேர்ப்பாதை; தாண்டிச் செல்லும் வாய்ப்பு துர்லபம். வேகத்தைக் கூட்டக்கூடிய

சந்தர்ப்பமும் இதுவே. சாட்டையை ஆவேசமாய் வீசினாள் சீதா. சீறிப் பாய்ந்தாள். மிக அருகே, ஸமீச்சி.

சற்று தூரத்தில் இன்னொரு வளைவு. ஸமீச்சி முன்னேறக்கூடிய வகையில் பாதை இங்கே கொஞ்சம் அகன்றது. லாகவமாய்ச் சேணக்கயிற்றை வலப்புறம் இழுத்து குதிரைகளை மையத்தில் இருத்திய சீதா, கடக்க இருபுறமும் இடைவெளியின்றி பார்த்துக்கொண்டாள். ஸமீச்சியால் அவளைத் தாண்டிச் செல்லவே முடியாது.

"ஹ்யாஹ்!"

ஸமீச்சியின் குரல் உரத்துக் கேட்டது. பின்னால். இடப்பக்கம். வழக்கத்தை விட சப்தமாய். தன் இருப்பை அறிவிக்க முயல்வதுபோல்.

சீதா தோழியைக் கச்சிதமாய்க் கணித்தாள்.

சில நொடிகளில், 'சடக்'கென ஓடித்தாள் - வலப்புறம். பாதையின் அப்பக்கத்தை எதிர்பாராமல் அடைத்தவாறு. இடப்பக்கம் திரும்புவது போல் பாவனை செய்திருந்த ஸமீச்சி உண்மையில் கடக்க உத்தேசித்திருந்தது வலப்புறமே. சீதா இடைவெட்ட, சந்தர்ப்பம் கை நழுவிப் போயிற்று.

ஸமீச்சியிடமிருந்து உரத்த சாபம் வெடித்தது.

புன்னகை விரிய, சீதா குதிரைகளை மீண்டும் விரட்டினாள். சூறாவளிபோல் வளைவைக் கடந்தாள். இப்போது பாதை மீண்டும் நேராகும். குறுகும். மீண்டும்.

"ஹ்யாஹ்!"

"சீதா!" ஸமீச்சி அலறினாள்.

அவள் குரலில் ஏதோ தொனித்தது.

பீதி.

சொல்லிவைத்தாற் போல், சீதாவின் தேர் 'தடா'லெனக் கவிழ்ந்தது.

அவள் தூக்கியெறியப்பட்டாள். மிக உயரத்தில். குதிரைகள் நிற்கவில்லை. தலைதெறிக்க ஓடிக்கொண்டிருந்தன

உள்ளுணர்வு உந்தியதில் சீதா 'சட்'டெனத் தலைகுனிந்து முழந்தாள் மார்போடு மடியுமாறு கால்களைக் குறுக்கிக்கொண்டாள். கைகளால் சிரத்தை இறுக்கி மூடிக்கொண்டாள். ஆயத்த நிலையில்.

உலகம் மிக மிக மெதுவாய் நகர்வதாகப்பட்டது.

புலன்கள் கூர்ந்தன. எல்லாமே குழப்பமாய், புரிபடாமல் கடந்துசென்றது.

விழ ஏன் இத்தனை நேரமாகுது?

தடால்!

தோள் தரையில் மோத, ‘சுரீ’ரென உடலில் வலி பாய்ந்தது. விழுந்த வேகத்தில் மீண்டும் உடல் தூக்கியெறியப்பட்டுக் காற்றில் எகிறியது.

‘‘இளவரசி!’’

தலையைப் பாதுகாக்க வேண்டும். சீதா இன்னமும் கைகளை விடுவிக்கவில்லை.

இம்முறை மல்லாந்து விழுந்தாள். ‘சரக்’கென முன்னால் வீசப்பட்டு, கரடுமுரடான தரையில் திரும்பத் திரும்ப உருண்டதில் உடல் முழுதும் கொடூர காயங்கள்.

முகத்தைத் தாண்டி பச்சைக் களேபரமாய் ‘விர்’ரென என்னமோ கடந்தது.

தடேர்!

மரத்தின் மீது புயல் வேகத்தில் மோதிக்கொண்டாள். முதுகில் வலி உயிர் போயிற்று. இப்பொழுது எந்த அசைவுமில்லை.

பார்வைக்கோ, உலகம் இன்னமும் சுழன்றுகொண்டிருந்தது.

அரைமயக்க நிலையில், சுற்றுப்புறத்தைச் சற்றே கணிக்க முயன்றாள்.

தேரை நிறுத்திய ஸமீச்சி, வெகுவேகமாய் இறங்கி இளவரசியை நோக்கி ஓடினாள். சீதாவின் தேரோ, இன்னும் அசுர வேகத்தில் பறந்துகொண்டிருந்தது. உலோகம் மேடுபள்ளமான சாலையுடன் கடுமையாய் உறாய்ந்ததில் நெருப்புப் பொறிகள் பறந்தன. திக்குத் தெரியாமல் குதிரைகள் தெறிகெட்டு ஓடிக்கொண்டிருந்தன.

சீதா ஸமீச்சியின் கண்களைச் சந்தித்தாள். ‘‘என்... தேரைப்... பிடி...’’

நினைவிழந்தாள்.

கண்விழித்தபோது, இருட்டாக இருந்தது. இமைகள் கனத்தன. மெல்லிய முனகல் உதடுகளை மீறியது.

பீதி நிறைந்த கூச்சல் காதில் விழுந்தது. ‘‘*அக்கா...* உனக்கொண்ணுமில்லையே... பேசுக்கா -’’

ஊர்மிளா.

‘‘எனக்கொண்ணுமில்லை...’’

அப்பா சிறுமியை மென்மையாகக் கடிந்துகொண்டார். ‘‘சகோதரி ஓய்வெடுக்கட்டும், ஊர்மிளா.’’

கண்களை மெல்லத் திறந்த சீதா, வெகுவேகமாய் இமைத்தாள். அறை முழுதும் ஜகஜ்ஜோதியாய் ஒளிர்ந்த சுளுந்துகளின் வெளிச்சம் தாங்காமல் இமைகள் சற்றே சரிந்தன. "நான்... எவ்வளவு நேரமா -"

"ஒரு முழு நாள், *அக்கா.*"

ஒரே நாள்தானா? *அதிகம் போலத் தோணுது.*

உடல் முழுதும் வலி பின்னலிட்டுத் துவைத்தது. தோள் மற்றும் முதுகைத் தவிர்த்து. அவை மரத்திருந்தன.

வலிநிவாரணிகள். மருத்துவர்களுக்கு அஸ்வினிகுமாரர்களின் அருள் கிட்டட்டும்.

மீண்டும் கண்களை திறந்தாள். மெல்ல. ஒளி மிக மென்மையாக ஊடுருவ நேரமளித்தாள். கண்கள் பழக இடமும் கொடுத்தாள்.

இருகைகளில் விரிப்பைப் பற்றியவாறு அருகே நின்றாள் ஊர்மிளா. அகன்ற வட்டமான கண்கள் குளமாகியிருந்தன. கன்னங்களில் கண்ணீர் கோடிட்டிருந்தது. இளையமகளின் பின்னால் நின்றார், தந்தை ஜனகர். வழக்கமாய் அமைதி ததும்பும் அவர் முகம், இப்பொழுது கவலைக்கோடுகள் உழுது களையிழந்திருந்தது. உடல்நிலை மோசமாகி சமீபத்தில்தான் தேறியிருந்தார். இச்சந்தர்ப்பத்தில் மேலும் ஒரு பேரிடி உடலுக்கும் மனதுக்கும் இது நல்லதல்ல.

"அப்பா..." சீதா அப்பாவை அழைத்தாள். "நீங்க ஓய்வெடுக்கணும்... இன்னும் பலவீனமாயிருக்கீங்க..."

ஜனகர் மறுப்பாய்த் தலையசைத்தார். "நீதான் என் பலம். சீக்கிரத்தில் மீண்டு வா."

"அறைக்குத் திரும்புங்கப்பா..."

"சரி. ஓய்வெடு; பேச வேண்டாம்."

குடும்பத்தினரைத் தாண்டி சீதாவின் கண்கள் நகர்ந்தன. அதோ, ஸமீச்சி. அரிஷ்டநேமியும். அவர் மட்டும்தான் அமைதியாக, நிதானத்தைக் கைக்கொண்டவராகக் காட்சியளித்தார்.

உள்ளுக்குள் ஆத்திரம் கிளர்ந்தெழ, சீதா மூச்சை இழுத்துக்கொண்டாள். "ஸமீச்சி..."

"இளவரசி," என்றபடி 'சட்'டென படுக்கையருகே வந்தாள்.

"என் தேர்..."

"சொல்லுங்க, இளவரசி."

"எனக்கு... பார்க்கணும்."

"சரி, இளவரசி."

அரிஷ்டநேமி சற்றுப் பின்னால் நிற்பதைக் கவனித்தாள் சீதா. உதடுகளில் லேசான புன்னகை. வியப்பும் பாராட்டுதலும் மிளிர்ந்த புன்னகை.

— ࿗ —

"உங்களைக் கொல்ல முயன்றது யாராயிருக்கும் என எண்ணுகிறீர்கள்?" அரிஷ்டநேமி கேட்டார்.

தேர் விபத்து நடந்து ஐந்து நாட்கள் கடந்திருந்தன. படுக்கையில் எழுந்து உட்கார - ஏன், சற்று நடக்குமளவு சீதாவின் உடல்நிலை முன்னேற்றம் கண்டிருந்தது. உடலின் ஆதார சக்தியை வளர்க்கவும், புலன்களைக் கூர்மைப்படுத்தும் முயற்சியிலும் தேர்ந்த போர்வீரனைப் போல் உணவுண்டாள். முழுமையாய்த் தேற சில வாரங்கள் பிடிக்கும்.

அவள் இடக்கைக்குக் கட்டு போட்டிருந்தது. ஆயுர்வேத மூலிகைகள் கலந்த அடர்ந்த வேப்பிலைப் பசை முதுகு முழுதும் படர்ந்திருந்தது. ஏராளமான காயங்களையும் சிராய்ப்புகளையும் விரைவில் ஆற்ற சிறிய கட்டுக்கள் போடப்பட்டிருந்தன.

"இதைக் கண்டுபிடிக்க பெரிய வ்யோம்கேஷா இருக்கணும்ணு அவசியமில்ல," நாட்டுப்புறக் கதைகளில் பரவலாய்ப் புழங்கும் புகழ்பெற்ற துப்பறிவாளனைக் குறிப்பிட்டாள் சீதா.

அரிஷ்டநேமி மெல்லச் சிரித்தார்.

ஆயுராலயத்திலிருந்த சீதாவின் பரந்த அறைக்கு தேர் கொண்டு வரப்பட்டிருந்தது. நுணுக்கமாய் அதை ஆராய்ந்தவளுக்கு, மிகச் சாமர்த்தியமான வேலையென்றே தோன்றியது.

வழக்கில்லாத மர வகையொன்று இரு தொங்குகட்டைகளுக்கு பயன்படுத்தப்பட்டிருந்தது. தேரின் பிற பகுதிகளை ஒத்து பார்வைக்குக் கடினமாய்த் தெரிந்தாலும், உண்மையில் பலவீனமான மரம். பழைய ஆணிகள் மிகக் கவனமாகப் பயன்படுத்தப்பட்டிருப்பினும், கட்டைகளைப் பிரதான தேர்த்தண்டுடன் இணைக்கும் ஆணிச்சுவடுகள் புதிதாய்த் தெரிந்தன. மேடும் பள்ளமுமான சாலைகளில் முரட்டுத்தனமாய் தேர் வளைந்து திரும்பியதன் உச்சபட்சத் தாக்கத்தில் ஒரு கட்டை 'மளுக்'கென்று குச்சிபோல் உடைந்திருந்தது. முறிந்த கட்டை தரையில் சிக்கி, தேரின் அச்சை முடக்கிவிட்டது. அதீத வேகத்தில் இதுவே சக்கரங்களையும் 'சடக்'கென நிறுத்தியது. முன்பாகம் தரையில் பலமாக மோதியதில், நெம்புகோலாய் மாறிவிட்ட உடைந்த தொங்கு கட்டையால் தேர் ஏற்குறைய எழும்பியதுதான் ஆபத்தில் முடிந்திருந்தது.

மிக்க சாமர்த்தியம்தான்.

செய்தவன், விண்வெளி ஆய்வாளனின் அசாத்திய பொறுமை படைத்தவனாய்த்தான் இருக்கவேண்டும். பல மாதங்களுக்கு முன்பே தேர்த் தயாரிப்பு துவங்கியிருக்க வேண்டும். நிஜமான பிசகைப் போல் - பழைய கட்டுமானக் குறைபாட்டைப் போல் வேண்டுமென்றே வடிவமைக்கப்பட்டிருந்தது. திட்டமிட்ட கொலை போலல்லாமல், விபத்தைப் போல் காட்டும் முயற்சி. ஆணிகளின் சுவடை மிக நுணுக்கமாக ஆராய்ந்ததினால் மட்டுமே உண்மை சீதாவிற்குப் புலப்பட்டது.

தேர், சீதாவினுடையது. இலக்கு யார் என்பதில் சந்தேகமில்லை. மிதிலா மீது படையெடுக்கத் தவிக்கும் பல பகைவர்களுக்குத் தடைக்கல்லாயிருந்தது அவள் ஒருத்தி மட்டுமே. ஊர்மிளாவை மணம் செய்து கொடுத்து சுலபத்தில் நகர்த்திவிடலாம். ஜனகரோ... சீதா மறைந்தால், அவர் நாட்கள் விரல் விட்டு எண்ணக்கூடியவைதானே?

அதிர்ஷ்டம் இச்சந்தர்ப்பத்தில் அவள் பக்கம் இருந்ததை மறுக்கமுடியாது. கடைசி வளைவைத் தாண்டிய பின் விபத்து நடந்ததில், அச்சமயம் செயலற்றிருந்த சீதாவின் உடல் வீசப்பட்ட இடத்திற்கு எதிர்த்திசையில் தேர் இழுக்கப்பட்டது. இல்லையேல் உலோகம் மற்றும் சக்கரங்களில் சிக்கிச் சின்னாபின்னமாகியிருப்பாள். மரணம் சர்வ நிச்சயம்.

"என்ன செய்வதாக உத்தேசம்?" என்றார் அரிஷ்டநேமி.

விபத்து நாடகத்தை உருவாக்கி நடத்தியவர்கள் யாராயிருக்கக்கூடும் என்பதில் சீதாவிற்கு எள்ளளவும் சந்தேகமிருக்கவில்லை. "கூட்டணியைப் பத்தி யோசிக்க நான் தயாராயிருந்தேன். அவ்வளவு ஏன், அவரே அரச குடும்பத்தின் தலைவராகவே ஆயிருக்கலாம். எனக்கு இதைவிட பெரிய திட்டங்கள் இருக்கு. எங்கப்பாவும் தங்கையும் பத்திரமா இருக்கணும், நல்லா நடத்தப்படணும்கிறதுதான் என் ஒரே கோரிக்கை. அதோட, என் மக்கள் பாதுகாக்கப்படணும். அவ்வளவுதான். இப்படியொரு காரியத்துல ஏன் இறங்கினாரு?"

"மனிதர்கள் பேராசை பிடித்தவர்கள். முட்டாள்களும்கூட. சூழ்நிலையைத் தவறாக அர்த்தம் செய்துகொள்வார்கள். மலயபுத்ரர்களைத் தவிர்த்து வெளியுலகில் யாருக்கும் உங்களுக்கென விதிக்கப்பட்ட வாழ்க்கை குறித்துத் தெரியாதென்பதையும் நினைவில் கொள்ள வேண்டும். வருங்கால ஆட்சியாளராகவும், அதனாலேயே எதிரியாகவும் அவர் உங்களைக் கருதலாம் அல்லவா?"

"குரு விஸ்வாமித்ரர் எப்ப திரும்பறார்?"

அரிஷ்டநேமி தோள்களைக் குலுக்கிக்கொண்டார். ''தெரியாது.''

ஆக, நிலைமையை நாமே தான் சமாளிச்சுக்கணும்.

''என்ன செய்வதாக உத்தேசம்?''

''குரு விஸ்வாமித்ரர் சொன்னது சரிதான். எதுக்கும் காத்திருக்காதேன்னு ஒரு தடவை அறிவுரை தந்தார். பதிலடியை நீ முதல்ல குடுக்கணும்னார்.''

அரிஷ்டநேமி புன்னகைத்தார். ''துல்லியத் தாக்குதலா?''

''வெளிப்படையா நிகழ்த்த முடியாது. முழுமூச்சான யுத்தத்தைச் சமாளிக்கிற நிலையில மிதிலா இப்ப இல்லை.''

''வேறென்ன தீர்மானித்திருக்கிறீர்கள்?''

''எது நடக்கணுமோ, அது எனக்கு நடந்த மாதிரி விபத்தாத்தான் அறியப்படணும்.''

''ஆம்.''

''அதே சமயம், பிரதான எதிரியைக் குறி வைக்க முடியாது.''

அரிஷ்டநேமியின் புருவங்கள் நெறிந்தன.

''திட்டத்தை தீட்டினதோட அவன் வேலை முடிஞ்சு போச்சு. அவனை நான் நேரடியாத் தாக்கறது எப்படியும் நடக்காத காரியம்: அம்மா தடுத்துட்டாங்க. அவனுடைய வலக்கையை வெட்டணும். மேற்கொண்டு திட்டமிட முடியாதபடி முறிக்கணும்.''

''சுலோசனர்.''

ஸங்கஷ்யாவின் பிரதம மந்திரி. சீதாவின் சிற்றப்பன் குஷத்வஜரின் வலக்கை. மன்னன் சார்பாய் அனைத்தையும் செயல்படுத்துபவர். அவரின்றி குஷத்வஜர் விக்கித்துச் செயலிழப்பது திண்ணம்.

சீதா தலையசைத்தாள்.

அரிஷ்டநேமியின் முகம் கல்லாய் இறுகியது. ''நடக்கும்.''

சீதாவின் முகத்தில் சலனமில்லை.

இப்பொழுது தான் நீங்கள் விஷ்ணுவாகத் தகுதியானவர், அரிஷ்டநேமி எண்ணமிட்டார். *தன் பொருட்டுப் போராட முடியாத விஷ்ணுவால், தன் மக்கள் பொருட்டும் போராட முடியாது.*

நாளையும் வேளையையும் மறன் நன்கு தேர்ந்தெடுத்திருந்ததில் சந்தேகமில்லை.

சூரியன் வடதிசைப் பயணம் மேற்கொள்ளும் உத்தராயணத் திருநாளை உள்ளடக்கியது, ஆரவாரமாய் ***ஒன்பது நாட்கள்*** கொண்டாடப்படும் பனிக்கால ***நவராத்ரி***ப் பண்டிகை. உலகை ***உத்தாரயணம்*** செய்யும் சூரியபகவான், பூமியின் *வட* ***துருவத்தி***னின்று மிக ***விலகியிருக்கும்*** நாள் இதுவே. இன்றிலிருந்துதான் வடக்கு நோக்கி மீளும் ஆறுமாதப் பிரயாணம் துவங்கும். ஒரு வகையில், புதிய ஆரம்பத்திற்குக் கட்டியம் கூறும் விழாவே ***உத்தராயணம்.*** பழையன கழியும். புதியன புகும்.

முதல் ***ப்ரஹா***ரின் முதல் மணி. நள்ளிரவு தாண்டிச் சில நொடிகள். நதித் துறைமுகப் பகுதி தவிர்த்து, ஸங்கஷ்யா முழுதும் உறக்கத்தில் ஆழ்ந்திருந்தது. உழைப்பின் களைப்பிற்கும் கொண்டாட்டத்தின் களிப்பிற்கும் பரிசான அமைதியான தூக்கம். திருவிழாக்கள் இவ்விதச் சூழலை உருவாக்குவது இயல்புதானே? விழித்திருந்த வெகு சிலரில் நகர்க்காவலர்கள் அடக்கம். மணிக்கொரு முறை எல்லாம் நலம்! என்னும் உரத்த கூவல்கள் நகர் முழுதும் எதிரொலித்தன.

துரதிர்ஷ்டவசமாக, காவலர்கள் அனைவரும் கடமையே கண்ணாய் இருக்கவில்லை.

அவர்களில் இருபதினர் பிரதம மந்திரி சுலோசனரின் அரண்மனைக் காவலறையில் குழுமியிருந்தனர்; நள்ளிரவில் சற்று தீனி போட்டுக் கொள்ளத்தான். நியாயப்படி, அவரவருக்கான இடங்களினின்று நகர்ந்திருக்கக்கூடாது - ஆனால், இவ்வருடப் பனிக்காலம் மிகக் கொடுமை. நடுக்கும் குளிரைச் சமாளிக்கவேண்டுமே? என்றாலும், நொறுக்குத் தீனி வெறும் சாக்கு - அவர்கள் கூடியது அவ்வறையில் எரியும் தீயில் குளிர்காயத்தான். இதுவும் தற்காலிகம்; சீக்கிரத்தில் பணிக்குத் திரும்பவேண்டும் என்பதையும் அறிவார்கள்.

குன்று ஒன்றின் உச்சியில் அமைந்திருந்த சுலோசனரின் அரண்மனை, ஸங்கஷ்யாவின் அரண்மனைத் தோட்டங்களை ஒரு மூலையில் தொட்டுக்கொண்டு சென்றது. மறுமுனையில் பெருந்தன்மையின் வடிவான கண்டகி நதி. சக்தியிலும் செல்வாக்கிலும் இராஜ்யத்தில் இரண்டாவது பெரும்குடிமகனின் அந்தஸ்த்திற்குப் பொருந்திய அழகே உருவான ஸ்தலம். ஆனால், காவலர்களுக்கு உகந்ததல்ல. அரண்மனை அமைந்திருந்த உயரம் பனிக்காற்றின் சில்லிப்பை அதிகரிக்க, வானிலையுடன் ஓயாமல் போராடியபடி நின்ற இடத்திலேயே தொடர்ந்து காவல் புரிவது கடினமாக இருந்தது. காவலறையின் வெப்பத்தை அவர்கள் அதிகம் அனுபவித்ததற்குக் காரணமிருந்ததல்லவா?

அரசுத் தோட்டம் நோக்கிய மேற்கூரையில் இரு காவலர்கள் கிடந்தனர். நிதானமான, சீரான சுவாசம். ஆழ்ந்த உறக்கம். எதுவும் நினைவிருக்காது. நினைவிருக்க ஏதுமில்லை என்பதே உண்மை; வாசனையற்ற ஒரு வாயு மெல்லிய தென்றலாய்ச் சூழ்ந்து, நிச்சலனமான தூக்கத்தில் அவர்களைத் தள்ளி விட்டது. கடமையாற்றும் சந்தர்ப்பத்தில் தூங்கிவிட்ட குற்ற உணர்வுடன் மறுநாள் காலை விழிப்பவர்கள், நிச்சயம் இதைத் துப்பறிவாளரிடம் ஒப்புக்கொள்ளப்போவதில்லை. காவல்புரியும் பொழுது தூங்க நேர்ந்தால், தண்டனை மரணம்.

நாசூக்கற்ற கொலையாளி அல்ல, மறன். உருட்டுக்கட்டை வைத்திருக்கும் எந்த முரடனும் கொல்லலாம். மறனோ, கலைஞன். அவனைப் பணியில் அமர்த்துவது நிழலைக் களத்தில் இறக்குவதற்குச் சமானம். சற்றே சற்று நேரம் மட்டுமே இருளினின்று வெளிப்பட்டு விரைவாகப் பின்வாங்கும் நிழல். சுவடின்றி. உயிரற்ற உடல் மட்டுமே மிஞ்சும். அதுவும் இலக்காக வேண்டிய சடலமே. சாட்சிகள் கிடையாது. முடியாத முடிச்சுகள் இல்லை. தேவையற்ற கொலைகளும், அவற்றால் தேர்ந்த துப்பறிவாளர்களுக்குக் கிடைக்கக்கூடிய தேவையற்ற துப்புகளும் அறவே இல்லை.

தனது மிகச் சிறந்த படைப்புக்களில் ஒன்றை உருவாக்கும் முயற்சியில் அப்போது ஆழ்ந்திருந்தான் மறன்.

சுலோசனரின் குழந்தைகளும் மனைவியும் அவள் தாய் வீட்டிலிருந்தனர்; பனிக்கால *நவராத்ரிப்* பண்டிகைதான் குடும்பத்தின் வருடாந்திர விடுமுறைப் பருவம். வழக்கமாய்ச் சில நாட்களில் அவர்களுடன் சேர்ந்துகொள்ளும் சுலோசனர், இம்முறை சில அவசர அரசாங்க அலுவல்களால் சற்று தாமதிக்க நேர்ந்தது. பிரதமர், வீட்டில் தனிமையில் இருந்தார். இதைவிட அருமையான தினத்தையோ, கணத்தையோ மறன் தேர்ந்தெடுத்திருக்க முடியாது. அவனுக்கிடப்பட்டிருந்த உத்தரவுதான் துல்லியமாயிருந்ததே? இலக்கைத் தவிர்த்து வேறு இழப்புக்கள் - துரதிர்ஷ்டவசமான பக்கவிளைவுகள் - கூடாது.

பிரதம மந்திரி சுலோசனரின் பருத்த உடலை ஆராய்ந்தான். படுக்கையில். பக்கத்தில் கைகள். பாதங்கள் வெளிப்புறம் தளர்வாய். வழக்கமாய்த் தூங்குவது போலத்தான். பழுப்பு நிற வேட்டி அணிந்திருந்தார். வெற்று மார்பு. படுக்கைக்கு அருகேயிருந்த அலமாரியில் *அங்கவஸ்த்ரத்தை* வைத்திருந்தார். அழகாய் மடித்து. வழக்கமாய்த் தூங்கச் செல்லுமுன் தினம் செய்வது போல். மோதிரங்களும், பிற ஆபரணங்களும் நறுவிசாகக் கழற்றி *அங்கவஸ்த்ரத்தின்* அருகேயிருந்த நகைப்பெட்டியில் பத்திரப்படுத்தப்பட்டிருந்தன. இதுவும், வழக்கப்படிதான்.

வழக்கிலில்லாத ஒன்றேயொன்று: சுவாசம். இதுமட்டும்தான் அசாதாரணம். காரணம்? சுலோசனர் ஏற்கனவே இறந்தாயிற்று. மூக்கின் வழியே மூலிகை விஷம் சாமர்த்தியமாகச் செலுத்தப்பட்டுவிட்டது. உடலில் சுவடுகள் ஏதும் இருக்காது. தசைகளை விஷம் உடனடியாக செயலிழக்க வைத்துவிடும்.

இருதயமும் தசையே அல்லவா? அவ்வண்ணமே, நுரையீரலினடியில் அமைந்திருக்கும் உதரவிதானம். பாதிக்கப்பட்டவரின் சுவாசம் நொடிகளில் நின்றுவிடும்.

இவையெல்லாம் நிகழ்ந்தபோது சுலோசனர் நினைவுடன் இருந்திருக்க வாய்ப்புண்டு. இல்லாமலும் இருந்திருக்கலாம். யாருக்குத் தெரியும்?

தெரிந்துகொள்ளும் எண்ணமும் மறனுக்கு இல்லை.

கொலை, நிகழ்த்தப்பட்டுவிட்டது.

இப்பொழுது மறன் கொலையரங்கத்தை வடிவமைப்பதில் ஈடுபட்டிருந்தான்.

அலமாரியிலிருந்து ஒரு நூலை எடுத்துப் பார்த்தான். சப்தசிந்து முழுதும் ஏற்கனவே பரவலாய்ப் புகழ்பெற்றிருந்த நாடகம் - தேவரடியாருக்கும், நடமாடும் வர்த்தகனுக்கும் இடையே நிகழும் சோக காவியக் காதல். சுலோசனருக்குப் புத்தகங்கள் மீது மிக்க பிரியமென்பது பிரசித்தம். அதிலும், அருமையான காதல்கதைகள் என்றால் விடும் ரகமில்லை. சடலத்தருகே சென்றவன், ஓரங்கள் மடிந்த நூலைப் பக்கத்திலே, மார்பருகே வைத்தான்.

படித்துக்கொண்டிருந்தபடியே சுலோசனர் உறங்கிவிட்டார்.

கண்ணாடி விளக்கொன்றை எடுத்து, திரியேற்றி, படுக்கை அலமாரியின் மீது வைத்தான்.

படிக்கும் விளக்கு...

அறைக்கோடி மேஜை மீதிருந்த மதுக்குப்பியை எடுத்து, குவளை சேர்த்து அலமாரி மீது வைத்தான். காலிக் குவளையில் சிறிது மது ஊற்றினான்.

அலுவல் நிறைந்த நாளின் களைப்பான இறுதியில் மது அருந்தியவாறு ஒரு காதல் காவியத்தைப் படித்துக்கொண்டிருந்தார் பிரதமர் சுலோசனர்.

அலமாரித் தட்டில், ஆயுர்வேத பசையொன்றை வைத்தான். அதில் மரக்கரண்டியால் துழாவி, சுலோசனரின் வாயைத் திறந்து ஒரே சீராய் - மறக்காமல் தொண்டையின் பிற்பகுதியிலும் - தடவினான். வயிற்றுவலிக்கும், வாயுப்பிடிப்புக்குமான கைவைத்தியமென்று எந்த மருத்துவரும் அடையாளம் கண்டுகொள்வார்.

பருத்த உடலுக்குச் சொந்தக்காரர்தான் பிரதமர். வயிற்றுப் பிரச்சனைகள் சர்வசாதாரணமாகத்தான் இருந்திருக்கும். சிறிய அளவிலான நோய்த்தொற்றுக்களுக்கும், வியாதிகளுக்கும் சுயவைத்தியம் செய்துகொள்ளுமளவு அவர் ஆயுர்வேத ஞானம் படைத்தவர் என்பது பலரறிந்த விஷயம்.

ஜன்னலை நோக்கி நடந்தான்.

திறந்த ஜன்னல். பலத்த காற்று வீசும் இரவு.

மீண்டும் திரும்பி வந்தவன், சடலத்தின் கழுத்து வரை போர்வையை மூடினான்.

குளிராக இருந்ததால், சுலோசனர் இழுத்துப் போர்த்திக்கொண்டு படுத்திருந்தார்.

போர்வையையும், அங்கவஸ்த்ரத்தையும் தொட்டுப் பார்த்துவிட்டு, அறையைச் சுற்றிக் கவனமான பார்வையொன்றைப் படரவிட்டான். எல்லாம் மிகச் சரியாக இருந்தது.

கச்சிதம்.

மாரடைப்பின் ஆரம்ப அறிகுறிகளை, வயிற்றுப் பிரச்சனை அல்லது வாயுத் தாக்குதலென சுலோசனர் தவறாகக் கணித்ததாகத்தான் தோன்றும். வருத்தத்திற்குரிய, ஆனால் அடிக்கடி நடக்கும் தவறு. ஏதோ மருந்தும் உட்கொண்டிருக்கிறார். குணம் தெரிந்திருக்கிறது. கொஞ்சம். படிக்க ஒரு புத்தகத்தைத் தேர்ந்தெடுத்து, சிறிதளவு மதுவூற்றிக் கொண்டிருக்கிறார். மாரடைப்பின் முன்னெச்சரிக்கையாக உடலில் குளிர் பரவுவதை உணர்ந்திருக்கிறார். போர்வையால் இழுத்துப் போர்த்தியிருக்கிறார். பிறகுதான் மாரடைப்பு தன் வேலையை முழுவீச்சாய்க் காட்டியிருக்கிறது.

துரதிர்ஷ்டம்.

என்னே துரதிர்ஷ்டம்.

மறன் புன்னகைத்தான். இறுதியாக காட்சியை மனதில் பதித்துக்கொள்ளும் பொருட்டு, ஒரு முறை சுற்றிப் பார்த்தான். எப்போதும் செய்வது போலத்தான்.

அவன் புருவங்கள் நெறிந்தன.

என்னவோ சரியாக இல்லை.

மீண்டும் சுழற்றிப் பார்த்தான். ஒரு விலங்கின் கூர்மையுடன்.

சே! என்ன முட்டாள்தனம்!

சுலோசனரிடம் சென்று இடக்கையை உயர்த்தினான். *இறப்பின் தசையிறுக்கம்* துவங்கியதில், உடல் ஏற்கனவே விறைக்க ஆரம்பித்துவிட்டது. சற்றுப் பிரயத்தனத்துடனேயே மறன்

சடலத்தின் இடக்கையை மார்பின் மீது வைத்தான். சிரமப்பட்டு விரல்களைப் பிரித்தான். வலியில் மார்பைப் பிடித்துக்கொண்டு அவர் உயிர்விட்டது போல்.

முதலிலேயே செய்திருக்கவேண்டும். முட்டாள்! முட்டாள்!

ஒருவழியாகப் பணியில் திருப்தியடைந்தவனாய், மீண்டும் அறையை ஒரு முறை ஆராய்ந்தான். பிரமாதம்.

சாதாரண மாரடைப்பு போலத்தான் தோன்றியது.

மௌனமாய் சற்று நேரம் நின்று தன் படைப்பின் உன்னதத்தை மிகுந்த பெருமையுடன் கவனித்தவன், வலதுவிரல்களின் முனைகளை இரசனையுடன் முத்தமிட்டான்.

அவன் வெறும் கொலையாளி அல்லவே? கலைஞன் அல்லவா?

இங்கே என் பணி முடிவடைந்துவிட்டது.

திரும்பி விடுவிடுவென ஜன்னலை அடைந்தவன், தாவிக் கூரையோரத்தைப் பற்றிக்கொண்டான். அதே வேகத்தில் கரணமடித்து, கைப்பிடிச்சுவற்றின் மீது லாகவமாய் நின்றான். சீக்கிரத்திலேயே மேற்கூரையை அடைந்தும் விட்டான்.

யாரும் காணமுடியாத மனிதன் மறன். கருப்பு வேட்டியும், உடலில் தாராளமாய்ப் பூசியிருந்த ஒட்டா மையுமாய், அவனை இருளோடு இருளாக மாற்றியிருந்தன.

திருப்தியுடன் மூச்சை இழுத்துவிட்டுக்கொண்டான் அந்த மேதை. இரவின் பலப்பல சப்தங்கள் அவனை வந்தடைந்தன. சுவர்க்கோழியின் 'க்றீச்'சுக்கள். காவலறைத் தீயின் கரகரப்பு. சலசலக்கும் காற்று. கூரையில் தூங்கும் காவலர்களின் மெல்லிய குறட்டை. எல்லாம் கேட்கவேண்டிய சப்தங்களே. அசந்தர்ப்பமாய் எதுவும் நடந்துவிடவில்லை.

அரசுத் தோட்டத்தைக் குறிவைத்து ஓடினான். தயக்கமின்றி. வேகத்தைக் கூட்டி. கூரையின் ஓரத்தை நெருங்கியவன், பூனையைப் போல் லாகவமாய்த் தாவி, ஒரு கணம் அந்தரத்தில் பறந்தான். நீட்டிய கைகள் அங்கே சரசரவென் நீண்டிருந்த மரக்கிளையைச் 'சிக்'கெனப் பிடித்துக்கொள்ள, சாமர்த்தியமாய் மரம் நோக்கி தன்னை நகர்த்தி, அழகாய் தரையிறங்கினான்.

ஓடத் துவங்கினான். மெல்லிய காலடிகள், அரவமற்ற சுவாசம். தேவையற்ற சப்தங்கள் இல்லை.

மறன் என்னும் நிழல், இருளில் மறைந்தது. ஒளியினின்று தேய்ந்தது. மீண்டும்.

அத்தியாயம் 14

வருடக்கணக்காய் வாய்க்காத ஸ்திரத்தன்மையைப் பெற்றிருந்தது இன்றைய மிதிலா. சேரிக்குடியிருப்புப் புனருத்தாரணம் தவிர்த்து வழங்கப்பட்ட பலப்பல நலத்திட்டங்கள், ஏழைகளுக்கு அபார முன்னேற்றமாய் அமைந்தன. இரு மதில்சுவர்களுக்கிடையே இருந்த நிலத்தில் விவசாயம் செழித்ததில் பயிர் உற்பத்தி பெருகியது. பணவீக்கம் குறைந்தது. அதோடு, ஸங்கஷ்யாவின் அசகாய சூர பிரதமரின் அகால மரணம் குஷத்வஜரின் கொடுக்கைப் பிடுங்கிவிட்டதும் நிஜம். இப்பொழுது வெகுவாய்ப் பிராபல்யம் அடைந்துவிட்ட சீதாவின் நாடு தழுவிய அரசுமுறைச் சந்திப்புக்கள் எந்த விமர்சனத்திற்கும் குற்றச்சாட்டிற்கும் உள்ளாகவில்லை

இப்பிரயாணத்தில் முதல் ஸ்தலம், பிரசித்தி பெற்ற மலயபுத்ரர் தலைநகர் அகஸ்த்யகூடம் என்பது வெகு சிலர் மட்டுமே அறிந்த தகவல்.

சிரமங்களும், மிக அதிகத் தொலைவும் நிறைந்த பயணம் அது. ஜடாயூ, சீதா மற்றும் பலத்த மலயபுத்ரர் படையொன்று, முதலில் மண்சாலையில் ஸங்கஷ்யா வந்தடைந்தது. கப்பலேறி கண்டகியில் பயணித்து கங்கைச்சங்கமம் தாண்டி, யமுனையை அம்மகாநதி மிக நெருங்கிய இடத்தை வந்தடைந்தார்கள். இறங்கி, தரை மார்க்கமாய் யமுனையைச் சேர்ந்து மீண்டும் நதிப் பிரயாணம் மேற்கொண்டவர்கள், ஸட்லெஜ் மற்றும் யமுனை இணைந்து ஸரஸ்வதியாகப் பரிணமிக்கும் இடம் கடந்து அந்நதி வழியே மேற்குக் கடலை அடைந்தார்கள். கடல் பிரயாணத்திற்குரிய மரக்கலங்களில் ஏறி மேற்குக் கரையை ஒட்டி வந்தவர்கள் குறி வைத்தது, இந்தியத் துணைக்கண்டத்தின் தென்மேற்கு முனை. இலக்கு, கேரளம். கடவுளின் தேசம் எனச் சிலர் அதைக் குறிப்பிடுவர். ஏனில்லாமல்? முந்தைய விஷ்ணு பிரபு பரசுராமரே தன் பூமியென அறிவித்த தேசமல்லவா?

வெய்யில்காலத்தின் ஒரு அதிகாலைப் பொழுதில், பாய்களைக் காற்று லேசாய் விரிக்க, சலனமற்ற நீர்ப்பரப்பில் கப்பல்

சீதா - மிதிலைப் போர்மங்கை 141

மெல்லப் பயணித்தது. சீதாவின் முதன்முதல் கப்பல் பிரயாணம், சிக்கல்களோ, ஆர்ப்பாட்டமோயின்றிச் சுகமாகவே சென்று கொண்டிருந்தது.

''பிரபு பரசுராமர் அகஸ்த்யகூடத்துல பிறந்தாரா?'' அவள் கேட்டாள்.

மேல்தளத்தில் கைகளைச் சுற்றுச்சுவர் மீது சாவகாசமாய் ஊன்றி நின்றனர் சீதாவும் ஜடாயூவும். பலகையில் சாய்ந்தபடி அவளை நோக்கினார் அவர். ''நாங்கள் அவ்விதம் கருதுகிறோம். உறுதியான ஆதாரங்கள் இல்லை - ஆனால், பிரபு பரசுராமர் கேரளத்திற்குரியவர் என்றும், கேரளம் அவருக்குரியதென்றும் வெகு நிச்சயமாகச் சொல்லலாம்.''

சீதா புன்னகைத்தாள்.

அவள் சொல்லப்போவதை ஊகிக்க முயன்றவராய், ''எங்களைப் போலவே இந்தியாவில் எத்தனையோ பேர் அவரிடத்தில் பக்தி செலுத்துகிறார்கள் என்பதை மறுப்பதற்குமில்லை,'' என்றார்.

பேச வாயெடுத்த சீதாவின் கவனம், தூரத்தில் இருந்த இரு - இலங்கை மரக்கலங்களால் - கலைந்தது. நளினமாகவே நகர்ந்தாலும், அவற்றின் அசாத்திய வேகம் திகைக்க வைத்தது.

''அந்தக் கப்பல்களும் பார்க்க நம்மளுது மாதிரிதான் தெரியுது,'' சீதாவின் புருவங்கள் நெறிந்தன. ''அதே அளவு பாய்மரங்கள். எப்படி நம்மளை விட இவ்வளவு வேகமா போறாங்க?''

''தெரியவில்லை,'' ஜடாயூ பெருமூச்செறிந்தார். ''மர்மம்தான். அதே சமயம், அவர்களுக்கு இது மிகப்பெரும் கடற்சார்ந்த அனுகூலம் என்பதில் ஐயமில்லை. எவரையும் விட அதி வேகமாய் படைகளும் வர்த்தகர்களும் தொலைதூரங்களுக்குச் செல்லலாம்.''

மத்தவங்க கிட்டே இல்லாத ஒரு தொழில்நுட்பம் ராவணன் கிட்டே இருக்கணும்.

அக்கப்பல்களின் பாய்மர உச்சிகளை ஆராய்ந்தாள் சீதா. கரிய பின்னணியில், ஆக்ரோஷமான தீஜ்வாலைகளினின்று வெளிப்பட்ட சீறும் சிங்க முகம் பதித்த கொடி மிக்க பெருமையுடன் காற்றில் படபடத்தது.

மலயபுத்ரர்களுக்கும் இலங்கையருக்குமிடையேயான உறவைப் பற்றி சீதா சிந்தனையிலாழ்ந்தது இது முதல்முறையல்ல.

கேரளக்கரையை நெருங்கியதும், ஆழமற்ற நீர்நிலைகளில் பயணிக்கும் குறைந்த அமிழ்தன்மைகொண்ட கப்பல்களுக்குப் பிரயாணிகள் மாற்றப்பட்டனர்.

கரையில் எதிர்பார்க்கக்கூடியவற்றைப் பற்றி சீதாவுக்கு முன்னமே ஜடாயூ கூறியிருந்ததில், கடலைத் தொட்டுக்கொண்டு சிக்கலாக பிணைந்திருந்த நீர்நிலைகளுக்குள் அவர்கள் புகுந்தது ஆச்சர்யமளிக்கவில்லை. ஓடை, நதி, ஏரி, சதுப்புநிலங்கள் எனக் கலவையானதொரு நீர்ப்பரப்பே கடவுள் தேசத்தின் இதயத்தை அடைய வரையறுக்கப்பட்ட பாதை. முதல் பார்வைக்குக் கவர்ச்சி கரமாகக் காட்சியளித்தாலும், ஆபத்து நிறைந்திருந்தது; நீர்ச் செல்வம் அபரிமிதமான இத்தேசத்தில் அடிக்கடி தடம் புரளும் நிலைகளால் பல வருடங்களுக்கொருமுறை பழைய ஏரிகள் வறண்டு முற்றும் புதியவை உருவாகும். அதிர்ஷ்டவசமாக, இவ்வகைக் கழிமுகங்கள் அநேகமாய் ஒன்றுக்கொன்று தொடர்புள்ளவையாகையால், தடம் தெரிந்தவர்கள் குறுகலான, சிக்கலான நீர்ச்சந்துகளுக்குள் வழி கண்டுபிடித்து இதயப்பகுதிக்குள் நுழைய முடியும். சரியான வழிகாட்டுதல் இல்லையெனில் தொலைந்து போகவோ, சேற்றில் சிக்கவோ வாய்ப்பு அதிகம். மனித நடமாட்டம் குறைந்த, ஆபத்தான விலங்குகள் சூழ்ந்த இப்பகுதியில் மாட்டிக்கொள்வது மரணசாஸனம் எழுதப்பட்டதற்குச் சமம்.

நீர்வழிச்சாலைகளின் குழப்பப் பின்னல்களினூடே ஏறக்குறைய ஒரு வார காலம் பயணித்த பிறகு, கப்பல் சாதாரணக் கால்வாய் ஒன்றிற்குள் பிரவேசித்தது. முகப்பில் இருந்த மூன்று உயரமான தென்னை மரங்கள் முதலில் அவள் கவனத்தைக் கவரவில்லை. அவற்றின் அடிப்பாகம் முழுதும் படர்ந்திருந்த கொடிகள், கோடரியின் உதிரி பாகங்களைக் குலுக்கிப் போட்டது போல் கலவரக் கோலமாய்க் காட்சியளித்தன.

அடர்ந்த தோப்பால் மறைக்கப்பட்ட வெற்றிடத்திற்குள் முடிந்தது கால்வாய். மரக்கலத்திற்குரிய துறைமுகம் எதுவும் கண்ணில்படவில்லை. சீதாவின் புருவங்கள் முடிச்சிட்டன. நதி நடுவே நங்கூரமிட்டுப் படகுகளைச் சந்திக்கக்கூடும் என்பதே அவள் துணிபு. ஆனால் - என்ன ஆச்சர்யம்! கப்பல் நிற்கப்போவதற்கான அறிகுறியே இல்லை. இன்னும் சொன்னால்., முரசறைபவர்களின் தாளகதி சூடு பிடித்தது நிஜம். துடுப்புப் போடுபவர்கள் அசுரவேகத்தில் வலிக்க, தோப்பை மோதுவது போல் புயலெனக் கப்பல் முன்னேறியது!

மேல்தளத்தில் இருந்தது சீதா மட்டுமே. சுற்றுச்சுவரைச் சற்றுப் பதட்டத்துடன் பற்றியவள், ''மெதுவாய்ப் போங்க. ரொம்ப நெருங்கிட்டோம்,'' என்றாள் உரத்த குரலில்.

இரண்டாம் தளத்தில் உதவியாளர்கள் சகிதம் ஏதோ நுணுக்கமான பணியை மேற்பார்வையிடுவதில் ஆழ்ந்திருந்த ஜடாயூவிற்கு அவள் குரல் கேட்கவில்லை.

எப்படி இதைக் கவனிக்காம இருக்காரு? தோப்பு கண்ணெதிரே இருக்கு!

''ஜடாயூஜி!'' கப்பல் தரை தட்டப் போவதை எதிர்பார்த்து பீதியில் அலறினாள் சீதா. சற்றே குனிந்து சுற்றுச்சுவரை இறுக்கிப் பிடித்துக்கொண்டவள், ஆயத்தமாய் - மோதலை எதிர்நோக்கி - காத்திருந்தாள்.

எதுவும் நடக்கவில்லை. சற்றே மட்டுப்பட்ட வேகம்; மெல்லிய குலுக்கல்; அவ்வளவே. கப்பல் நிதானமாய்ச் சென்றது.

சீதா நிமிர்ந்தாள். குழப்பத்துடன்.

மோதப்பட்ட மரங்கள் - சர்வசாதாரணமாக வழிவிட்டு நகர்ந்தன! தோப்பு போலிருந்த இடத்திற்குள் மரக்கலம் ஆழப் புகுந்தது. சீதா குனிந்து நீரைப் பார்த்தாள்.

ஆச்சர்யத்தில் வாய் பிளந்தாள்.

வருண பகவானே!

முன்னாலிருந்த மறைவான நீர்த்தேக்கத்திற்குள் கப்பல் நுழைய, மிதந்துகொண்டிருந்த மரங்கள் பக்கத்தில் தள்ளப்பட்டன. திரும்பிப் பார்த்தாள். கப்பல் நகர்ந்ததும் நீர்த்தேக்கத்தை மறைக்கும் விதமாய் மீண்டும் பழைய இடத்திற்கே மிதந்தன. இவை சுந்தரி இன வகை மரங்கள் என பின்னாளில் ஜடாயூ விளக்கினார்.

அதிசயத்தில் புன்னகைத்த சீதா, தலையைக் குலுக்கிக் கொண்டாள். ''பிரபு பரசுராமரின் பூமியில் தான் எத்தனையெத்தனை ஜாலங்கள்!''

கண்களில் அபூர்வ ஒளி மின்ன, மீண்டும் முன்னால் பார்த்தாள்.

அதிர்ச்சியில் உறைந்தாள்.

அதோ - நேரெதிரே - *இரத்த நதிகள்!* நீர்த்தேக்கம் முடிந்து மலைகள் துவங்கும் இடத்தில் வெவ்வேறு திசைகளினின்று மூன்று குருதியாறுகள் பாய்ந்து கரையில் ஒன்றாய்க் கலந்தன.

எத்தனையோ காலத்திற்கு முன், மக்களை இம்சித்த பல கொடிய மன்னர்களை பரசுராமர் வெட்டிக் கொன்றதாக பரவலான நம்பிக்கை உண்டு. அவரது கொலைவெறித் தாண்டவம் ஓய்ந்தபோது, சுத்திகரம் செய்துகொள்ளும் முயற்சியில் குருதி தோய்ந்த அவரது கோடரி தனிச்சையாக கக்கிய வெட்டுப்பட்ட மன்னர்களின் அசுத்த இரத்தம், மலப்பிரபா நதியையே செக்கச்சிவப்பாக மாற்றிவிட்டதாம்.

அதெல்லாம் வெறும் கர்ண பரம்பரைக் கதைதானே?

ஆனால்... ஒன்றல்ல, மூன்று அலைபுரண்டோடும் இரத்த ஆறுகள் நீர்த்தேக்கத்தில் கலப்பதையல்லவா கண்கூடாகப் பார்த்துக்கொண்டிருக்கிறாள்?

இதயம் அசுரவேகத்தில் துடிக்க, பயத்தில் சீதாவின் விரல்கள் ருத்ராக்ஷ பதக்கத்தை இறுக்கிக் கொண்டன. ருத்ரபகவானே, கருணை புரியும்.

— ௬ —

"சீதா வந்துகொண்டிருக்கிறாள், குருஜி," நூறுகால் மண்டபத்திற்குள் நுழைந்தார் அரிஷ்டநேமி. "அதிகபட்சம் இரண்டு அல்லது மூன்று வாரங்களுக்குள் இங்கே இருப்பாள்."

அகஸ்த்யகூடத்தின் பிரதான பரசுராமேஸ்வரர் ஆலயத்தில் அமர்ந்திருந்தார் விஸ்வாமித்ரர். பிரபு பரசுராமர் வழிபட்ட தெய்வத்திற்குரிய - ருத்ரபகவான் - கோயில். படித்துக்கொண்டிருந்த நூலினின்று நிமிர்ந்தார்.

"நல்ல செய்தி. மற்ற ஏற்பாடுகள் எல்லாம் முடிந்தனவா?"

"ஆம், குருஜி." அரிஷ்டநேமி செய்திச்சுருள் ஒன்றை நீட்டினார். உடைந்திருப்பினும் முத்திரை அடையாளம் தெரிந்து கொள்ளக்கூடியதாக இருந்தது. அனு வம்சாவளியினரின் அரசு இலச்சினை. "மன்னர் அஸ்வபதி செய்தி அனுப்பியிருக்கிறார்."

விஸ்வாமித்ரர் முகத்தில் திருப்திப் புன்னகை. கேகய மன்னர் அஸ்வபதி, கைகேயியின் தந்தை மற்றும் சக்ரவர்த்தி தசரதரின் மாமனார் மட்டுமல்ல, அவரது இரண்டாவது மகன் பரதனுக்குப் பாட்டனாரும் கூட. "கண் திறந்துவிட்டது போலும். புதிய உறவுப்பாலம் கட்டத் தயாராகிவிட்டாரா?"

"இலட்சியவேட்கைக்கும் பயன் இருக்கத்தான் செய்கிறது," என்றார் அரிஷ்டநேமி. "தனக்கானாலும் சரி; தன் மக்களுக்கானாலும் சரி. எனக்குத் தெரிந்து, அயோத்யாவில் சேனாதிபதி ம்ருகஸ்யர் என்றொருவர் காட்டும் -"

"குருஜி!" மேல்மூச்சு வாங்க ஒரு மாணாக்கன் அறைக்குள் ஓடிவந்தான்.

எரிச்சலுடன் அவனை ஏறிட்டார் விஸ்வாமித்ரர்.

"குருஜி, அவர்கள் சாதகம் துவங்கிவிட்டார்கள்."

உடனடியாக எழுந்தார் விஸ்வாமித்ரர். 'சட்'டெனக் கரம் குவித்து ருத்ரபகவான் மற்றும் பிரபு பரசுராமர் திருவுருவச் சிலைகளுக்கு வணக்கம் செலுத்தியவர், அரிஷ்டநேமி மற்றும் சீடன் தொடர, புயல் வேகத்தில் கோயிலினின்று வெளியேறினார்.

வெகுவேகமாகக் குதிரையேறியவர்கள், தட்டிவிட்டனர். விரயமாக்கப் பொழுதில்லை; ஒவ்வொரு மணித்துளியும் முக்கியம்.

மிகச் சிறிய இடைவெளிக்குள் சேர வேண்டிய இடத்தைக் கச்சிதமாய் சேர்ந்துவிட்டாலும், ஏற்கனவே சிறிய கூட்டம் சேர்ந்திருந்தது. அப்புனித பூமியில். ஏறக்குறைய முப்பது மீட்டர் உயரம் கொண்ட கல் கோபுரத்தின் கீழ். உச்சியில் இருந்த சிறிய மரவீட்டை நோக்கிச் சிலரது சிரங்கள் உயர்ந்திருந்தன. ஆனந்தமிகுதியில் கண் மூடி மற்றவர்கள் தரையில் அமர்ந்திருந்தனர். உணர்ச்சி மேலீட்டால் மெல்ல முன்னும் பின்னும் ஆடியபடியிருந்த மற்ற சிலரது கண்களினின்று கண்ணீர் பெருகியது.

அபார ஸ்வரக்கோர்வைகள் இணைந்த உன்னத இசை காற்றில் மிதந்து வந்தது. கடவுளே படைத்தது போன்ற அபூர்வ வாத்தியத்தின் தந்திகளை மீட்டி நாதமெழுப்பின தெய்வீக விரல்கள். வருடக்கணக்காக வீட்டை விட்டு வெளிவராத ஒரு பெண்மணி, ***ருத்ரவீணை*** வாசித்துக்கொண்டிருந்தாள். முந்தைய மஹாதேவரின் பெயரால் வழங்கப்பெற்ற வாத்தியம். பல இந்திய இசை விற்பன்னர்கள் ***ஹிந்தோளம்*** என இனம் காணக்கூடிய *ராகம்* - சிலர் ***மால்கௌன்ஸ்*** என்றும் வழங்கினர் - மகோன்னதம் பெற்ற மஹாதேவர் ருத்ரபகவானுக்கு அர்ப்பணிக்கப்பட்ட பாடலின் உருவில் புறப்பட்டுப் பவனி வந்தது.

மற்றவர்கள் வழி விட, விஸ்வாமித்ரர் வெகுவேகமாய் முன்னேறினார். கோபுரவாயிலில் துவங்கிய படிக்கட்டுக்களின் அடிவாரத்தில் நின்றார். வீட்டின் மரச்சுவர்களை மீறி மெலிதாய்ப் பொழிந்த கீதம் சொர்க்கத்திற்கே இட்டுச்சென்றது. தாளத்தின் இனிய கதியுடன் தன் இதயத்துடிப்பு இணைவதை உணர்ந்த விஸ்வாமித்ரரின் கண்கள் குளமாயின.

''*ஆஹா,* அன்னபூர்ணா தேவி, *ஆஹா,*'' தன் குரலாகவே இருப்பினும், தேவையற்ற சப்தத்தால் தேவகானத்தின் சாந்நித்யத்தை குலைக்க விரும்பாதவராய், உதட்டை மட்டுமே அசைத்தார் விஸ்வாமித்ரர்.

அவரைப் பொறுத்தவரை, தந்தி வாத்தியங்களில் அன்னபூர்ணாவிற்கு இணை உலகில் எவருமில்லை. ஆனால், இப்புகழ்ச்சி அவள் காதுவரை சென்றால், சாதகத்தை நிறுத்திவிட வாய்ப்புண்டு.

பூமியினின்றே முளைத்தது போல் திடீரென அங்கே குழுமிவிட்ட நூற்றுக்கணக்கானோரை அரிஷ்டநேமி தர்மசங்கடத்துடன் பார்வையிட்டார். இது விஷயத்தில் அவர் மனம் சந்துஷ்டியடைந்ததே இல்லை.

இலங்கைப் பிரதான அரசவை இசைக் கலைஞனிடமிருந்து பிரிந்துவிட்ட மனைவிக்கு அடைக்கலம் தருவதாவது? அதுவும் ஒரு காலத்தில் ராவணன் அன்பிற்குப் பாத்திரமானவளுக்கு?

இராணுவக் கட்டமைப்பைக் கொண்டது, அரிஷ்டநேமியின் மனம். நேர்த்தியான ஒழுங்குமுறையும், கட்டுப்பாட்டையுமே உயர்வாக எண்ணக்கூடியது. இசைபால் பிரேமை கொண்டோரின் உணர்ச்சிக்கொந்தளிப்புக்கள் அவருக்குப் புரியாதவை.

என்றாலும், குருவிற்குத் தன் கருத்துக்களுடன் ஒப்புதலில்லை என்பதை அறிந்தவராதலால், பொறுமை காத்தார்.

ராகம் தொடர்ந்து அபூர்வ, அமானுஷ்ய மாயவலையை ஜாஜ்வல்யமாகப் பின்னியது.

''அது ரத்தமல்ல, சகோதரி,'' ஜடாயூ சீதாவைப் பார்த்தார்.

குருதியாறுகள் குறித்து அவள் வாய் திறந்து கேட்காவிட்டாலும் முகத்தில் தாண்டவமாடிய பீதி, ஜடாயூவை சமாதானம் அளிக்கத் தூண்டியது. ருத்ராக்ஷ பதக்கத்தை விடவில்லையெனினும், அவள் சற்று நிதானமடைந்தது முகத்தில் துலங்கியது.

இன்னொருபுறம், மிதக்கும் படகுத்துறையில் மலயபுத்ரர்கள் நங்கூரம் பாய்ச்சும் முயற்சியில் ஈடுபட்டிருந்தனர்.

''இல்லையா?'' சீதா கேட்டாள்.

''இந்தப் பிரதேசத்திற்குப் பிரத்யேகமான ஒருவித கடல்பாசியால் உருவாகும் தோற்றம். சிவப்பு-ஊதா நிறத்தில் ஆற்றுப்படுகைகள் முழுதும் படர்ந்திருக்கும். இங்கேயுள்ள ஓடைகளின் ஆழம் மிகக் குறைவென்பதால், தொலைவிலிருந்து சிவப்பாகக் காட்சியளிக்கின்றன. இரத்த ஆறுகள் பாய்வது போல். ஆனால், ''குருதி''யால் நீர்த்தேக்கத்தின் தண்ணீர் பாதிக்கப்படவில்லை, பார்த்தீர்களா? அதிலுள்ள பாசி மிக ஆழத்திலிருப்பதால் கண்ணுக்குத் தெரிவதில்லை.''

சற்று சங்கடத்துடன் புன்னகைத்தாள் சீதா.

''முதல் பார்வைக்குச் சற்று பீதியைக் கிளப்பக்கூடியதுதான். எங்களைப் பொறுத்தவரை, காவியங்கள் பாடும் இந்த இரத்தநதிகள்தான் பிரபு பரசுராமர் தேசத்தின் எல்லைக்கோடு.''

சீதா தலையசைத்தாள்.

''ஆனால், இந்தப் பூமியில் வேறு விதத்திலும் இரத்தம் பாய்வதுண்டு. அகஸ்த்யகூடம் வரை நீளும் அடர்ந்த வனம். பல ஆபத்தான மிருகங்களின் உறைவிடம். அடுத்து வரப்போகும்

இரண்டு வார நடைபயணத்தில் நாமெல்லோரும் ஒற்றுமையை, எச்சரிக்கையைக் கைக்கொள்ள வேண்டும்.''

''சரி.''

பலகைப்பாலம் பலத்த ஓசையுடன் மிதக்கும் துறையில் விழும் சப்தம், பேச்சிற்கு முற்றுப்புள்ளி வைத்தது.

ஐந்து சிறு படைகள் கொண்ட அப்பரிவாரம் சற்றேறக்குறைய இரு வாரங்களுக்குள் இலக்கை நெருங்கியிருந்தது. சரியான தடம் இல்லாத பகுதிகளில் அவர்களே அடர்வனத்தை வெட்டி வீழ்த்தி பாதை ஏற்படுத்திக்கொண்டனர். மலயபுத்ரர்கள் வழிநடத்திச் சென்றாலொழிய அக்கொடிய ஆரண்யங்களில் தொலைந்து திண்டாடுவது திண்ணம் என்பது சீதாவுக்கு உறுதியாகப் புரிந்தது.

கடைசி மலையேறி, பிரபு பரசுராமர் நகரைத் தொட்டில் போல் ஏந்திய பள்ளத்தாக்கை நோக்கிய போது, சீதாவின் நரம்புகளில் உற்சாகத் தீ பற்றிக்கொண்டது.

''அடேயப்பா...'' கிசுகிசுத்தாள்.

பள்ளத்தாக்கின் தோள் மீது நின்றவள், கீழே பரந்து விரிந்த பிரம்மாண்டத்தின் கம்பீர அழகில் மெய்ம்மறந்தாள். உண்மையில், கற்பனைக்கெட்டாத காட்சிதான்.

மேற்கே துவங்கிய தாமிரவருணி நதி, முட்டை வடிவிலிருந்த மிகப்பெரும் பள்ளத்தாக்கில் ஒன்றன்பின்னொன்றான நளினமான அருவிகளாய்ச் சரிந்தது. அடர்ந்த செடிகொடிகளும், பிளக்கமுடியாத மரக்கூட்டங்களுமாய் செழித்திருந்த நிலத்தினூடே புகுந்து, குறுகிய கிழக்கு எல்லையில் வெளியேறி, தமிழர்கள் தேசம் நோக்கிப் பயணித்தது.

மேற்கு மலைகளில் புறப்பட்ட தாமிரவருணி அலைமோதிய இடத்திலிருந்து ஏறக்குறைய எண்ணூறு மீட்டர் ஆழத்தில் அமைந்திருந்தது பள்ளத்தாக்கு. 'தடா'லென மிகச்செங்குத்தாய் தரைவரை இறங்கின மலைச்சரிவுகள். உலோக மிகுதியாலோ என்னவோ, பள்ளத்தாக்கின் தோள்பகுதிகள் செந்நிறம் பெற்றுத் திகழ்ந்தன. அருவியாக இறங்கிய நதியும் சிவப்பில் கொஞ்சத்தைக் கடன் பெற்றுச் சென்றதில், இரத்தம் கொட்டுவது போல் பயங்கரத் தோற்றத்தை ஏற்படுத்தியது. சற்றே சிவந்த பாம்பு திறந்த, செழிப்பான பச்சை முட்டை வழியே ஊர்வது போல் பள்ளத்தாக்கினூடே நெளிந்தது நதி .

நதிப் பிரவாகம், அபரிமித மழை, பலத்த காற்று ஆகியவற்றின் பலனாக பள்ளத்தாக்கின் பல பகுதிகள் காலப்போக்கில்

மழுங்கியிருந்தன - ஒன்றைத் தவிர: மகத்தான கோபுரம் போல் எழுந்த ஒரே கல்லாலான குன்று. பள்ளத்தாக்கிலிருந்து சற்றேறக்குறைய எண்ணூற்று ஐம்பது மீட்டர் உயரத்தில், தோள்பகுதியை அசட்டையாய்த் தாண்டி மிக்க இறுமாப்புடன் நிமிர்ந்து நின்றது. ஏறக்குறைய ஆறு கிலோமீட்டர் அகலமும் கொண்டதாகையால், பிரம்மாண்டமாகவும் விளங்கியது. அதன் சாம்பல் நிறம், உலகிலேயே மிகக் கடினமான கருங்கல்லால் அமைக்கப்பட்டிருந்ததை உணர்த்திற்று. இயற்கையன்னை சுற்றுப்புறத்தை இஷ்டப்படி மாற்றியமைத்தும், இம்மலை மட்டும் சற்றும் சேதமில்லாமல், காலத்தை எதிர்க்கும் காலனாக நிற்பதன் மர்மத்திற்கு இதுவே பதிலென்பதும் தெளிவாயிற்று.

இளமாலை மேகங்கள் பார்வையை மறைத்தாலும், காட்சியின் பிரம்மாண்டத்தால் சீதா விக்கித்துத்தான் போனாள்.

ஒற்றைக்கல் ஏறக்குறைய தொண்ணூறு பாகைக் கோணத்தில் மிகச் செங்குத்தாய் பள்ளத்தாக்கை நோக்கிச் சரிந்தது. இருப்பினும், அதில் நிறைந்திருந்த மேடுபள்ளங்கள் மற்றும் முரட்டுப் பாறைகளில் செடிகளும், சிறிய காட்டுப்புதர்களும் வளர்ந்தன. சில கொடிகள் அசட்டுத் தைரியத்துடன் செங்குத்தான சரிவை எப்படியோ பற்றிக்கொண்டு படர்ந்தன. கிட்டத்திட்ட ஆறு கிலோமீட்டர் பரப்பளவு கொண்ட மேற்பகுதியில் மரங்கள் தென்பட்டன. கீழே பச்சைப்பசேல் என்று இயற்கையன்னையின் கொடையால் இண்டு இடுக்கு விடாமல் செழித்திருந்த பரந்த பள்ளத்தாக்குடன் ஒப்பிட்டால், ஆங்காங்கே தொற்றிக்கொண்டிருந்த சிற்சில செடிகொடிகள் தவிர்த்து தனித்து உயர்ந்த அக்குன்று, துறவியின் எளிய கம்பீரத்துடன் தன் வெறுமையை ஸ்தாபித்ததென்றே சொல்ல வேண்டும்.

மேகங்களுக்கிடையே மறைந்திருந்ததால், உச்சியிலிருந்த *பரசுராமேஸ்வரர்* ஆலயம் சீதாவின் கண்களுக்குச் சரியாகப் புலப்படவில்லை.

ஒற்றைக்கூற்றுக் கல்லாலான இதுவே *அகஸ்த்யகூடம்* - அதாவது, *அகஸ்த்ய மலை.*

யாராலும் அணுகமுடியாத இம்மலையை அடைய மலயபுத்ரர்கள் வடிவமைத்திருந்த கட்டுமான அதிசயம்: பள்ளத்தாக்கின் தோள்பகுதியினின்று குன்று வரை நீண்ட கயிறும் உலோகமுமான பாலம்.

''மறுபுறம் செல்வோமா?'' ஜடாயூ கேட்டார்.

''சரி,'' பிரம்மாண்டமான மலையினின்று சீதா தன் கண்களை ஏறக்குறைய பிடுங்கிக்கொள்ள வேண்டியிருந்தது.

''ஜெய் பரசுராம்.''

''ஜெய் பரசுராம்.''

—ௐ—

உலோகக்கயிற்றுப் பாலம் மீது ஜடாயூ ஜாக்கிரதையாகத் தன் குதிரையை நடத்திச் செல்ல, புரவியுடன் தொடர்ந்தாள் சீதா. படையின் பிற அங்கத்தினர்களும் அவ்வண்ணம் ஒருவர்பின் ஒருவராய்ச் சென்றனர்.

பாலத்தின் ஸ்திரத்தன்மை சீதாவை வியப்பிலாழ்த்தியது. உள்ளீடற்ற உலோகப் பலகைகள் அடிப்பாகத்தைத் தாங்கும் அபூர்வ வடிவமைப்பே இதற்குக் காரணம் என்று ஜடாயூ விளக்கினார். ஒன்றுடன் ஒன்று பிணைந்த இவ்வதிசய பலகைகளின் அடித்தளங்கள், பள்ளத்தாக்கின் தோள்பகுதியில் ஒன்றும், கருங்கல்குன்றில் ஒன்றுமாக இருபுறமும் ஆழத்தில் இறக்கப்பட்டு, தேவையான உறுதியளித்தன.

அபூர்வமான வடிவமைப்பேயென்றாலும், சீதாவின் கவனத்தைப் பாலம் வெகு நேரம் கவரவில்லை. கீழே, எண்ணூறு மீட்டர் அடியில் பாய்ந்த தாமிரவருணியை கயிற்றுச்சுவர் தாண்டி கவனித்தாள். மிக ஆழம்; தன்னையறியாமல் ஸ்திரப்படுத்திக்கொண்டாள். அவள் அணுகிக் கொண்டிருந்த கற்குன்றில் நேரடியாக முட்டி மோதிக்கொண்ட நதி, இரண்டாகப் பிளந்து மலையைக் காதலுடன் அணைத்து, மறுபுறம் இணைந்து மீண்டும் தாமிரவருணியாகக் கிழக்கே பாய்ந்தது. இதனால், ஒற்றைக்கல் குன்றை நதிசூழ்த் தீவு என்றே சொல்லக்கூடியதாக இருந்தது.

''தாமிரவருணிங்கற பேருக்கு என்ன அர்த்தம், ஜடாயூஜி?'' சீதா கேட்டாள்.

''நீர் மற்றும் கடலின் அதிபதியான *வருண பகவானைச் சார்ந்தது வருணி*. இப்பக்கங்களில், நதிக்கு இன்னொரு பெயர்; அவ்வளவே. *தாமிரம்* என்ற சொல்லுக்கு இந்தப் பிரதேசங்களில் இரு அர்த்தங்கள் உண்டு. சிவப்பு, என்பது ஒன்று.''

''இது ஒண்ணும் பெரிய சூத்திரமில்லையே?'' சீதா புன்னகைத்தாள். ''சிவப்பாறு!''

ஜடாயூ சிரித்தார். ''இன்னொரு பொருளும் உண்டு.''

''என்ன?''

''உலோகம்.''

—ௐ—

மறுபக்கத்தை நெருங்குகையில், மேகங்கள் விலகின. 'சட்'டென அவள் நின்றதில் குதிரை தடுமாறியது. சீதா வாய் பிளந்தபடி வெறித்தாள். அதீத அதிசயத்தில். திகைப்பில்.

''ருத்ரபகவானே! எப்படி இதையெல்லாம் நிர்மாணிச்சாங்க?''

திரும்பிப் பார்த்து முன்னேறும்படி சைகை செய்த ஜடாயூ, 'விருட்'டெனத் திரும்பி தானும் நடக்கத் துவங்கினார். பாலத்தின் மீது மிகுந்த எச்சரிக்கையைக் கையாளவேண்டுமென்று பயிற்றுவிக்கப்பட்டிருந்ததே?

குன்றிற்குள் மிகப்பெரும் வளைகோட்டுக் குகை குடையப்பட்டிருந்தது. ஏறத்தாழ பதினைந்து மீட்டர் உயரமும், அநேகமாய் ஐம்பது மீட்டர் அகலமும் கொண்ட அதன் கூரையும் தரையும், சீராய்ச் சுழன்று உச்சி வரை தங்குதடையின்றி மெல்ல உயர்ந்தன. குன்றிற்குள் அமைந்த சாலையெனவே சொல்லலாம். இது பள்ளத்தாக்கின் தரைத்தளத்தினின்று இருநூறு மீட்டர் வரை கீழ்நோக்கியும் சென்றது. ஆனால், குன்றின் உட்புறமே கூரையாகவும் தரையாகவும் செயல்பட்ட நீண்ட, இடைவெளியற்ற இக்குகை, வெறும் பாதை மட்டுமல்ல; குன்றின் உடல்கொண்டே செதுக்கப்பட்டு, உட்சுவரின் சிலபல கட்டுமானங்களும் தெரிந்தன - நாகரீக வாழ்விடத்திற்குரிய இல்லங்கள், அலுவலகங்கள், அங்காடிகள் மற்றும் இன்னபிற கட்டிடங்கள். அகஸ்த்யகூடத்தில் வாழ்ந்த பத்தாயிரம் மலயபுத்ரர்களில் அநேகருக்கு குன்றின் இதயப்பகுதியில் நூதனமாய் வடிவமைக்கப்பட்டிருந்த இவ்வீடுகளே வாழ்விடம். பிறர், குன்றின் மேற்பகுதியில் குடியிருந்தனர். மற்ற தொண்ணூற்றாயிரம் மலயபுத்ரர்களோ, மாபெரும் இந்திய தேசத்தைச் சுற்றிப் பரவலாய் அமைந்திருந்த பாசறைகளில் தங்கியிருந்தனர்.

''இவ்வளவு பிரம்மாண்ட கட்டிடங்களைக் கருங்கல்லுலே செதுக்கறது எப்படி சாத்தியம்?'' சீதா வினவினாள். ''அதுவும் செங்குத்தான மலையிலே? கடவுளாலதான் முடியும்!''

''பிரபு பரசுராமர் என்னும் கடவுளின் பிரதிநிதிகளல்லவா மலயபுத்ரர்கள்?'' என்றார் ஜடாயூ. ''எங்களால் முடியாதது ஒன்றுமில்லை.''

பாலம் முடிந்து, குன்றில் குடையப்பட்ட இறங்குமிடம் வந்தவுடன், ஜடாயூ மீண்டும் குதிரையேறினார். புரவியில் சௌகரியமாகப் பயணிக்குமளவு குகை உயரம் கொண்டிருந்தது. திரும்பியவர், சீதாவும் குதிரையேறுவதைக் கண்ணுற்றார். ஆனால், அவள் நகரவில்லை. 'சாலை'யின் வலப்புறம், குகையோரம் ஓடிய நுணுக்கமான வேலைப்பாடமைந்த வேலியை ரசித்துக்கொண்டிருந்தாள். அதில் பொதிந்திருந்த கலைநயம்,

செங்குத்தான சரிவிலிருந்து காக்கும் தலையாய பணியிலிருந்து எளிதில் கவனம் திருப்பியது. இரு மீட்டர் உயரமிருந்த வேலியில் வெளிச்சம் அனுமதிக்கும் வண்ணமாய், ஆங்காங்கே இடைவெளி விட்டு நிறுவியிருந்த தூண்கள் ஒவ்வொன்றின் மையத்திலும் பிரதானமாய்ப் பொறிக்கப்பட்டிருந்தது நளினமான 'மீன்' சின்னம்.

''சகோதரி,'' என்றார் ஜடாயூ மெல்ல.

குகையின் இடது உட்புறம் எழுந்த நான்குமாடிக் கட்டிடங்களால் கவரப்பட்டு குதிரையை அப்பக்கம் செலுத்தியிருந்த சீதா, ஜடாயூபால் கவனம் திருப்பினாள்.

''உறுதி கொடுங்கள், சகோதரி,'' என்றார். ''இனி என்ன நேர்ந்தாலும் சஞ்சலமடையவோ, பின்வாங்கவோ மாட்டீர்களென உறுதி கொடுங்கள்.''

''என்னது?'' சீதாவின் புருவங்கள் முடிச்சிட்டன.

''தங்களை நன்கறிந்துகொண்டதாகக் கருதுகிறேன். அடுத்து நிகழ்பவை, தங்களை நிலை தடுமாற வைக்கலாம். அதே சமயம், மலயபுத்ரர்களாகிய எங்களுக்கு இது எத்துணை முக்கிய தினம் என்பதை நீங்கள் அறிந்திருக்க வாய்ப்பில்லை. யாரிடமிருந்தும் பின்வாங்கவேண்டாம். தயவு புரிய வேண்டும்.''

அவள் ஏதும் கேட்கும்முன், ஜடாயூ முன்னே நகர்ந்தார். சாலை மெல்ல உயர்ந்து, சுழன்று உச்சிக்குச் செல்லும் வலப்புறம் நோக்கிக் குதிரையைச் செலுத்தினார்.

சீதாவும் புரவியின் விலாவை எத்தினாள்.

அப்போதுதான் - முரசொலி துவங்கியது.

சற்று முன்னால் அகன்ற சாலையின் இருபுறமும் மக்கள் அணிசேர்வதைக் கவனித்தாள். ஒருவரும் ***அங்கவஸ்த்ரம்*** அணிந்திருக்கவில்லை. தேவ மற்றும் தேவி வழிபாட்டிற்கு ஆலயம் செல்லும் கேரள மக்களின் உடையலங்காரம் இதுவே. தெய்வத்தின் முன்னிலையில் ***அங்கவஸ்த்ர***மற்றிருப்பதே அதீத பணிவை, பயபக்தியைக் குறிப்பதாய் அவர்கள் கருதினர். இப்பொழுதும் அவ்வண்ணமே உடையணிந்திருந்தனர் - அவர்களது வாழும் தெய்வம் அகம் வந்து சேர்ந்துவிட்டாளல்லவா?

குறிப்பிட்ட இடைவெளியில் நின்ற முரசறைபவர்கள் தோள்களில், துணிக்கயிற்றில் கட்டிய பெரும் முரசுகள் தொங்கின. சீதா வெளிப்பட்ட கணத்தில், சீரான தாளகதியில் உணர்ச்சி பொங்க அதிரத் துவங்கின. ஒவ்வொருவருக்கும் அருகே நின்ற ***வீணை*** விற்பன்னர்கள் தாளத்திற்கேற்ற சுந்தர மெட்டுக்களை இழைத்தனர். கூட்டத்தைச் சேர்ந்த மற்றவர்கள் மண்டியிட்டனர். சிரம் தாழ்ந்திருந்தனர். மந்திர உச்சாடனம் போல் எதிலோ தொடர்ந்து ஈடுபட்டனர்.

காற்றில் மிதந்தன, அச்சொற்கள். கச்சிதமாய். துல்லியமாய்.

ஓம் நமோ பகவதே விஷ்ணுதேவாய

தஸ்மை ஸாக்ஷினே நமோ நமஹ

மகோன்னத விஷ்ணு பகவான் போற்றி

போற்றி போற்றி, சாட்சியே போற்றி

இமைக்காமல் சீதா அவர்களை வெறித்தாள். செய்வதறியாமல். புரவியும் அவ்விதமே திகைத்து நின்றது.

சேணக்கயிற்றை இழுத்துப் பிடித்த ஜடாயூ, சீதாவுக்குப் பின் சென்றார். 'க்ளிக்' எனச் சப்தமிட்டதும் அவள் குதிரை முன்னே சென்றது. மெல்ல ஏறிய சரிவின் மீது நடக்கத் துவங்கியது.

இவ்விதம், சீதாவின் தலைமையில், ஊர்வலம் மேலே சென்றது.

ஓம் நமோ பகவதே விஷ்ணுதேவாய

தஸ்மை மத்ஸ்யாய நமோ நமஹ

மகோன்னத விஷ்ணு பகவான் போற்றி

போற்றி போற்றி, மத்ஸ்ய தேவர் போற்றி

மெதுவாக நகர்ந்தாலும், சீதாவின் குதிரை தயங்கவில்லை. கூட்டத்தைச் சேர்ந்த அநேகரது முகங்களில் பக்திப் பரவசம். பலரது கண்களில் ஆறாய்க் கண்ணீர்.

கூடைகளில் கொண்டு வந்திருந்த ரோஜா இதழ்களைச் சிலர் காற்றில் தூவினர். அவர்களது தேவியின் மீது மலர்மாரி பொழிந்தனர்.

ஓம் நமோ பகவதே விஷ்ணுதேவாய

தஸ்மை கூர்மாய நமோ நமஹ

மகோன்னத விஷ்ணு பகவான் போற்றி

போற்றி போற்றி, கூர்மதேவர் போற்றி

கைகளில் பச்சிளம் குழந்தையுடன் ஒரு பெண் விழுந்தடித்துக் கொண்டு முன்னால் வந்தாள். குதிரைச் சேணத்தினருகே கொண்டு வந்தவள், குழந்தையின் நெற்றியை சீதாவின் பாதத்தில் ஒற்றினாள்.

குழப்பமும் சஞ்சலமும் போட்டியிட்டாலும், முடிந்தவரை பின்வாங்காமலிருக்க சீதா முயற்சித்தாள்.

அவள் தலைமையில் அந்தப் படை மேலே, மேலே குன்றின் உச்சி வரை சென்ற சாலையில் பயணித்தது.

முரசங்கள் அதிர்ந்தன; வீணைகள் நாதமெழுப்பின; மந்திர உச்சாடனங்கள் முழங்கின... விடாது. இடைவெளியின்றி.

ஓம் நமோ பகவதே விஷ்ணுதேவாய

தஸ்யை வாராஹ்யை நமோ நமஹ

மகோன்னத விஷ்ணு பகவான் போற்றி

போற்றி போற்றி, வாராஹி தேவி போற்றி

முன்னால், கைகள் விரித்துத் தரையில் சிரம் பதித்து மண்டியிட்டிருந்தனர் சிலர். உணர்ச்சி மேலீட்டால் உடல்கள் பதறின.

ஓம் நமோ பகவதே விஷ்ணுதேவாய

தஸ்மை நரஸிம்ஹாய நமோ நமஹ

மகோன்னத விஷ்ணு பகவான் போற்றி

போற்றி போற்றி, நரஸிம்ம தேவர் போற்றி

மெலிதாய் மேலேறிய குகை, குன்றின் உச்சியில் வெளியேறியது. மிகப்பெரும் மேற்பரப்பைச் சுற்றி வளைத்தது வேலி. சுழல்குகைச் சாலையினின்று சீதாவை ஊர்வலமாய்த் தொடர்ந்தனர் மக்கள்.

தாழ்வான கட்டிடங்களும், கட்டமைத்த சதுக்கங்களுமாய் அந்தப் பெரிய வெளி சீராகவே வடிவமைக்கப்பட்டிருந்தது. மலர்ப்படுகைகளுக்கென சாலையோரம் வெட்டப்பட்ட நீண்ட பள்ளங்கள், பள்ளத்தாக்கிலிருந்து மிக்க பிரயத்தனத்துடன் அள்ளி வரப்பட்ட வளமான மண்ணால் நிரம்பியிருந்தன. ஆங்காங்கே பெரும் மரங்களின் வேர்களுக்காக ஆழ்குழிகள் இருந்தன. வறண்ட இக்கல்பிரதேசத்தில் மிகக் கவனமாய்ப் பராமரிக்கப்பட்ட இயற்கையெழில் மிளிர்ந்தது.

உச்சியின் மையத்தில் ஒன்றையொன்று நோக்கியவாறு அமைந்திருந்தன இரு பிரம்மாண்டமான ஆலயங்கள். இரண்டும் சேர்ந்ததே *பரசுராமேஸ்வரர்* கோயில். சிகப்பு நிறத்திலானது மஹாதேவர் ருத்ரபகவானுக்கும், தூய வெண் கோயில் ஆறாம் விஷ்ணு பரசுராமருக்கும் உரித்தாயிருந்தது.

பரசுராமேஸ்வரர் ஆலயத்தை மிஞ்சாத வகையில் அப்பகுதியின் பிற கட்டிடங்கள் தாழ்வாகவே நிர்மாணிக்கப்பட்டிருந்தன. சில அலுவலகங்களாகவும், மற்றவை வாழ்விடமாகவும் இருக்க, மஹரிஷி விஸ்வாமித்ரரின் இல்லம் உச்சியின் எல்லையில், பச்சைப்பசேலென்ற பள்ளத்தாக்கை எதிர்நோக்கியபடி அமைந்திருந்தது.

ஓம் நமோ பகவதே விஷ்ணுதேவாய

தஸ்மை வாமநாய நமோ நமஹ

மகோன்னத விஷ்ணு பகவான் போற்றி

போற்றி போற்றி, வாமந தேவர் போற்றி

உச்சாடனங்கள் தொடர்ந்தன.

ஒடுங்கிய மூதாட்டி ஒருத்தியின் மீது பார்வை பதிந்ததும் மூச்சை இழுத்துக்கொண்டார் ஜடாயூ. தூய வெண்ணிறக் கூந்தல் காற்றில் அலைய, தூரத்திலிருந்த மேடை மீது அமர்ந்திருந்தாள். கம்பீரமும் அமானுஷ்யமும் நிறைந்த அவளது கண்கள் சீதா மீது நிலைத்திருந்தன. தெய்வீகக் கரங்களினால் *ருத்ரவீணைத்* தந்திகளை மீட்டினாள் அன்னபூர்ணா தேவி. கடைசியாக அவள் காணப்பட்டது பல வருடங்களுக்கு முன்னால் - அகஸ்த்யகூடம் வந்த அன்று. இன்று இல்லத்தை நீங்கியிருக்கிறாள். பொதுவில் *வீணை* வாசிப்பதில்லை என்பது தனக்கென அவள் விதித்துக்கொண்ட கட்டுப்பாடு. தனக்குத் தானே செய்துகொண்ட சபதம். காதலித்த கணவனின் சொல்லுக்குக் கட்டுப்பட்டு எடுத்த கொடூர சபதம். இன்று அதை உடைத்திருக்கிறாள். உன்னதமான காரணத்துடன்தான். மஹாவிஷ்ணு திரும்பும் நாள் தினம் தினம் வருவதில்லையல்லவா?

ஓம் நமோ பகவதே விஷ்ணுதேவாய

தஸ்யை மோஹின்யை நமோ நமஹ

மகோன்னத விஷ்ணு பகவான் போற்றி

போற்றி போற்றி, மோஹினி தேவி போற்றி

மஹாதேவரும் விஷ்ணுவும் ஏககாலத்தில் தோன்றியிருக்க முடியாதென்பது சில தீவிர சித்தாந்திகளின் வாதம். எக்காலகட்டத்திலும், முந்தைய விஷ்ணுவின் குலத்தினருடன் மஹாதேவரோ, முந்தைய மஹாதேவரின் குலத்துடன் விஷ்ணுவோ இருத்தல் மட்டுமே சாத்தியம். இல்லையென்றால் தீமையின் அழிவும், நன்மையின் வழிநடப்பும் எவ்விதம் இணைய முடியும்? ஆகையால் மோஹினி தேவியை விஷ்ணுவாகக் கருத சிலர் மறுத்தனர். ஆயினும், அவரையும் விஷ்ணுவாகவே பாவித்து ஏற்ற அநேகர் வரிசையில் மலயபுத்ரர்களும் இருந்தது திண்ணம்.

உச்சாடனம் தொடர்ந்தது.

ஓம் நமோ பகவதே விஷ்ணுதேவாய

தஸ்மை பரசுராமாயை நமோ நமஹ

மகோன்னத விஷ்ணு பகவான் போற்றி

போற்றி போற்றி, பரசுராம தேவர் போற்றி

சேணக்கயிற்றை இழுத்துப் பிடித்த சீதா, மஹரிஷி விஸ்வாமித்ரரை நெருங்குகையில் நின்றாள். மற்றவர்களைப் போலன்றி, அவர் *அங்கவஸ்த்ரம்* தரித்திருந்தார். மலயபுத்ரர்கள் அனைவரும் இப்போது குன்றின் உச்சியில் குழுமியிருந்தனர்.

குதிரையினின்று இறங்கிய சீதா, மிக்க மரியாதையுடன் குருவின் பாதம் பணிந்து வணங்கினாள். நிமிர்ந்து நின்றவள், **நமஸ்தே** எனக் கரம் குவித்தாள். விஸ்வாமித்ரர் வலக்கரம் உயர்த்தினார்.

இசை, உச்சாடனம், இயக்கம் - அனைத்தும் 'சட்'டென நின்றன.

மலையுச்சியில் வீசிய பூந்தென்றலின் மெல்லிய சலசலப்பு மட்டுமே செவியை எட்டினாலும், சற்றே கூர்ந்து கவனித்தால் - ஆன்மாவின் துணைகொண்டு கேட்டால் - பத்தாயிரம் இதயங்களின் படபடப்பை அறியமுடியும். தெய்வீக சக்தி படைத்திருந்தாலோ, பரிதவிக்கும் பெண்ணொருத்தி, இழந்துவிட்ட தாயை அழைக்கும் மௌனக் கூக்குரலும் கேட்டிருக்கும்.

கைகளில் இரு கிண்ணங்களுடன் மலயபுத்ர **பண்டிதரொருவர்** விஸ்வாமித்ரரை நெருங்கினார். ஒன்றில் 'குழகுழ'வென்று சிவப்புத் திரவமும் இன்னொன்றில் அதேயளவிலான வெள்ளைத் திரவமும் இருந்தன. ஆள்காட்டி விரலையும் மோதிரவிரலையும் வெள்ளைத் திரவத்தில் முக்கியவர், நடு விரலை சிகப்பில் தோய்த்தார்.

மணிக்கட்டை மார்பின் மீது பதித்துக்கொண்டார். "மஹாதேவர் ருத்ரபகவான் மற்றும் விஷ்ணு பரசுராமரின் அருளாசிகளால்... :"

சாயம் தோய்ந்த விரல்களை மொத்தமாக சீதாவின் புருவங்களுக்கு மத்தியில் பதித்தவர், முடியை நோக்கி இழுத்துவிட்டதுடன், மேலே செலுத்தும் போது வெளிவிரல்களைச் சற்றே விரிக்கவும் செய்தார். திரிசூலம் போன்றதொரு **வடிவம்** அவள் நெற்றியில் புலப்பட்டது. திலகத்தின் வெளிக்கோடுகள் வெள்ளையாகவும், நடுக்கோடு சிவப்பாகவும் பொலிந்தது.

உச்சாடனம் தொடருமாறு விஸ்வாமித்ரர் சைகை செய்ய, ஒரே இனிய சுரத்தில் பத்தாயிரம் கண்டங்களினின்று குரல்கள் மயிர்க்கூச்செறியும் வண்ணம் புறப்பட்டன. ஆனால் இம்முறை - ஸ்லோகம் சற்றே மாறுபட்டது.

ஓம் நமோ பகவதே விஷ்ணுதேவாய
தஸ்யை சீதாதேவ்யை நமோ நமஹ
மகோன்னத விஷ்ணு பகவான் போற்றி
போற்றி போற்றி, சீதா தேவி போற்றி

அத்தியாயம் 15

அந்தி மயங்கும் பொழுதில், பரசுராமர் ஆலயத்தில் அமைதியாய் அமர்ந்திருந்தாள் சீதா. தனியாக விடப்பட்டிருந்தாள். அவள் கோரியிருந்தபடி.

கருங்கல் குன்றின் உச்சியில் ஏறக்குறைய நூற்றியைம்பது ஏக்கர் பரப்பளவில் அமைந்திருந்தது மகத்தான *பரசுராமேஸ்வரர்* ஆலயம். மையத்தில், பரிச்சயமான சிவப்பு-ஊதா நதிப்பாசி படர்ந்த சதுர வடிவான செயற்கை ஏரி, அவள் பார்த்து பயந்த இரத்த ஆறுகளை நினைவுபடுத்தியது. வழக்கமாய் ஓடும் தண்ணீரில் தழைக்கும் இவை, நீர்த்தேக்கத்திற்கெனப் பிரத்யேகமாய் ஒட்டு போட்டு வளர்க்கப்பட்டிருந்தன. கற்குன்று நகர் முழுமையின் குடிநீர்த்தேவைக்கும் ஏரியே ஆதாரம். வளைகோட்டுக் குகைச் சுழற்பாதையின் இணைக்கோட்டில் அமைந்த குழாய்கள் மூலம் தண்ணீர் வீடுகளைச் சென்றடைந்தது.

ஏரியின் எதிரெதிர்ப்புறங்களில் அமைந்திருந்தன *பரசுராமேஸ்வரர்* வளாகத்தின் இரு கோயில்கள். ஒன்று ருத்ரபகவானுக்கும், மற்றது பிரபு பரசுராமருக்கும் உரித்தாயிருந்தது.

ருத்ரபகவான் ஆலயத்தின் கருங்கல் உட்புறத்தை போர்த்தியிருந்த சிவப்பு மணற்கற்கள், கப்பல்களில் தொலைதூரம் கொண்டுவரப்பட்டவை. ஏறக்குறைய பத்து மீட்டர் உயரமுள்ள பலமான அடித்தளமே பிரதான கோயில் வளாகம் நிற்கும் மகத்தான பீடமாயிற்று. வெளிப்புறம், *ரிஷி* மற்றும் *ரிஷி*கைகளின் திருவுருவங்கள் நுணுக்கமாய் வடிக்கப்பட்டிருந்தன. மத்தியிலிருந்த அகலப் படிக்கட்டுக்கள், மிகப்பெரும் திறந்தவெளிக்கு இட்டுச் சென்றன. பிரதான ஆலயத்தைச் சுற்றி தாமிர உலோகக்கலப்பாலான மெல்லிய தகடுகள் - இயற்கையில் காணப்படும் சிவப்பு-செஞ்சூர்ண நிறமின்றி, கபில நிறத்தில் - தட்டியாக வேயப்பட்டிருக்க, அப்பின்னலின் சின்னஞ்சிறிய சதுர இடைவெளிகளின் அடிப்பாகம் உலோக விளக்குகளாய் வடிவமைக்கப்பட்டிருந்தது.

ஆயிரக்கணக்கில் அவை ஏற்றப்பட்டதில், பிரதான கோயிலின் முன் நட்சத்திர வானமே ஜாஜ்வல்யமாய் ஜொலிப்பது போலிருந்தது.

அபூர்வம். அசாதாரணம்.

விளக்குகளேந்திய உலோகப்பின்னலைத் தாண்டி அமைந்திருந்தது நூறுகால் மண்டபம். யானை இயக்கிய பொறிகள் கொண்டு ஒவ்வொரு மகத்தான தூணும் துல்லியமாய்க் குறுக்கே கடையப்பட்டிருந்தது. இவையே ஐம்பது அசாத்திய மீட்டர் உயரமிருந்த கோயில் பிரதான கோபுரத்தை தாங்கின. அதன் நெடிதுயர்ந்த பக்கங்களில் பண்டைய சாதனையாளர்களின் - ஆண், பெண் இருபாலரின் - உருவச்சிலைகள் செதுக்கப்பட்டிருந்தன. பலப்பல குலம் மற்றும் தேசங்களைச் சேர்ந்தோர்: சங்கத்தமிழர்கள்; த்வாரகர்கள்; மனஸ்குலர்கள்; ஆதித்யர்கள்; தைத்யர்கள்; வாஸுக்கள்; அசுரர்கள், தேவர்கள்; ராக்ஷஸர்கள்; கந்தர்வர்கள்; யக்ஷர்கள்; சூர்யவம்சிகள்; சந்திரவம்சிகள்; நாகர்கள் - இன்னும் எத்தனையோ. இந்தியா என்னும் புனித தேசத்தின் முன்னோடிகள்; ஆணும் பெண்ணுமான மூதாதையர்.

மண்டபத்தின் மத்தியில், *கர்ப்பக்ரஹம்*. ருத்ரபகவான் மற்றும் அவர் பிரியத்திற்குப் பாத்திரமான மோஹினி தேவியின் முழு உயரத் திருவுருவச் சிலைகள் அங்கே பிரதிஷ்டை செய்யப்பட்டிருந்தன. பிற மூர்த்திகளைப் போலன்றி, உடன் ஆயுதங்கள் இல்லை. அவர்களின் தெய்வீக முகங்களில் சாந்தம், அமைதி மற்றும் அன்பு விகசித்தது. மேலும் அதிசயிக்கத்தக்க வகையில், ருத்ரபகவானும் மோஹினி தேவியும் கரம் கோர்த்திருந்தனர்.

சதுர ஏரியின் மறுபுறம், ருத்ரபகவானின் ஆலயத்தைப் பார்த்து நின்றது பிரபு பரசுராமரின் கோயில். ஏறக்குறைய ருத்ரருடையதன் வடிவமைப்பை அனைத்திலும் ஒத்திருந்தது - ஒரேயொரு கணிசமான வித்தியாசம் தவிர்த்து: பரசுராமர் கோயிலின் கருங்கல் உட்புறம், வெள்ளைப் பளிங்கால் மூடப்பட்டிருந்தது. நூறுகால் மண்டபத்தின் மையத்தில் அமைந்திருந்த கர்ப்பக்ரஹத்திற்குள் ஆறாம் விஷ்ணு மற்றும் அவரது மனைவி, தரணியின் திருவுருவச்சிலைகள் பிரதிஷ்டை செய்யப்பட்டிருந்தன. இவை, ஆயுதம் தரித்திருந்தன. பரசுராமர் தனது பயங்கரக் கோடரியை ஏந்தியிருக்க, தரணி தேவி இடக்கையில் நீண்ட வில்லும், இன்னொன்றில் ஒற்றை அம்புமாய் வீற்றிருந்தாள்.

சற்று கவனமாய் ஆராய்ந்திருந்தால், அவ்வில்லில் பொறித்திருந்த சின்னங்களை சீதா அடையாளம் கண்டிருக்கலாம். ஆனால், வேறு ஏதேதோ யோசனைகளில் ஆழ்ந்திருந்தாள். தூணில் சாய்ந்தபடி. பிரபு பரசுராமர் மற்றும் தரணி தேவி சிலைகளை வெறித்தபடி.

சற்று முன்னால், அகஸ்த்யகூடத்திற்கு மஹரிஷி விஸ்வாமித்ரர் அவளை வரவேற்றபோது கூறிய வார்த்தைகள் நினைவில் மிதந்தன. ஒன்பது வருடங்கள் காத்திருக்க வேண்டும். மலயபுத்ர ஜோதிடர்களின் கணிப்புடன் விண்மீன்கள் மிகத் துல்லியமாக இணையும் வரை. பிறகே விஷ்ணுவாய் அவளது பிறவிப்பயன் உலகிற்குத் தெரிவிக்கப்படும். அதுவரை, அவள் தன்னை ஆயத்தப்படுத்திக்கொள்ளவேண்டியது. பயிற்சியடைய. ஆற்றவேண்டிய பணி குறித்த புரிதலையடைய. இவை அனைத்திலும் மலயபுத்ரர் வழிநடத்திச் செல்வர்.

வெளிப்படுவதற்கான புனிதத் தருணம் வரும் வரையில், அவளது அடையாளத்தை இரகசியமாகக் காக்கவேண்டிய தலையாய பொறுப்பு ஒவ்வொரு மலயபுத்ரன் மீதும் சுமந்திருந்தது. மீறுவது, மிகப்பெரும் ஆபத்தில் முடியலாம்.

திரும்பிப் பார்த்தாள். வாயிலை நோக்கி. யாரும் கோயிலுக்குள் வரவில்லை. தனியேதான் விடப்பட்டிருந்தாள்.

பிரபு பரசுராமரின் திருவுருவச் சிலையை ஏறிட்டாள்.

விஷ்ணுவாய்ப் பரிணமிப்பதற்குரிய ஆற்றல் தனக்கிருப்பதாய் மலயபுத்ரர்கள் அனைவரும் நம்பவில்லை என்பதை அவள் அறிவாள். அதே சமயம், மகத்தான விஸ்வாமித்ரரை மறுக்கும் தைரியம் யாருக்குண்டு?

என் விஷயத்துலே சர்வநிச்சயமா இருக்காரே, எப்படி? எனக்குத் தெரியாதது அவருக்கு என்ன தெரிஞ்சிருக்க முடியும்?

—※—

அகஸ்த்யகூடத்திற்கு சீதா வந்து சேர்ந்து ஒரு மாத காலம் கடந்துவிட்ட நிலையில், அவளுக்கும் விஸ்வாமித்ரருக்கும் இடையே நிகழ்ந்த கலந்துரையாடல்கள் பலப்பல.

சில, கல்வி மட்டுமே சம்பந்தப்பட்டவை: அறிவியல், வானவியல் மற்றும் மருத்துவம். மற்றவை ஆண்மை மற்றும் பெண்மை; சமத்துவம் மற்றும் படிநிலை; தர்மம் மற்றும் சுதந்திரம்; தாராளமயக் கொள்கை மற்றும் ஒழுங்குமுறை - இன்னும் எவையெவையோ குறித்து சீதா வரையறுக்க, யோசிக்க, வினா எழுப்ப, எதிர்கொள்ள அல்லது அபிப்ராயங்களை ஸ்திரப்படுத்திக்கொள்ள உதவும் நுணுக்கமான பாடங்களாக வடிவமைக்கப்பட்டிருந்தன. இவை அவளது அறிவை விசாலமாக்கினாலும், சாதி குறித்த விவாதங்களே மிக மிக உணர்ச்சிமயமானவையாக அமைந்தன.

குரு மற்றும் சிஷ்யை ஒத்த கருத்துள்ளவர்களாய் இருந்த விஷயங்கள்: சமூகத்தில் தற்போது நிலவும் சாதி முறை முற்றிலுமாய் அழிக்கப்படவேண்டும்; இந்தியாவின் ஆதார சக்தியைப் புற்று நோய் போல் புரையோடிய சாதி குலைத்துவிட்டது. பண்டைய காலத்தில் சுபாவம், குணாதிசயம் மற்றும் சாதனைகளே மனிதர்களின் சாதிகளை வரையறுத்தன. சாதி, வளைந்துகொடுக்கக்கூடிய விஷயமாகவும் இருந்தது - குடும்ப பந்தங்கள் அக்கருத்தாக்கத்தின் ஆதாரத்தையே காலப்போக்கில் ஆட்டம் காண வைக்கும்வரை. குழந்தைகள் தத்தம் சாதியிலேயே நிலைக்கும் வண்ணம் பெற்றோர் ஏற்பாடுகள் செய்யத் துவங்கினர். அதோடு, குறிப்பிட்ட குலங்களின் பொருளாதார மற்றும் அரசியல் செல்வாக்கினால் உடைக்கமுடியாத ஏற்ற தாழ்வுகளும் சாதிகளிடையே ஏற்பட்டன. சில உயரவும், மற்றவை தாழவும் செய்தன. நாளாவட்டத்தில் சாதிகள் இறுகி, பிறப்பையொட்டி வரையறுக்கப்பட்டன. இம்மாதிரியான தடைகளுக்கு விஸ்வாமித்ரரே விதிவிலக்கல்ல: க்ஷத்ரியராகப் பிறந்து அந்தணராக - ஏன், ரிஷியாகவே - வாழ விரும்பியவரல்லவா? இக்கட்டுப்பாடுகள், சமூகத்தில் பிரிவினையை உருவாக்கின. சப்தசிந்து மீது தன் ஆதிக்கத்தை முழுமையாக்க இறுதியில் இவ்விரிசல்களையே இராவணன் பயன்படுத்திக்கொண்டான்.

ஆனால், இதற்கெல்லாம் என்ன தீர்விருக்க முடியும்? கச்சிதமான, எல்லோருக்கும் எல்லாவகையிலும் பாரபட்சமற்ற சமூகத்தை உருவாக்குவது சாத்தியமில்லையென்பது *மஹரிஷியின்* துணிபு. இதுவே ஆதர்சமென்றாலும், நிலைக்கமுடியாத கனவுலோகமாகவே இருக்கும். அளவிலும் சரி, வகைகளிலும் சரி, மக்களின் திறன் மாறுபட்டே இருக்குமாகையால், அவர்கள் தேர்ச்சியடையும் களங்களும், புரியும் சாதனைகளும் அதற்கேற்றாற்போல் வேறுபடும். ஆக, அவ்வப்போது எல்லோர் மீதும் அதீத சமநிலையைத் திணிக்க நடந்த முயற்சிகளால் வன்முறையும் குழப்பக்கூச்சலும் மட்டுமே மிஞ்சியதில் அதிசயமென்ன?

சுதந்திரத்திற்கே அதிக முக்கியத்துவம் கொடுத்தார் விஸ்வாமித்ரர். தன்னை அறிந்துகொள்ளவும், கனவுகளை நனவாக்கும் முயற்சியில் இறங்கவும் மனிதனுக்கு இடம் அளிக்கப்பட வேண்டும். அவருடைய கொள்கைகளின்படி, சூத்திரப் பெற்றோருக்குப் பிறந்த குழந்தை அந்தணனுக்குரிய திறன்களைப் பெற்றிருந்தால், அவன் பிராமணனாகும் சுதந்திரம் இருக்கவேண்டும். க்ஷத்ரிய தந்தையின் மகனுக்கு வியாபார

நெளிவுசுளிவுகள் கைவந்தால், அவன் வைஸ்யனாகப் பயிற்சி யெடுக்கவேண்டும்.

செயற்கையான ஒற்றுமையை, சமநோக்கை எல்லோர் மீதும் வலுக்கட்டாயமாய்ப் புகுத்துவதைவிட, ஒருவனது வாழ்க்கைப் பயணத்தை அவன் பிறப்பு மட்டுமே தீர்மானிக்கும் சாபக்கேட்டை நீக்குவதே சாலச் சிறந்ததென நம்பினார். சமூகத்தில் ஏற்ற இறக்கங்கள் தவிர்க்கமுடியாதவை. இவை இயற்கையிலே கூட காணப்பட்டன - ஆனால், நெகிழ்ந்துகொடுக்கக் கூடிய விதத்தில். சமூகத்தின் உயர்மட்டத்தை ஒரு சமயம் க்ஷத்ரிய வீரர்கள் ஆக்கிரமித்தால், பிறிதொரு சமயம் திறமையான சூத்திர படைப்பாளிகள் முன்னணியில் நிற்பர். சமூகத்தின் உயர்வு-தாழ்வுகளை திறமை தீர்மானிக்கவேண்டும். அவ்வளவே. பிறப்பல்ல.

இந்நிலையைச் சாதிக்க, குடும்பக் கட்டமைப்பு மாற்றியமைக்கப்பட வேண்டும் என்பதே விஸ்வாமித்ரர் கருத்து. திறனுக்கும், சமூக சுதந்திரத்திற்கும் மிகப்பெரும் தடையாக குறுக்கே நின்றது வாரிசுரிமையல்லவா?

பிறந்த குழந்தையை நாடே வலுக்கட்டாயமாய்த் தத்தெடுத்துக்கொள்ள வேண்டுமென்ற யோசனையை முன்வைத்தார். பெற்றவர்கள், இராஜ்யத்திடம் குழந்தைகளை ஒப்புக் கொடுத்துவிடவேண்டும். சிறார்களுக்கு தேசம் உணவூட்டி, படிப்பித்து, உள்ளிருக்கும் திறமையைக் வெளிக்கொணர்ந்து வளர்க்கும். பதினைந்து அகவை நிறைந்தவுடன் உடல், ஆன்மா மற்றும் மனபலத்தைச் சோதிக்கும் தேர்விற்குக் குழந்தைகள் உட்படுத்தப்படுவர். முடிவுகளைப் பொறுத்தே உரிய சாதிகளுக்குப் பிரித்து அனுப்பப்படுவர். அடுத்து அளிக்கப்படும் பயிற்சிகள் இயற்கையான திறனை மேலும் செதுக்கும். பதின்ம வயதில் நடக்கும் தேர்வின் விளைவாக ஒதுக்கப்படும் சாதியைச் சேர்ந்த குடிமக்களால் தத்தெடுக்கப்படுவர். பெற்றவர்களல்லாது, தத்தெடுத்தவர்களை மட்டுமே குழந்தைகள் அறிவார்கள். அதே போல் பெற்றெடுத்தவர்களும் சொந்தக் குழந்தைகளின் கதியை அறியமாட்டார்கள்.

இச்செயல்திட்டத்தில் ஆதாரமாய்ப் பொதிந்திருந்த சமத்துவத்தை சீதா ஒப்புக்கொண்டாலும், யதார்த்த வாழ்விற்கு ஒவ்வாத கடுமை கொண்டது என்றும் தோன்றியது. பெற்ற குழந்தைகளை தாய்தந்தையர் நாட்டிடம் ஒப்புக் கொடுப்பதென்பதை - அதுவும் காலாகாலத்திற்கும் - அவளால் கற்பனைகூட செய்யமுடியவில்லை. அப்படியே கொடுத்துவிட்டாலும், அவர்களது கதியென்ன என்பதைத் தெரிந்துகொள்ள முயலாத பெற்றவர்கள் இருக்கக்கூடும் என்றும் தோன்றவில்லை. அது இயற்கைக்கே விரோதமானது.

இன்னும் சொன்னால், பொதுநன்மையின் பொருட்டு இந்தியர்கள் ஆதாரமான சட்டங்களைப் பின்பற்றவைப்பதே பிரம்மப்ரயத்தனமாக இருக்க, எதிர்காலச் சமூகத்தின் மிகப்பெரும் நன்மையை முன்னிட்டு அவர்கள் இப்பேர்ப்பட்ட தியாகத்தைச் செய்வார்கள் என்று எதிர்பார்ப்பது மிக மிக துர்லபம்.

சமூகத்தைத் தலைகீழாக மாற்றவேண்டியதே விஷ்ணுவின் கடமை என்று விஸ்வாமித்ரர் 'பட்'டென்று எதிர்வாதம் புரிந்தார். அதற்கு முன் விஷ்ணுவின் கருத்துக்கள் இக்கடமையுடன் ஒத்திருக்கவேண்டும் என்று சீதா வாதிட, அதுவும் நடக்கும் என்றார் குரு. ''தர்மநியாயத்தின் உச்சமான இச்சமூகச் சீரமைப்''பை சீதாவே முன்னெடுத்துச் செல்லும்படியாக அவள் கருத்துக்கள் மாற்றமடையும் என்றும் சூளுரைத்தார்.

பல சாதி விவாதங்களில் ஒன்றாய் இது முடிந்தாலும், யோசனையினின்று மீளாமல் எழுந்த சீதா, ஒற்றைக்கல் குன்றின் முனையில் அமைந்திருந்த தோட்டத்தின் எல்லை வரை நடந்தாள். நீளமாய் மூச்சை இழுத்துவிட்டவள், குரு முன் வைத்த செயல்திட்டத்திற்கு எதிர்வினைகளை யோசிக்க முயன்றாள். எண்ணூற்று ஐம்பது மீட்டர் கீழே படர்ந்த பள்ளத்தாக்கை ஆராய்ந்தாள். தாமிரவருணியைப் பற்றி ஏதோவொன்று அவளைத் திடுக்கிட வைத்தது. யோசிப்பதை நிறுத்தியவள், உற்று நோக்கினாள்.

இதையெப்படி இத்தனை நாள் கவனிக்காம போனேன்?

நதி பள்ளத்தாக்கினின்று வெளிப்படுவதாகவே தோன்றவில்லை. முட்டைவடிவான பிரதேசத்தின் கிழக்கு எல்லையில், தாமிரவருணி பூமிக்கடியில் மறைந்தது.

ருத்ரபகவானே...

''நதி குகைக்குள் பாய்கிறது, சீதா.'' மௌனமாய் அவளருகே வந்திருந்த விஸ்வாமித்ரர் விளக்கினார்.

— ௪௮ —

இயற்கையில் நேர்வாகாய் மலைமுகட்டில் அமைந்திருந்த குகை வாயிலில் நின்றனர் குருவும், சிஷ்யையும்.

தாமிரவருணியின் அதிசயப்போக்கை மேலும் ஆராய எண்ணிய சீதா, அது பள்ளத்தாக்கின் கிழக்கெல்லையில் மாயமாகும் இடத்தை பார்க்க விரும்பினாள். தூரத்தேயிருந்து, நதி 'தடா'லென பூமிக்குள் விழுவது போல் தோன்றினாலும், அருகே வந்த போது, குகையின் குறுகலான வாயைக் காண முடிந்தது. செங்குத்தான குகை. அவ்வளவு சிறிய துவாரத்திற்குள் ஒரு முழு நதி இறங்கும்

காட்சி திகைப்பேற்படுத்தியது. குகைக்குள் பாய்ந்த போது எழுந்த 'ஓ'வென்ற இடிமுழக்கத்தினின்று, உள்ளே நதிப்பாதையின் பரப்பளவு அகன்றிருக்கவேண்டும் என்பது ஊர்ஜிதமாயிற்று.

''எங்கேதான் போகுது இந்தத் தண்ணியெல்லாம்?'' சீதா வினவினாள்.

அவர்களிருவருக்கும் பின்னால் மலயபுத்ரர் குழு நின்றது. காதுகேளா தூரத்தில். ஆனால், தேவைப்பட்டால் சட்டென முன்னேறக்கூடிய வகையில்.

''கிழக்கேதான்,'' என்றார் விஸ்வாமித்ரர். ''இந்தியா மற்றும் இலங்கையைப் பிரிக்கும் மன்னார் வளைகுடாவில் சென்று நதி கலக்கிறது.''

''தானே உருவாக்கிக்கிட்ட குழியிலேர்ந்து எப்படி வெளியேறுது?''

''சற்று கீழே, சுமார் பத்து கிலோமீட்டர் தள்ளிச் சுரங்க வழியினின்று ஏறக்குறைய வெடித்துப் புறப்படுகின்றது.''

சீதாவின் விழிகள் அகன்றன. ''அவ்வளவு நீளமா இந்தக் குகை?''

விஸ்வாமித்ரர் புன்னகைத்தார். ''வா. காட்டுகிறேன்.''

குகையருகே அவளை அழைத்துச் சென்றார். சீதா தயங்கினாள். நுழைவிடத்தின் அகலம் இருபத்தைந்து மீட்டர் மட்டுமே. வலுக்கட்டாயமாய்க் குறுக்கப்பட்ட வாயில் நதியின் வேகத்தை அசாத்தியமாய் துரிதப்படுத்த, சுரங்கக் குகையினூடே கற்பனைக்கெட்டாத ஆக்ரோஷத்துடன் பாய்ந்தோடியது.

இடப்பக்கம் சென்ற படிக்கட்டுக்களைச் சுட்டிக்காட்டினார் விஸ்வாமித்ரர். மனித யத்தனத்தால் உருவானவை என்பது உடனடியாக வெளியாயிற்று. சரிந்த குகைச்சுவற்றில் வெட்டப்பட்டிருந்தன. முன்யோசனையுடன் வலப்புறம் அமைக்கப்பட்டிருந்த வேலி, அசுர வேக நீர்வீழ்ச்சியில் சறுக்கி விழாமல் காத்தது.

'தடதட'த்து இறங்கிய பிரவாகம் பீய்ச்சியடித்த நுரையும் நீர்த்திவலைகளும் பார்வையை மறைத்தன. வழுக்கும் படிக்கட்டும் ஆபத்தாகவே இருந்தது.

கூரையிலிருந்து தூறல் போல் பொழிந்த நீரினின்று காக்கும் விதமாய் விஸ்வாமித்ரர் சிரத்தை *அங்கவஸ்த்ரத்*தால் மூடிக்கொள்ள, சீதாவும் அவ்விதமே செய்தாள்.

''ஜாக்கிரதை,'' படிகளை நெருங்கினார் விஸ்வாமித்ரர். ''அதிகம் வழுக்கும்.''

தலையசைத்த சீதா, குருவைத் தொடர்ந்தாள். மலயபுத்ர வீரர்களும் சற்று நெருக்கத்திலேயே பின்வந்தனர்.

சிறிது நேரம் மௌனத்தில் கடந்தது. குகைக்குள் ஜாக்கிரதையாக இறங்கியபடி. இன்னும், இன்னும் ஆழமாக. சீதா அங்கவஸ்த்ரத்திற்குள் ஒடுங்கிக் கொண்டாள். சூரிய வெளிச்சம் சற்றே ஊடுருவினாலும், இறங்கிச் செல்லச் செல்ல அதுவும் மறைந்துவிடுமெனத் தோன்றியது. தொடர்ந்து தெறித்த திவலைகள் புண்ணியத்தில் தீவர்த்திகள் ஏற்றுவதும் நடக்காத காரியம்.

என்றுமே சீதாவிற்கு இருட்டென்றால் பயம்தான். அதிலும் இது நெருங்கலான, வழுக்கும் பாதை. மேலே இருண்டு பரவிய கற்குகை; இறங்கும் நதியின் ஓங்கார கர்ஜனை என எல்லாமாய்ச் சேர்ந்து அவளை மிரட்சியின் உச்சத்திற்கே கொண்டு சென்றன.

அம்மாவின் குரல் அவளை அழைத்தது. எங்கோ உள்ளத்தின் ஆழத்தில் புதைந்திருந்த நினைவு.

இருட்டைக் கண்டு பயப்படாதேம்மா. வெளிச்சத்துக்கு ஆதாரம் உண்டு. அதை அணைக்கமுடியும். ஆனா, இருட்டு அப்படியில்லை. அது இருக்கு. அவ்வளவுதான். இருட்டு ஒரு பாதை. எதுக்கு தெரியுமா? ஆதியந்தமில்லாத, மூலமற்ற அது - அதாவது, கடவுள். அதை அடையத்தான்.

ஞானம் செறிந்த வார்த்தைகள். ஆனால், இக்கணத்தில் சீதாவிற்கு ஆறுதல் அளிக்காத வார்த்தைகள். சில்லிடும் பயம் உள்ளத்தை மெல்லச் சுற்றிக்கொண்டது. இளவயது அனுபவம் ஒன்று நினைவில் 'சட்'டென துருத்தியது. இருண்ட அடித்தளத்தில் தன்னந்தனியாக ஒருமுறை மாட்டிக்கொண்ட போது. எலிகள் 'சரசர'வென்று இங்கும் அங்கும் ஓடும் சப்தம். பீதியில் அடித்துக்கொள்ளும் இதயத்தின் படபடப்பு. மூச்சுவிடக்கூட முடியாமல். மிக்கப் பிரயத்தனத்துடன் நிகழ்காலத்திற்கு விழிப்புணர்வை இழுத்துவந்தாள். முன்னால் சென்ற விஸ்வாமித்ரரின் வெள்ளுடை அவ்வப்போது பார்வையில் பட்டு, அவர்கள் அமிழ்ந்துவிட்ட அந்தமில்லா காரிருளைச் சற்றுக் கலைத்தது. 'சட்'டென அவர் இடப்பக்கம் திரும்புவதைக் கவனித்தாள். தொடர்ந்தாள். கைகளை வேலியினின்று விலக்காமல்.

'பளீ'ரெனக் கண்கூசும் வெளிச்சம் நிலைதடுமாற வைக்க, எதிரே உயர்ந்து நின்ற விஸ்வாமித்ரரைக் கவனிக்க சில கணங்கள் பிடித்தன. தூக்கிப் பிடித்திருந்த தீவர்த்தியை அவளிடம் கொடுத்தார். மலயபுத்ர வீரனொருவன் மற்றொன்றை அவரிடம் நீட்டுவதைக் கவனித்தாள்.

மீண்டும் நடக்கத் துவங்கிய விஸ்வாமித்ரர், இறங்குமுகமாகவே சென்றார். படிக்கட்டுக்கள் இப்போது அகலமாக இருந்தன.

நதியின் கர்ஜனை சுவர்களில் மோதிய சப்தம் இன்னமும் எதிரொலித்தாலும்.

இவ்வளவு சின்ன குகைக்கு ரொம்ப அதிகம்.

இரண்டே தீவர்த்திகள் என்பதால் அதிகம் பார்க்கமுடியவில்லை. சீக்கிரத்தில் மலயபுத்ரர்கள் அனைவர் கையிலும் தீவர்த்திகள் இருக்க, வெளிச்சம் பரவியது.

சீதா மூச்சை இழுத்துப் பிடித்துக்கொண்டாள்.

ருத்ரபகவானே!

சிறிய நிலவறை விரிந்து, மிகப்பெரும் குகையாயிற்று. எப்பேர்ப்பட்ட குகை! இதுவரை சீதா பார்த்திராத அளவில். ஏறக்குறைய அறுநூறு மீட்டர் அகலம் இருக்கலாம். படிக்கட்டுகள் கீழே கீழே இறங்கினாலும், கூரை என்னமோ அதே உயரத்தில் இருந்தது. குகையின் அடிவாரத்தை அடைந்த போது, கூரை ஏறக்குறைய இருநூறு மீட்டர் உயரத்தில் இருந்தது. பூமிக்கடியில் இருந்த இப்பரந்த பகுதிக்குள் இராஜகுலத்திற்குரிய பிரம்மாண்ட அரண்மனையையே புகுத்திவிடலாம். மிஞ்சியும் இடம் இருக்கும். வலப்புறம், ஆவேசத் தாமிரவருணி மிக வேகமாய்க் கீழ்நோக்கிப் பாய்ந்தது.

''காலப்போக்கில் நதி இக்குகையைச் சுரண்டியிருப்பதைக் காணலாம்,'' விஸ்வாமித்ரர் விளக்கினார். ''பிரம்மாண்டமாக இல்லை?''

''நான் பார்த்ததுலேயே பெரிசு,'' சீதா வியந்தாள்.

இடப்பக்கம் உயர்ந்து நின்றது மிகப்பெரும் வெள்ளைமலை - அங்கே பரவிய வெளிச்சத்தின் காரணி. தீவர்த்தி வெளிச்சத்தை உள்வாங்கி, குகையின் அனைத்து மூலைகளிலும் பாய்ச்சியது.

''இந்த மலை எதனாலானதுன்னு தெரியலையே, குருஜி,'' என்றாள் சீதா.

விஸ்வாமித்ரர் புன்னகைத்தார். ''இங்கே பல வௌவால்கள் வாழ்கின்றன.''

உள்ளுணர்வு உந்தித் தள்ள, 'சட்'டென மேலே பார்த்தாள் சீதா.

''இப்பொழுது உறக்கத்தில் இருக்கின்றன,'' என்றார். ''பகலல்லவா? இரவில் விழிக்கும். எத்தனையோ ஆயிரம் வருடங்களாகப் பல ஆயிரம் கோடி வௌவால்களின் எச்சங்களால் ஆனது இம்மலை.''

சீதா முனகினாள். ''அய்யய்யே!''

இருண்ட பிரம்மாண்டத்தில் விஸ்வாமித்ரரின் சிரிப்பு எதிரொலித்தது.

அவருக்குப் பின்னாலிருந்த ஏதோவொன்றின் மீது அப்போதுதான் அவளது கண்கள் நிலைத்தன. சுவற்றில் தொங்கிய பலப்பல கயிற்றேணிகள்; கணக்கற்றவை - அவளால் எண்ண முடியாத எண்ணிக்கையில். உயரே ஆணியடிக்கப்பட்டு, கூரையினின்று தரையில் விழுந்தன.

அவற்றைச் சுட்டிக் காட்டினாள். ''அது என்ன, குருஜி?''

விஸ்வாமித்ரர் திரும்பினார். ''இச்சுவர்களிலுள்ள எத்தனையோ ஓட்டைகளிலும் பொந்துகளிலும் வெள்ளை அரைவட்டங்களாய் சில பறவைக்கூடுகள் இருக்கின்றன. விலைமதிப்பற்றவை. அவை உருவாக்கப் பயன்படும் கருப்பொருளும்தான். அவற்றை எட்டத்தான் இந்த ஏணிகள்.''

''பறவைக்கூடுகளுடைய கருப்பொருள்ள அப்படியென்ன உசத்தி?'' சீதா ஆச்சர்யப்பட்டாள். ''ஏணியெல்லாம் ரொம்ப உயரமாப் போகுதே? கரணம் தப்பினா மரணம்தான்.''

''சிலர் இறந்தும் இருக்கின்றனர். அவர்களுடையது உன்னதத் தியாகம்.''

சீதாவின் புருவங்கள் நெறிந்தன.

''ராவணன் மீது நமக்கு ஒரு பிடிமானம் தேவை. இப்பறவைக்கூடுகளின் கருப்பொருள் அதை அளிக்கிறது.''

சீதா உறைந்தாள். சில காலமாக உறுத்திக்கொண்டிருந்த சந்தேகங்கள் மீண்டும் உயிர்த்தெழுந்தன: ***மலயபுத்ரர்களுக்கும் இலங்கையருக்கும் உள்ள தொடர்புதான் என்ன?***

''என்றேனும் விளக்குகிறேன்,'' வழக்கம் போல் விஸ்வாமித்ரர் அவள் மனதைப் படித்தார். ''இப்பொழுதைக்கு, என் மீது நம்பிக்கை கொள்.''

சீதா மௌனம் காத்தாலும், மனதின் சஞ்சலம் முகத்தில் பிரதிபலித்தது.

''நம் தேசம்,'' என்றார் விஸ்வாமித்ரர், ''புனிதமானது. சிரம் மீது இமயமலையும், பாதம் கழுவும் இந்து மஹாசமுத்திரமும், கரங்களாய் மேற்கு மற்றும் கிழக்குக் கடல்களைக் கொண்ட இத்தேசத்தின் மண் ஸாந்நித்யம் படைத்தது. இந்நாட்டில் பிறந்த ஒவ்வொருவரும் அன்னை இந்திய பூமியை உடலில் சுமக்கிறார்கள். இப்பேர்ப்பட்ட நாடு, கொடூரத்திலேயே உழல்வதை அனுமதிக்கமுடியாது. மகோன்னதம் படைத்த நம் முன்னோர்களுக்கு அது பெரும் இழுக்கு. இந்தியாவின் பெருமையை உயிர்த்தெழச் செய்யவேண்டும். நம் மகத்தான முன்னோர்களின் கௌரவத்திற்கு ஈடான நிலையை இத்தேசம்

அடைய நான் என்ன வேண்டுமானாலும் - எது வேண்டுமானாலும் செய்வேன். விஷ்ணுவும் செய்யவேண்டும்.''

சீதா, ஜடாயூ மற்றும் மலயபுத்ரர்களின் சிறு படை, மேற்குக் கடற்கரையோரமாய் சப்தசிந்து நோக்கிப் பிரயாணித்துக் கொண்டிருந்தது. இளவரசி மிதிலா திரும்பிக் கொண்டிருந்தாள். அரசு நிர்வாகக் கொள்கைகள்; தத்துவம், போர்க்கலை, முந்தைய விஷ்ணுக்கள் வரலாறு என அறிவை வளர்த்துக்கொள்வதில் கடந்த ஐந்து மாதங்கள் அகஸ்த்யகூடத்தில் செலவழிந்திருந்தன. பிற பாடங்களிலும் அபூர்வ தேர்ச்சியடைந்திருந்தாள். விஷ்ணுவாய்ப் பரிணமிக்கவேண்டியதை ஒட்டியே இக்கல்வி. பயிற்சியளிப்பதில் விஸ்வாமித்ரரே களமிறங்கியிருந்தார்.

சூடான இஞ்சிக் *கடாய்*யை மெல்ல உறிஞ்சியபடி கப்பல் பிரதான தளத்தில் ஜடாயூவும் அவளும் அமர்ந்திருந்தனர்.

குவளையைக் கீழே வைத்துவிட்டு மலயபுத்ரரை ஏறிட்டாள் சீதா. ''என் கேள்விக்குப் பதில் சொல்வீங்கன்னு எதிர்பார்க்கறேன், ஜடாயூஜி.''

அவளை நோக்கித் திரும்பியவர் சிரம் தாழ்த்தினார். ''தங்கள் கோரிக்கையை மறுப்பது எங்ஙனம், மஹாவிஷ்ணு?''

''மலயபுத்ரர்களுக்கும் இலங்கையருக்கும் என்ன சம்பந்தம்?''

''சப்தசிந்துவின் பிற ராஜ்யங்களுக்கு உள்ளதுதான். வர்த்தகத் தொடர்பு. தாமிரவருணிச் சுரங்கத்தில் கிடைக்கும் விலைமதிப்பற்ற கருப்பொருள் ஒன்றை அகழ்ந்தெடுத்து இலங்கைக்கு அளிக்கிறோம். பதிலுக்கு எங்கள் தேவைகளைப் பூர்த்தி செய்கிறார்கள்.''

''அது தெரியும். ஆனா, இலங்கையோட வியாபாரம் செய்யறதுக்கான அனுமதிப் பத்திரம் ராவணன் நியமிக்கற உப வர்த்தகர்களுக்குத்தான் அளிக்கப்படுறது வழக்கம். வேற யாரும் அவனோட வர்த்தகம் செய்யமுடியாது. அதே சமயம், அப்படி யாருமே அகஸ்த்யகூடத்துக்குக் கிடையாது; நீங்க நேரடியா வியாபாரம் செய்யறீங்க. அது விசித்திரம். கிழக்கு மற்றும் மேற்கு கடற்பகுதிகள் ராவணனின் இறுக்கமான கட்டுப்பாட்டுல இருக்குங்கிறது தெரியும். அவனுக்குக் கப்பம் கட்டாம ஒரு கலம் கூட அங்கே நுழைய முடியாதுங்கிறதும் தெரியும். வர்த்தகத்தை அவன் நெருக்கி வெச்சிருக்கிறதே இப்படித்தான். கப்பமே கட்டாத மலயபுத்ரர் கப்பல்கள் மட்டும் எந்த ஆபத்துமில்லாமல் வளைய வர்றது எப்படி?''

''நான் முன்பே சொன்னது போல், விலைமதிப்பற்ற ஒரு பொருளை அவனுக்கு விற்கிறோம், மஹாவிஷ்ணு.''

''பறவைக்கூட்டின் கருப்பொருளா?'' சீதாவினால் நம்பமுடியவில்லை. ''சப்தசிந்துவின் மத்த பகுதிகள்ளேர்ந்து எத்தனையோ விலையுயர்வான பொருட்களை அவன் பெறமுடியும் -''

''இக்கருப்பொருள் *மிக மிக* விலைமதிப்பற்றது; சப்தசிந்துவில் அடையக்கூடிய எதையும் விட உன்னதமானது.''

''அப்படீன்னா அகஸ்த்யகூடத்தைத் தாக்கி மொத்தமா கைப்பற்ற வேண்டியதுதானே? அவன் ராஜ்யத்திலிருந்து அதிக தூரம் கூட இல்லையே?''

விஷயத்தை எவ்வளவு தூரம் வெளியிடுவதென்ற குழப்பம் மேலிட, ஜடாயூ மௌனம் காத்தார்.

''இன்னொண்ணும் கேள்விப்பட்டேன்,'' சீதா வார்த்தைகளை ஜாக்கிரதையாகத் தேர்ந்தெடுத்தாள். ''ஏதோ பொதுவான வம்சாவளின்னு...''

''எது எப்படியிருப்பினும், ஒவ்வொரு மலயபுத்ரனின் விசுவாசமும் முதலில் தங்களுக்கேயுரித்தானது, விஷ்ணு தேவி.''

''அதுல எனக்குச் சந்தேகமில்லை. ஆனா, பொதுவான பரம்பரைங்கிறதுக்கெல்லாம் என்ன அர்த்தம்?''

ஜடாயூ மூச்சை இழுத்துவிட்டார். முதல் கேள்விக்குப் பதில் சொல்லாமல் தட்டிக் கழித்துவிட்டாலும், இரண்டாவதைத் தவிர்ப்பது அசாத்தியம் எனத் தோன்றியது. ''ப்ரம்மரிஷியாவதற்கு முன் மஹரிஷி விஸ்வாமித்ரர் இளவரசராயிருந்தவர்.''

''தெரியும்.''

''தந்தையான மன்னர் காதி, கன்னோஜ் தேசத்தை ஆண்டு வந்தார். சிலகாலம் குரு விஸ்வாமித்ரரே மன்னராக ஆட்சி புரிந்தவர்தான்.''

''அதுவும் கேள்விப்பட்டிருக்கேன்.''

''பிறகு அரியணை துறந்து, அந்தணராக மாறத் தீர்மானித்தார். சுலபமான தீர்மானமில்லைதான் - ஆனால், நம் மகத்தான குருவினால் ஆகாததும் உண்டா? அந்தணரானது மட்டுமல்லாது, *மஹரிஷி* பட்டத்தையும் அடைந்தார். மேலும் பல உயரங்களை எட்டியவர், சாதனைகளின் உச்சமாய் இறுதியில் மலயபுத்ரர்களுக்கே தலைவராகவும் பதவியேற்றார்.''

''குரு விஸ்வாமித்ரரால் ஆகாதது ஒண்ணுமில்லைதான்,'' சீதா ஒப்புதலாய்த் தலையசைத்தாள். ''எக்காலத்துக்கும் அவர் மகோன்னதம் படைச்சவர்.''

"உண்மை," சற்று தயங்கிய ஜடாயூ, தொடர்ந்தார். "ஆக, அவரது வேர்கள் கன்னோஜில் உள்ளன."

"இதுக்கும் ராவணனுக்கும் என்ன சம்பந்தம்?"

"அநேகருக்கு இந்த விவரம் தெரியாது," ஜடாயூ பெருமூச்செறிந்தார். "மிக்க ரகசியமாய்க் காக்கப்படுகிறது, சகோதரி. ராவணனும் கன்னோஜைச் சேர்ந்தவன். அவன் குடும்பமும் அவ்வூரைப் பூர்வீகமாய்க் கொண்டதுதான்."

அத்தியாயம் 16

இருபது வயது நிரம்பிய நிலையில் பால்யத்தின் உத்வேகமும் உற்சாகமும் கொண்டிருந்தாலும், அநேகமாய் இந்தியா முழுதும் சீதா மேற்கொண்டிருந்த பல சுற்றுப்பயணங்களும், அகஸ்த்யகூடத்தில் பெற்றிருந்த பயிற்சியும், வயதுக்கு மீறிய முதிர்ச்சியை அளித்திருந்தன.

அடுத்தடுத்து நிகழும் இளவரசியின் பிரயாணங்கள் குறித்து ஆரம்பத்தில் ஆர்வம் தூண்டப்பட்ட ஸமீச்சிக்கு, அவை வர்த்தக மற்றும் அரசாங்கம் சம்பந்தப்பட்டவை என்றே விளக்கப்பட்டிருந்தது. அவளும் அதை நம்பவே செய்தாள். குறைந்தபட்சம் நம்புவதாகக் காட்டிக்கொண்டாள். சீதா இல்லாத சந்தர்ப்பங்களில் யாருடைய குறுக்கீடுமின்றி ஏறக்குறைய மிதிலையில் தனியாட்சி புரிந்து வந்தாள் ஸமீச்சி. இளவரசி இப்பொழுது திரும்பிவிட்ட நிலையில், அதிகாரத்தின் சேணக்கயிறுகள் மீண்டும் பிரதமமந்திரியின் கரங்களுக்கே மீண்டுவிட்டன.

அடிக்கடி வருவது போல் இப்போதும் மிதிலாவிற்கு வருகை புரிந்திருந்தாள் ராதிகா. ‘‘எப்படியிருக்கீங்க, ஸமீச்சி?’’ என்றாள்.

பிரதமரின் பிரத்யேக அறைகளில் அவர்கள் மூவரும் இருந்தனர்.

‘‘நல்லாவே!’’ ஸமீச்சி புன்னகைத்தாள். ‘‘நன்றி.’’

‘‘தெற்கு வாசலிலிருந்த சேரியை நீங்க தலைகீழாக்கின விதம் அபாரம். சாக்கடையை சீரான, ஒழுங்கான நிரந்தரக் குடியிருப்பா மாத்திட்டீங்களே?’’

‘‘பிரதமருடைய வழிகாட்டுதலில்லாம நிச்சயம் முடிஞ்சிருக்காது,’’ மனமார்ந்த பணிவுடன் பதிலளித்தாள் ஸமீச்சி. ‘‘எண்ணமும் கருத்தாக்கமும் அவங்களுடையது. செயல்படுத்தினது மட்டும்தான் நான்.’’

‘‘பிரதமரில்லை. சீதா.’’

''மன்னிக்கணும்?''

''எத்தனையோ முறை சொல்லியிருக்கேன்,'' என்றாள் சீதா. ''நாம மட்டும்தான்னா, என்னைப் பெயர் சொல்லியே கூப்பிடலாம்னு.''

ராதிகாவை ஒரு கணம் பார்த்த ஸமீச்சி, சீதாவை ஏறிட, அவள் விழிகளை உருட்டினாள். ''ராதிகா என் சிநேகிதி.''

ஸமீச்சி புன்னகைத்தாள். ''மன்னிக்கணும். தவறா எடுத்துக்காதீங்க.''

''நிச்சயமா இல்லை,'' ராதிகா முகமலர்ச்சியுடன் சொன்னாள். ''நீங்க என் தோழியின் வலக்கரம் இல்லையா? உங்களைத் தப்பா நினைக்க முடியுமா?''

ஸமீச்சி எழுந்தாள். ''அனுமதி கொடுத்தேன்னா, சீதா, நகரின் உட்பகுதிக்கு நான் போகணும். பிரபுக்கள் கூட்டம் ஒண்ணுலே அவசியம் கலந்துக்கணும்.''

''கேள்விப்பட்டேன்,'' ஸமீச்சி தாமதிக்கும்படி சீதா சைகை செய்தாள். ''செல்வந்தர்களுக்கெல்லாம் அவ்வளவா திருப்தியில்லையாமே?''

''இல்லைதான்,'' என்றாள் ஸமீச்சி. ''மிதிலாவின் நிலைமை முன்னேறினதுலே செழிப்பாத்தான் இருக்காங்க - ஆனா, அவங்களைவிட வேகமா ஏழைகள் தங்களுடைய வாழ்க்கைத்தரத்தை உசத்திட்டாங்க. முன்னைப்போல குறைவான கூலிக்கு பணக்காரங்களால வெளி அல்லது வீட்டு வேலைக்கு ஆட்களை அமர்த்த முடியறதில்லை. ஆனா, வருத்தம் பணக்காரங்களுக்கு மட்டுமில்ல - வாழ்க்கைத்தரம் உயர்ந்தாலும், முன்னே இருந்த சந்தோஷம் ஏழைகளுக்கே இல்லை. இப்பதான் அதிகம் புலம்பறாங்க. புகார் சொல்றாங்க. இன்னும் பணக்காரங்களா ஆகணும்; அதுவும் சீக்கிரமா ஆகணும். அதீத எதிர்பார்ப்பின் விளைவு அதிருப்திங்கிறதை இப்பதான் கண்டுபிடிச்சிருக்காங்க.''

''மாற்றத்துனால ஒழுங்கீனம் ஏற்படுது...'' சீதா யோசனையுடன் கூறினாள்.

''ஆமா.''

''பிரச்சனைக்கான அறிகுறி தென்பட்டா சொல்லியனுப்பு.''

''சரி, சீதா,'' வெளியேறுமுகமாய் வணக்கம் செலுத்திவிட்டு ஸமீச்சி நகர்ந்தாள்.

அவள் மறைந்த மறுகணம் ராதிகாவிடம் திரும்பினாள் சீதா. ''மத்த விஷ்ணு வேட்பாளர்கள் நிலவரம் எப்படி?

''ராமன் ரொம்ப நல்லா முன்னேறிக்கிட்டிருக்கான். பரதனுக்குக் கொஞ்சம் பிடிவாதம் ஜாஸ்தி. இப்போதைக்கு ஒண்ணும் சொல்றதுக்கில்லை!''

மஹறிஷி கஸ்யபர் ஆசிரமம். மாலை முயங்கும் வேளை. ஐந்து நண்பர்கள் - எல்லோருக்குமே வயது எட்டிற்கு மிகாது - விளையாட்டில் ஈடுபட்டிருந்தனர். கல்விப்பெட்டகமாய் விளங்கிய மகத்தான அக்கடிகையில் பயின்ற ஆற்றல்மிக்க மாணவர்களுக்கு உகந்த விளையாட்டுதான். அறிவார்ந்த விளையாட்டு.

ஒரு மாணாக்கன் வைக்கும் கேள்விகளுக்கு மற்றவர்கள் பதிலளிக்கவேண்டும். வினவுபவன் கையில் ஒரு கல் இருந்தது. அதைத் தரையில் ஒரு முறை தட்டினான். இடைவெளி விடுத்தான். மீண்டும் தட்டினான். இடைவெளி. இரு முறை வேகமாய்த் தட்டினான். இடைவெளி. மூன்று முறை. இடைவெளி. ஐந்து முறை. இடைவெளி. எட்டு முறை. இடைவெளி. நண்பர்களை ஏறிட்டான். ''நான் யார்?''

அவர்கள் ஒருவரையொருவர் குழப்பத்துடன் பார்த்துக் கொண்டனர்.

பின்னாலிருந்து ஏழு வயது நிரம்பிய சிறுவன் கொஞ்சம் தயங்கியபடி முன்னே வந்தான். கந்தலைக் கட்டியிருந்தவன், அங்கிருந்தோருடன் ஒட்டவில்லையென்பது வெட்டவெளிச்சம். ''கல்லின் தட்டு 1,1,2,3,5,8ங்கிற கணக்கைத்தானே குறிக்கிறது? அது பிங்கள வரிசையல்லவா? ஆக, நான் ரிஷி பிங்களர்.''

நண்பர்கள் சிறுவனை ஏறிட்டனர். அருகேயிருந்த அம்மன் கோயிலின் மிகச்சிறிய காவலறையில் ஒண்டி வாழ்ந்த அனாதை அவன். வயிற்றுக்குச் சரியான உணவின்றி, அதனால் ஆரோக்கியமுமின்றி பலவீனமாயிருந்தான். ஆனால், அசாத்திய புத்தி கூர்மை. யாருமற்ற இச்சிறுவனை எப்படியாவது பள்ளியில் சேர்த்துக்கொள்ளும்படி தலைமையாசிரியரை வற்புறுத்தியது குருகுல மாணாக்கனான விஸ்வாமித்ரன். அதுவும், தந்தை கன்னோஜின் மன்னர் பள்ளிக்கு அளித்த மிகப்பெரும் கொடையினால் விளைந்த செல்வாக்கைத் தனக்குச் சாதகமாக்கிக் கொண்டதன் பயன்.

சிறுவனின் பதில் சரியென்றாலும், மற்றவர்கள் அவனிடமிருந்து விலகினர்.

''உன் பேச்சில் எங்களுக்கு நாட்டமில்லை, வஸிஷ்டா,'' கேள்வி கேட்டவன் ஏளனத்துடன் சிரித்தான். ''காவலாளியின் குடிலைச் சுத்தம் செய்யேன்?''

மற்றவர்கள் 'கடகட'வென சிரிக்க, வஸிஷ்டன் உடல் அவமானத்தில் குன்றியது. இருப்பினும், நகராமல் நின்றான். விலக மறுத்தான்.

கேள்வி கேட்டவன் மீண்டும் நண்பர்களிடம் திரும்பி, தரையில் கல்லைத் தட்டினான். தட்டிய இடத்தைச் சுற்றி வட்டம் வரைந்தான். பிறகு, வட்டத்தின் விட்டம். வட்டத்திற்கு வெளியே ஒரு முறை 'சட்'டெனத் தட்டினான். கல்லைத் தரையில் படுக்கவாட்டில் வைத்தான். இடைவெளி கொடுத்தான். மீண்டும் கல்லைச் 'சட்'டெனத் தட்டினான். வேகமாய். எட்டு முறை. ''நான் யார்?''

''எனக்குத் தெரியும்!'' வஸிஷ்டனிடமிருந்து வார்த்தைகள் ஏறக்குறைய பீறிட்டன. ''தரையை ஒரு முறை தட்டி வட்டம் வரைந்தாய். பூமித்தாய். விட்டத்தைக் குறித்தாய். பிறகு 1-0-8 என்ற எண் வரிசையை வெளியில் தட்டினாய். பூமியின் விட்டத்தில் 108 பங்கு என்ன? சூரியனின் விட்டம். நான் சூரிய பகவான்!''

வஸிஷ்டனை நண்பர்கள் ஏறெடுத்துப் பார்க்கவில்லை. அவன் பதிலை ஏற்றதாயும் காட்டிக்கொள்ளவில்லை.

''சூரிய சித்தாந்தத்தில் இருக்கிறது,'' வஸிஷ்டனும் விடுவதாக இல்லை. ''இதுதான் சரியான பதில்...''

கேள்வி கேட்டவன் ஆவேசமாய் அவன் புறம் திரும்பினான். ''போய்த் தொலை, வஸிஷ்டா!''

''ஏய்!'' ஒரு குரல் ஓங்கியொலித்தது.

விஸ்வாமித்ரன். எட்டே வயது என்றாலும், அப்பொழுதே இராட்சத ஆகிருதி. பலம். ஐந்து சிறுவர்களையும் அச்சுறுத்துமளவு.

''கௌசிகா...'' கேள்வியாளன் சற்று பதற்றத்துடன் விஸ்வாமித்ரனின் குருகுல நாமத்தைப் பிரயோகித்தான். ''இதற்கும் உனக்கும் சம்பந்தமில்லை-''

வஸிஷ்டனிடம் சென்று அவன் கரம் பற்றினான் விஸ்வாமித்ரன். ஐந்து சிறுவர்களை நோக்கித் திரும்பினான். முறைத்தான். ''இப்பொழுது அவன் குருகுல மாணவன். அதற்குரிய பெயரைக் கொண்டே அழைக்கவேண்டும். மரியாதையுடன்.''

கேள்வி கேட்ட சிறுவன் மிடறு விழுங்கினான். பீதியில் நடுங்கியபடி.

''இவனது குருகுலப் பெயர் திவோதாஸ்,'' வஸிஷ்டன் கரம் மீது விஸ்வாமித்ரனின் பிடி இறுகியது. பண்டைய மாமன்னர்களில் ஒருவரது நாமம் இது. வஸிஷ்டனுக்கு இப்பெயரைத் தேர்வு செய்தது மட்டுமல்லாமல், அதிகாரபூர்வமாக்கும் வண்ணம்

தலைமையாசிரியரை இசைய வைத்ததும் விஸ்வாமித்ரனே. ''சொல்.''

ஐவரும் சிலைபோல் நின்றார்கள்.

உடலின் ஒவ்வொரு அணுவிலும் தெறித்த ஆக்ரோஷத்துடன் விஸ்வாமித்ரன் நெருங்கினான். அவனது கோபாவேசம் ஏற்கனவே பிரசித்தம். ''என் தோழனின் குருகுலப் பெயரைச் சொல். திவோதாஸ் என்று சொல்.''

திக்கித் தடுமாறும் குரலுடன் கேள்வியெழுப்பியவன் கிசுகிசுத்தான். ''திவோ... தாஸ்.''

''சப்தமாக. மரியாதையுடன். திவோதாஸ்.''

ஐவரும் ஒரே குரலில் கூறினர். ''திவோதாஸ்.''

வஸிஷ்டனைத் தன் பக்கம் இழுத்துக்கொண்டான் விஸ்வாமித்ரன். ''திவோதாஸ் என் நண்பன். அவனைப் பகைத்துக்கொள்வது, என்னையும் பகைத்துக்கொள்வதாகும்.''

''குருஜி!''

ஏறக்குறைய நூற்றுநாற்பது வருடங்களுக்கு முந்தைய நினைவுகளினின்று வெளியேற்றப்பட்ட வஸிஷ்டர், 'சட்'டெனக் கண்களைத் துடைத்துக்கொண்டார். கண்ணீர், மறைக்கப்படவேண்டிய விஷயம்.

சூர்ய சித்தாந்த நூலை வைத்துக்கொண்டு நின்ற ஷத்ருக்னனை திரும்பிப் பார்த்தார்.

உலகத்தில் எத்தனையோ புத்தகங்கள் இருக்க... சந்தர்ப்பத்திற்கேற்ற மாதிரி இது மட்டும் எப்படி?

விதியின் விளையாட்டை எண்ணி வஸிஷ்டருக்குப் புன்னகைக்கத் தோன்றினாலும், வரவிருக்கும் விவாதத்தின் அசாத்திய நீளத்தை எதிர்பார்த்து, தன்னைக் கட்டுப்படுத்திக் கொண்டார். அயோத்யாவின் நான்கு இளவல்களில் மிக இளையவனே மிக்க சூட்சும புத்தி கொண்டவன். ஆகையால், முகத்தைத் தீவிரமாக்கிக்கொண்டு அவனை ஏறிட்டார். ''சொல், குழந்தாய். என்ன உன் சந்தேகம்?''

இரண்டு வருட இடைவெளிக்குப் பின் நிகழ்ந்தது சீதா-ராதிகா சந்திப்பு.

இக்காலகட்டத்தில் இந்துகுஷ் சிகரங்களின் அடிவாரத்திலிருந்த காந்தார தேசம் வரை பிரயாணம் செய்து தேசத்தின் மேற்குப் பிரதேசங்களை நன்கறிந்துகொண்டிருந்தாள் சீதா. இந்தியாவின்

கலாசாரச் சுவடுகள் மலைகளைத் தாண்டிப் பரவியிருந்தாலும், இந்துஷாஹி பஷ்டுன்களும், பராக்கிரமசாலிகளான பாலோக் மக்களும் அதிகம் வாழ்ந்த இந்துகுஷ் மலைத்தொடரே நாட்டின் மேற்கு எல்லையெனப் பரவலாக அறியப்பட்டது. இதைத் தாண்டியது *ம்லேச்சர்*களின் - *அந்நியர்*களின் - பூமி.

''அனு தேசத்தைப் பத்தி உன் கருத்து?'' ராதிகா கேட்டாள்.

அஸ்வபதியால் ஆளப்பட்ட கேகயமே, பண்டைய க்ஷத்ரிய மன்னர் அனுவின் சந்ததிகளான அனுன்னகியரது இராஜ்யங்களின் தலைமைப்பீடமாக விளங்கியது. கேகயத்தைச் சூழ்ந்த பல தேசங்கள் குலத்தால் ஒன்றுபட்டிருந்தபடியால், அனுன்னகியரின் விசுவாசமனைத்தும் அஸ்வபதிக்கே உரித்தாயிருந்தது. அவரோ, தசரதரின் விசுவாசி. இதுவே பொதுவில் நிலவிய கருத்து. என்ன இருந்தாலும், அஸ்வபதியின் மகள் கைகேயி, தசரதரின் மனதுக்குகந்த மனைவியல்லவா?

''ஆவேசமான மக்கள்,'' என்றாள் சீதா. ''எதையும் அரைகுறையா செய்யறதுங்கிறதே அனுன்னகியோட சுபாவத்துல இல்லை. அவங்களுக்குள்ள கனன்றுகிட்டிருக்கற நெருப்பை மட்டும் சரியா பயன்படுத்தினா, இந்தியாங்கிற மகத்தான தேசம் என்னென்னவோ உயரங்களை எட்டலாம். கட்டுப்படுத்தலைன்னா, கந்தரகோளமாகிடும்.''

''உண்மை,'' ராதிகா ஒப்புக்கொண்டாள். ''ராஜக்ருஹம் எவ்வளவு அழகில்ல?''

சேனாப் மற்றும் ஜேலம் நதிகள் சங்கமிக்கும் இடத்திலிருந்து அதிக தூரம் மிகாமல் அமைந்திருந்த கேகயத் தலைநகர் ராஜக்ருஹம், ஜேலத்தின் இரு கரைகளிலும் படர்ந்திருந்தது. அபூர்வ அழகுடன் மிளிர்ந்த மன்னரின் பிரம்மாண்ட அரண்மனை, கிழக்குக்கரையில் வீற்றிருந்தது.

''நிச்சயமா,'' என்றாள் சீதா. ''கட்டிடக்கலையில் ஜகஜ்ஜாலர்கள்.''

''மகா வீரர்கள். கொஞ்சம் பித்துக்குளிகளும் கூட,'' ராதிகா கிளுகிளுத்தாள்.

''அதுவும் உண்மை,'' சீதா கலகலவெனச் சிரித்தாள். ''வீரத்துக்கும் பித்துக்கும் இடையிலே ஒரு சின்ன கோடுதானே?''

வழக்கத்தை விட ராதிகா உற்சாகமாக இருப்பதாகத் தோன்ற, ''அயோத்யாவின் இளவரசர்களைப் பத்தி சொல்லேன்,'' என்றாள்.

''ராமன்கிட்டே நல்ல முன்னேற்றம். குரு வஸிஷ்டர் அவனைத்தான் தேர்ந்தெடுப்பார்னு எங்கப்பாவுக்கு நிச்சயமாயிடுச்சு.''

''பரதன்?''

ராதிகாவின் முகத்தில் லேசாய்ச் செந்நிறமேறியதைப் பார்த்தவளின் சந்தேகம் ஊர்ஜிதமாயிற்று.

''அவனும் வளர்ந்து வர்றான்,'' கிசுகிசுத்தவளின் கண்களில் கனவுச் சாயம் தடவியிருந்தது.

''அவ்வளவு நல்லாவா?'' சீதா கிண்டலடித்தாள்.

''மூடு வாயை!'' 'குப்'பென்று சிவந்த முகம் ராதிகாவை நொடியில் காட்டிக் கொடுக்க, தோழியின் மணிக்கட்டைப் பொய்க் கோபத்துடன் தட்டிவிட்டாள்.

''மோஹினி தேவியின் கருணையே கருணை!'' சீதா ஆரவாரமாகச் சிரித்தாள். ''ராதிகாவுக்குக் காதல் வந்தாச்சு!''

முறைத்தாலும், அவள் மறுக்கவில்லை.

''ஆனா, உங்க சட்டம்...''

தாய்வழித்தாய முறையைப் பின்பற்றுபவர்கள் ராதிகாவின் மக்கள். குலத்தினர் தவிர்த்து பிறரை மணம் புரிய பெண்களுக்குத் தடை. ஆண்கள் மணம் செய்யலாம் -குலத்தினின்று விலக்கப்படும் நிபந்தனையின் பேரில்தான்.

அசட்டையாகக் கையசைத்தாள் ராதிகா. ''அதெல்லாம் சமயம் வர்றப்ப பார்த்துக்கலாம். இப்போதைக்கு இயற்கையின் கொடையாய்க் காதலும் காமமும் அற்புதமா இணைஞ்ச ஒரு இளைஞனுடைய அண்மையை அனுபவிச்சிக்கறேன்.''

புன்னகைத்த சீதா, பேச்சை மாற்றினாள். ''ராமன்?''

''சஞ்சலமேயில்லாதவன். ரொம்ப ரொம்பத் தீவிரமானவன்.''

''தீவிரமா?''

''ஆமா. தீவிரம். லட்சியவாதி. ஓயாம, ஒழியாம. எப்பவுமே, எல்லா சந்தர்ப்பத்துலேயும். கடமை, கௌரவம் இத்யாதிகள்ளே ரொம்ப ஈடுபாடு. மத்தவங்க மட்டுமில்ல, தன் மேலயும் பொறுப்புக்களை சுமத்திப்பான். அதீத தேசப்பற்று. இந்தியாவோட ஒவ்வொரு மூலை மேலேயும் மோகம். சட்டத்தை மீறும் பேச்சே கிடையாது. எப்பவும்! உடம்பில் காதல் அணுக்களே கிடையாது! நல்ல புருஷனா அமைவான்னு தோணலை.''

மஞ்சத்தில் சாய்ந்த சீதா, கைகளைத் தலையணைகளின் மீது தளர்வாய்த் தாங்கிக்கொண்டாள். கண்கள் குறுக, தனக்குள் முணுமுணுத்துக்கொண்டாள். ***ஆனா, நல்ல விஷ்ணுவாய்ப் பரிணமிக்க வாய்ப்பிருக்கு.***

—௰௮—

தோழிகள் இறுதியாகச் சந்தித்து ஒரு வருடம் உருண்டோடிவிட்டது. பணிகள் தலை மீது சுமந்திருந்ததில் மிதிலையினின்று பயணிக்க சீதாவிற்கு வாய்ப்பேற்படவில்லையாதலால், சொல்லாமல் கொள்ளாமல் திடீரென ராதிகா வந்து நின்றதில் மகிழ்ச்சியில் மூழ்கினாள். அன்பு மேலிட அவளை அணைத்துக்கொண்டவள், தோழியின் கண்களைப் பார்த்ததும், சற்று பின்வாங்கினாள். ''என்னாச்சு?''

''ஒண்ணுமில்லை,'' தலையசைத்து மறுத்தாள் ராதிகா. உணர்ச்சிகளை வெளிக்காட்டாமல்.

என்ன நடந்திருக்குமென்று சீதாவால் உடனடியாக ஊகிக்க முடிந்தது. அவளது கரங்களைப் பற்றிக்கொண்டாள். ''கைவிட்டுட்டானா?''

புருவங்கள் நெறிய, ராதிகா மறுப்பாய்த் தலையசைத்தாள். ''சத்தியமா இல்லை. உனக்கு பரதனைத் தெரியாது. நாணயமானவன். நான் அவனைக் கைவிட்டுடக்கூடாதுன்னு கெஞ்சினான்.''

இவ அவனைப் பிரிஞ்சிட்டாளா?

''மோஹினி தேவி! ஏன்? உன் குலத்துடைய அபத்தமான சட்டங்களை உடைப்பிலே போடு. உனக்கு அவன் வேணும்னா, அவனுக்காகப் போராடணும் -''

''இது சட்டத்தைப் பத்தியில்லை... தாராளமா குலத்தைத் தலை முழுகியிருப்பேன். அவன்... அவனைக் கல்யாணம் பண்ணிக்கிற எண்ணம் எனக்கிருந்திருந்தா.''

''வேற என்னதான் பிரச்சனை?'' சீதா கேட்டாள்.

''சரி வந்திருக்காது. எனக்குத் தெரியும். சீதா, இந்த 'உன்னதமான தேசப்பணி' சமாச்சாரத்துலே எனக்குப் பங்கு வேண்டாம். ராமன், பரதன், நீயெல்லாம் இந்தியாவுக்காக எவ்வளவோ செய்யப்போறீங்க. அதனால விளையற மகோன்னதத்துக்கு விலை - தாளமுடியாத தனிப்பட்ட துக்கம்தான்னும் எனக்குத் தெரியும். அது அப்படித்தான். எப்பவுமே. வேணாம். எளிமையான வாழ்க்கைதான் என் தேவை. சந்தோஷமா இருக்கணும்னுதான் விரும்பறேன். மகோன்னதத்தை எட்டும் ஆசை எனக்கில்லை.''

''ரொம்ப அவநம்பிக்கைப்படறியோன்னு தோணுது, ராதிகா.''

''இல்லை. என்னை சுயநலவாதின்னு வேணும்னாலும் சொல்லு - ஆனா...''

''ஒரு நாளும் இல்லை,'' சீதா இடைமறித்தாள். ''யதார்த்தவாதின்னு மட்டும்தான் சொல்வேன்.''

"யதார்த்தவாதியாவே சொல்றேன்: நான் சந்திக்கப்போற பிரச்சனைகளைப் பத்தி அறியாமலில்லை. எங்கப்பாவை வாழ்நாள் முழுக்க கவனிச்சிருக்கேன். அவருக்குள்ள ஒரு தீ கொழுந்துவிட்டு எரியுது. அவர் கண்கள்ள அதோட ஆக்ரோஷத்தை எப்பவும் பார்க்கறேன். அதே தீயை உனக்குள்ளேயும் பார்க்கறேன். ராமனுக்குள்ளேயும். இந்தியத் தாய்க்கு எப்படியாவது சேவை செய்யணும்கிற உத்வேகம். முதல்ல எதிர்பார்க்காட்டாலும், பரதனின் கண்கள்ளேயும் அதே தகிப்பை இப்ப பார்க்கறேன். நீங்க எல்லோரும் ஒரே மாதிரி. பரதனும்கூட. உங்களையெல்லாம் போல, அவனும் இந்தியாவுக்காக எல்லாத்தையும் தத்தம் பண்ணத் தயாரா இருக்கான். ஆனா எனக்கு எதையும் தியாகம் பண்றதுல விருப்பம் இல்ல. சந்தோஷமா இருக்கணும், சாதாரணமா இருக்கணும்..."

"அவனில்லாம சந்தோஷமா இருந்துற முடியும்னு நினைக்கறியா?"

ராதிகாவின் வறண்ட புன்னகை, அவள் மனவாட்டத்தை மறைக்கவில்லை. "அவனைக் கல்யாணம் பண்ணிக்கிட்டு, என் சந்தோஷத்துக்காக இந்தியாவுக்காகவும் தனக்காகவும் அவன் சுமக்கற கனவுகளைத் தியாகம் செய்யும்படி நச்சரிக்கிற நிலைமைக்கு வர்றது இன்னும் மோசமில்லையா? கடைசியில என்னால அவனுக்கு மனவருத்தம்தான் மிஞ்சும். எனக்கும்தான்."

"வந்து..."

"இப்ப வலிக்கத்தான் செய்யுது. ஆனா, காலம் எல்லா புண்களையும் ஆத்தும், சீதா. பல வருஷங்கள் கழிச்சு நிற்கப்போறது இனிப்பும் கசப்புமான நினைவுகள்தான். கசப்பு குறைவாகவும், இனிப்பு அதிகமாகவும் இருக்கும்னு நம்பறேன். உணர்ச்சிமயமான காதலின் சுவடுகளை யாருமே நீக்க முடியாது. என்னிக்கும். எனக்கு அது போதும்."

"நல்லா யோசிச்சுத்தான் முடிவெடுத்தியா?"

"சந்தோஷம்கிறது தற்செயல் இல்லை. அது நாம தேர்ந்தெடுக்கற விஷயம். நம்ம சந்தோஷம் நம்ம கையிலதான். எப்பவுமே. வாழ்நாளுக்கு ஒரு இணைதான் இருக்கணும்னு ஏதாவது சட்டமா? சில சமயம், வாழ்க்கைத்துணைகள் கூட எதிரெதிரான விஷயங்களை நோக்கி இழுக்கப்படும் போது ஒருத்தரையொருத்தர் வதைச்சுக்கற நிலைமை வரலாம். என்னிக்காவது நான் விரும்பற விஷயங்களை விரும்பும் இன்னொரு வாழ்க்கைத்துணையை சந்திப்பேன். அவன் பரதனளவு வசீகரமானவனாகவோ ஏன், அவனுடைய உன்னதத்தை எட்டக்கூட முடியாதவனாகவும் இருக்கலாம். ஆனா, நான் ஆசைப்படும் விஷயத்தைக் குடுப்பான். சந்தோஷத்தைத்

தருவான். அப்படியொரு ஆணைக் கண்டுபிடிப்பேன். என் குலத்துக்குள்ளேயோ, வெளியேயோ.''

தோழியின் தோள் மீது மென்மையாகக் கரம் பதித்தாள் சீதா.

நீண்ட மூச்சை இழுத்து விட்ட ராதிகா, தலையைக் குலுக்கிக் கொண்டாள். மனத்துயரிலிருந்து விடுபடும் முயற்சியில். அவளது மிதிலா வருகைக்குக் காரணம் இருந்தது. ''குரு வஸிஷ்டர் தீர்மானிச்சிட்டார். வாயுபுத்ரர்களும்தான்.''

''ஆக?''

''ராமன்.''

திருப்தியான, நீண்ட மூச்சொன்றை இழுத்துவிட்டாள் சீதா. அவள் முகத்தில் புன்னகை மலர்ந்தது.

—ՃՃ—

இன்னொரு வருடம் கடந்தது. சீதாவிற்கு இப்பொழுது வயது இருபத்து நான்கு. மேற்கிந்தியக் கடற்கரையை அவள் முந்தைய வருடம் முற்றிலுமாக அளந்துவிட்டாள் என்றே சொல்லவேண்டும். பலுச்சிஸ்தான் கடற்புறங்களினின்று அகஸ்த்யகூடத்தைத் தாங்கிய கேரளம் வரை. இறுதியில் மிதிலா திரும்பியவள், மலைபோல் குவிந்து கிடந்த ராஜரீக அலுவல்களில் மூழ்கியது போக அகப்பட்ட கொஞ்ச நஞ்ச ஓய்வு நேரத்தைத் தங்கை ஊர்மிளா மற்றும் தந்தை ஜனகருடன் செலவழித்தாள்.

சில காலமாய் குஷத்வஜர் மிதிலாவிற்கு விஜயம் செய்யவில்லை. ஸங்கஷ்யாவிலும் காணப்படவில்லை. விசித்திரம். அவர் நடமாட்டம் குறித்து சீதா விசாரணையில் இறங்கினாலும், இதுவரை வெற்றியடையவில்லை. தெரிந்ததென்னமோ ஒன்றேயொன்றுதான்: மாரடைப்பு எனப் பரவலாக நம்பப்பட்ட காரணத்தினால் சுலோசனர் அடைந்த அகால மரணம், ஸங்கஷ்யாவின் நிர்வாகத்தை வெகுவாகக் குலைத்துவிட்டிருந்தது.

ராதிகாவின் திடீர் வருகைகள் இப்பொழுதெல்லாம் சீதாவிற்குப் பழக்கமாகிவிட்டிருந்ததில், சில மாதங்கள் கழித்து வந்திறங்கியவளை மலர்ச்சியுடனே வரவேற்றாள்.

''அயோத்ய இளவரசர்களைக் கவனிச்சுக்கிற பொறுப்பு நீங்கினப்புறம் எப்படியிருக்கு உங்க கிராம நிலவரம்?''

''பரவாயில்லை,'' ராதிகா சிரித்தாள்.

''நீ நல்லாயிருக்கியா?''

''அதை நோக்கிப் போயிட்டிருக்கேன் -''

''அயோத்யாவுல ராமன் எப்படி?''

''காவல்துறைத் தலைவரா ஆக்கியிருக்காங்க. அரசுமுறைத் தொடர்புத்துறைக்கு பரதனைத் தலைவனாக்கியிருக்காங்க.''

''ஹ்ம்ம்... ஆக, அயோத்யா மேல ராணி கைகேயியின் இரும்புக்கரம்தான் இறுகியிருக்கு. பட்டத்து இளவரசன் பதவிக்கு நேரே தாவறதுக்கான இடத்துல பரதன் கச்சிதமாப் பொருத்தப்பட்டிருக்கான். காவல்துறைத் தலைவர் மாதிரி கடினமான, நன்றிங்கிற பேச்சுக்கே இடமில்லாத பொறுப்பு கிடையாது.''

''அப்படித்தான் தெரியுது. ஆனா, ராமன் அருமையா பணி புரியறான். குற்றங்களைக் குறைச்சிருக்கான்னு பளிச்சுனு விளங்குது. இதனால மக்களிடையே நல்ல பேரும் கிடைச்சிருக்கு.''

''இந்த மந்திரஜாலம் எப்படி சாத்தியம்?''

''சட்டத்தைப் பின்பற்றினான். ஹா!''

குழப்பமடைந்த சீதா சிரித்தாள். ''ராமன் சட்டத்தைக் காப்பாத்தறதுனால என்ன பெருசா மாறிடப்போகுது? மக்களும்தானே காப்பாத்தணும்? அதை நிச்சயம் இந்தியர்கள் செய்யப்போறதில்லை. இன்னும் சொன்னா, சட்டத்தை மீர்றதுதான் நமக்கு சந்தோஷம்னு தோணுது. சும்மா. காரணமில்லாம. இந்தியர்களைச் சமாளிக்க யதார்த்தம் தெரிஞ்சிருக்கணும். சட்டத்தை அமல்படுத்த வேண்டியதுதான், ஒத்துக்கறேன். ஆனா, அது மட்டுமே எல்லா பிரச்சனைக்கும் தீர்வாகிடாது. சில சமயம், இலக்கை அடைய சட்டத்தை துஷ்பிரயோகம் செய்யக்கூட நேரலாம்.''

''நான் இதை ஏற்கறதா இல்லை. தானும் சட்டத்துக்கு உட்பட்டவன்; மீறினா, தண்டனைக்கும் உட்பட வேண்டியவன்கிறதை ஒத்துக்கிறதாலேயே ராமன் புது வழியைக் காண்பிச்சிருக்கான். அயோத்ய பிரபுவர்க்கத்துக்கு இனி தப்பிக்கக் குறுக்குவழியில்லை. சாதாரண மக்கள் மின்சாரம் தாக்கினாப்புல உத்வேகமடைஞ்சிருக்காங்க. சட்டம் இளவரசனையும் மீறியதுன்னா, அவங்களுக்கும் அது பொருந்தும்தானே?''

சீதா நாற்காலியில் சாய்ந்தாள். ''பரவாயில்லையே...''

''இன்னொரு விஷயம் கேக்கணும்னு நினைச்சேன்,'' என்றாள் ராதிகா. ''குரு விஸ்வாமித்ரர் எங்கே?''

சீதா தயங்கினாள்.

''கேக்கறதுக்குக் காரணம் இருக்கு: விஷ்ணு பதவிக்கு ராமனை வேட்பாளரா அறிவிக்கும் முயற்சியிலதான் குரு வஸிஷ்டர் பரிஹாவுக்குப் போயிருக்கார்னு நம்பறோம்.''

சீதா அதிர்ந்தாள். "குரு விஸ்வாமித்ரரும் பரிஹாவுலதான் இருக்கார்."

"கொதிநிலையில இருக்கு நிலவரம். கூடிய சீக்கிரம் மோசமாகிடும்," ராதிகா பெருமூச்செறிந்தாள். "நீயும் ராமனும் இணைஞ்சு விஷ்ணுக்களா பணியாற்றறது பத்தி குரு விஸ்வாமித்ரரின் மனசை மாத்த ஏதாவது திட்டம் தீட்டியிருந்தா நல்லது."

சீதா மூச்சை இழுத்துவிட்டாள். "வாயுபுத்ரர்கள் செயல்திட்டம் என்னன்னு ஏதாவது தெரியுமா?"

"சொல்லியிருக்கேனே? குரு வஸிஷ்டர் பக்கம்தான் சாயறாங்க. குரு விஸ்வாமித்ரர் வார்த்தைக்குப் பணிவாங்களாங்கிறதுதான் கேள்வி. என்ன இருந்தாலும், முந்தைய விஷ்ணுவின் பிரதிநிதியும், மலயபுத்ரர் தலைவரும் அவர்தானே?"

"ஹனுண்ணா கிட்டே பேசறேன்."

அத்தியாயம் 17

''என்னக்கா,'' *தமக்கை*யிடம் பேசுகையில் குரலைத் தழைத்துக் கொண்டாள் ஊர்மிளா. ''எதுக்கு ***ஸ்வயம்***வரத்துக்கு ஒத்துக்கிட்டே? எனக்குச் சம்மதமேயில்லை. நீயில்லாம என்ன செய்வேன்? எப்படி இருப்பேன்?''

மரக்கிளையோடு கிளையாய் மறைந்திருந்த *மரக்குடி*லுக்குள் இருவரும் அமர்ந்திருந்தனர். பக்கவாட்டில் கால்களை இறக்கி அசட்டையாய் வீசினர். அம்புறாத்தூணியில் நிறைந்த சரங்களருகே கைக்கெட்டும் தூரத்தில் இருந்தது சீதாவின் வில். கொளுத்தும் அம்மதிய வேளையில் ஆரண்யம் 'கல்' என அமைதியாய், சோம்பலில் ஆழ்ந்து கிடந்தது. விலங்குகள் தூங்கி வழிந்து கொண்டிருந்தன போலும்.

புன்னகைத்த சீதா, தங்கையை இழுத்து அணைத்துக்கொண்டாள். ''எப்பவாவது நான் கல்யாணம் பண்ணிக்கிட்டுத்தானே ஆகணும்? *அப்பா*வுக்கு இதுதான் விருப்பம்னா, நிறைவேத்தறது தவிர வேற வழியில்லை.''

உண்மையில் ***ஸ்வயம்வர*** ஏற்பாடுகளில் இறங்கும்படி தந்தையை வற்புறுத்தியது சீதாவே என்பது ஊர்மிளைக்குத் தெரிந்திருக்க நியாயமில்லை. தகுதியான பல வரன்களைத் தந்தை முன்சென்று அழைக்க; அவர்களுக்குள் தன் கணவனை மகள் தேர்ந்தெடுப்பதே - அல்லது போட்டியொன்றின் மூலம் தீர்மானிப்பதே - ***ஸ்வயம்வரம்*** என்னும் பண்டைய சம்பிரதாயம். ஏற்பாடுகளனைத்தையும் சீதாவே திட்டமிட்டுச் செயல்படுத்தி வந்த நிலையில், விழாவிற்கு இராமனையும் எப்படியாவது வரவழைக்க விஸ்வாமித்ரரை இசைய வைத்திருந்தாள். மிதிலாவிடமிருந்து அரசுமுறைப்படி செல்லும் ***ஸ்வயம்வர*** அறிக்கைக்கு அயோத்யாவிடமிருந்து பதில் வர வாய்ப்பில்லை; அச்சிறிய, செல்வாக்கற்ற இராஜ்யத்துடன் அயோத்யா இணைவானேன்? அதே சமயம், பிரசித்தியும் பிரக்யாதியும் பெற்ற மலயபுத்ர தலைவர் ***ஸ்வயம்***வரத்திற்கு வரும்படி அழைத்தால், மறுப்பது

எங்ஙனம்? அவ்விதம் நிகழும் **ஸ்வயம்**வரத்தில் - தன் குரு, மஹாமலயபுத்ரர் விஸ்வாமித்ரர் நிர்வகிக்கும் **ஸ்வயம்**வரத்தில் - இராமனை எப்படியேனும் கணவனாக்கிக்கொள்ள ஏற்பாடு செய்யவேண்டியது. விஸ்வாமித்ரருக்கும் இந்த யோசனையில் உவப்பில்லாமல் இல்லை. வஸிஷ்டர் ஒதுக்கப்பட்டு, இராமன் மீது தான் நேரடி ஆதிக்கம் செலுத்தக்கூடிய எதிலும் அவருக்குச் சம்மதம். சீதாவின் எண்ணம் வேறு - இராமனுடன் இணைந்து விஷ்ணுவாய்ப் பணியாற்றுவதே அவள் திட்டம் - என்பதை அவர் சற்றும் ஊகிக்கவில்லை.

ஹனுண்ணாவுக்குத்தான் நன்றி சொல்லணும்! எப்பேர்ப்பட்ட யுக்தி.

சீதாவின் தோள் மீது தலைசாய்த்தாள் ஊர்மிளா. மங்கைப் பருவத்தை எய்திவிட்டாலும், பொத்திப் பொத்தியே வளர்க்கப் பட்டதால் தமக்கையைச் சார்ந்து பழகிவிட்டாள். இத்தனை நாள் காப்பாற்றி, சீராட்டி, பாராட்டி வளர்த்தவள் இல்லாத வாழ்க்கையை அவளால் கற்பனைகூட செய்து பார்க்கமுடியவில்லை. ''ஆனா...''

சீதா அவளை இறுக அணைத்துக்கொண்டாள். ''உனக்கும் கல்யாணம் நடக்கும். சீக்கிரமே.''

'குப்'பென முகம் சிவக்க, ஊர்மிளா திரும்பிக்கொண்டாள்.

ஏதோ மெல்லிய சப்தம் சீதாவை எட்ட, காட்டிற்குள் ஊடுருவிப் பார்த்தாள்.

மிதிலாவிலிருந்து ஒரு நாள் பயணத்திலிருந்த இவ்வனத்திற்கு, சுற்றுவட்டார கிராமவாசிகளைத் துன்புறுத்தும் ஆட்கொல்லிப் புலியை வேட்டையாடும் எண்ணத்துடன் சீதா, ஸமீச்சி மற்றும் இருபது காவலர்கள் கொண்ட குழு வந்திருந்தது. ஊர்மிளாவும் வந்தே தீருவேனென்று அடம்பிடித்திருந்தாள். திறந்தவெளியொன்றில் ஐந்து ***மசான்கள்*** எனப்படும் மரக்குடில்கள் நிர்மாணிக்கப்பட்டன. ஒவ்வொன்றும் மிதிலைக் காவலர்கள் கட்டுப்பாட்டில். புலிக்குப் பொறியாய் வெளியே கட்டப்பட்டிருந்தது ஒரு ஆடு. வானிலையைக் கருத்தில் கொண்டு, நீர் ஒழுகாத பிட்டுமென், அதாவது நிலக்கீல் உட்பூச்சு கொண்ட குழிக்குள் தண்ணீர் நிரப்பி வைக்கப்பட்டிருந்தது. இறைச்சி பலிக்கவில்லையென்றாலும் தளும்பும் நீர் புலியைச் சுண்டியிழுக்கலாம்.

''கேளு*க்கா*,'' ஊர்மிளா கிசுகிசுத்தாள். ''நான் என்ன நினைக்கறேன்னா -''

தமக்கை உதட்டில் விரல் பதிக்க, 'சட்'டென மௌனமானாள். சீதா திரும்பினாள். குடிலின் மறுகோடியில் இரு காவலர்கள் அமர்ந்திருந்தனர். சைகையால் 'சடசட'வென அவள் உத்தரவுகள்

பிறப்பிக்க, இருவரும் சப்தமின்றி அருகே ஊர்ந்து வந்ததும் ஊர்மிளா பின்வாங்கினாள்.

வில்லையெடுத்த சீதா, ஓசையின்றி தூணியிலிருந்து அம்பை உருவினாள்.

''ஏதேனும் கண்ணில் பட்டதா, தேவி?'' கிசுகிசுத்தான் ஒரு காவலன்.

இல்லையெனத் தலையாட்டினாள் சீதா. பிறகு, காதின் மீது இடது கையைக் குவித்தாள்.

செவிகளைத் தீட்டியும் அவர்களுக்கென்னவோ ஏதும் எட்டவில்லை. ''ஒண்ணும் கேட்கலையே, தேவி,'' என்றான் ஒருவன் மெல்லிய குரலில்.

அம்பைப் பூட்டினாள் சீதா. ''சப்தமே இல்லைங்கறதுதான் விஷயம். ஆடு கத்தறதை நிறுத்திடுச்சு. பயத்துல விடைச்சுக் கிட்டிருக்கு. அது மூக்குக்கு எட்டியிருக்கற வாசம் சாதாரண மிருகத்துடையதா இருக்கமுடியாது.''

காவலர்களும் வில்லெடுத்து அம்புகளைப் பூட்டினர். விரைவாய். ஓசையின்றி.

புதர்களுக்கிடையே மின்னல் போல் சில பட்டைகள் பளிச்சிட்டு மறைவதாய் சீதாவிற்குப்பட்டது. நீண்டு, நெடிது ஆராய்ந்தாள். மெல்ல, மிக மெல்ல, மரவரிசைக்குப் பின்னிருந்த இருண்ட, நிழலடர்ந்த பகுதியில், கபில-செஞ்சூர்ண மற்றும் கறுப்பு நிறப்பட்டைகள் ஊடாடுவது கண்களுக்குப் புலப்பட்டது. கூர்ந்து கவனித்தாள். பட்டைகள் நகர்ந்தன.

சுட்டிக் காட்டினாள்.

காவலர்களும் கவனித்துவிட்டார்கள். ''நன்குதான் மறைந்திருக்கிறது...''

அமைதி வேண்டி சீதா கையுயர்த்தினாள். அம்பை விடுக்க சந்தர்ப்பம் அமைந்தால் தவற விடாதிருக்கும் பொருட்டு, வில்லைப் பற்றி நாணை லேசாய் இழுத்தாள்.

சித்திரவதையென்னும்படி நீண்ட சில நொடிகளுக்குப் பிறகு, பார்வையில் படும்படி புலி மெல்ல நகர்ந்து, தண்ணீர்த்தொட்டியை நெருங்கியது. ஆட்டைக் கண்டவுடன் லேசாய் உறுமிவிட்டு, மீண்டும் நீரின் மீது கவனம் திருப்பியது. அளவற்ற பீதியில் மூத்திரம் பீய்ச்சியபடி 'தடா'லெனத் தரையில் சுருண்டது ஆடு. விதியிடம் சரணடைவது போல் கண் மூடியது. பயத்தில் உறைந்திருந்த இரை மீது சற்றும் அக்கறையற்ற புலியோ, நீரை உறிஞ்சிக் குடிப்பதிலேயே ஆர்வமாயிருந்தது.

சீதா நாணை முழுவதுமாய் இழுத்தாள்.

‘சட்’டென வலப்புறமிருந்த மரக்குடில்களில் ஒன்றிலிருந்து மிக லேசான ஓசை.

கவனம் சிதைந்த புலி, நிமிர்ந்தது.

கோணம் சரியில்லையென்பதை உணர்ந்த சீதா, சபித்துக்கொண்டாள். நொடியில் புலி திரும்பி, ஓடி மறைந்துவிடும். ஆனாலும், வேறு வழியில்லை. சரத்தை விடுத்தாள்.

திறந்தவெளியினூடே ‘விர்’ரெனப் பாய்ந்த அம்பு, மிருகத்தின் தோளில் புதைந்து அதன் கோபத்தைத் தூண்டினாலும் - செயலிழக்க வைக்கவில்லை.

புலி ஆத்திரத்தில் புரிந்த கர்ஜனை - ‘பட்’டெனப் பாதியில் உறைந்தது. வாய்க்குள் அசுர வேகத்தில் பாய்ந்த அம்பு, தொண்டையில் ஆழப் புதைந்தது. நொடியில் சரமாரியாகப் புறப்பட்ட பதினெட்டு பாணங்கள் குறி தவறாமல் அம்மிகப்பெரிய மிருகத்தைத் தைத்தன: சில, கண்களில்; பல, வயிற்றில். பின்புற இருதலைத் தொடைத் தசைக்குள் ஆழப் புதைந்த மூன்று அம்புகளால் பின்னங்கால்கள் செயலிழந்து புலி தரையில் சாய்ந்தது. உடனடியாக விற்களைப் பூட்டி மிதிலர்கள் மீண்டும் சரங்களை விடுவித்ததில் படுகாயமுற்றிருந்த புலியின் உடலில் மேலும் இருபது அம்புகள் தைத்தன. இறுதியாக ஒரு முறை அது தலையைத் தூக்கிப் பார்த்தது. மிஞ்சியிருந்த ஒற்றைக் கண்ணால் புலி தன்னையே வெறிப்பது போன்ற பிரமை சீதாவிற்கு ஏற்பட்டது.

அரிய விலங்கே, என்னை மன்னிப்பாயாக. வேறு வழியில்லை - ஒன்று நீ, அல்லது என் பாதுகாப்பிற்குட்பட்ட கிராமம்.

புலியின் தலை தாழ்ந்தது. இனி எழாத வண்ணம்.

உன் ஆன்மா மீண்டும் பிறவிப் பயன் எய்தட்டும்.

குதிரைகளில் சீதா, ஊர்மிளா மற்றும் ஸமீச்சி குழுவின் முன்னணியில் செல்ல, காவலர்கள் சற்று தூரத்தில் வந்தனர். பரிவாரம் முழுதும் தலைநகருக்கு மீண்டு கொண்டிருந்தது.

உரிய மரியாதைகளுடன் புலியின் ஈமச்சடங்குகள் நடந்தேறிவிட்டன. தோலைப் பதப்படுத்திப் பாதுகாக்கப் போவதில்லை என சீதா தீர்மானமாய் அறிவித்துவிட்டாள். தேர்ந்த வேட்டைக்காரர்களது திறனின் அடையாளமாக போற்றப்படும் புலியின் தோலை அடையும் சந்தர்ப்பம் வாய்த்திருந்தால், காவலர்கள் அம்புகளை ஜாக்கிரதையாகத் தொடுத்திருப்பார்கள் என்பதை அவள் அறியாதவளல்ல. தோல் சிதைவதை

விரும்பியிருக்க மாட்டார்கள். புலியும் கொல்லப்படாமல், காயத்துடன் தப்பியிருக்கக்கூடும்.

சீதாவின் குறிக்கோளில் குழப்பமில்லை: புலித்தாக்குதலினின்று கிராமத்தாரைக் காக்கவேண்டும்; அவ்வளவே. அடிபட்ட மிருகத்தால் மனிதர்களுக்கு ஆபத்து அதிகமென்பதால், காவலர்கள் கொலைவீச்சைப் பிரயோகிக்கவேண்டுமென சீதா உறுதி செய்யவேண்டியிருந்தது. ஆகையால், புலியின் சடலம் எரிக்கப்பட வேண்டுமென்பதையும் சந்தேகத்திற்கிடமின்றி தெரியப்படுத்தியிருந்தாள்.

''பிரதமரவர்கள் ஏன் அப்படியொரு உத்தரவு பிறப்பிச்சீங்கன்னு புரியுது,'' என்றாள் ஸமீச்சி. ''ஆனா, புலித்தோலை ஊருக்குக் கொண்டு போகமுடியாததுலே எனக்கு வருத்தம்தான். உங்க திறனையும் வீரத்தையும் வெளிப்படுத்தும் அருமையான வேட்டைச் சின்னமா அமைஞ்சிருக்கும்.''

அவளை ஒரு பார்வை பார்த்த சீதா, தங்கையிடம் திரும்பினாள். ''கொஞ்சம் பின்னாடி போ, ஊர்மிளா.''

அவள் குதிரையின் சேணக்கயிற்றை இழுத்து, காதுகேளா தூரம் பின்வாங்கினாள்.

ஸமீச்சியோ, புரவியை சீதாவிற்கருகில் செலுத்தினாள். ''அதை சொல்லத்தான் வேண்டியிருந்தது, சீதா. உன் வீரத்தைப் பத்தி ஊர்மிளா பெருமையடிச்சுக்கவும் இடம் கொடுக்கும் -''

தலையை மறுப்பாய் அசைத்தபடி இடைமறித்தாள் சீதா. ''கொள்கைப்பரப்பும், புகழ்ப்புராணம் பாடறதும் ஆட்சியில ஒரு பகுதிங்கறதை நான் மறுக்கலை. ஆனா, சுலபத்துல முறியடிக்கக்கூடிய கதைகளைப் பரப்ப வேண்டாம். இந்த வேட்டையில என்னுடைய எந்தத் திறனும் வீரமும் வெளியாகலை.''

''ஆனா -''

''நான் அம்பு தொடுத்த விதம் சரியில்லை. இங்கேயிருந்த எல்லோருக்கும் அது தெரியும்.''

''ஆனா, சீதா -''

''ஒவ்வொருத்தருக்கும் தெரியும்,'' சீதா மறுமுறை சொன்னாள். ''இதுக்கு முன்னேயும், வேட்டைக்கான எல்லாப் புகழையும் என் தலையில தூக்கி வெச்சிட்டே. காவலர்கள் பக்கத்துலேயே நிக்கறப்ப.''

''அதுக்குத் தகுதியுள்ளவள்னுதான் -''

''இல்லை.''

''ஆனா...''

"எனக்கு நல்லது செஞ்சதா நினைச்சிட்டிருக்கே, ஸமீச்சி. இல்லவே இல்லை. தகுதியில்லாத பாராட்டைப் பெற்றதாலே அந்த காவலர்கள் என் மேலே மரியாதை இழந்ததுதான் மிச்சம்.''

''ஆனா...''

''என்கிட்டே இருக்கற விசுவாசம் உன் கண்ணை மறைக்கக்கூடாது. எனக்கு நீ செய்யக்கூடியதிலேயே மோசமான அபகாரம் அதுதான்.''

ஸமீச்சி விவாதிப்பதை நிறுத்தினாள். ''மன்னிச்சிரு.''

''பரவாயில்லை.'' சீதா முகமலர்ந்தாள். திரும்பியவள், தங்கையை முன்னே வரும்படி சைகை செய்ய, மூவரும் மௌனமாய்ப் பயணித்தனர்.

— ᚷ —

சில நாட்களுக்கு முன்தான் வேட்டையிலிருந்து திரும்பியிருந்தாள் சீதா. ஸ்வயம்வரத்திற்கு முழுவீச்சில் நடந்துகொண்டிருந்த ஏற்பாடுகளில் அநேகத்தை சுயமாய் மேற்பார்வையிட்டவளுக்கு உறுதுணையாய் இருந்தவர்கள் ஸமீச்சி மற்றும் ஊர்மிளா.

பத்திரங்களைப் பார்வையிட்டபடி தன்னறையில் அமர்ந்திருந்த சீதா, தூதுவன் வருகை அறிவிக்கப்பட்டதும் நிமிர்ந்தாள்.

''வரச் சொல்லுங்க.''

அவள் முன்னிலையில் அவனை இரு காவலர்கள் அழைத்து வர, ராதிகாவின் குலத்தைச் சேர்ந்தவனென நொடியில் உணர்ந்தாள்.

விறைப்பாக இராணுவ மரியாதை செலுத்தியவன், வரைதோல் சுருள் ஒன்றை நீட்டினான். முத்திரையை சீதா ஆராய்ந்தாள். உடைக்கப்படவில்லை.

அவனை அனுப்பிவிட்டு, முத்திரையை உடைத்து ராதிகாவின் செய்தியைப் படித்தாள்.

கடைசி வார்த்தையை முடிக்கு முன்னரே கோபம் கொழுந்து விட்டு எரிந்தாலும், ஆத்திரத்தில் அறிவை இழக்காமல், உரியதைச் செய்தாள்: ஒவ்வொரு அங்குலமும் சாம்பலாகும் வரை வரைதோலைத் தீயில் காட்டினாள்.

பிறகு, உப்பரிகைக்குச் சென்று தகிக்கும் உள்ளத்தை குளிர்விக்க முயன்றாள்.

ராமா... குருஜி விரிச்ச வலையிலே விழவேண்டாம்.

— ᚷ —

சீதாவின் ஸ்வயம்வரத்திற்குச் சில வாரங்களே இருந்தன.

விஸ்வாமித்ரர் - மலயபுத்ரர் மற்றும் அயோத்ய இளவரசர்கள் சகிதம் - வந்துகொண்டிருந்தார் என்ற செய்தியினால் அவளது சஞ்சலம் சற்றே அடங்கியது உண்மை. அவர்களது வருகை அதுவரை நிச்சயமாகாததில், **ஸ்வயம்வர**த்தை நிறுத்தத் தக்க காரணங்களை ஜுர வேகத்தில் அலசி ஆராய்ந்து கொண்டிருந்தாள் - இராமன் இல்லாமல் என்னதான் பயன்?

''சீதா,'' இளவரசியின் அறைகளுக்குள் நுழைந்த ஸமீச்சி வணக்கம் செலுத்தினாள்.

இளவரசி திரும்பினாள். ''என்ன விஷயம்?''

''கவலைக்கிடமான செய்தி.''

''என்னாச்சு?''

''**ஸ்வயம்வர**த்துக்கு உன் சித்தப்பா குஷத்வஜரும் அழைக்கப்பட்டிருக்கறதா கேள்விப்பட்டேன். இன்னும் சொன்னா, அவர் தன்னுடைய நண்பர்கள் சிலரையும் கூப்பிட்டிருக்கார். நம்மோட இணைஞ்சு பணிபுரியறதா காட்டிக்கறார்.''

சீதா பெருமூச்செறிந்தாள். தந்தை ஜனகர் குஷத்வஜரை அழைப்பார் என்று எதிர்பார்த்திருக்க வேண்டும்.

தேவையற்ற பெருந்தன்மை.

அதே சமயம், குஷத்வஜர் மிதிலைக்கு வருகை புரிந்து வருடக்கணக்காயிற்று. தன்னுடைய நிகழ்கால நலிவைக் குறித்து அவர் தன்னைச் சமாதானம் செய்துகொண்டிருக்கக்கூடும்.

''ஆயிரம் இருந்தாலும் நான் அவருக்கு மகள் முறை,'' சீதா தோள்களைக் குலுக்கிக் கொண்டாள். ''அண்ணனுடைய வீட்டிலும் நாட்டிலும் தனக்கின்னும் செல்வாக்கிருக்குன்னு சப்தசிந்து அரசகுலங்களுக்கு நிரூபிக்க விரும்பறாரோ, என்னமோ? வரட்டும்.''

ஸமீச்சி முகமலர்ந்தாள். ''வரவேண்டியவங்க வந்தாப் போதும், அதானே?''

''ராமன்... வந்துகிட்டிருக்கார்.''

ஸமீச்சியின் முகத்தில் அபூர்வமாய்ப் புன்னகை வெளிச்சமிட்டது. இராமனிடத்திலோ, அயோத்யாவுடன் இணைவதிலோ சீதா காட்டும் திடீர் ஆர்வத்தின் தாத்பர்யம் விளங்காவிட்டாலும் இளவரசிக்குத் தன் ஆதரவை முழுமனதுடனே அளித்தாள். பலவீனமான இராஜ்யமென்றாலும், அயோத்யாவுடனான கூட்டுறவால் காலப்போக்கில் மிதிலைக்கு நன்மையேயன்றி வேறில்லை. அதோடு, சீதாவும் அயோத்யா சென்றுவிட்டால், தன்னுடைய அதிகாரம் மேலும் உயரும்

என்பதிலும் ஸமீச்சிக்குச் சந்தேகமில்லை. அவ்வளவு ஏன், ஏறக்குறைய மிதிலாவின் ஆட்சியே தன் கைக்கு மாறிவிட்டாலும் ஆச்சர்யப்படுவதற்கில்லை.

வேறு யார்தான் இருந்தார்கள்?

அத்தியாயம் 18

சிறிய திறந்தவெளியில் பதற்றத்துடன் நின்றாள் ஸமீச்சி. நிலவற்ற அந்த இருண்ட இரவின் பயங்கரத்துடன் வனத்தின் கலவர ஒலிகளும் உறுமல்களும் இணைந்து பீதியூட்டின.

கடந்தகால நினைவுகள் நிகழ்காலத்துடன் முட்டிமோதின. எத்தனை நாட்கள்! எத்தனை வருடங்கள்? தான் மறக்கப்பட்டு விட்டதாகவல்லவா நினைத்திருந்தாள்? தனிச்சையாக விடப்பட்டதாக. என்ன இருந்தாலும், சப்தசிந்துவில் கவனிப்பாரற்ற, செல்வாக்கற்ற சிறிய இராஜ்யமல்லவா மிதிலா? இதை அவள் எதிர்பார்க்கவில்லை. ஒரு வித பெருமித உணர்வும் அக்கணத்திற்கேயுரிய சங்கடமும் அவளைத் திக்குமுக்காடச் செய்தன.

உறையிலிருந்த வாள் மீது இடக்கை படிந்திருந்தது.

"நான் சொன்னது புரிந்ததா, ஸமீச்சி?" என்றான் அவன். கரகரத்த குரலில் ஒரு தனித்தன்மை. பல காலமாய்ப் புகையிலையும் மதுபானமும் பிரயோகித்ததன் பலன். வரைமுறையற்ற காட்டுக்கூச்சலும் ஒரு காரணம்.

பிரபுவர்க்கத்தைச் சேர்ந்தவன் என்பது வெளிப்படை. நளினமாய்த் தேய்க்கப்பட்ட விலையுயர்ந்த உடைகள். நன்கு திருத்தப்பட்ட மென்மையான, முழுதும் சாம்பல் நிறக் கூந்தல். அத்தனை விரல்களிலும் ரகம் ரகமாய் மோதிரங்கள். முத்தும் மணியும் பதித்த கத்தி மற்றும் வாள் பிடிகள். உறைகூட தங்கத் தகடித்திருந்தது. சுருக்கம் விழுந்த நெற்றியின் மத்தியில் பட்டையாய்க் கருந்திலகம்.

கருஞ்சீருடை அணிந்த இருபது வீரர்கள் கொண்ட சிறு படை, நிழலில் அமைதியாய் காத்திருந்தது. காது கேளா தூரத்தில். வாட்கள் பத்திரமாய் உறையில். ஸமீச்சியிடம் பயம் வேண்டியதில்லையென்பதை அவர்கள் அறிவர்.

மறுநாள் ஸங்கஷ்யா சென்று குரு விஸ்வாமித்ரரை அவள் வரவேற்க வேண்டும். இந்த எதிர்பாரா சந்திப்பிற்கு இது நிச்சயம் சமயமில்லை. அதுவும் இச்சந்தர்ப்பத்தில். அகம்பனனைத் தயங்க வைக்கக்கூடுமென்ற நப்பாசையில் **உண்மைத் தெய்வத்தைக்** குறிப்பிட்டாள்.

''ஆனா, அகம்பனத் தேவரே...'' சங்கடத்துடன் இழுத்தாள் ஸமீச்சி. ''...இறைவனின் செய்தி -''

''முன்னர் கூறப்பட்டது அனைத்தையும் மற,'' என்றார் அகம்பனர். ''கொடுத்த வாக்கை நினைவிலிறுத்திக் கொள்.''

ஸமீச்சி விறைத்தாள். ''ஒரு போதும் மறக்கமாட்டேன், அகம்பனத் தேவரே.''

''அதைச் செய் முதலில்.'' கைகளை உயர்த்தி நேர்த்தியாய் அழகூட்டப்பட்டிருந்த விரல் நகங்களை ஆராய்ந்தார். நளினமாய் வெட்டி, முனைகள் திருத்தி, பளபளப்பாக்கி, வெண்மையான நகச்சாயம் நாசூக்காய்ப் பூசப்பட்டிருந்தது. மெல்லிய சுட்டுவிரலின் நகத்தில் மட்டும் கருஞ்சாயம். ''ஆக, இளவரசி சீதாவின் ***ஸ்வயம்வரம்...***''

''திரும்பத் திரும்பச் சொல்ல வேண்டியதில்லை,'' ஸமீச்சி இடைமறித்தாள். ''எல்லாம் நடக்கும். அவளுடைய நன்மையும் இதில் அடங்கியிருக்கு.''

அகம்பனர் புன்னகைத்தார். ஸமீச்சியின் மரமண்டைக்குள்ளும் ஏதோ பதிந்துவிட்டது போல்தான் தெரிந்தது. ''உண்மை.''

பெருமூச்சுடன் லேசாய்த் தலையைத் தட்டிக்கொண்டாள் சீதா. ''முட்டாள் நான்.''

அந்தரங்க பூஜையறைக்குள் சென்றவள், கத்தியை எடுத்துக்கொண்டாள். அன்று ***அஸ்த்ர பூஜை*** - ஆயுதங்களைச் சம்பிரதாயமாக வழிபடும் தினம். **பூஜைக்குப்** பின் *கர்ப்பக்ரஹத்தில்*, தெய்வத்தின் காலடியிலேயே கத்தியை மறந்து வைத்துவிட்டாள் சீதா.

நல்ல வேளையாக இன்றைய பொழுதை அதில்லாமலேயே சமாளித்தாகிவிட்டது. செல்வாக்கான வியாபாரி விஜய்யின் விசுவாசம் உண்மையில் ஸங்கஷ்யாவிடம்தானேயன்றி மிதிலையிடம் அல்ல என்பது அவளுக்குள் பல நாளாய் குடிகொண்டிருந்த சந்தேகம். முன்னர், அங்காடித் தெருவில், திருடி அகப்பட்டுக்கொண்ட சிறுவனைக் குதறத் துடித்தவர்களிடமிருந்து

காக்கும் முயற்சியிலிருந்தவள் மீது ஆவேச மக்களை ஏவிவிட்டு தாக்க முயன்றான் விஜய்.

அதிர்ஷ்டவசமாக, எல்லாம் நல்லபடியாகவே முடிந்துவிட்டது. யாருக்கும் காயமில்லை - முறிந்த விலா எலும்பால் பல வாரங்கள் தவிக்கப்போகும் முட்டாள் விஜய்யைத் தவிர்த்து. மாலையோ, மறுநாளோ *ஆயுராலயம்* சென்று அவனை நலம் விசாரிக்க வேண்டும். அவசரமில்லை. அவன் விஷயத்தில் அவளுக்கு அதிக அக்கறையுமில்லை. ஆனால், குடிமக்கள் அனைவரின் - ஏழை மட்டுமல்லாது பணக்காரர்களின்... ஏன், விமோசனமற்ற முட்டாள் செல்வந்தர்களின் - நலனிலும் அவள் கொண்டிருந்த உண்மையான பற்றை நிரூபிக்க வேண்டியிருந்தது.

ஸமீச்சி எங்கே?

குரு விஸ்வாமித்ரர் மற்றும் மலயபுத்ரர் குழாத்தை - இராமனும், லக்ஷ்மணனும் சேர்த்துத்தான் - மிதிலைக்கு அழைத்து வந்துகொண்டிருந்த காவல்துறை மற்றும் அரசு சம்பிரதாயத் துறைத் தலைவர் இந்நேரம் வந்து சேர்ந்திருக்க வேண்டும்.

'தடா'லென வாயிற்காப்போனிடமிருந்து அறிவிப்பு புறப்பட்டது: மலயபுத்ரர்களின் இராணுவத் தலைவர் அரிஷ்டநேமி வந்துவிட்டார்.

"அழைச்சுக்கிட்டு வாங்க," என்றாள் சீதா உரக்க. "உரிய மரியாதைகளுடன்."

அரிஷ்டநேமி உள்ளே நுழைய, **நமஸ்தே** எனக் கரம் கூப்பியவாறு சிரம் தாழ்த்தி விஸ்வாமித்ரரின் வலக்கையை வரவேற்றாள் சீதா. "வணக்கம், அரிஷ்டநேமிஜி. மிதிலாவுலே உங்களுக்கு எல்லாம் வசதியா இருக்குன்னு நம்பறேன்."

"இல்லமாய்க் கருதும் எவ்விடமும் சௌகர்யம்தான்," அரிஷ்டநேமி புன்னகைத்தார்.

ஸமீச்சி அவருடன் இல்லையென்பதைக் கண்ட சீதா ஆச்சர்யமடைந்தாள். இது சம்பிரதாய மீறல். மூத்த அதிகாரியை மிக்க மரியாதையுடன் ஸமீச்சி தன்னறைகளுக்குத் தனிப்பட்ட முறையில் இட்டு வந்திருக்கவேண்டும்.

"மன்னிக்கணும், அரிஷ்டநேமிஜி. ஸமீச்சி உங்களைக் கூட்டிட்டு வந்திருக்கணும். அவங்க எந்த அவமரியாதையும் உத்தேசிச்சிருக்க மாட்டாங்கங்கிறது உறுதி. எதுக்கும் நான் பேசறேன்."

"அவசியமில்லை," அவளை ஆற்றுப்படுத்தும் விதமாய் அரிஷ்டநேமி கையுயர்த்தினார். "உங்களைத் தனிமையில் சந்திக்க வேண்டுமென கேட்டுக்கொண்டதே நான்தான்."

''அப்ப சரி. ஒதுக்கப்பட்ட விடுதிகளில் உங்களுக்கு திருப்திதானே? குறிப்பா குரு விஸ்வாமித்ரருக்கும் அயோத்ய இளவரசர்களுக்கும்?''

அரிஷ்டநேமி முகமலர்ந்தார். சீதா 'சடக்'கென விஷயத்திற்கு வந்துவிட்டாள். ''அரண்மனையில் தனக்கென ஒதுக்கப்பட்டுள்ள அறைகள் குறித்து குரு விஸ்வாமித்ரருக்கு மகிழ்ச்சியே. ஆனால், இளவரசர்கள் ராமனும் லக்ஷ்மணனும் தேனிக் குடியிருப்பில் தங்க வைக்கப்பட்டுள்ளனர்.''

''தேன்கூட்டிலா?!'' சீதா அதிர்ந்தாள்.

ஸமீச்சிக்கென்ன பைத்தியமா?

அவள் மனதைப் படித்துவிட்டது போல் அரிஷ்டநேமி தொடர்ந்தார். ''உண்மையில், இளவல்கள் அங்கே தங்க வேண்டுமென முடிவெடுத்தது குருஜிதான்.''

''ஏன்?'' எரிச்சலுடன் கைகளை உயர்த்தினாள் சீதா. ''அவங்க அயோத்யாவின் இளவரசர்கள் இல்லையா? ராமன் சாம்ராஜ்யத்துக்கே பட்டத்து இளவரசராச்சே? மிகப்பெரிய அவமானமாகத்தான் இதை அயோத்யா கருதும். இதனால மிதிலா பிரச்சனையில சிக்கறதுல எனக்குச் சம்மதமில்ல -''

''இளவரசர் ராமன் இதை அவமதிப்பாகக் கருதவில்லை,'' இடைமறித்தார் அரிஷ்டநேமி. ''மிக அபூர்வ புரிதல் கொண்ட முதிர்ந்த மனிதர், அவர். இப்போதைக்கு மிதிலையில் அவர் இருப்பை ரகசியமாக வைத்துக்கொள்ள வேண்டியது அவசியம். நீங்களே கூட சில நாட்கள் அவரைச் சந்திக்காமல் இருப்பது உசிதம்.''

''ரகசியமா?'' சீதாவின் பொறுமை வெகுவேகமாய்க் குறைந்து வந்தது. ''*ஸ்வயம்வரத்*துல கலந்துக்கறவரை எப்படி ரகசியமா வெச்சுக்கறது அரிஷ்டநேமி*ஜி*? அவர் வந்ததே இதுக்குத்தானே?''

''ஒரு பிரச்சனை கிளம்பியிருக்கிறது, இளவரசி.''

''என்ன பிரச்சனை?''

அரிஷ்டநேமி பெருமூச்செறிந்தார். சில கணங்கள் தயங்கியவர், மெல்லக் கிசுகிசுத்தார். ''ராவணன்.''

''இதுவரை நீ அவரைச் சந்திக்காததும் உன் முன்யோசனையைக் காட்டுது,'' என்றாள் ஸமீச்சி.

அரசாங்க படைக்கலக்கிடங்கில் இருந்தனர் அவளும் சீதாவும். அரசகுலத்தாரின் அந்தரங்கப் பிரியத்திற்குரிய ஆயுதங்களுக்கென

ஒரு பிரத்யேக அறையே ஒதுக்கப்பட்டிருந்தது. நாற்காலியில் அமர்ந்தபடி ருத்ரபகவானின் மகத்தான **பிநாகத்தை** மிக நாசூக்காய் எண்ணையிட்டுப் பராமரித்துக்கொண்டிருந்தாள் சீதா.

அரிஷ்டநேமியுடனான பேச்சுவார்த்தை அவளைக் கலக்கியிருந்தது. மலயபுத்ரர்கள் தீட்டியிருந்த திட்டங்கள் குறித்து அவளுக்குச் சில ஊகங்கள் ஏற்பட்டிருந்தது நிஜம். அவற்றுக்குத் தான் அத்தியாவசியம் என்பதால் தன்னை மீறமாட்டார்கள் - ஆனால் இராமன் அவ்விதம் அல்லவே?

யார்கிட்டேயாவது பேச முடிஞ்சா நல்லாயிருக்கும். ஹனுண்ணாவோ ராதிகாவோ மட்டும் இங்கே இருந்தா...

ஏற்கனவே 'பளபள'வென்றிருந்த வில்லிற்கு மேலும் மெருகேற்றியபடி ஸமீச்சியை ஏறிட்டாள் சீதா.

பதற்றத்துடன் காணப்பட்ட ஸமீச்சி, மிக்க சஞ்சலமுற்றிருந்ததாகத் தோன்றியது. "உன்கிட்டே ஒண்ணு பகிர்ந்துக்கணும். மத்தவங்க என்ன சொன்னாலும் சரி - இதுதான் சீதா உண்மை. இளவரசர் ராமன் உயிருக்கு ஆபத்து. எப்படியாவது அவரை ஊருக்கு அனுப்பிடு."

எண்ணையிடுவதை நிறுத்திய சீதா, நிமிர்ந்தாள். "பிறந்த நாள்ளேர்ந்து அவர் உயிருக்கு ஆபத்துதான்."

ஸமீச்சி மறுப்பாய்த் தலையசைத்தாள். "இல்லை. நான் சொல்றது நிஜமான ஆபத்து."

"பொய்யான ஆபத்துன்னு ஏதாவது இருக்கா, ஸமீச்சி? அப்படியொண்ணும் -"

"தயவு செய்து நான் சொல்றதைக் கேளு -"

"எதை மறைக்கறே, ஸமீச்சி?"

ஸமீச்சி விறைத்தாள். "எதுவுமில்லை, இளவரசி."

"கொஞ்ச நாளாவே உன் நடவடிக்கையெல்லாம் விசித்திரமா இருக்கு."

"அதை விடு. நான் முக்கியமில்ல. உனக்கு நன்மையில்லாத எதையாவது சொல்லியிருக்கேனா? என்னை நம்பு. முடிஞ்சா, இளவரசர் ராமனைத் திருப்பியனுப்பு."

சீதா அவளை வெறித்தாள். "நடக்காது."

"இங்கே உனக்குத் தெரிஞ்சதை விட மகத்தான சக்திகள் அதிகாரம் செலுத்துது, சீதா. எதுவும் உன் கட்டுப்பாட்டுல இல்லை. என்னை நம்பு. தயவு செஞ்சு. அவருக்கு எதுவும் ஆகறதுக்கு முந்தி அனுப்பிடு."

சீதா பதில் சொல்லவில்லை. பிநாகத்தை ஏறிட்டவள், மீண்டும் எண்ணை ஏற்றுவதில் முனைந்தாள்.

ருத்ர பகவானே, நான் என்ன செய்யணும்...?

— ௫௭ —

"என் சக மிதிலர்கள் கைதட்டினாங்களா? நிஜமாவா?" சீதாவின் கண்கள் அவநம்பிக்கையில் விரிந்தன.

அவளது பிரத்யேக அலுவலறைக்குள் அப்போதுதான் நுழைந்திருந்தார் அரிஷ்டநேமி. எதிர்பார்த்த, ஆனால், கலவரமூட்டும் செய்தியுடன். சீதாவின் **ஸ்வயம்வரத்தில்** கலந்துகொள்ளும் உத்தேசத்துடன் மிதிலா வந்திருந்தான் இராவணன். **பிரசித்தி பெற்ற பறக்கும் வாகனமாகிய அவனது புஷ்பகவிமானம்** சில நொடிகளுக்கு முன்னர்தான் நகருக்கு வெளியே இறங்கியிருந்தது. உடன் சகோதரன் கும்பகர்ணனும், முக்கிய அதிகாரிகள் சிலரும் இருந்தனர். ஏறக்குறைய பத்தாயிரம் வீரர்கள் கொண்ட அவனது பிரத்யேக மெய்க்காப்பாளர் படை தனியே அணிவகுத்து நகருக்கு புறத்தே தண்டிறங்கியிருந்தது.

நகரின் அகழியைத் தாண்டிய வயல்வெளிகளில் இறங்கிய **புஷ்பகவிமானம்** கண்டு மிதிலர்கள் கைதட்டி ஆரவாரித்த செய்தி கேட்டு சீதா விக்கித்தாள்.

"**புஷ்பகவிமானத்தை** முதன்முறை பார்க்கும் அநேக சாதாரணர்களுக்கு அது இயல்புதானே, சீதா," சமாதானம் சொன்னார் அரிஷ்டநேமி. "ஆனால், விஷயம் அதுவல்ல. ராமன் வெளியேறாமல் தடுக்க வேண்டும். அதுதான் முக்கியம்."

"ராமன் போறாரா? ஏன்? ராவணனுக்குத் தன் பலத்தை நிரூபிக்கிற சந்தர்ப்பத்தை வரவேற்பார்னு நினைச்சேன் -"

"இன்னும் அவர் ஒரு முடிவுக்கு வரவில்லை. ஆனால், தமையனை லக்ஷ்மணன் வற்புறுத்தி அழைத்துச் சென்றுவிடுவான் என்று அஞ்சுகிறேன்."

"ஆக, தம்பி இல்லாதப்ப நான் அண்ணன்கிட்டே பேசணும்னு எதிர்பார்க்கறீங்க?"

"ஆம்."

"நீங்க..."

"ஏற்கனவே முயன்றுவிட்டேன். பலனிருந்ததாகத் தோன்றவில்லை."

"பேசக் கூடிய வேற யாரையாவது உங்களுக்குத் தெரியுமா?"

அரிஷ்டநேமி மறுப்பாய்த் தலையசைத்தார். ''குரு விஸ்வாமித்ரர் கூட ராமன் மனதை இச்சமயம் மாற்றமுடியும் என்று தோன்றவில்லை.''

''ஆனா...''

''உசிதம் போல் செய், சீதா,'' என்றார் அவர். ''ராமன் புறப்பட்டால், *ஸ்வயம்வர*த்தை நிறுத்தித்தான் ஆக வேண்டும்.''

''ருத்ரபகவானே! என்னன்னு பேசறது? அவர் என்னைப் பார்த்ததுகூட இல்லை. இருந்துதான் தீரணும்னு எதைச் சொல்லி வற்புறுத்தறது?''

''அறியேன்.''

சீதா சிரித்துவிட்டு, தலையைக் குலுக்கிக்கொண்டாள். ''நன்றி.''

''சீதா, இதன் கஷ்டநஷ்டங்களை அறிவேன் -''

''பரவாயில்லை. நான் பார்த்துக்கறேன்.''

எப்படியாவது வழி கண்டுபிடிக்கணும். ஏதாவது ஒரு பாதை கண்ணுக்குப் புலப்படும்.

''சீதா... இன்னும் இருக்கிறது...'' அரிஷ்டநேமி வழக்கத்திற்கு மாறான இறுக்கத்துடன் காணப்பட்டார்.

''இன்னுமா?''

''நிலைமை சற்று சிக்கலானது.''

''எப்படி?''

''ஒரு வகையில்... ராமன் இங்கே... ஏமாற்றித்தான் வரவழைக்கப்பட்டார்.''

''என்னது?''

''மிதிலாவிற்கு மிக முக்கிய அலுவல் நிமித்தமாக குரு விஸ்வாமித்ரருடன் வந்ததாகத்தான் புரிந்துகொண்டிருக்கிறார். குருவின் கட்டளை எதுவாயிருந்தாலும் சிரமேற்கொண்டு நிறைவேற்றும்படி சக்ரவர்த்தி தசரதரும் அழுத்தமாக அறிவுறுத்தியிருந்ததால், மறுக்கமுடியவில்லை. *ஸ்வயம்வர*த்தில் கலந்துகொள்ள வேண்டியிருக்கும் என்று அவருக்குக் கூறப்படவில்லை. அதாவது, மிதிலாவிற்கு வரும்வரை.''

''விளையாடறீங்களா?'' சீதா அதிர்ந்தாள்.

''ஆனால், சில நாட்களுக்கு முன் *ஸ்வயம்வர*த்தில் கலந்துகொள்ள ஒப்புக்கொள்ளவே செய்தார். திருடிய சிறுவனைக் காப்பாற்ற அங்காடித்தெருவில் நீ சண்டையிட்ட அதே தினம்...''

தலையைப் பிடித்துக்கொண்ட சீதா கண்களை மூடிக்கொண்டாள். ''மலயபுத்ரர்கள் இப்படியொரு காரியம் செய்வாங்கன்னு நான் எதிர்பார்க்கவேயில்லை.''

"சரியான முடிவுக்கு வழிவகுக்கும் எந்த உத்தியும் நியாயம்தான், சீதா."

"அதோட விளைவுகளை நான்தான் சந்திக்கணும்கிற பட்சத்துல - இல்லை."

"இறுதியாக **ஸ்வயம்வரத்தில்** கலந்துகொள்ள சம்மதம் தெரிவிக்கவே செய்தார்."

"அதாவது, ராவணன் வர்றதுக்கு முன்னாடி?"

"ஆம்."

சீதா விழிகளை உருட்டினாள். ருத்ரபகவானே, காப்பாத்துங்க.

அத்தியாயம் 19

பத்து காவலர்கள் கொண்ட மெய்க்காப்பாளர் படையுடன் தேன்கூட்டை நோக்கிச் சென்றனர் சீதா மற்றும் ஸமீச்சி. இலங்கை மன்னன், இந்தியாவின் கொடுங்கோலன் - குறைந்தபட்சம் இந்திய அரசர்களின் காலன் - இராவணன் வருகை குறித்து நகரே அல்லோலகல்லோலப்பட்டுக்கொண்டிருந்தது. ஆரவாரப் பேச்சுக்களில் அநேகம் பறக்கும் வாகனமாகிய *புஷ்பக விமானத்*தைச் சுற்றியே சுழன்றன. இலங்கையரின் அதிசயத் தொழில்நுட்பம் குறித்த தகவல்களை அறிந்து கொள்ளும் ஆர்வம் ஊர்மிளாவைக்கூட விட்டுவைக்கவில்லை. *விமானத்*தைப் பார்க்கும் நிமித்தம் தமக்கையுடன் வருவதாகப் பிடிவாதம் பிடித்திருந்தாள்.

தேனி வளாகத்தின் எல்லையில், ஏறக்குறைய கோட்டை மதில்வரை வந்தாயிற்று. அகழி தாண்டி, வனத்திற்குச் சற்று முன் இறங்கியிருந்தது *புஷ்பகவிமானம்.* சீதாவையே அக்காட்சி அதிசயத்தில் ஆழ்த்தியது.

மிகப்பெரும் கூம்பு வடிவ *விமானம்,* பரிச்சயமற்ற அரிய உலோகத்தால் உருவாக்கப்பட்டிருந்தது. மேலே, கூர்முனையில் பிரம்மாண்டமாக ஒரு சுழல்தகடு. அடித்தளத்தில் அளவில் சிறிய பல, சுற்றிலும் பொருத்தப்பட்டிருந்தன.

''என் ஊகம் என்னன்னா,'' ஸமீச்சி துவங்கினாள். ''மேலேயிருக்கும் தகடுகள் *விமானத்*தைப் பறக்க வைக்கவும், கீழே சின்னதா இருக்கறதெல்லாம் திசையைத் தீர்மானிக்கவும் பயன்படுது.''

விமான உடலின் முக்கிய பகுதிகளில் உலோகத்திரைகளால் மூடப்பட்ட வட்டவடிவத் துளைகள் பல இருந்தன.

''*விமானம்* பறக்கும்போது திரைகள் உயருமாம்,'' ஸமீச்சி தொடர்ந்தாள். ''துளைகளுக்கு கனமான கண்ணாடிக் கவசமும் உண்டு. பிரதான வாசல் *விமானத்*தின் ஒரு பகுதிக்குப் பின்னால மறைஞ்சிருக்கு. அது சுழன்று திறந்தவுடன், கதவும் பக்கவாட்டில்

உள்ளறைக்குள் நகர்ந்துடுது. அதனால இரண்டு விதமா வழி அடைக்கப்பட்டிருக்கு.''

சீதா அவளை ஏறிட்டாள். "இலங்கை விமானங்களைப் பத்தி நிறையதான் தெரிஞ்சு வெச்சிருக்கே.''

''சேச்சே.'' மறுப்பாய்த் தலையசைத்த ஸமீச்சியின் முகத்தில் அசட்டுப் புன்னகை. "தரையிறங்கறதைப் பார்த்தேன்; அவ்வளவுதான்...''

விமானத்தைச் சுற்றிலும் ஆயிரக்கணக்கான வீரர்கள் தங்கியிருந்தனர். சிலர் உறங்கிக்கொண்டிருக்க, மற்றவர்கள் உண்டுகொண்டிருந்தனர். ஆனால், படையில் ஏறக்குறைய முக்கால் பங்கு ஆயுதம் தாங்கி, பாசறையின் முக்கியப் பகுதிகளை காவல் புரிந்துகொண்டிருந்தது. கண்காணித்துக்கொண்டிருந்தது. திடிரென வெடிக்கக்கூடிய ஆபத்துகளை எதிர்பார்த்து.

இவ்வகையான பாசறைக் காவல் முறை - மூன்றும் ஒன்றுமான பிரிவு - சீதாவிற்குப் பரிச்சயமானதே. படையில் மூன்றில் ஒரு பகுதி வீரர்கள் நான்கு நான்கு மணி நேரமாய்ச் சுழற்சி முறையில் காவலிருக்க, மற்றவர்கள் உணவுண்டு ஓய்வெடுக்கலாம்.

தற்காப்பு விஷயத்துலே லங்கர்களிடம் அசட்டை இல்லை.

"எத்தனை பேர்?" என்றாள்.

"கிட்டத்தட்ட பத்தாயிரம் வீரர்கள்,'' ஸமீச்சி பதிலளித்தாள்.

"ருத்ரபகவான் தான் காப்பாத்தணும்.''

ஸமீச்சியை ஏறிட்ட சீதா, அபூர்வக் காட்சியொன்றைக் கண்டாள். தோழி உண்மையிலேயே பதற்றமடைந்திருந்ததாகத் தோன்றியது.

அவள் தோள் மீது கரம் பதித்தாள். "கவலைப்படாதே. சமாளிச்சிடுவோம்.''

— ௫௮ —

தேனி வளாகக் கூரைக்கதவைக் குனிந்து 'டங் டங்'கென்று தட்டினாள் ஸமீச்சி. பத்து காவல்துறை அதிகாரிகள் பின்னால் நின்றனர். ஊர்மிளாவின் மீது ஆதுரமும் நிதானமும் நிறைந்த பார்வையொன்றைச் செலுத்தினாள் சீதா.

கதவை யாரும் திறக்கவில்லை.

ஸமீச்சி சீதாவை ஏறிட்டாள்.

"மறுபடியும் தட்டு,'' சீதா உத்தரவிட்டாள். "இன்னும் பலமா.''

ஸமீச்சி கீழ்ப்படிந்தாள்.

தமக்கையின் செயல்கள் இன்னமும் ஊர்மிளாவிற்கு விளங்கவில்லை. "அக்கா, நாம ஏன் -"

கூரைக்கதவு மேல்நோக்கி விசிறித் திறந்தவுடன் மௌனமானாள்.

ஸமீச்சி குனிந்து பார்த்தாள்.

அறைக்குள் இறங்கிய படிக்கட்டுகளின் ஆரம்பத்தில் நின்றான் லக்ஷ்மணன். கட்டுமஸ்தான தேகமும், பிரம்மாண்ட ஆகிருதியுமாய் அந்த இடத்தையே அவன் நிரப்பியது போல் இருந்தது. சற்றே ஆரவாரமான, ஆடம்பரமான தோற்றத்துடன் வெண்ணிறம் கொண்ட ஆணழகன். காளை போன்ற உருவம். தரித்திருந்த முரட்டு வெள்ளுடை, சாதாரண வீரர்களின் ஓய்வு நேரத்திற்குரியது: இராணுவ தோத்திக்கட்டு மற்றும் தோளினின்று சரிந்து இடையின் ஒருபுறம் முடிந்த ***அங்கவஸ்த்ரம்.*** கழுத்திலிருந்த ***ருத்ராக்ஷ*** மணிகள் ருத்ரபகவானிடத்தில் அவன் விசுவாசத்தைப் பெருமையுடன் பறைசாற்றின.

அவசியம் நேர்ந்தால் பிரயோகிக்க வாளைத் தயாராகப் பிடித்திருந்தவன், குட்டையாய் வெட்டிய கூந்தல், கருத்த சருமம் மற்றும் கட்டுமஸ்தான தேகம் கொண்டு தன்னைக் குனிந்து பார்த்த பெண்ணை நோக்கினான். ''***நமஸ்தே,*** ஸமீச்சி அவர்களே,'' என்றான் கடுமையான குரலில். ''எதன் பொருட்டு இந்த விஜயம்?''

அவளது புன்னகை நிலைகுலையச் செய்தது. ''வாளை உறையிலிட்டுக் கொள், இளைஞனே.''

''எதைச் செய்யணும், வேண்டாம்கிறதை நான் முடிவு பண்ணிக்கறேன். என்ன விஷயம்?''

''பிரதமர் உன் தமையனைச் சந்திக்க விரும்புகிறார்.''

லக்ஷ்மணன் திகைப்படைந்தது போல் தோன்றியது. இதை எதிர்பாராதது போல். திரும்பி, அறையின் பின்புறம் நின்றிருந்த இராமனைப் பார்த்தான். அவனிடமிருந்து சைகை வர, உடனடியாக வாளை உறையிலிட்டு, மிதிலர்கள் நுழைய வசதியாக சுவரோடு சுவராய் ஒட்டிக்கொண்டான்.

அறைக்குள் இறங்கிய ஸமீச்சியைத் தொடர்ந்த சீதா, பொறிக்கதவின் வழியே பின்னால் சைகை செய்தாள். ''இங்கேயே இரு, ஊர்மிளா.''

தன்னையறியாமல் நிமிர்ந்து பார்த்தான் லக்ஷ்மணன். ஊர்மிளாவை. மிதிலா பிரதமரை வரவேற்க இராமன் எழுந்து நிற்க, இரு பெண்களும் விரைந்து படிக்கட்டுக்களில் இறங்கினர். லக்ஷ்மணனோ, அசைவற்று நின்றான். கண்முன் விரிந்த அற்புதக் காட்சியில் மனதைப் பறிகொடுத்தபடி.

உண்மையில் அழகென்னும் தெய்வமாகவே தோன்றினாள், அந்தப் பருவ மங்கை.

தமக்கை சீதாவை விட உயரம் குறைவென்றாலும், அவளைவிட நிறம் அதிகம். பாலோ, வெண்பட்டோ என சந்தேகிக்கும்படியான வெண்சருமம். அழகிய வட்ட முகத்தில் அறியாமையும் குழந்தைத்தனமும் மிளிர்ந்த பெரிய விழிகள். ஒரு கற்றை கூடத் தப்பாமல் பந்தாய்ச் சுருட்டிய கூந்தல். கண்களின் மை கருமையைத் தூக்கிக்காட்ட, ஒரு வகைச் செங்கிழங்குச்சாற்றினால் உதடுகள் சிவந்து மின்னின. நாகரீக உடைகளேயென்றாலும், அடக்கத்தைப் பறைசாற்றின: 'பளிச்'சென்ற ரோஜா நிற மேலாடை; வழக்கத்தை விடச் சற்று நீளமாக, முழங்காலின் கீழ் தழைந்த ஆழ்ந்த சிவப்பு *தோத்தி.* நறுவிசாய் மடித்த அங்கவஸ்த்ரம் தோள்களினின்று சரிய, கொலுசும், மெட்டிகளும் பாதங்களின் அழகை அறைகூவ; மோதிரங்களும் கங்கணங்களும் மெல்லிய கரங்களை அலங்கரித்தன. மந்திரத்தால் கட்டுண்டவன் போல் நின்ற லக்ஷ்மணனின் மயக்கத்தை உணர்ந்தவள் போல் ஊர்மிளாவின் மலர்ந்த முகத்தில் புன்னகை தோன்றியது. வெட்கமும் குழப்பமும் போட்டியிட்ட கண்கள் வேறெங்கோ பார்த்தன.

திரும்பிய சீதா, ஊர்மிளாவைப் பார்த்துக் கொண்டிருந்த லக்ஷ்மணனைக் கண்ணுற்றாள். அவள் விழிகள் சற்றே அகன்றன.

ஊர்மிளாவும் லக்ஷ்மணனுமா? ஹ்ம்ம்...

''கதவைச் சார்த்து, லக்ஷ்மணா,'' என்றான் இராமன்.

தயக்கத்துடன் உத்தரவிற்குக் கீழ்ப்படிந்தான், அவன்.

இராமன், சீதாவை நோக்கித் திரும்பினான். ''உங்களுக்கு நான் எந்த வகையில் உதவலாம், இளவரசி?''

கணவனாகத் தேர்ந்தெடுத்திருந்த மனிதனைத் திரும்பிப் பார்த்தாள் சீதா. எத்தனையோ காலமாய், எத்தனையெத்தனையோ விஷயங்களைக் கேள்விப்பட்டிருந்ததில், அவனை உள்ளும் புறமும் அறிந்தது போன்ற பிரமையேற்பட்டது. இதுவரையில் அவனைப் பற்றிய அவளது எண்ணங்களனைத்தும் நிதானமான யோசனையும் பகுத்தறிவும் சார்ந்தவை. விஷ்ணு என்னும் பிறவிப்பெரும்பயனை எட்டும் பயணத்திற்குத் தக்க இணை; அவள் மிக நேசித்த புனித பூமியை, அழகிய, நிகரற்ற இந்தியத் தாய்நாட்டின் நன்மைக்காகத் தன்னுடன் ஒத்துழைக்கக்கூடிய துணை.

ஆனால் - இரத்தமும் சதையுமாய் அவனை அவள் காண்பது இதுவே முதல் முறை. கேள்வி முறையின்றி உணர்ச்சி முன்னுரிமை பெற்று பகுத்தறிவின் அனுமதியின்றி அருகில் சம்மணமிட்டு அமர்ந்தது. முதல் பார்வை, அவள் மனதில் நல்ல அபிப்ராயம் ஏற்படுத்துவதாகவும் அமைந்தது.

சீதா - மிதிலைப் போர்மங்கை

அயோத்யாவின் பட்டத்து இளவரசன் அறையின் பின்புறம் நின்றிருந்தான். இராமனின் களங்கமற்ற கருநிற சருமத்தை அணிந்திருந்த முரட்டு வெள்ளை தோத்தியும் அங்கவஸ்த்ரமும் அசாதாரணமாய் எடுத்துக் காட்டின. சுபாவமான மேன்மை, சாமான்ய ஆடைகளுக்கும் ஒரு வித நளினத்தை அளித்தது. உயரமாயிருந்தான் - சீதாவை விடச் சற்றே. அகன்ற தோள்களும், வலுவான கரங்களும், மெல்லிய, அதே சமயம் கட்டான தேகமும், தேர்ந்த வில்லாளியென சாட்சியம் கூறின. நீண்ட கூந்தல், நேர்த்தியான எளிய பந்தாய் முடிந்திருந்தது. கழுத்திலிருந்த **ருத்ராக்ஷ** மாலை, இவனும் மஹாதேவர் ருத்ரபகவான் பக்தன் என்பதை அறிவுறுத்தியது. உடலில் ஆபரணங்கள் ஏதுமில்லை; மகத்தான சூர்யவம்சி வழித்தோன்றல் - மஹா சாம்ராஜ்யாதிபதி இக்ஷ்வாகு குலத்தோன்றல் என்பதற்கான எவ்வித அடையாளமும் காணப்படவில்லை. உண்மையான பணிவும் வீரமுமே அவனது ஆளுமையினின்று வெளியானது.

பரவாயில்லையே, சீதா முகமலர்ந்தாள். *நிஜமாவே... பரவாயில்லை.*

அவள் புன்னகைத்தாள். "ஒரு நிமிஷம், இளவரசே." ஸமீச்சியைப் பார்த்தாள். "இவர்கிட்டே கொஞ்சம் தனியாப் பேசணும்."

"தாராளமாய்." ஸமீச்சி மீண்டும் படியேறி அறையினின்று விலகினாள்.

லக்ஷ்மணனை நோக்கி இராமன் தலையசைக்க, அவனும் ஆர்வமாக வெளியேறினான். நொடியில், இருவரும் தனித்திருந்தனர்.

அறையில் இருந்த நாற்காலியைப் புன்னகையுடன் சுட்டிக் காட்டினாள். "உட்காருங்க, இளவரசே."

"பரவாயில்லை."

"இல்லை, உட்காரணும்," என்றபடி சீதாவும் அமர்ந்தாள்.

அவளுக்கெதிரேயிருந்த நாற்காலியைத் தேர்ந்தெடுத்தான் இராமன். சற்று நேரம் தர்மசங்கட மௌனத்தில் கரைந்தது. "இங்கே உங்களை ஏமாத்திக் கூட்டிக்கிட்டு வந்துட்டாங்க, இல்லையா?" என்றாள் சீதா, ஒருவழியாக.

இராமன் மௌனம் சாதித்தாலும், கண்கள் பதிலைக் காட்டிக்கொடுத்தன.

"அப்புறம் ஏன் கிளம்பலை?" அவள் கேட்டாள்.

"அது சட்டத்துக்குப் புறம்பானது."

ஆக, ஸ்வயம்வரத்துல கலந்துக்கறதுன்னு முடிவு பண்ணியிருக்கார். ருத்ரபகவான் போற்றி! பரசுராம தேவர் போற்றி!

''நாளை மறுநாள் நடக்கப்போகும் ஸ்வயம்வரத்துலேயும் அந்தக் காரணத்துக்குத்தான் கலந்துக்குவீங்களோ?''

இராமன் இம்முறையும் மௌனத்தையே பதிலாகத் தேர்ந்தெடுத்தாலும், அவன் மனதில் ஏதோ உறுத்தலிருந்ததை சீதாவால் ஊகிக்க முடிந்தது.

''நீங்க அயோத்யா. சப்தசிந்துவிற்கே தலைமைப்பீடம். நானோ, மிதிலா. செல்வாக்கில்லாத சின்ன தேசம். இந்த சம்பந்தத்தினாலே என்ன பலன்?''

''கல்யாணம்கிறது வெறும் அரசியல் பிணைப்பாத்தான் இருக்கணும்கிற அவசியமில்ல. இன்னும் உத்தமமான பயனும் இருக்கலாம்.''

சீதா புன்னகைத்தாள். ''அரசியல் ஆதாயத்துக்கு மட்டும்தான் திருமண பந்தம்ங்கிறது உலகின் பொதுக் கருத்து. வேறென்ன பயன் இருக்கமுடியும்?''

இராமனிடமிருந்து பதிலில்லை. கனவு தடவியிருந்த கண்கள், அவன் வேறேதோ உலகில் சஞ்சரித்துக்கொண்டிருப்பதைக் காட்டிக்கொடுத்தன.

என் பேச்சு எதுவும் அவர் காதிலேயே விழலைன்னு தோணுது.

அவன் பார்வை தன் முகத்தை ஆராய்வதை உணர்ந்தாள். கூந்தல். கழுத்து. இதழ்களில் புன்னகை படர்வதைக் கண்டாள். கூச்சமும் சங்கடமும் விரவிய புன்னகை. அவன் முகத்தில் ஏதோ...

வெட்கப்படுறாரா, என்ன? என்ன நடக்குது இங்கே? அரசாங்கப் பணிகளில் மட்டும் தான் இவருக்கு ஆர்வம்னு எனக்கு சொல்லப்பட்டதே?

''இளவரசே?''

''மன்னிக்கணும்; என்ன?'' அவள் பேச்சில் மீண்டும் பதிந்தது அவன் கவனம்.

''கல்யாணம்கிறது அரசியல் பிணைப்பில்லாம வேறென்ன?''

''முதல்ல, அது அத்தியாவசியம் இல்லை; கல்யாணம் பண்ணிக்கிட்டே ஆகணும்கிற கட்டாயம் இருக்கக்கூடாது. பொருத்தமில்லாத ஒருத்தரோட வாழ்க்கையைப் பிணைச்சுக்கற மாதிரி கொடுமை வேற கிடையாது. நாம மதிக்கக்கூடிய, நம்ம லட்சியங்களைப் புரிஞ்சுகிட்டு, அவற்றை அடைய அனுகூலமா

இருக்கக்கூடியவங்க கிடைச்சாத்தான் கல்யாணம் செஞ்சுக்கணும். அதே போல, நாமும் அவளுடைய வாழ்க்கை லட்சியத்தை அடைய உதவலாம். அப்படிப்பட்ட ஒருத்தியைச் சந்திச்சா, திருமணத்துலே அர்த்தம் இருக்கு.''

''ஒரே பெண்ணா?'' சீதாவின் புருவங்கள் உயர்ந்தன. ''ஏகபத்தினி விரதத்தை முன்வைக்கறீங்களா? பலருக்கு இதில் உடன்பாடில்லை.''

''உலகத்திலுள்ள எல்லோரும் பலதார மணத்தை ஆதரிச்சாலும் சரின்னு ஆகிடாது.''

''அநேக ஆண்கள் - குறிப்பா பெரிய மனிதர்கள் - ஒண்ணுக்கு மேற்பட்ட பெண்களைக் கல்யாணம் பண்ணிக்கறாங்களே?''

''நான் மாட்டேன். இன்னொரு பெண்ணை மணக்கிற மாதிரி கட்டின மனைவிக்கு அவமானம் வேற இல்லை.''

அவனை ஆராய்வது போல் யோசனையுடன் சீதா மோவாயை உயர்த்தினாள். கண்கள், மரியாதையால் மென்மையடைந்தன. *அடேயப்பா... இவர் அசாதாரணமானவர்.*

அறையின் மௌனத்தில் மின்சாரம் விரவியிருந்தது. இராமனையே பார்த்துக்கொண்டிருந்தவளின் முகத்தில் 'சட்'டென பரிச்சயம் படர்ந்தது.

''அன்னைக்கு கடைவீதியில நின்னுக்கிட்டிருந்தது நீங்கதானே?'' கேட்டாள்.

''ஆமா.''

சம்பவத்தை மனக்கண் முன் கொண்டுவர முயன்றாள். ஆமா. லக்ஷ்மணனும் இருந்தான். இவர் பக்கத்துலே. இராட்சத உருவம் எல்லாத்தையும் மீறி மனசுல நின்னுடுச்சு. மறுபக்கமிருந்த கூட்டத்துல இருந்தாங்க. பார்வையாளர்களா. ஆனா, பாவப்பட்ட அந்த திருட்டுப் பையனைத் துவைக்க நினைச்ச பணக்காரங்களோட சேரலை. விஜய்யை அடிச்சு நிமிர்த்தினப்புறம் அந்தப் பையனை இழுத்துக்கிட்டுப் போறப்ப இவங்களைப் பார்த்தேன். இன்னொரு காட்சியும் பளிச்சென மனத்திரையில் விரிய, மூச்சைப் பிடித்துக்கொண்டாள். இரு... ஒரு நிமிஷம்... ராமன்... இவர் என் முன்னால சிரம் தாழ்த்தினாரா என்ன? ஏன்? இல்லை, எனக்குத்தான் தப்பா மனசுல பதிஞ்சிருச்சா?

''ஏன் என் உதவிக்கு வரலை?''

''நிலைமை உங்க கட்டுப்பாட்டுக்குள்ளே இருந்தது.''

சீதாவின் முகத்தில் லேசான புன்னகை. நொடிக்கு நொடி உயர்ந்துகிட்டே வர்றாரே...

கேள்வி கேட்பது இப்போது இராமனின் முறையாயிற்று. ''ராவணனுக்கு இங்கே என்ன வேலை?''

''தெரியலை. ஆனா, **ஸ்வயம்வர**த்தால நான் தனிப்பட்ட முறையிலே பாதிக்கப்படுறது நிச்சயம்.''

இராமனின் உடல் இறுகியது. அவனது அதிர்ச்சியை முகம் காட்டிக் கொடுக்கவில்லை. ''கலந்துக்கவா வந்திருக்கான்?''

''அப்படித்தான் சொல்றாங்க.''

''நீங்க?''

''இங்கே வந்திருக்கேன்.'' அடுத்த வாக்கியத்தை மனதிற்குள் நிறுத்திக்கொண்டாள். ***உங்களுக்காக வந்திருக்கேன்.***

''வில்வித்தையில நீங்க எப்படி?'' சீதா வினவினாள்.

சற்றே சிறிய புன்னகையை இராமன் அனுமதித்துக் கொண்டான்.

சீதாவின் புருவங்கள் உயர்ந்தன. ''அவ்வளவு திறமையா?''

அவள் நாற்காலியை விட்டு எழுந்தபோது அவனும் தொடர்ந்தான். மிதிலாவின் பிரதமர், கரங்களைப் பணிவாகக் குவித்தாள். ''ருத்ரபகவானின் அருள் தொடரட்டும், இளவரசே.''

''உங்களுக்கும்தான், இளவரசி,'' இராமனும் வணங்கினான்.

சீதாவிற்கு ஒரு யோசனை தோன்றியது. ''அரண்மனைப் பிரத்யேகத் தோட்டத்துல உங்களையும் உங்க சகோதரரையும் நாளைக்கு நான் சந்திக்கலாமா?''

இகலோகம் மறந்து இராமனின் கண்களில் மீண்டும் கனவு படர்ந்திருந்தது. ஏறக்குறைய அன்பு மேலிட சீதாவின் கரங்களை நுணுக்கமாக ஆராய்ந்துகொண்டிருந்தான். அவன் மனதில் ஓடிய எண்ணங்களை அந்தப் பரம்பொருளும் அவனும் மட்டுமே அறிவர். வாழ்க்கையில் முதல் முறையாக தன்னுணர்வின் தாக்கம் எற்பட்டதில், சீதா தர்மசங்கடமடைந்தாள். விழுப்புண்கள் நிறைந்த கைகளைப் பார்த்துக்கொண்டாள். இடக்கையில் இருந்த தழும்பு பூதாகாரமாய்த் தோன்றியது. தன்னுடைய கைகள் அழகிற்குப் பெயர் போனவை அல்ல என்பது அவளது திடமான அபிப்ராயம்.

''இளவரசே,'' என்றாள் சீதா. ''நான் கேட்டது...''

''மன்னிக்கணும்; என்ன சொன்னீங்க?'' மீண்டும் கவனத்தை அவள் பேச்சில் நிலைநிறுத்திக்கொண்டான்.

''எங்க பிரத்யேக அரண்மனைத் தோட்டத்துலே உங்களையும் உங்க சகோதரரையும் நாளை சந்திக்கலாமா?''

''தாராளமா.''

"நல்லது," கிளம்ப யத்தனித்தவள், ஏதோ நினைவுக்கு வந்தது போல் தயங்கினாள். இடையிலிருந்த சுருக்குப்பையிலிருந்து ஒரு சிகப்புக் கயிற்றை உருவினாள். "இதைக் கட்டிக்கிட்டீங்கன்னா நல்லாயிருக்கும். அதிர்ஷ்டம். தேவி கன்யாகுமரியின் அருளாசிகளைக் குறிக்கும். எனக்கும், நீங்க வந்து -"

இராமனின் கவனம் மீண்டும் எங்கோ தாவிவிட்டதை உணர்ந்து பேசுவதை நிறுத்தினாள். சிவப்புக் கயிற்றையே வெறித்தவனின் உதடுகள், இரு வரிகள் கொண்ட ஏதோ ஒரு ஸ்லோகத்தை முணுமுணுத்தன. திருமணச் சடங்குகளில் சம்பிரதாயமாய் உச்சாடனம் செய்யப்படும் மந்திரம்.

அதை நன்கு அறிந்த சீதாவால், இராமன் மௌனமாய் உச்சரித்த ஸ்லோகத்தை, உதட்டசைவு கொண்டே ஊகிக்கமுடிந்தது.

மாங்கல்ய தந்துனானேனா பவ ஜீவன ஹே துமே...

பழைய ஸம்ஸ்க்ருதம். **நான் அளிக்கும் இப்புனிதக் கயிற்றை ஏற்று, என் பிறவியின் பயனாக வேண்டும்...**

பொங்கி வந்த சிரிப்பை மிகுந்த பிரயத்தனம் செய்து அடக்கிக்கொண்டாள்.

"இளவரசே," என்றாள் சீதா உரக்க. "ராமா?"

உள்ளத்தில் எதிரொலித்த திருமண மந்திரம் சட்டென்று அடங்க, இராமன் நிமிர்ந்தான். "மன்னிக்கணும். என்ன?"

அவள் முகத்தில் பணிவான புன்னகை. "நான் சொல்ல வந்தது..." நிறுத்திக்கொண்டாள். "பரவாயில்லை. கயிறை இங்கேயே வெச்சுட்டுப் போறேன். உங்களுக்கு சம்மதம்னா, கட்டிக்குங்க."

மேஜையின் மீது அதை வைத்துவிட்டு, படியேறத் துவங்கினாள். கதவினருகே வந்தவள், இறுதியாக ஒரு முறை திரும்பிப் பார்த்தாள். வலது உள்ளங்கையில் கயிற்றை வைத்திருந்தான் இராமன். பக்தி விசுவாசத்துடன் அதையே உற்று நோக்கிக் கொண்டிருந்தான். உலகிலேயே புனிதமான பொருளைக் கண்டுவிட்டது போல்.

சீதாவின் முகத்தில் மீண்டும் புன்னகை. இது நிச்சயம் எதிர்பாராதது...

அத்தியாயம் 20

தன்னறையில் தனித்து அமர்ந்திருந்தாள் சீதா. ஆச்சர்யத்தில். ஒரு வித ஆனந்தத் திகைப்பில்.

லக்ஷ்மணனுக்கும் ஊர்மிளாவுக்குமிடையேயான பேச்சு வார்த்தை குறித்துத் தகவலளித்திருந்தாள் ஸமீச்சி. தங்கை மீது அவன் பித்தாகிவிட்டது வெட்டவெளிச்சம். தமையன் மீதிருந்த அபரிமிதப் பெருமையும் வெளிப்படை. இராமனைப் பற்றிப் பேசாமல் இருக்க முடியவில்லை அவனால். திருமணம் பற்றிய அண்ணனது கருத்துக்களையும் லக்ஷ்மணன் அவர்களிருவரிடத்தில் பகிர்ந்துகொண்டிருந்தான். சாதாரணப் பெண்ணை மணந்துகொள்வதில் அவனுக்கு விருப்பமில்லையாம். தன்னை மீறிய மரியாதையால் எவள் முன் சிரம் தாழ்கிறதோ, அவள்தான் வேண்டுமாம்.

சீதாவிடம் இதை விவரிக்கையில் சிரித்துவிட்டாள் ஸமீச்சி. ''தர்மம், நியாயம்னு பித்துப்பிடிச்சு அலையற பள்ளிக்கூடப் பையன் மாதிரி இருக்கான், ராமன்,'' என்றாள். ''இன்னும் முதிர்ச்சியடையலை. வெறுப்பின் சாயலே இல்லை. யதார்த்தம் தெரியலை. சொல்றதைக் கேளு: அவனுக்கு எதுவும் ஆகறதுக்கு முந்தி, அயோத்யாவுக்குத் திருப்பி அனுப்பிடு.''

முகம் மாறாமல் அவள் சொல்வதை சீதா கேட்டுக்கொண்டாலும், ஒன்றே ஒன்று மட்டும்தான் மனதில் ரீங்கரித்தது - மரியாதை மேலிட தன்னையறியாமல் சிரம்தாழக்கூடிய பெண்ணைத்தான் இராமன் மணமுடிக்க விரும்பினான்.

என்னை வணங்கினாரே...

'களுக்'கெனச் சிரித்தாள். இதெல்லாம் அவளுக்கு வழக்கமில்லை. விசித்திரமாக இருந்தது. என்ன இது, சின்னப் பெண்ணைப் போல...

தன் உருவத்தில் இதுகாறும் சீதா கவனம் செலுத்தியதில்லை. ஏனோ, இப்பொழுது நேர்த்தியாய் மெருகேற்றப்பட்ட தாமிர கண்ணாடிக்கு அருகில் சென்று தன்னை ஆராய்ந்துகொண்டாள்.

ஏறக்குறைய இராமனின் உயரம். மெலிதான உடல்வாகு. கட்டுமஸ்தான தேகம். கோதுமை நிறம். வட்ட முகம், உடலின் பிற பாகங்களைவிடச் சற்றே வெளுத்திருந்தது. உயர்ந்த கன்னக் கதுப்புகள்; கூர்த்த, சிறிய நாசி. தடித்துமல்லாத, மெலிதாயுமல்லாத உதடுகள். அகன்ற விழிகள் பெரிதுமில்லை; சிறிதுமில்லை; சுருக்கமற்ற இமைகளின் மீது கச்சிதமாக வளைந்த அழுத்தமான புருவங்கள். கருகருவென நீண்ட கூந்தல் பின்னலிட்டு நேர்த்தியான பந்தாய்ச் சுருட்டியிருந்தது. எப்போதும் போல்.

இமாலயத்தைச் சேர்ந்த மலைமக்களைப் போல் தோற்றமளித்தாள்.

ஒரு வேளை அதுதான் தன் பூர்வீகமோ? இந்தக் கேள்வி அவளைப் பீடிப்பதும் இது முதன்முறையல்ல.

முன்கையை அலங்கரித்த தழும்பொன்றைத் தடவிப் பார்த்து முகம் சுளித்தாள். ஒரு காலத்தில், இதே விழுப்புண்கள் குறித்து அவள் பெருமிதமடையாத நாளேயில்லை. ஒரு காலத்தில்.

என்னை அவலட்சணமா காட்டுதோ?

மறுப்பாய்த் தலையசைத்துக் கொண்டாள்.

இராமன் மாதிரி ஒருத்தர் என் விழுப்புண்களை மதிப்பார். இது போர்வீரன் உடல்.

மீண்டும் சிரித்துக்கொண்டாள். தன்னை இவ்விதம் கருதித்தான் அவளுக்கு வழக்கம். இளவரசியாக. ஆட்சியாளராக. சமீபகாலமாய், மலயபுத்ரர்கள் உபயத்தில் விஷ்ணுவாய்ப் பார்க்கப்படுவதும் பழகிவிட்டிருந்தது. ஆனால் இது? இது புதிது. இப்பொழுதென்னவோ தான் *அப்ஸரஸ்* போல, கற்பனைக்கெட்டாத அற்புத சௌந்தர்யம் கொண்ட *தேவமங்கை* போலிருக்கும் உணர்வு மேலிட்டது. கண்ணிமைகளைப் 'படபட'வென பட்டாம்பூச்சிபோல் கொட்டியே அவளுடையவனை போகிறபோக்கில் நிறுத்தக்கூடியவளைப் போல். போதையேற்றியது அவ்வெண்ணம்.

அழகிய பெண்கள் மீது அவளுக்கு இதுவரை மரியாதை இருந்ததில்லை. ஆழமற்ற எண்ண ஓட்டம் கொண்டவர்களென குறைவாகவே மதிப்பிட்டிருந்தாள். இனி இல்லை.

இடையின் மீது கரம் பதித்தவள், ஓரக்கண்ணால் தன்னை அளந்துகொண்டாள்.

தேனிச்சதுக்கத்தில் இராமனுடன் கழித்த நிமிடங்களை மீண்டும் மனத்திரையில் ஓட்டிப் பார்த்துக்கொண்டாள்.

ராமா...

இது புதிது. அசாதாரணமானது. மீண்டும் 'களுக்'கென சிரிப்பு பீறிட்டது.

கூந்தலை அவிழ்த்துவிட்டுக்கொண்டு கண்ணாடியில் தெரிந்த பிம்பத்தைப் பார்த்துப் புன்னகைத்துக்கொண்டாள்.

இது ஒரு அழகான பந்தத்தின் ஆரம்பம்.

—ॐ—

அயோத்யாவுடையதுடன் ஒப்பிட்டால், மிதிலா அரண்மனை நந்தவனம் எளிமையாகத்தான் விளங்கியது. அப்பிரதேசத்திற்குரிய மரம், கொடிகள் மற்றும் மலர்ப்படுகைகள் மட்டுமே அங்கு காணப்பட்டன. திறமையான தோட்டக்காரர்கள்தான் பூங்காவின் எழிலுக்குக் காரணமேயொழிய, கஜானாவின் செல்வச் செழிப்பல்ல. நேர்த்தியாய் வடிவமைக்கப்பட்ட தோட்டம், நன்கு பராமரிக்கப்பட்டிருந்தது. அடர்ந்த புல்வெளிப் பச்சைக்கு மாற்றாய் வண்ண மலர்ச்செடிகளும், மனோகர வடிவமும் நிறமும் கொண்ட மரங்களும் கண்ணைப் பறித்தன. சீரான ஒழுங்குமுறையுடன் அழகின் சொரூபமாய் இயற்கை மிளிர்ந்தது.

நந்தவனத்தின் பின்புறமிருந்த திறந்தவெளியில் சீதா மற்றும் ஊர்மிளா காத்திருந்தனர். லக்ஷ்மணனுடன் இன்னும் சற்று நேரம் கழிக்க ஏதுவாகவே அவளையும் வரச் சொல்லியிருந்தாள் சீதா. இதில் இன்னொரு நன்மையும் இருந்தது: மிக்க சந்தேகத்துடன் லக்ஷ்மணன் அவர்களருகிலேயே நின்று வெறிப்பது தவிர்க்கப்பட்டு, இராமனுடன் தனியே தனக்குச் சில நிமிடங்கள் கிடைக்கக்கூடும்.

அயோத்ய இளவல்களை அழைத்து வரும் நிமித்தம் வாயிலருகே காத்திருந்த ஸமீச்சி, சற்று நேரத்தில் இராமலக்ஷ்மணர்களுடன் வந்து சேர்ந்தாள்.

மாலை வானம் இவருடைய பிரகாசத்தை அதிகரிக்குதே... அலைபாயும் உள்ளத்தையும் துடிக்கும் இதயத்தையும் 'சட்'டெனக் கட்டுப்படுத்தினாள் சீதா.

''**நமஸ்தே,** இளவரசி,'' இராமன் சீதாவிடம் வந்தான்.

''**நமஸ்தே,** இளவரசே,'' என்ற சீதா, சகோதரியிடம் திரும்பினாள். ''என் தங்கை ஊர்மிளாவை அறிமுகப்படுத்த விரும்பறேன்.'' சகோதரர்களை நோக்கிச் சைகை செய்தபடி, தொடர்ந்தாள். ''ஊர்மிளா, இவர்கள் அயோத்ய இளவரசர்கள், இராமலக்ஷ்மணர்கள்.''

சீதா - மிதிலைப் போர்மங்கை

"நேத்திக்கே இவங்களைச் சந்திக்கும் வாய்ப்பு எனக்குக் கிடைச்சுதே," லக்ஷ்மணனுக்கு வாயெல்லாம் பல்.

அவனைப் பணிவாக நமஸ்கரித்த ஊர்மிளா, இராமனிடமும் திரும்பி வணக்கம் தெரிவித்தாள்.

"இளவரசர்கிட்டே மறுபடியும் கொஞ்சம் தனியா பேசணும்," விண்ணப்பித்தாள் சீதா.

"தாராளமாக," ஸமீச்சி உடனடியாக உடன்பட்டாள். "அதற்கு முன், தனியாக நான் ஒரு வார்த்தை பேச அனுமதியுண்டா?"

சீதாவை சற்று விலக்கி அழைத்துச் சென்றவள், காதில் கிசுகிசுத்தாள். "நான் சொன்னதை தயவு செஞ்சு மனசுல வெச்சுக்கோ. ராமன் விகல்பமில்லாதவன். அவன் உயிருக்கு நிஜமான ஆபத்து. தயவு செஞ்சு திருப்பி அனுப்பிடு. இதுதான் நமக்கிருக்கற கடைசி சந்தர்ப்பம்."

ஸமீச்சியின் வார்த்தைகளை அட்சரமும் மதிக்கும் எண்ணமற்ற சீதா, பட்டுக்கொள்ளாமல் புன்னகைத்தாள்.

இராமனைச் 'சட்'டென ஒரு பார்வை பார்த்துவிட்டு கையைப்பிடித்து ஊர்மிளாவை ஸமீச்சி இட்டுச் சென்றபோது பின்தொடர்ந்தான் லக்ஷ்மணன்.

இராமன் சீதாவை நோக்கி நடந்தான். "என்னை ஏன் சந்திக்க விரும்பினீங்க, இளவரசி?"

ஸமீச்சியும் மற்றவர்களும் விலகிவிட்டதை நிச்சயித்துக்கொண்டு பேச்சைத் துவங்க இருந்தவளின் கண்கள் சட்டென அவனது வலது மணிக்கட்டில் மிளிர்ந்த சிவப்புக் கயிற்றில் நிலைக்க, முகம் மலர்ந்தது.

கயிறைக் கட்டியிருக்கார்.

"ஒரு நிமிஷம், இளவரசே," என்றாள்.

மரத்தின் பின்புறம் சென்றவள், நீளமாய்த் துணி சுற்றப்பட்ட ஏதோவொன்றைக் குனிந்து எடுத்து, இராமனிடன் கொண்டுவந்தாள். ஆர்வத்தில் அவன் புருவங்கள் முடிச்சிட்டன. துணியை சீதா விலக்க, உள்ளே துலங்கியது நுணுக்க வேலைப்பாடமைந்த, வழக்கத்தை விட நீளமான வில். மிக நீண்ட தூரம் அம்பெய்யக்கூடிய திறனை மறுபுறம் வளைந்த நுனிகள் பறைசாற்ற, அற்புதமாய் வடிவமைக்கப்பட்ட முழுமையான ஆயுதம். உட்பக்கம் பிடியின் மேலும் கீழும் பொறித்திருந்த குறியீட்டைக் கவனமாய் ஆராய்ந்தான் இராமன். நெருப்பிற்கு அதிபதியான அக்னிபகவானைக் குறிக்கும் தீப்பிழம்புகள். பக்தியும் விசுவாசமும் தூண்டும் இந்த உன்னத தெய்வத்திற்கே

ரிக்வேதத்தின் முதல் ஸ்லோகம் சமர்ப்பணம். ஆனால் தீப்பிழம்பின் இந்த வடிவம் சற்றே மாறுபட்டிருந்தது.

துணிப்பையினின்று பட்டையான, நீள மரப்பீடத்தை எடுத்துத் தரையில் சம்பிரதாயமாக வைத்த சீதா, இராமனை ஏறிட்டாள். ''இந்த வில் தரையில் படக்கூடாது.''

அப்படியென்ன இதன் முக்கியத்துவம் என்னும் ஆர்வம் இராமனின் முகத்தில் வெளிப்படையாகவே பளிச்சிட்டது. வில்லின் அடிப்பாகத்தை பீடத்தின் மீது நிறுத்திப் பாதத்தால் ஸ்திரப்படுத்திக்கொண்ட சீதா, வலக்கையால் மறுமுனையை வலிமையாக இழுக்க முற்பட்டாள். அதிபலம் கொண்ட அந்த வில்லை அசைப்பது சாமான்யமல்லவென்பதை அவள் தோள் மற்றும் மேல்கைகளின் இறுகிய தசைகளைக் கொண்டு இராமன் ஊகித்தான். இடது கையால் நாணை இழுத்துச் 'சடக்'கெனப் பூட்டி முனையை விடுவித்து, வில் மெள்ள மீண்டும் நிமிர்ந்தவுடன் சற்றே தளர்ந்து ஆசுவாசப் பெருமூச்சுவிட்டாள். பலம் வாய்ந்த நாணின் கட்டுப்பாட்டிற்கு மகத்தான வில் பொருந்திக்கொண்டது. இடது கையால் வில்லைப் பற்றியவள், நாணை ஒரு முறை இழுத்து விடுவிக்க, டங்காரத்வனி ஓங்கி ஒலித்தது.

நாதத்தைக் கொண்டே வில்லின் பிரக்யாதியை இராமன் கணித்துவிட்டான். ''அடேயப்பா. அருமையான வில்.''

''இருப்பதிலேயே மகத்தானது.''

''உங்களுடையதா?''

''இப்படிப்பட்ட வில் எனக்குச் சொந்தமாக முடியாது. நான் பாதுகாவலர்; அவ்வளவுதான். என் காலம் முடிஞ்ச பிறகு வேற ஒருத்தர் பொறுப்பை ஏற்கணும்.''

பிடியைச் சுற்றிப் பொறித்திருந்த தீநாக்குகளை தீவிரமாய் ஆராய்ந்த இராமனின் கண்கள் சுருங்கின. ''இந்தத் தீப்பிழம்புகளைப் பார்த்தா கொஞ்சம் -''

இத்துணை விரைவாய் சூட்சுமத்தை அவன் விளங்கிக்கொண்டதில் ஏற்பட்ட மரியாதையுடன், சீதா இடைமறித்தாள். ''நாம ரெண்டு பேருமே பூஜிக்கிற ஒருத்தருக்குத்தான் இந்த வில் ஒரு காலத்துல சொந்தம். இப்பவும் அவர்தான் இதுக்குரியவர்.''

அதிர்ச்சியும் திகைப்பும் கண்களில் போட்டியிட வில்லைப் பார்த்த இராமனின் சந்தேகம், நிவர்த்தியடைந்தது.

''ஆமா.'' சீதா புன்னகைத்தாள். ''இதுதான் *பிநாகம்.*''

முந்தைய மஹாதேவர் ருத்ரபகவானின் மகத்தான இவ்வாயுதம், உலகிலேயே பலம் பொருந்தியதெனப் பெயர் பெற்றது. எத்தனையோ கருப்பொருட்களின் கலவையைக் கொண்டு

தயாரிக்கப்பட்ட *பிநாகம்,* காலப்போக்கில் சீரழிந்துவிடாமலிருக்க பல இரசாயனச் சோதனைகளுக்கு உட்படுத்தப்பட்டிருந்தது. இப்பேர்ப்பட்ட வில்லைப் பராமரிப்பதும் சுலபமல்ல என்பதே பெருவாரியான நம்பிக்கை. பிடி, உடற்பகுதி மற்றும் நுனிகளைப் பிரத்யேக எண்ணெய் கொண்டு பேண வேண்டும்.

அற்புத அழகு படைத்த ஆயுதத்தினின்று கண்களை எடுக்கமுடியாதவனாக, ''*பிநாகம்* எப்படி மிதிலா கைக்கு வந்தது ?'' என்றான் இராமன்.

''பெரிய கதை,'' என்றாள் சீதா. உண்மைக் காரணத்தை அவனிடம் வெளியிட முடியாது - இப்போதைக்காவது - என்பதை அவள் அறிவாள். ''ஆனா, இதைக் கொண்டு நீங்க பயிற்சி யெடுக்கணும்கிறது என் விருப்பம். நாளைக்கு **ஸ்வயம்**வரப் போட்டியில பயன்படப்போற வில் இதுதான்.''

தன்னையறியாமல் இராமன் ஓரடி பின்வாங்கினான். **ஸ்வயம்**வரங்கள் பலவகை; அவற்றில் இரண்டு - மணப்பெண் தனக்கானவனை நேரடியாகத் தேர்வு செய்வது; அல்லது போட்டி நடத்தும்படி பணிப்பது. வெற்றிவீரன் அவளை மணந்துகொள்வான். ஆனால், இங்கே நடப்பது சம்பிரதாயத்திற்குப் புறம்பானது; முன்னரே மணமகனுக்குப் போட்டி தெரிவிக்கப்பட்டு, உதவியும் அளிக்கப்படுவது விதிமுறைகளுக்கே விரோதம்.

இராமன் தலையசைத்து மறுத்தான். ''ருத்ரபகவான் கையாண்ட வில்லைப் பிரயோகிக்கிறதென்ன, *பிநாகத்தைத்* தொட்டுத் தூக்கறதே பாக்கியம்தான். ஆனா, அதையும் நாளைக்குத்தான் செய்வேன். இன்னைக்கில்ல.''

சீதாவின் முகம் சுணக்கமடைந்தது. ***என்னது? என்னைக் கல்யாணம் செஞ்சுக்க விருப்பமில்லையா?*** ''போட்டியில ஜெயிச்சு என்னை மணக்க விரும்பறீங்கன்னு நினைச்சேன்.''

''விரும்பத்தான் செய்யறேன் - ஆனா, முறையா ஜெயிக்க நினைக்கறேன். போட்டி விதிகளைக் காப்பாத்தியே வெற்றியடைவேன்.''

புன்னகைத்த சீதா, தலையசைத்துக்கொண்டாள். ***இவர் உண்மையிலேயே அபூர்வமானவர் தான். ஒண்ணு, எல்லாராலும் சுலபத்துல ஏமாத்தப்பட்டவர்னு வரலாற்றுல இடம் பிடிப்பார். அல்லது, உலகின் மிக மகத்தான பிறவியா என்னென்னைக்கும் நினைவில் நிற்பார்.***

இராமனை மணமுடிக்கத் தேர்ந்தெடுத்தது குறித்து மகிழ்ந்தாள் சீதா. இருந்தாலும், இதயத்தின் ஒரு மூலையில், கவலை 'சுருக்'கென்று தைத்தது. இவன் துன்பப்படப்போகிறான். உலகம் அவனைத் துன்புறுத்தும். அவன் வாழ்க்கை குறித்து அவள்

அறிந்தவற்றைக் கொண்டு பார்த்தால், இதற்குள்ளாகவே அவன் பலவிதங்களில் கஷ்டத்தைப் பார்த்தாயிற்று.

''உங்களுக்கு அதில் சம்மதமில்லையா?'' இராமனின் முகம் சற்றே வாடியது.

''அப்படியில்லை. மனசுல மரியாதை தோணுது. நீங்க அசாதாரணமானவர், இளவரசே.''

இராமனின் முகத்தில் இரத்தம் பாய்ந்தது.

மறுபடி வெட்கப்படறார்...!

''நாளைக் காலை நீங்க அம்பெய்யறதைப் பார்க்க ஆவலா இருக்கேன்,'' என்றாள் சீதா புன்னகையுடன்.

''உதவியை மறுத்துவிட்டாரா? உண்மையாகவா?'' ஜடாயூவின் குரலில் ஆச்சர்யம் விரவியிருந்தது.

வழக்கமான களமாய் மாறிவிட்ட - நகருக்கு வடக்கே, இராவணனின் தற்காலிக பாசறையினின்று எவ்வளவு முடியுமோ, அத்துணை விலகியிருந்த - வனப்பகுதியில் அவரும் சீதாவும் சந்தித்திருந்தனர்.

''ஆமா,'' என்றாள் சீதா.

புன்னகையுடன் தலையைக் குலுக்கிக்கொண்டார் ஜடாயூ. ''இவர் சாதாரணமானவர் இல்லை.''

''இல்லதான். ஆனா, அதை மலயபுத்ரர்களும் ஏற்கறாங்களான்னுதான் தெரியலை.''

தங்களது மகத்தான தலைவர் செவியை இவ்வார்த்தைகள் எட்டிவிடக்கூடும் என அஞ்சுவது போல் ஜடாயூ தன்னையறியாமல் மரங்களைச் சுற்றிப் பார்வையை வீசினார். விஸ்வாமித்ரருக்கு இராமனைப் பிடிக்கவில்லையென்பதை அவர் அறிவார். *மஹரிஷி*யைப் பொறுத்தவரை, இலட்சியம் முழுமையடைய அயோத்ய இளவரசன் ஒரு கருவி மட்டுமே.

''பரவாயில்லை. நீங்க பேசறது எதுவும் அவர் வரைக்கும்...'' பெயரை உச்சரிக்கவில்லை சீதா. ''ராமனைப் பத்தி என்ன நினைக்கறீங்க?''

''பலவிதத்தில் அபூர்வமானவர், சகோதரி,'' ஜடாயூவின் கிசுகிசுப்பில் ஏராள எச்சரிக்கை. ''நாட்டுக்கு இப்போது தேவையானவர் என்று கூட சொல்லலாமோ, என்னவோ? சட்டம் மற்றும் நேர்மை மீது அவருக்கிருக்கும் பித்து; இம்மகத்தான

தேசம் மீது அவர் வைத்திருக்கும் அபரிமிதப் பற்று; தான் உட்பட அனைவரிடமும் அவர் கொண்டுள்ள அதீத எதிர்பார்ப்பு...''

மனதில் கனத்த கேள்வியை சீதா ஒரு வழியாகக் வெளியிட்டாள். ''நாளைக்கு - *ஸ்வயம்வர*த்துல - ராமன் விஷயத்துல மலயபுத்ரர்கள் வகுத்திருக்கிற திட்டம் பத்தி நான் தெரிஞ்சுக்க வேண்டியது ஏதாவது...?''

மௌனம் சாதித்த ஜடாயூவின் பதற்றம் வெட்டவெளிச்சமாயிருந்தது.

''என்னைச் சகோதரின்னு கூப்பிடறீங்க, ஜடாயூ*ஜி*. இது என் வருங்கால கணவரைப் பற்றின சமாச்சாரம். தெரிஞ்சுக்க எனக்கு உரிமையிருக்கு.''

தரையை வெறித்தார் அவர். மலயபுத்ரர்களிடமிருந்த விசுவாசத்திற்கும், சீதையிடமிருந்த பக்திக்கும் இடையே போராடியபடி.

''தயவு பண்ணுங்க ஜடாயூ*ஜி*. எனக்குத் தெரியணும்.''

நிமிர்ந்தவர், பெருமூச்செறிந்தார். ''எங்கள் கங்கை *ஆசிரம*த்திற்கருகே கலவரமான *அசுரர்* கூட்டமொன்றின் மீது நடந்த தாக்குதல் குறித்து தாங்கள் அறிவீர்கள்தானே?''

தனக்கேற்பட்டிருந்த மிகத் ''தீவிர'' இராணுவச் சிக்கலொன்றைத் தீர்க்க இராமலக்ஷ்மணர்களின் உதவி கோரி அயோத்யா சென்றிருந்தார் விஸ்வாமித்ரர். அவர்களை கங்கையருகே இருந்த *ஆசிரம*த்திற்கும் அழைத்துச் சென்றார். பிறகு, அடிக்கடி *ஆசிரம*த்தைத் தாக்குவதாகச் சந்தேகித்த அசுரர் குழாத்தை மலயபுத்ரர் படையொன்றின் தலைமையில் வீழ்த்தும்படியும் இளவல்களைக் கேட்டார். இவ்விதமாக ''அசுரர் பிரச்சனை''யைச் சமாளித்த பிறகே சீதாவின் *ஸ்வயம்வரம்* முன்னிட்டு மிதிலாவிற்குப் பயணமாயினர்.

''ஆமா,'' என்றாள் சீதா. ''ராமன் உயிருக்கு ஆபத்தா?''

அசட்டையாகத் தலையசைத்தார் ஜடாயூ. ''கைப்பிடி அளவேயிருந்த அப்பாவிகள். பித்துக்குளிகள். திறனற்ற வீரர்கள். ராமனின் உயிருக்கு எந்த சந்தர்ப்பத்திலும் அசுரர்களால் ஆபத்திருக்கவில்லை.''

குழப்பமடைந்த சீதாவின் புருவங்கள் முடிச்சிட்டன. ''புரியலை...''

''சூட்சுமம் ராமனைக் கொல்வதல்ல. மிகச் சக்தி வாய்ந்த ஆதரவாளர்களிடம் அவனுக்குள்ள செல்வாக்கை அழிப்பதே.''

சூழ்ச்சியின் முடிச்சை ஒரு வழியாக அவிழ்த்த சீதாவின் விழிகள் விரிந்தன.

''அவன் மரணத்தில் மலயபுத்ரர்களுக்கு விருப்பமில்லை. விஷ்ணுவாகக்கூடிய சந்தர்ப்ப சூழல் உருவாகாமல், ராமன் தங்கள் கட்டுப்பாட்டில் இருக்க வேண்டும் என்பதே திட்டம்.''

''மலயபுத்ரர்கள் ராவணனுடன் கூட்டணி அமைக்கறதா இருக்காங்களா?''

''இப்படியொரு கேள்வியை எவ்விதம் கேட்கலாம், மஹாவிஷ்ணு?'' ஜடாயூ விக்கித்துப் போனார். ''ஒரு நாளும் மாட்டார்கள். இன்னும் சொன்னால், அழிக்கவே செய்வார்கள். ஆனால், அதற்கும் சமய சந்தர்ப்பம் அமைய வேண்டும். ஒன்றை நினைவிலிருத்திக்கொள்ளுங்கள் - மலயபுத்ரர்களின் குறிக்கோள் ஒன்றேயொன்று: இந்தியாவின் மகத்துவத்தை மீண்டும் நிலைநாட்டல். வேறெதுவும் முக்கியமல்ல. அவர்களுக்கு ராவணன் ஒரு கருவி மட்டுமே.''

''ராமனும்தான். நானும்தான்.''

''இல்லையில்லை... மலயபுத்ரர்கள் அவ்விதம் தங்களைப் பிரயோகிப்பார்கள் என எப்படி -''

மௌனமாய் அவரை ஏறிட்டாள் சீதா. *ஸமீச்சி சொல்றதுதான் சரியோ? என்னை மீறிய சக்திகள் இங்கே அதிகாரம் செலுத்துது. ராமனோ...*

அவள் எண்ணங்களை வெட்டிய ஜடாயூ, சீதா தேர்தெடுக்க வேண்டிய பாதையின் சூட்சுமத்தைத் தன்னையறியாமல் வெளியிட்டார். ''ஞாபகமிருக்கட்டும், மஹாவிஷ்ணு: மலயபுத்ரர்களின் திட்டங்களுக்கு நீங்கள் அத்தியாவசியம். தங்களுக்கு ஏதும் நேர்வதை அனுமதிக்கமாட்டார்கள். எந்த ஆபத்தும் தங்களை அணுக முடியாது.''

சீதா முறுவலித்தாள். பதில் ஜடாயூவிடமிருந்தே வந்துவிட்டது. என்ன செய்யவேண்டுமென்றும் அவளுக்குப் புரிந்துவிட்டது.

அத்தியாயம் 21

''அரிஷ்டநேமிஜி,'' என்றாள் சீதா. ''**ஸ்வயம்வரம்** சம்பந்தமா மலயபுத்ரர் திட்டங்கள் எனக்கு முழுமையா தெரிவிக்கப் பட்டாச்சில்லே?''

கேள்வி அவரைத் திகைக்கவைத்தது வெளிப்படை.

''புரியவில்லை, சீதா,'' என்றார் ஜாக்கிரதையாக.

''ராவணனுக்கு அழைப்பு கிடைச்சது எப்படி?''

''உனக்குள்ள குழப்பம்தான் எங்களுக்கும். அதை நீயும் அறிவாய். உன் சிற்றப்பனின் கைவண்ணம் என்று சந்தேகிக்கிறோம். ஆனால், ஆதாரங்களில்லை.''

சீதாவின் முகத்தில் அவநம்பிக்கை பளிச்சிட்டது. ''ஆமாமா... ஆதாரமேயில்லைதான்.''

அரிஷ்டநேமி மூச்சை இழுத்துவிட்டார். ''உன் மனதில் இருப்பதை வெளிப்படையாகவே சொல்லலாமே?''

சற்றே முன்னால் சாய்ந்த சீதா, அவரது கண்களை ஊடுருவிப் பார்த்தாள். ''ராவணனுடைய குடும்பத்தின் பூர்வீகம் கனோஜ்னு எனக்குத் தெரியும்.''

அரிஷ்டநேமியின் முகம் சுருங்கினாலும், நொடியில் சமாளித்துக் கொண்டார். ''மஹா பிரபு பரசுராமர் பெயரால் கேட்கிறேன், சீதா,'' அடிபட்ட பார்வையுடன் தலையசைத்துக்கொண்டார். ''இப்படியெல்லாம் எப்படி யோசிக்க முடிகிறது உன்னால்?''

சீதாவிடம் மாறுதலில்லை.

''மலயபுத்ரர் தலைவர் என்பது தவிர்த்து குரு விஸ்வாமித்ரருக்கு வேறு அடையாளம் இருப்பதாகவா சந்தேகிக்கிறாய்? உண்மையாகவா?''

அரிஷ்டநேமியிடம் தென்பட்ட சஞ்சலம் சுபாவத்திற்குப் பொருந்தவில்லை. அசாதாரணமான எதையோ தான் அசைத்து விட்டதை சீதா உணர்ந்தாள். விஸ்வாமித்ரருடன் இப்படியொரு

பேச்சுவார்த்தை சாத்தியமில்லை. இப்பொழுது கையில் இருக்கும் அனுகூலத்தைக் கொண்டு முன்னேறவேண்டும். விஸ்வாமித்ரரை அசைக்கக்கூடிய வெகுசில அபூர்வ மனிதர்களில் அரிஷ்டநேமி ஒருவர். அவள் சாதித்த மௌனம் - இப்போதைக்கு - அவரை மேலும் பதற்றத்துக்குள்ளாக்கியது.

''ராவணனை எப்பொழுது வேண்டுமானாலும் வீழ்த்தலாம்,'' என்றார். ''அவன் மரணத்தை உனக்கு உதவக்கூடிய கருவியாகப் பயன்படுத்தத்தான் - இந்தியர்கள் அனைவரும் உன்னை விஷ்ணுவாய் அங்கீகரிக்கத்தான் - அவனை உயிருடன் விட்டிருக்கிறோம்.''

''நம்பறேன்.''

இப்போது குழப்பத்துடன் மௌனம் சாதிப்பது அரிஷ்டநேமியின் முறையாயிற்று.

''ராமன் விஷயத்திலேயும் வேறு ஏற்பாடுகள் செஞ்சிருக்கீங்கன்னு தெரியும்.''

''சீதா, நான் சொல்வதை -''

அவள் இடைமறித்தாள். அச்சுறுத்தலை வெளிப்படையாக்கும் தருணம் வந்துவிட்டது. ''ராமன் உயிர் என் கையில இல்லாம இருக்கலாம். ஆனா, என் உயிர் இருக்கு.''

அதிர்ந்த அரிஷ்டநேமி, சொல்வதறியாமல் நின்றார். சீதா இன்றி அவர்களது திட்டங்களனைத்தும் தவிடுபொடியாவது திண்ணம். அவள் விஷயத்தில் அவர்கள் செய்திருந்த முதலீடு அளவிட முடியாதது.

''நான் தீர்மானிச்சிட்டேன்,'' என்றாள் சீதா அழுத்தமாக. ''இனி என்ன முடிவெடுக்கறதுன்னு நீங்க தீர்மானிக்கணும்.''

''சீதா -''

''வேறொண்ணுமில்ல, அரிஷ்டநேமிஜி.''

—ᘔ—

இராஜ்யசபையிலல்லாமல், தர்மகூடத்தில் ***ஸ்வயம்வரம்*** நடைபெற்றது. மிதிலா அரசவை அத்துணை பெரிதல்ல என்பதே இதற்குக் காரணம். அரண்மனை வளாகத்தில் தர்மகூடம் அமைந்திருந்த பிரதான மாளிகையை மிதிலாப் பல்கலைக் கழகத்திற்கு ஜனகமன்னர் பெருந்தன்மையுடன் அளித்திருந்தார். பலப்பல வித்தியாசமான தலைப்புக்களை மையமாக்கி வாதமும் விவாதமும் சபையில் அடிக்கடி சூடுபறப்பது வழக்கம்: தர்மத்தின் இயல்பு; கர்மத்திற்கும் தர்மத்திற்கும் உள்ள பிணைப்பு; தெய்வீகத்தின் தன்மை; மனித வாழ்க்கைப்பயணத்தின் பொருள்...

வட்ட வடிவில் கல் மற்றும் காரைக்கலவையால் நிர்மாணிக்கப்பட்டிருந்த தர்மகூடம், பிரம்மாண்டமான வளைந்த கூரையுடன் மிளிர்ந்தது. கோபுரத்தின் நுணுக்கமான நளினம் பெண்தன்மையையும், சம்பிரதாய கோபுர அமைப்பு ஆண்தன்மையையும் குறிப்பதாகப் பரவலான நம்பிக்கையுண்டு. கூடமும் வட்டவடிவிலேயே அமைந்திருந்தது. ''தலைவர்'' என்று பிரத்யேகமாய் எவருமின்றி, அனைத்து *ரிஷிகளும்* சம ஆசனத்தில் அமர்ந்து, பலப்பல தத்துவங்களைப் பயமின்றி வெளிப்படையாய் விவாதிக்க முடிந்தது கருத்துச் சுதந்திரத்தின் உச்சம்.

இன்றைய நிலைமை வேறு. தர்மகூடம், *ஸ்வயம்*வரத்திற்குத் தயாராய் நின்றது. வாயிலருகே பார்வையாளர்களுக்கென மூன்றடுக்குகள் தற்காலிகமாக எழுப்பப்பட்டிருக்க, மறுகோடியில் மரமேடை மீது மன்னருக்குரிய சிம்மாசனம். பின்னால் உயர்ந்த பீடத்தில் மிதிலாவைத் தோற்றுவித்த மாவேந்தர் மித்தியின் திருவுருவச் சிலை கம்பீரமாய் நின்றது. பரிமாணத்திலும், வேலைப்பாட்டிலும் சற்றே சிறிய இரு ஆசனங்கள், சிம்மாசனத்திற்கு இடமும் வலமும் நின்றன. ஸ்வயம்வரத்தில் கலந்துகொள்ளக்கூடிய மன்னர் மற்றும் இளவரசர்கள் அமர சௌகர்யமாய் கூடத்தின் மத்தியில் வட்டமாய் ஆசனங்கள் நின்றன. இராமலக்ஷ்மணர்களை அரிஷ்டநேமி அழைத்து வந்த போதே, பார்வையாளர் அடுக்குகள் நிரம்பி வழிந்துகொண்டிருந்தன. போட்டியில் கலந்துகொள்வோரில் அநேகரும் ஆசனத்தில் அமர்ந்திருந்தனர். துறவிகள் போல் உடையணிந்திருந்த சகோதரர்களை அயோத்ய இளவரசர்களென யாரும் அடையாளம் கண்டுகொள்ளவில்லை. காவலன் ஒருவன், பிரபுக்களும் பெருந்தர வியாபாரிகளும் வீற்றிருந்த மூன்றடுக்கில் கீழ்ப்பகுதியை நோக்கிச் சைகை செய்ய, போட்டியாளரை அழைத்து வந்திருப்பதாய் அரிஷ்டநேமி விளக்கினார்.

காவலன் திகைத்தான். மஹாமுனி விஸ்வாமித்ரரின் சேநாதிபதியை அடையாளம் கண்டவன், இராமலக்ஷ்மணர்களை அவ்விதம் அறியக்கூடவில்லை. இருப்பினும், அவர்கள் முன்னேறும் வண்ணம் விலகி நின்றான். பக்தியில் செறிந்த ஜனகர் க்ஷத்ரிய மன்னர்கள் மட்டுமல்லாது, அந்தண *ரிஷிகளை*யும் மகளின் *ஸ்வயம்*வரத்திற்கு அழைத்திருந்தால் ஆச்சர்யப்படுவதற்கில்லை.

அரிஷ்டநேமி வழிகாட்ட, தனக்குரிய ஆசனத்தை அடைந்து அமர்ந்த இராமனுக்குப் பின்னால் அவரும் தம்பியும் நின்றவுடன் கூடியிருந்தோரின் கண்கள் அவர்களைத் துளைத்தன. இளவரசி சீதையின் கரம் பிடிக்கத் தங்களுக்குச் சமமாக வீற்றிருக்கும் எளிய ஸன்யாஸிகள் யார் எனப் பல போட்டியாளர்கள் குழம்பினர். சிலர் அயோத்ய இளவரசர்களை அடையாளம்

கண்டுகொள்ள, போட்டியாளர்களில் ஒரு பகுதியிலிருந்து இரகசிய முணுமுணுப்புக்கள் 'சரசர'வென எழுந்தன.

"அயோத்யா..."

"மிதிலையுடன் பந்தமேற்படுத்திக் கொள்ள அயோத்யா முயல்வானேன்?"

சபையோரின் பார்வைகளையும், கிசுகிசுப்புக்களையும் இராமன் இலட்சியம் செய்ததாகத் தெரியவில்லை;

கூடத்தின் மத்தியில், மேஜை மீதிருந்த *பிநாகம்* மீது அவன் கண்கள் நிலைத்தன. மகத்தான அவ்வில், நாணற்று இருந்தது. பக்கத்தில் அம்புகள் அணிவகுத்தன. மேஜையருகே, தரைமட்டத்தில் ஒரு பெரிய தாமிரப் பாத்திரம்.

போட்டியாளன் முதலில் வில்லையெடுத்து நாணேற்ற வேண்டியது. இதுவே சாமான்ய காரியமல்ல. பிறகு, தாமிரப்பாத்திரத்தை அடையவேண்டும். தண்ணீர் தளும்பிக் கொண்டிக்கும் அதற்குள் மெலிதான குழாய் மூலம் நீர் மேலும் சொட்டிக் கொண்டிருக்கும். மறுபக்கமிருந்த இன்னொரு குழாய் மூலம் அதிகப்படியான நீர் வெளியேற்றப்படும். இதனால் உருவாகும் சின்னஞ்சிறிய அலைகள், மையத்திலிருந்து விளிம்பு வரை பரவும். குழப்பமேற்படுத்தும் விதமாய், பாத்திரத்திற்குள் நீர் சீராய்ச் சொட்டாததால் அலைகளின் கதியைச் சரியாய் கணிப்பது கடினம்.

உள்ளம் வகை மீன் ஆணியடிக்கப்பட்ட சக்கரம், கோபுர உச்சியிலிருந்து தொங்கவிடப்பட்ட அச்சாணியுடன் பொருத்தப்பட்டிருந்தது. தரைமட்டத்திலிருந்து சுமார் நூறு மீட்டர் உயரத்தில். நல்லவேளையாக, சக்கரம் ஒரே கதியில் சுழன்றது.

கீழே, பாத்திரத்தில் அலையெழும்பியதால் சலனித்த நீரில் பிரதிபலித்த பிம்பத்தைப் பார்த்தபடியே, *பிநாகம்* கொண்டு மேலேயிருந்த மீனின் கண்ணில் போட்டியாளன் அம்பெய்ய வேண்டும். முதலில் இதைச் சாதிப்பவனே இளவரசியின் கரம் பற்றுபவனாவான்.

மிதிலை அரச சிம்மாசனங்களுக்கு நேர் மேலே, தர்மகூடத்தையொட்டி அமைந்திருந்த இரண்டாம் தள அறையின் வேலைப்பாடமைந்த பலகணிக்குப் பின் மறைவாய் அமர்ந்திருந்தாள் சீதா. வட்டமாய்க் கூடியிருந்த போட்டியாளர்களுள் ஒருவனாய் நின்றிருந்த இராமனைப் பார்த்தாள்.

அயோத்யாவின் மூத்த இளவல் சுற்றுமுற்றும் நோக்கினான். தன்னை அவன் தேடுவதாக அவளுக்குத் தோன்றியது. முறுவலித்தாள். "இங்கேயிருக்கேன், ராமா. உங்களுக்காகக் காத்திருக்கேன். நீங்க ஜெயிக்கக் காத்திருக்கேன்..."

சீதா - மிதிலைப் போர்மங்கை *219*

வாயிலிலிருந்து சற்று தூரத்தில் காவல்துறை அதிகாரிகள் குழாம் ஒன்றுடன் ஸமீச்சி நிற்பதைக் கண்ணுற்றாள். இராமனை வெறித்துக்கொண்டிருந்தாள். சீதா மறைந்திருந்த பலகணியை நிமிர்ந்து பார்த்தவளின் முகத்தில் அதிருப்தி தெறித்தது.

எரிச்சலுடன் பெருமூச்செறிந்தாள் சீதா. ***கொஞ்சம் விட்டுப் பிடிக்கணும் ஸமீச்சி. நிலைமையைச் சமாளிக்க எனக்குத் தெரியும். ராமன் உயிருக்கு எந்த ஆபத்துமில்லை.***

அயோத்ய இளவரசர்பால் மீண்டும் கவனத்தைத் திருப்பியவள், தமையனிடம் குனிந்து லக்ஷ்மணன் என்னவோ கிசுகிசுப்பதைக் கவனித்தாள். முகத்தில் குறும்பு கொப்பளித்தது. அவனை இராமன் முறைக்க, புன்னகையுடன் ஏதோ சொன்ன லக்ஷ்மணன் பின்வாங்கினான்.

சீதா முகமலர்ந்தாள். ***சகோதரர்களுக்குள்ளே என்ன ஒரு அன்யோன்யம்! அவங்க குடும்பத்தை ஆட்டிப் படைக்கிற அரசியல் அமர்க்களங்களையெல்லாம் கணக்கிட்டா, இந்தப் பாசம் அதிசயம் தான்.***

அரசவைக் கட்டியக்காரனின் அறிவிப்பு அவள் கவனத்தைத் திருப்பியது.

''மித்தி வம்சத் தோன்றல்; ஞானிகளுக்கெல்லாம் ஞானி; *ரிஷி* வத்ஸலர், மன்னர் ஜனகர்!''

விருந்தோம்பல் புரியும் மிதிலா மன்னர் ஜனகரை வரவேற்கும் முகமாய் அவையோர் எழுந்தனர். கூடத்தின் மறுகோடியிலிருந்து நடந்து வந்தார் மன்னர். சான்றோர்களைப் போற்றும் வழக்கம் கொண்ட ஜனகர், இன்றைய விசேஷ தினத்திலும் தனக்கேயுரிய விதத்தில் அரசவைச் சம்பிரதாயத்திற்கு முரணாய் மலயபுத்ரர்களின் மகத்தான தலைவர் விஸ்வாமித்ரரை முன்னே செல்லவிட்டுப் பின்தொடர்ந்தார். அவரையடுத்து வந்தார் ஸங்கஷ்ய மன்னர் குஷத்வஜர். ஜனகருக்கும் தம்பிக்குமிடையே நிலவிய இக்கட்டான சூழலை நன்கறிந்தவர்களால் மிதிலை மன்னரின் பெருந்தன்மையைக் கண்டு அதிசயிக்காமல் இருக்க முடியவில்லை. போனதெல்லாம் போகட்டும் என குடும்பத்தின் அனைத்துக் கிளைகளையும் பெரிய மனதுடன் இவ்விழாவைக் கொண்டாட அழைத்திருந்தாரல்லவா? அவரது எண்ணப்போக்கை குஷத்வஜர் ஆதரிக்காததுதான் துரதிர்ஷ்டம். தமையன் யதார்த்தமறியாத முட்டாள் என்பது அவர் கருத்து. அது மட்டுமா? குஷத்வஜரும் அல்லவா தன் துருப்புச் சீட்டை இறக்கிவிட்டார்...?

பிரதான சிம்மாசனத்தில் விஸ்வாமித்ரர் அமரும்படி வேண்டிக்கொண்டு, வலப்பக்கமிருந்த சிறியதை ஜனகர் தேர்ந்தெடுக்க, பிரசித்தி பெற்ற *மஹரிஷி*யின் இடப்பக்க

ஆசனத்தை நோக்கிச் சென்றார் குஷத்வஜர். அது, சீதா பலகணிக்குப் பின் மறைவாய் அமர்ந்திருந்த அறைக்குச் சரியாக இரு தளங்கள் கீழிருந்தது. அரசு சம்பிரதாயம் எதிர்பாராமல் மீறப்பட்டதில், அதிகாரிகள் குழு இங்கேயும் அங்கேயுமாய்ப் அல்லோலகல்லோலப்பட்டது. இருக்காதா பின்னே? மன்னர் தன் சிம்மாசனத்தை வேறொருவருக்கல்லவா அளித்துவிட்டார்?

வழக்கத்தை மீறிய ஆசன மாற்றத்தால் சபையில் பெருத்த சலசலப்புப் பரவினாலும், சீதாவின் கவனத்தை ஈர்த்தது வேறொன்று.

ராவணன் எங்கே?

புன்னகைத்தாள்.

ஆக, இலங்கை மன்னனை மலயபுத்ரர்கள் சமாளிச்சிட்டாங்க. அவன் வரப்போறதில்லை. நல்லது.

சபை அமைதியடைய வேண்டி, கூடத்தின் வாயிலில் தொங்கிய கண்டாமணியை ஒலித்தான் கட்டியக்காரன்.

தொண்டையைக் கனைத்துக்கொண்ட விஸ்வாமித்ரர், உரத்துப் பேசத் துவங்கினார். தர்மகூடத்தின் அற்புத ஒலியமைப்பின் விளைவாய் குழுமியிருந்தோர் அனைவரையும் சென்றடைந்தது அவர் குரல். ''இந்திய மன்னர்களுள் ஆன்மீக வளர்ச்சியில் நிகரற்றவரும், ஞானச்செம்மலுமான மன்னர் ஜனகரின் அழைப்பையேற்று இங்கே கூடியுள்ள மாண்புமிகு விருந்தினர்க்கு வணக்கம்.''

ஜனகர் மலர்ந்த முகத்துடன் அவையை நோக்கினார்.

''நிகழ்வை *குப்த ஸ்வயம்வர*மாக்க மிதிலை இளவரசி சீதா முடிவெடுத்துள்ளார்,'' விஸ்வாமித்ரர் தொடர்ந்தார். ''சபையில் அவர் கலந்து கொள்ளப்போவதில்லை. அவரது வாக்கிற்குக் கட்டுப்பட்டு, கூடியிருக்கும் மாட்சிமை பொருந்திய மன்னர்களும் இளங்கோக்களும், போட்டியில் -''

காதைக் கிழிக்கும் பல சங்கங்களின் அபஸ்வர இரைச்சலால் *மஹரிஷி*யின் பேச்சு தடைப்பட்டது; என்ன அதிசயம்? இனிமையின் சொரூபமான சுஸ்வரங்களையல்லவா இவை பொழிவது வழக்கம்? சப்தம் வந்த திக்கை - வாயிலை - நோக்கி அனைவரும் திரும்பினர். நானாதிசையில் பாயும் தீக்கோளங்களினின்று கர்ஜித்தபடி எழும் அரிமா முகம் பதித்த கருநிறப் பதாகைகளைத் தாங்கியபடி, நெடிதுயர்ந்த கட்டுமஸ்தான பதினைந்து வீரர்கள் அதிசயிக்கும்படியான சீரான கதியில் நடந்துவந்தனர்.

வலிமை மிக்க இரு மனிதர்கள் இவர்களைத் தொடர்ந்தனர். ஒருவன், லக்ஷ்மணனைத் தோற்கடிக்கும் ஆகிருதி கொண்டு

இராட்சதன் போல் விளங்கினான். சதைக்கோளமாய் இருப்பினும் கட்டான தேகம் கொண்டவனின் பானைத்தொந்தி, ஒவ்வொரு அடிக்கும் குலுங்கியது. உடல் முழுதும் விசித்திரமாய் அடர்ந்திருந்த முடி, மகத்தான கரடி போன்ற தோற்றத்தைக் கொடுத்தது. இவையெல்லாம் தாண்டி பார்ப்போரைக் கலவரப்படுத்தியது தோளிலும், காதுகளிலும் காணப்பட்ட சதைவளர்ச்சி. நாகா. அதுவன்றி, இராவணனின் இளைய சகோதரனுமாவான்: கும்பகர்ணன்.

அவனருகில் பெருமிதத்துடன் பீடுநடையிட்டான் இராவணன். முதிர்ச்சியின் காரணமாகவோ என்னவோ, லேசாய்க் கூன் விழுந்திருந்தது. என்றாலும், அசாத்திய உயரமும் உருண்டு திரண்ட தசைகளும் 'பளிச்'செனக் கவனம் கவர்ந்தன. சற்று தளர்ந்து, சருமம் சுருங்கியிருந்தாலும், தசைகளில் எஞ்சியிருந்த பலம் மறுக்கமுடியாதது. எத்தனையோ போர்களின் விளைவாய் உலர்ந்து கருத்த முகம், சிறுவயதில் ஏற்பட்ட நோயினால் பொலிந்திருந்தது. கருப்பும் வெள்ளையும் தூவிய அடர்ந்த தாடி கொடூர வடுக்களை முடிந்த மட்டும் மறைக்க முயல, உதட்டின் இருபுறமும் இறங்கிய மீசை முகத்தின் பயங்கரத்தைத் தூக்கிக் காட்டியது. சப்தசிந்துவிலேயே விலைமதிப்பற்ற ஊதா நிற *தோத்தி*யும், *அங்கவஸ்த்ர*மும் தரித்திருந்தான். போதாதென்று சிரத்தில் ஆறங்குலம் நீண்ட பயங்கரக் கொம்புகளை இருபுறமும் அணிகலனாகக் கொண்ட க்ரீடம்.

இவர்களைத் தொடர்ந்து மேலும் பதினைந்து வீரர்கள்.

மையத்தைக் குறி வைத்து நகர்ந்த இராவணனது பரிவாரம், ருத்ரபகவான் தனுசினருகில் நின்றது. பிரதான மெய்க்காப்பாளன், இடி போன்ற குரலில் முழங்கினான். ''மன்னாதி மன்னர்; சக்ரவர்த்திகளுக்கெல்லாம் சக்ரவர்த்தி, மூவுலகாளும் வேந்தர், தேவப்ரியர், ராவணப் பிரபு!''

*பிநாக*த்திற்கு மிக அருகே அமர்ந்திருந்த சிற்றரசனை நோக்கி மெல்லிய உறுமலுடன் இராவணன் தலையை வலப்புறம் லேசாய்ச் சொடுக்கியதன் அர்த்தம் தெள்ளெனத் துலங்க, மன்னன் விழுந்தடித்துகொண்டு இன்னொரு போட்டியாளர் பின் ஓடி மறைந்துகொண்டான். நாற்காலியை நெருங்கினாலும், இராவணன் அமரவில்லை; வலது காலைத் தூக்கி வைத்து, முழங்கால் மீது கை ஊன்றினான். கரடிமனிதன் உட்பட்ட மெய்க்காப்பாளர்கள் பின்னால் அணிவகுத்தனர்.

இறுதியாக அசட்டையான ஒரு பார்வையை விஸ்வாமித்ரர் மீது வீசினான் இராவணன். ''மாண்புமிகு மலயபுத்ரர் தொடரலாம்.''

விஸ்வாமித்ரருக்கு ஆத்திரம் தலைக்கேறியது. இத்துணை அவமரியாதையை அவர் சந்தித்ததேயில்லை. ''ராவணா...'' உறுமினார்.

ஆணவத்துடன் அவர் மீது சோம்பலாய் ஒரு பார்வை செலுத்தினான் அவன்.

கண்முன்னிருந்த பணியின் முக்கியத்துவம் முன்னிட்டு *மஹரிஷி* ஆத்திரத்தைக் கட்டுப்படுத்த வேண்டியதாயிற்று. இராவணனைப் பிறகுதான் கவனித்துக் கொள்ளவேண்டும். ''மன்னர் மற்றும் இளவரசர்கள் கலந்துகொள்ள வேண்டிய வரிசையை இளவரசி சீதா அறுதியிட்டுள்ளார்.''

விஸ்வாமித்ரர் பேசிக்கொண்டிருக்கும்போதே ***பிநாகம்*** நோக்கி முன்னேறினான் இராவணன். வில்லை அவன் தொட யத்தனிக்கவும் மலயபுத்ரர் தலைவர் பேச்சை முடிக்கவும் சரியாக இருந்தது. ''முதல் போட்டியாளன் நீயல்ல, ராவணா. அயோத்ய இளவரசன் ராமன்.''

வில்லினின்று சில அங்குல இடைவெளியில் இராவணனின் கரம் உறைந்தது. நிமிர்ந்து விஸ்வாமித்ரரை ஏறிட்டவனின் கண்கள், அவரது அழைப்பை ஏற்றவனைத் தேடிச் சுழன்றன. துறவியின் எளிய வெண்ணிற ஆடை பூண்ட இளைஞன் எழுந்து நிற்பதைக் கண்டான். பின்னால் இள வயதினனாய், ஆனால் இராட்சத ஆகிருதியுடன் இன்னொருவன்; மற்றும் அரிஷ்டநேமி.

இராவணனின் முறைப்பிற்கு முதலில் அவரும், பின்னர் இராமனும் ஆளாயினர். பார்வையாலேயே கொல்லக்கூடிய சக்தி மட்டும் இலங்கை மன்னனுக்கு லபித்திருந்தால், அன்றே பலருக்குப் பரலோகப் பிராப்தி கிடைத்திருக்கும். கழுத்தைச் சுற்றிய விபரீத விரல் பதக்கத்தை இறுக்கிக்கொண்டவன் விஸ்வாமித்ரர், ஜனகர் மற்றும் குஷத்வஜரை நோக்கித் திரும்பினான். தாளமாட்டாத ஆத்திரத்தில் அவன் உடல் பதறியது. ''என்ன அவமானம்!'' உரத்த குரல் சபையைக் கிடுகிடுக்க வைத்தது. ''வில்லையே பார்த்தறியாத பயல்களெல்லாம் முதல்ல போட்டியிடறதாக இருந்தா, என்னை ஏன் அழைக்கணும்?!''

குஷத்வஜரை ஒரு பார்வை பார்த்துவிட்டு இராவணனிடம் தயக்கத்துடன் திரும்பிய ஜனகர், ''இலங்கை மாமன்னா,'' என்றார் பலவீனமாய். ''இவைதான் ***ஸ்வயம்வர*** விதிகள்...''

இடிமுழக்கம் போல் இன்னொரு குரல் உறுமிற்று. கும்பகர்ணன். ''போதும் இந்தப் பைத்தியக்காரத்தனம்!'' இராவணனை நோக்கித் திரும்பினான். ''***அண்ணா,*** கிளம்பலாம்.''

'சட்'டெனக் குனிந்து ***பிநாகத்தைக்*** கையிலெடுத்த இராவணன், நடப்பது இன்னதென்று அறியுமுன்னர் நாணேற்றி அம்பும்

பூட்டிவிட்டான். வில்லை உயர்த்தி சரத்தை விஸ்வாமித்ரரை நோக்கி அவன் நீட்டியபோது சபை செயலிழந்து ஸ்தம்பித்தது.

'விருட்'டென எழுந்த விஸ்வாமித்ரர் *அங்கவஸ்த்ரத்தை* விசிறியெறிந்துவிட்டு, வெற்று மார்பை முஷ்டியால் அறைந்து கொண்டார். ''அம்பைத் தொடு, ராவணா!'' மஹரிஷியின் குரல் மாபெரும் கூடத்தில் சூறைக்காற்றாய்ச் சுழன்றது. ''வா! தைரியமிருந்தால், சரம் தொடு!''

சபை மூச்சைப் பிடித்துக்கொண்டது. கலவரத்தில்.

அதிர்ச்சியில் பேச்சற்று உறைந்தாள் சீதா. குருஜி!

அம்பை விடுத்தான் இராவணன். விஸ்வாமித்ரருக்குப் பின் சிலையாய் நின்ற பண்டைய மன்னர் மித்தியின் மூக்கை அது உடைத்தது. கற்பனைக்கெட்டாத அவமானம்.

கொதித்துப் போனாள் சீதா. ***என்ன ஆணவம்!***

''ராவணா!'' உறுமலுடன் சுழன்று எழுந்த வேகத்தில் வாளை நோக்கி அவள் கை நீட்ட, பதறிப்போன மிதிலப் பணிப்பெண்கள் அவள் படிக்கட்டுகளை நோக்கிச் செல்லாமல் இழுத்தார்கள்.

''***வேண்டாம், தேவி!***''

''***ராவணன் கொடும் அரக்கன்!***''

''***கொன்றுவிடுவான்!***''

''***பாருங்கள்... வெளியேறுகிறான்...!***'' என்றாள் ஒருத்தி.

பலகணியருகே பரபரப்புடன் விரைந்தாள் சீதா. வில்லை, புனித *பிநாகத்தை* மேஜைமீது எறிந்துவிட்டு வாயிலை நோக்கி இராவணன் விரைவதைக் கண்ணுற்றாள். மெய்க்காப்பாளர்கள் அவனைத் தொடர்ந்தனர். இத்தனை அமர்க்களத்திலும், ஆஜானுபாகுவான கரடிமனிதன் மேஜையருகே வந்து, *பிநாகத்தின்* நாணைக் கழற்றி, பயபக்தியுடன் சிரத்தில் ஒற்றிக் கொண்டான். இரு கைகளில் ஏந்தி. ஏறக்குறைய மன்னிப்புக் கோரும் பாவத்தில். வில்லை மீண்டும் மேஜை மீது வைத்துவிட்டு, திரும்பி, மிடுக்காக அறையினின்று வெளியேறினான். இராவணன் பின்னால்.

கடைசி இலங்கை வீரன் வெளியேறியவுடன், கூடத்தில் குழுமியிருந்தோரின் கவனம் வாயிலிலிருந்து முழுவதுமாய் விலகி மறுகோடியில் அமர்ந்திருந்த விஸ்வாமித்ரர், ஜனகர் மற்றும் குஷத்வஜர் மீது லயித்தது.

எதுவுமே நடக்காதது போல் மஹரிஷி அறிவித்தார். ''போட்டி துவங்கட்டும்.''

சபையே கல்லாய் மாறிவிட்டது போல் ஸ்தம்பித்து உட்கார்ந்திருந்தது. ***முழுவதுமாக.*** விஸ்வாமித்ரர் இம்முறை

உரத்துச் சொன்னார். ''போட்டி துவங்கலாம். இளவரசே, முன்னால் வரவும்.''

நாற்காலியினின்று எழுந்த இராமன் *பிநாகம்* நோக்கி நடந்தான். மிக்க மரியாதையுடன் சிரம் தாழ்த்திக் கரம் குவித்தான். உதடுகள் ஏதோ மந்திரத்தை முணுமுணுப்பது போல் சீதாவிற்குத் தோன்றினாலும், என்னவாகயிருக்கும் என்று இந்த தூரத்திலிருந்து கண்டுகொள்ளமுடியவில்லை.

வலது மணிக்கட்டை உயர்த்தி, அதில் கட்டியிருந்த சிவப்புக் கயிற்றை கண்களில் ஒற்றிக்கொண்டான்.

சீதா முகமலர்ந்தாள். கன்யாகுமரியின் *அருளாசி உங்களுக்கு உரித்தாகட்டும். உங்கள் கரம் என்னுடையதுடன் திருமணத்தில் இணைந்து, எனக்கும் உரித்தாகட்டும்.*

வில்லைத் தொட்ட இராமன், சற்று தாமதித்தான். குனிந்து, தனுசின் மீது சிரம் பதித்தான்; அம்மகத்தான ஆயுதத்திடம் ஆசி கேட்பது போல். சீரான கதியில் சுவாசம் இயங்க, வில்லைச் சுலபமாய் உயர்த்தினான். சீதா, இராமனை உன்னிப்பாய்க் கவனித்தாள். மூச்சைப் பிடித்துக்கொண்டு அடங்கா ஆர்வத்துடன் காத்திருந்தாள்.

வில்லின் ஒரு நுனியைத் தரையிலிருந்த மரப்பீடத்தின் மீது பதித்தான் இராமன். நாணையும், பிநாகத்தின் மேற்பகுதியையும் ஏககாலத்தில் பிடித்திழுக்கும் முயற்சியில் தோள், முதுகு, கைத் தசைகள் இறுகி, சிரமத்தை வெளிப்படையாய்க் காட்டின. பணியின் கடினத்தால் உடல் கடும் துன்பத்திற்குட்பட்டாலும், முகத்தில் அமைதி தவழ்ந்தது. சற்றே பிரயத்தனம் செய்ததில் 'சட்'டென மேற்பகுதியை வளைத்து, நாணேற்றினான். நுனியை விடுத்துப் பிடியில் விரல்களைப் பதித்தவுடன் தசைகள் தளர்ந்தன. செவி வரை நாணை இழுத்து விடுவித்தான்; 'டங்காரம்' துல்லியம் என்பதை முகபாவம் காட்டிக்கொடுத்தது.

அம்பொன்றைத் தேர்வு செய்து, தாமிரப்பாத்திரத்தை நோக்கிச் சென்றான். நடையில் தீர்மானம்; நிதானம். ஒரு கால் மடித்து மண்டியிட்டு, தலைக்கு மேல் வில்லை நீள்வாக்கில் பிடித்தான். குனிந்து தண்ணீரைப் பார்த்தான். உயரே, வட்டமாய்ச் சுழன்ற மீனின் பிம்பத்தைக் கவனித்தான். அவனைப் பேதலிக்க வைக்க முயல்வது போல் பாத்திரத்தில் சலனித்த நீர் நடனமாடியது. மீனின் பிம்பம் தவிர்த்து மற்றதனைத்தையும் மனதிலிருந்து அப்புறப்படுத்தினான் இராமன். அம்பை நாணில் பூட்டி, வலக்கையால் மெல்ல இழுத்தான். முதுகு நிமிர்ந்து, உட்தசைகள் கச்சிதமாய் உயிர்த்து, இறுகி; சுவாசம் சீராய், ஒரே கதியில்...

பதற்றம், படபடப்பு ஆகியவற்றின் சுவடு சிறிதும் இன்றி, நாணை முழுவதுமாய் இழுத்து அம்பை விடுவித்தான். அது

மேலே பறந்தது - அவையோரின் கண்களைப் போல். சரம் ஒன்று ‘தடே’ரெனச் சந்தேகத்திற்கிடமின்றி மரத்தில் மோதும் பெருத்த சப்தம் கூடம் முழுவதும் எதிரொலித்தது. மீனின் வலக்கண்ணைத் துளைத்த அம்பு பின்னாலிருந்த மரச்சக்கரத்தில் குத்திட்டு, அதன் சுழற்சிக்கேற்றவாறு மெல்லக் காற்றில் வட்டமடித்தது.

அளவற்ற நிம்மதியில் சீதா முகமலர்ந்தாள். கடந்த சில நாட்களின் இறுக்கம் பஞ்சாய்ப் பறந்துவிட்டது. கடந்த சில நிமிடங்களின் ஆத்திரமோ காணாமல் போயிருந்தது. பாத்திரத்தின் அருகே, சிரம் தாழ்த்தி அமைதி தவழும் புன்னகையுடன் சலனித்த நீரைக் கவனித்துக்கொண்டிருந்த இராமன் மீது பார்வை நிலைத்தது.

என்றோ இறந்துவிட்ட ஒரு பகுதி - தாயின் மறைவினால் உயிரிழந்த ஒரு பகுதி - மெல்ல மெல்ல மீண்டது; கொஞ்சம் கொஞ்சமாய் ஒளி வீசும் தீபம் போல் உயிர் பெற்றது.

இனி நான் தனியில்லை.

அம்மாவை நினைத்தபோது இனிமையும் கசப்புமான வேதனை இதயத்துள் படர்ந்தது. தன்னுடையவனை சீதா அடைவதைப் பார்க்கத் தாய் கொடுத்து வைக்கவில்லையே?

சுனெனா இறந்த பிறகு முதல் முறையாக, கண்ணீர் கன்னங்களில் வழிந்தோடாமல் அவளைப் பற்றிய நினைவுகளில் ஆழ முடிந்தது.

தனிமையில் துக்கம் நம்மை வீழ்த்தலாம் - ஆனால், உற்றதுணை; நம் இணை உடனிருந்தால், எதையும் சமாளிக்கலாம்.

வலியும் வேதனையுமாய்த் தாங்க முடியாத ஞாபகம், சோகமும் சுகமும் இயைந்த கடந்தகால மென்நினைவாக இப்பொழுது உருமாறியிருந்தது. துக்கத்தில் ஆழ்த்தக்கூடியதுதான். அதே சமயம், சக்தியும், சந்தோஷமும் அளிக்கக்கூடியது.

அம்மா தன் முன் நிற்பதாகக் கற்பனை செய்துகொண்டாள். புன்னகையுடன். அன்பின் உருவமாய். மென்மையாய். தாய்மையின் மொத்த பிரதிநிதியாய். இயற்கையன்னையைப் போலவே.

சீதா மீண்டும் முழுமையடைந்தாள்.

நீண்ட மிக நீண்ட காலம் கழித்து, ஆழ்மனதில் புதைந்து கிடந்த வார்த்தைகளை இப்பொழுது முணுமுணுக்கத் தோன்றியது. தாய் தன்னைப் பிரிந்த பிறகு பயனற்றுவிட்டதாய் அவள் நினைத்து விலக்கியிருந்த வார்த்தைகள்.

தூரத்தில் நின்ற இராமனைப் பார்த்து, மெல்ல கிசுகிசுத்தாள். ‘‘நான் உங்களை நேசிக்கிறேன்.’’

அத்தியாயம் 22

"நன்றி, அரிஷ்டநேமிஜி," என்றாள் சீதா. "மலயபுத்ரர்கள் என் பக்கம் இருந்தாங்க. குருஜி வாழ்க்கையையே பணயம் வெச்சார். மிக்க நன்றி."

அன்றைய மதியமே ஆர்ப்பாட்டமற்ற சில எளிய சம்பிரதாயங்களுடன் இராமனுக்கும் சீதைக்கும் திருமணம் நடக்குமென அறிவிக்கப்பட்டது. அதே முஹூர்த்தத்தில் லக்ஷ்மணன், ஊர்மிளாவின் கல்யாணமும் நிகழும்படி சீதா கேட்டுக்கொண்டது இராமனுக்கு ஆச்சர்யம் என்றால், அதைவிட அதிசயம், தம்பி உற்சாகத்துடன் ஒப்புக்கொண்டது. தம்பதி சமேதராய்ப் பயணிக்கச் சௌகர்யமாய் இராமலக்ஷ்மணர்களுடன் சீதா மற்றும் ஊர்மிளாவின் திருமணங்கள் மிதிலாவிலேயே முடிந்தாலும், அயோத்யாவில் வெகு விமரிசையாகக் கல்யாணக் கோலாகலங்கள் மீண்டும் நடந்தேறும் என்பதில் சந்தேகமில்லை. ரகுவம்சத் தோன்றல்களின் பிரக்யாதிக்குத் தக்கபடி.

திருமணச் சடங்குகளுக்கான ஏற்பாடுகளுக்கிடையேதான் சீதாவைச் சந்திக்கக் கோரியிருந்தார் அரிஷ்டநேமி.

"மலயபுத்ரர் விசுவாசம் குறித்த சந்தேகங்களுக்கு இத்துடன் முற்றுப்புள்ளி வைக்கப்படும் என நம்புகிறேன்," என்றார் அவர். "அன்று, இன்று மட்டுமல்ல - என்றுமே நாங்கள் விஷ்ணுவின் பக்கம்தான்."

அதாவது, நீங்க சொல்றதை செய்யற வரைக்கும். உங்க திட்டத்துக்கு ஒத்து வரலைன்னா நிச்சயம் இல்லை.

சீதா புன்னகைத்தாள். "உங்களை சந்தேகிச்சதுக்கு மன்னிப்புக் கேட்டுக்கறேன், அரிஷ்டநேமிஜி."

அவர் முகமலர்ந்தார். "மிக நெருக்கமான குடும்பங்களுக்குள்ளும் மனஸ்தாபங்கள் ஏற்படுவது சகஜம். நடப்பதெல்லாம் நன்மைக்கே."

"குரு விஸ்வாமித்ரர் எங்கே?"

"எங்கேயென்று நினைக்கிறீர்கள்?"

இராவணன்.

"அரக்க மன்னர் நிலைமை எப்படி?" சீதா வினவினாள்.

ஸ்வயம்வரத்தின் பொழுது இலங்கை வேந்தனைத் தடுக்க விஸ்வாமித்ரர் சற்று அதிகப்படியாகவே எடுத்த நடவடிக்கை தன்னை மிகுந்த அவமானத்திற்குள்ளாக்கிவிட்டதாக அவன் கருதியது நிஜம். பின்விளைவுகள் மோசமாயிருக்கலாம். இராவணனின் பிரசித்தி பெற்ற தைரியம் மற்றும் குரூரத்திற்கு அவனது இமாலய அகந்தை சற்றும் குறைந்ததல்ல. அதே சமயம், இதன் பொருட்டு மகத்தான மலயபுத்ரர்களை அவன் எதிர்க்கத் துணிவானா?

சற்று நேரம் தரையை யோசனையுடன் வெறித்த அரிஷ்டநேமி, சீதாவை ஏறிட்டார். "கொடூரமாய்க் கணக்கிட்டே எந்தவொரு முடிவையும் எடுக்கும் ஈவிரக்கமற்றவன் ராவணன். ஆனால், சில சமயம், அவனது அகங்காரம்... குறுக்கிடுவதுண்டு."

"உணர்ச்சிகளுக்கு இடம் கொடுக்காம அவன் போடற எந்த கணக்கும், மலயபுத்ரர்களை எதிர்க்கக்கூடாதுங்கற முடிவைத்தான் அளிக்கும்," என்றாள் சீதா. "தாமிரவருணி பாயும் குகைக்குள்ளேயிருந்து நாம எடுத்துத் தர்ற கருப்பொருள் அவனுக்குத் தேவையா இருக்கு."

"உண்மை. அதே சமயம், நான் சொன்னபடி, அகங்காரம் அத்தேவைக்குக் குறுக்கே வரலாம். குரு விஸ்வாமித்ரர் பார்த்துக்கொள்வார் என்றே நம்புகிறேன்."

இராவணனுக்கு மலயபுத்ரர் அளிக்கும் ஆதரவின் முழு இரகசியத்தை சீதா இதுவரையில் கண்டுபிடிக்காதது அரிஷ்டநேமிக்கு ஆச்சர்யமே. இந்த அசகாய சூரியின் அபார திறனுக்கும் எல்லை உண்டு போலும். என்றாலும், முகம் திகைப்பை வெளிக்காட்டாமல் காத்துக்கொண்டார்.

— ේ人 —

எளிமையான சடங்குகளுடன் *ஸ்வயம்வர* தினத்தின் மதியமன்றே இரு திருமணங்களும் விரைவில் முடிந்தன.

இராமனும் சீதையும் ஒருவழியாகத் தனியே விடப்பட்டனர். போஜனகூடத்தின் தரை மெத்தைகளில் அமர்ந்திருந்தவர்கள் முன், உணவு தாழ்வான முக்காலியில் பரிமாறப்பட்டது. மூன்றாம் *ப்ரஹாரின்* ஆறாவது மணியானபடியால், மாலை முதிர்ந்துவிட்டது. இருவருக்குமான பந்தம் புனித தர்மசாஸ்திரப்படி சில மணி நேரம்

முன் உறுதி செய்யப்பட்டிருந்தாலும், ஒருவரையொருவர் முழுதும் அறியாத தர்மசங்கடம் அவர்களுக்கிடையே நிலவவே செய்தது.

''ம்ம்,'' இராமன் தாலத்தை வெறித்தான்.

''என்னாச்சு?'' சீதா வினவினாள். ''ஏதாவது பிரச்சனையா?''

''மன்னிக்கணும்... வந்து, சாப்பாடு...''

''பிடிக்கலையா?''

''சேச்சே, நல்லாத்தான் இருக்கு. அருமையா இருக்கு. ஆனா...''

சீதா இராமனின் கண்களை ஊடுருவிப் பார்த்தாள். ***நான் உங்க மனைவி. என்கிட்டே வெளிப்படையா சொல்லலாம். எப்படியும் சமைச்சது நானில்லை.***

என்றாலும், இவையெதையும் வெளியிடாமல் மனதிற்குள் பூட்டிக்கொண்டாள். ''சொல்லுங்க.''

''உப்பு பத்தலை.''

மிதிலாவின் அரசு சமையல் நிபுணர் குறித்து எரிச்சலடைந்தாள் சீதா. *தயன்! நம்மைப் போல கிழக்கத்திக்காரங்களை விட மத்திய சப்தசிந்துக்கள் அதிகம் உப்பு சேர்த்துக்குவாங்கன்னு சொல்லியிருந்தேனே?*

உடனடியாகத் தன் தாலத்தை ஒதுக்கிவிட்டு சீதா எழுந்து கைதட்ட, பணியாள் விரைந்து வந்தான்.

''இளவரசருக்குக் கொஞ்சம் உப்பு எடுத்து வாங்க,'' பணியாள் திரும்ப, ''சீக்கிரம்!'' ஆணை அழுத்தமாக வந்தது.

பணியாள் ஓட்டமெடுத்தான்.

உப்புக்காகக் காத்திருக்க வேண்டி துண்டால் கைகளைத் துடைத்துக்கொண்டான் இராமன். ''சிரமத்துக்கு மன்னிக்கணும்.''

புருவம் சுருங்க மீண்டும் அமர்ந்தாள் சீதா. ''நான் உங்க மனைவி. உங்களைப் பார்த்துக்கிறது என் கடமை.''

எவ்வளவு சங்கடப்படறார்... இதுவும் அழகாத்தான் இருக்கு...

இராமன் முகமலர்ந்தான். ''வந்து, ஒண்ணு கேட்கலாமா?''

''தாராளமா.''

''உன் குழந்தைப்பருவத்தைப் பத்திக் கொஞ்சம் சொல்லேன்.''

''தத்தெடுத்ததுக்கு முன்னாடியா? நான் வளர்ப்பு மகள்னு உங்களுக்குத் தெரியும் தானே?''

''ஓ... வந்து, கஷ்டமாயிருந்தா வேண்டாம்.''

சீதா புன்னகைத்தாள். ''கஷ்டம்னு இல்லை - ஆனா, எதுவும் ஞாபகமில்லைங்கறதுதான் நிஜம். வளர்ப்புப் பெற்றோர் என்னைக் கண்டெடுத்தபோது நான் சின்னக் குழந்தை.''

இராமன் தலையசைத்தான்.

நீங்களும் பிறப்பை வெச்சு என்னைக் குறைவா மதிப்பிடுவீங்களோ?

அவன் மனதில் எழும்பியதாக அவள் கணித்த கேள்விக்குப் பதிலளித்தாள். ''பெத்தவங்க யார்னு கேட்டீங்கன்னா, சுருக்கமான பதில்: தெரியாது. ஆனா, மண்ணின் மகள்னு நான் அறியப்படறது பிடிச்சிருக்கு.''

''பிறப்பு கொஞ்சமும் முக்கியமில்லை. நாம் வாழ வேண்டிய, செயல்பட வேண்டிய இந்தக் *கர்மபூமியில்* நுழைய அது ஒரு பாதை; அவ்வளவுதான். கர்மாதான் முக்கியம். உன்னுடையது உத்தமமானது.''

சீதாவின் முகம் மலர்ந்தது. தன்னை தொடர்ந்து ஆச்சர்யத்தில் - அதுவும் நல்லவிதமாய் - ஆழ்த்தும் கணவனின் இக்குணம் வசீகரித்தது. *மஹரிஷி வஸிஷ்டர் இவர்கிட்டே என்ன பார்த்தார்னு புரியுது. அபூர்வமானவர் தான்...*

வேறேதோ சொல்ல இராமன் வாயெடுக்குமுன், உப்பு வந்து சேர்ந்தது. கொஞ்சம் போட்டுக்கொண்டவன், பணியாள் வெளியேறியதும் மீண்டும் சாப்பிடத் துவங்கினான்.

''என்னவோ சொல்ல வந்தீங்க,'' என்றாள் சீதா.

''ஆமா,'' என்றான் இராமன். ''என்ன நினைக்கிறேன்னா...''

உரக்கக் கட்டியம் கூறிய வாயிற்காப்போன் புண்ணியத்தில் மீண்டும் இடைமறிக்கப்பட்டான். ''மலயபுத்ரர் தலைவர்; *ஸப்தரிஷி உத்ராதிகாரி*; விஷ்ணுமார்க்கக் காவலர்; மஹரிஷி விஸ்வாமித்ரர் வருகிறார் பராக்; பராக்!''

சீதா திகைத்தாள். *குருஜிக்கு இங்கே என்ன வேலை?*

அவள் இராமனை ஏறிட, மஹரிஷியின் வருகைக்கான காரணம் தனக்கும் தெரியாதென்று தோள்களைக் குலுக்கித் தெளிவாய் உணர்த்தினான்.

அரிஷ்டநேமி தொடர விஸ்வாமித்ரர் அறைக்குள் நுழைந்தபோது, இராமனும் சீதையும் எழுந்து நின்றனர். தனக்கும் கணவனுக்கும் கைகழுவக் கிண்ணங்கள் எடுத்து வரும்படி பணியாளுக்குச் சைகை செய்தாள் சீதா.

''புதிதாய் ஒரு பிரச்சனை,'' சம்பிரதாய விசாரிப்புகளுக்கு அவசியமிருந்ததாக விஸ்வாமித்ரர் எண்ணவில்லை.

வாய்க்குள் சபித்துக்கொண்டாள். *ராவணன்...*

''என்னாச்சு, குருஜி,'' என்றான் இராமன்.

''ராவணன் தாக்குதலுக்கான ஏற்பாடுகளில் இறங்கியிருக்கிறான்.''

''அவனிடம்தான் படையில்லையே?'' இராமனின் புருவங்கள் முடிச்சிட்டன. ''பத்தாயிரம் மெய்க்காப்பாளர்களை வெச்சுக்கிட்டு என்ன செய்யப்போறான்? மிதிலாவைக் கூட முற்றுகையிட முடியாதே? போரில் அவனுடைய ஆட்கள் பலியாகறதுதான் மிச்சம்.''

''காரணகாரியங்களை உத்தேசித்து இறங்கக் கூடியவனல்ல ராவணன்.'' விஸ்வாமித்ரர் எடுத்துரைத்தார். ''கௌரவத்திற்கு இழுக்கு நேர்ந்துவிட்டதாக மறுகுகிறான். மெய்க்காப்பாளர் படையே நிர்மூலமானாலும் மிதிலாவை சீரழிக்காமல் விடமாட்டான்.''

இராமன் சீதாவை ஏறிட, அவளோ எரிச்சலுடன் தலையைச் சிலுப்பிக்கொண்டு விஸ்வாமித்ரரிடம் திரும்பினாள். ''இந்த அரக்கன் ஏன் **ஸ்வயம்**வரத்துக்கு வந்தான்கிறது ருத்ரபகவானுக்குத்தான் வெளிச்சம். நிச்சயம் எங்கப்பாவுடைய வேலையாயிருக்காது. உங்களுக்குத் தெரியுமா?'

மூச்சை ஆழமாய் இழுத்துவிட்ட விஸ்வாமித்ரரின் கண்கள் மென்மையடைந்தன. ''போனதைப் பற்றிப் பேசிப் பயனில்லை. இப்பொழுதைய கேள்வி: என்ன செய்யப்போகிறோம்?''

''உங்க திட்டம் என்ன, குருஜி?''

''கங்கைக்கரையிலுள்ள என் **ஆசிரம**த்தின் சுரங்கங்களில் அகழ்ந்த முக்கிய சில கருப்பொருட்கள் என்னிடம் உள்ளன. அகஸ்த்யகூடத்தில் விஞ்ஞான பரிசோதனைகள் நடத்த எடுத்துவந்தேன். இதன் பொருட்டே **ஆசிரமம்** செல்ல வேண்டியிருந்தது.''

''விஞ்ஞானப் பரிசோதனைகளா?'' இராமன் வினவினான்.

''ஆம். **தைவி *அஸ்திரங்கள்*** தொடர்பானவை.''

தெய்வீக ஆயுதங்களின் வலிமை; ஆக்ரோஷம் பற்றி நன்கு அறிந்திருந்த சீதா, 'சட்'டென மூச்சைப் பிடித்துக்கொண்டாள். ''குருஜி, **தைவி *அஸ்திரங்களை***ப் பிரயோகிக்கலாம்னா சொல்றீங்க?''

விஸ்வாமித்ரர் தலையசைத்தபோதே, இராமன் பேச்சில் புகுந்தான். ''அந்த முயற்சியில் மிதிலாவும் அழியும்.''

''நடக்காது. இது வழக்கமான ஆயுதமல்ல. என்னிடம் இருப்பது ***அசுராஸ்திரம்.***''

''அது உயிரியல் ஆயுதமில்லையா?'' மிகுந்த மனக்கிலேசத்துடன் கேட்டான் இராமன்.

''ஆம். *அசுராஸ்திரம்* வெடித்துச் சிதறும் போது வெளியாகும் விஷவாயுவும் வீர்ய அலையும் இலங்கையரை வீழ்த்தி நாள்கணக்காய்ச் செயலிழக்க வைத்துவிடும். சுலபத்தில் அவர்களைச் சிறைப்படுத்தி, பிரச்சனையை முடிவுக்குக் கொண்டு வந்துவிடலாம்.''

''செயலிழக்க வைக்கிறது மட்டும்தானா?'' இராமன் வினவினான். ''அதிக அளவுல பயன்படுத்தினா, *அசுராஸ்திரம்* கொல்லவும்கூடும்னு கேள்விப்பட்டிருக்கேன்.''

ஒருவர் மட்டுமே இவ்விஷயத்தை அவனிடம் தெரிவித்திருக்கமுடியும் என்பதை விஸ்வாமித்ரர் அறிவார். உயிருக்குயிரான நண்பனாயிருந்து எதிரியாக மாறிய வஸிஷ்டன். உடனடியாக அவருக்குள் எரிச்சல் மண்டியது. ''வேறு நல்ல யோசனை உன் கைவசம் உண்டா?''

இராமன் மௌனமானான்.

அவனைப் பார்த்துவிட்டு விஸ்வாமித்ரரை ஏறிட்டாள் சீதா. ***குருஜி என்ன செய்ய முயற்சிக்கிறார்னு எனக்கு நல்லா புரியுது.*** ''ருத்ரபகவானுடைய சட்டம்?'' சற்று ஆக்ரோஷமாகவே கேட்டாள்.

முந்தைய மஹாதேவரான ருத்ரபகவான் அனுமதியற்ற ***தைவி அஸ்திரப்*** பிரயோகத்தைப் பல நூற்றாண்டுகளுக்கு முன்பே தடைசெய்துவிட்டார். அவரது கடுங்கோபத்தின் பயங்கரப் பின்விளைவுகளுக்குப் பயந்து, அநேகர் இச்சட்டத்தைப் பின்பற்றினர். மீறுபவர்கள், பதினான்கு வருட தேசப்பிரஷ்டத்திற்குள்ளாக வேண்டும். இரண்டாவது சட்ட மீறலுக்குத் தண்டனை, மரணம்.

மஹாதேவரின் இச்சட்டத்தை அமல்படுத்தும் கட்டாயத்திற்கு வாயுபுத்ரர் உள்ளாக வேண்டியிருக்கும்.

''*அசுராஸ்திரத்திற்குப்* பொருந்தாதென நினைக்கிறேன்,'' என்றார் விஸ்வாமித்ரர். ''பெருவாரியான உயிர்ச்சேதம் இருக்காதே? செயலிழக்க வைப்பதோடு சரி.''

சீதாவின் இடுங்கிய கண்கள், மனம் சமாதானமடையாததைத் தெளிவாக்கின. ''என்னால ஒத்துக்க முடியாது. ***தைவி அஸ்திரம், தைவி அஸ்திரம் தான்.*** மஹாதேவருடைய குலமான வாயுபுத்ரர்களின் அனுமதியில்லாம பயன்படுத்தக்கூடாது. நான் ருத்ரபகவானின் பக்தை. அவர் சட்டத்தை மீறமாட்டேன்.''

''அப்படியானால், சரணடையத் தயாரா?''

''நிச்சயம் மாட்டேன்! போருக்குத் தயார்!''

''போராமே? ராவணன் பட்டாளத்துடன் கைகலக்கப் போவது யார்?'' விஸ்வாமித்ரர் கொக்கரித்தார். ''மிதிலா செல்லம் கொடுத்துக் கொஞ்சும் ஞானச்செம்மல்களா? என்ன திட்டம் வைத்திருக்கிறீர்கள்? வாதம் புரிந்தே இலங்கையரை வதம் செய்வதாய் உத்தேசமா?''

''எங்ககிட்டேயும் காவல்துறை இருக்கு,'' தன் காவலர்கள் மீது திணிக்கப்பட்ட அவமானத்தினால் எரிச்சலடைந்திருந்தாள் சீதா.

''ராவணனது படைகளைச் சந்திக்கும் பயிற்சியோ, படைக்கலனோ அற்றவர்கள்.''

''படைவீரர்களோட மோதப் போறதில்லையே - மெய்க்காப்பாளர்களோடதானே? அதுக்குக் காவல்துறை போதும்.''

''போதாது என்பது உனக்கே தெரியும்.''

''*தைவி அஸ்திரம்* பயன்படுத்தமாட்டோம், குருஜி,'' தீர்மானமாகச் சொன்ன சீதாவின் முகம் இறுகியது.

இராமன் குறுக்கிட்டான். ''ஸமீச்சியின் காவல்படை தனியா இயங்கவேண்டியதில்லை. என்னையும் லக்ஷ்மணனையும் சேர்த்து மலயபுத்ரர்களும் துணை நிப்பாங்க. கோட்டைக்குள்ளே வேற இருக்கோம். பாதுகாப்புக்கு இரட்டை மதில்களும், நகரைச் சுத்தி ஏரியும் இருக்கு. மிதிலாவை நிச்சயம் காப்பாத்த முடியும்; போரிட முடியும்.''

அவனை நோக்கித் திரும்பிய விஸ்வாமித்ரரின் முகத்தில் இகழ்ச்சி தாண்டவமாடியது. ''பிதற்றல்! நம்மிடம் வீரர்கள் போதாது. இரட்டை மதிலாம்...'' அருவருப்புடன் ஹூங்காரம் செய்தார். ''கேட்க நன்றாகத்தான் இருக்கிறது. ஆனால், ராவணனைப் போல் போர்ச்சாமர்த்தியம் நிறைந்தவனுக்கு இவற்றைத் தகர்க்கக்கூடிய யுத்த தந்திரத்தை உருவாக்க எவ்வளவு நேரமாகிவிடப்போகிறது?''

''*தைவி அஸ்திரம்* கூடாது, குருஜி,'' சீதா குரலை உயர்த்தினாள். ''இப்ப, அனுமதி கொடுத்தீங்கன்னா... போருக்குத் தயாராகணும்.''

''ஸமீச்சி எங்கே?'' காவல்துறை மற்றும் அரசு சம்பிரதாயத் துறைகளின் தலைவர் அலுவலறையில் இல்லாததில் ஆச்சர்யமடைந்தாள் சீதா.

சூரியன் மறைந்துவிட்டான். இராவணனின் படையை எக்கணமும் எதிர்பார்த்து வீரர்களை அணிவகுத்துக்கொண்டிருந்தாள் சீதா.

இலங்கை மன்னன் யுத்தக் கோட்பாடுகளை மதிக்கக்கூடுமென்ற நம்பிக்கையில்லாததால், இரவிலும் அவன் தாக்கலாம் என்று சந்தேகித்தவள், ஒவ்வொரு நொடியும் முக்கியம் என்பதை உணர்ந்திருந்தாள்.

''தெரியவில்லை, தேவி,'' என்றார் ஒரு அதிகாரி. ''தங்களது திருமணம் முடிந்தவுடனேயே வெளியேறிவிட்டார்.''

''கண்டுபிடிங்க. கோட்டை மதிலுக்கு வரச் சொல்லுங்க... தேனிச் சதுக்கம்.''

''உத்தரவு.''

''இப்பவே!'' கைகளைத் தட்டி சீதா ஆணையிட, அவர் விரைந்ததும் மற்றவர்களிடம் திரும்பினாள். ''நகருக்குள்ளே இருக்கற அத்தனை அதிகாரிகளையும் வரவழைங்க. தேனிச்சதுக்கத்துக்கு - உள்சுவர் பக்கம் - வரச் சொல்லுங்க.''

காவல்துறை ஓட்டமாய் வெளியேற, அலுவலகத்திற்கு வெளியே காத்திருந்த மெய்க்காப்பாளர்களை - மிதிலைக் காவல்துறையில் இரகசியமாய் அங்கம் வகித்த மலயபுத்ரர்களை - சந்திக்கச் சென்றாள். காதுகேளா தூரத்தில் இருப்பதை நிச்சயித்துக்கொண்டு, நம்பிக்கைக்குப் பாத்திரமான மகரந்தன் என்னும் காவலனின் காதில் கிசுகிசுத்தாள். ''தளபதி ஜடாயூவைக் கண்டுபிடிங்க. உட்சுவர்லே இருக்கற ரகசியக் கிழக்குப் பாதையை எல்லோரும் பாதுகாக்கணும்னு நான் சொன்னதா சொல்லுங்க. எங்கேயிருக்குன்னு அவருக்குத் தெரியும். அதை மூட வழி செய்ய முடியுமான்னு பாருங்க.''

''தேவி, ராவணன் அவ்வழியே வருவான்னு -''

''எதிர்பார்க்கறேன்,'' சீதா இடைமறித்தாள். ''பாதையை மறிக்கணும். அதுவும் ஒரு மணி நேரத்துக்குள்ளே.''

''உத்தரவு, தேவி.''

—ॐ—

''என்னால முடியாது!'' சீறிய ஸமீச்சி, அருகே யாருமில்லை என்று நிச்சயம் செய்துகொள்ளச் சுற்றிலும் பார்த்தாள்.

வழக்கமாய்க் கச்சிதமாய்க் காட்சி தரும் அகம்பனர் இன்று கணிசமாய்க் கலைந்திருந்தார். அணிந்திருந்த உடைகள் உயர்ந்த ரகமென்றாலும், கசங்கியிருந்தன. விரல்களில் சில மோதிரங்களைக் காணவில்லை. இரத்தம் தோய்ந்த கத்தி அஜாக்கிரதையாகப் பாதி உறையிலிடப்பட்டிருந்தது. ஸமீச்சி அதிர்ந்தாள். இந்த அகம்பனரை - பித்துப்பிடித்த, வெறியேறிய - அகம்பனரை அவள் சந்தித்ததேயில்லை.

"என் உத்தரவைச் செயல்படுத்தவேண்டும்," என்றார் மென்மையான குரலில்.

தரையை ஆத்திரமிகுதியில் வெறித்தாள் ஸமீச்சி. வேறு வழியில்லை என்பதை உணர்ந்தவளாய். எத்தனையோ வருடங்களுக்குமுன் நடந்தவற்றின் விளைவாய்...

"இளவரசி சீதா காயமடையக்கூடாது."

"அதிகாரம் செய்யும் நிலையில் நீ இல்லை."

"இளவரசிக்கு எந்த ஆபத்தும் வரக்கூடாது!" ஸமீச்சி உறுமினாள். "சத்தியம் பண்ணுங்க!"

ஆத்திர அணை உடைந்து சீறிப் பாயத் தயாரான அகம்பனரின் விரல்கள் முஷ்டியாய் இறுகின.

"சத்தியம் பண்ணுங்க!"

காரியத்தில் ஜெயமடைய அவள் தேவையென்பதை உணர்ந்தவராக, கொப்பளித்த ஆக்ரோஷத்தை அடக்கிக் கொண்டு தலையசைத்தார்.

திரும்பி, வெகுவேகமாய் வெளியேறினாள் ஸமீச்சி.

அத்தியாயம் 23

நான்காம் *ப்ரஹாரின்* நான்காம் மணியில், இரவு முதிர்ந்திருந்தது. லக்ஷ்மணன், ஸமீச்சி சகிதம், இராமனும் சீதாவும் தேன்கூட்டின் உச்சியில், உள்மதிலோரமாய் நின்றனர். முன்னெச்சரிக்கையாக சதுக்கம் முழுதும் காலிசெய்யப்பட்டு, அகழி-ஏரியை அளந்த மிதவைப் பாலமும் உடைக்கப்பட்டுவிட்டது.

சுமார் ஒரு லட்சம் மக்கள் கொண்ட சிறிய இராஜ்யத்தின் சட்ட ஒழுங்கைப் பேணுதற்குரிய நான்காயிரம் ஆண்களும் பெண்களுமான காவல்படையை மிதிலா பராமரித்து வந்தது. இருப்பினும், இரண்டுக்கு ஐந்து என்ற பயங்கர விகிதத்தில் திரண்டிருந்த இராவணனின் இலங்கை மெய்க்காப்பாளர்களை சமாளிப்பது எங்ஙனம்?

சமாளிக்கலாம் என்பது சீதாவின் நம்பிக்கை. பொறியில் சிக்கிய மிருகம்தான் ஆக்ரோஷத்துடன் எதிர்த்து நிற்கும். மிதிலர்கள் இப்போது போராடுவது வெற்றிக்காக மட்டுமல்லவே? செல்வத்திற்காகவோ, அகந்தையின் பொருட்டோ கூட அல்ல; வாழ்க்கைக்காகவல்லவா? தங்கள் நகரத்தை அழிவிலிருந்து காக்கவல்லவோ போரைச் சந்திக்க ஆயத்தமடைந்து கொண்டிருந்தனர்? இன்னும் சொன்னால், மிதிலர்கள் அரணாய்க் கருதிய மதில்சுவர்கள் - இரட்டைச் சுவர்கள் - சமீபகாலங்களில் எந்தக் கோட்டையும் கைக்கொள்ளாத நூதன போர்த்தந்திரம். இப்படியொரு வியூகத்திற்குரிய உத்திகளை லங்கர்கள் உருவாக்கியிருப்பார்களா என்பது சந்தேகமே. ஆக, குறைவான வீரர் எண்ணிக்கையைப் பிரதிகூலமென ஒதுக்கிவிட முடியாது.

வெளிமதிலைப் பாதுகாக்கும் எண்ணத்தை இராமனும் சீதாவும் கைவிட்டுவிட்டனர். இராவணனும், வீரர்களும் அதை ஏறிக் கடக்க வேண்டும்; உள்மதிலைத் தாக்கவேண்டும். இலங்கையர் சிக்கும் இரு மதில்களுக்கிடையேயான இடைவெளியை மிதிலர் அம்புகள் கொலைக்களமாக்கும். எதிரிகளிடமிருந்தும் சரமாரியை எதிர்பார்த்தார்களாதலால், நகருக்குள் கூட்டத்தைக் கட்டுப்படுத்தப்

பயன்படும் மரக்கேடயங்களை ஏந்துமாறு காவல்துறைக்குக் கட்டளையிடப்பட்டது. அம்புகளினின்று காத்துக்கொள்ளச் சில எளிமையான தற்காப்பு முறைகளையும் லக்ஷ்மணன் கற்றுக் கொடுத்திருந்தான்.

"மலயபுத்ரர்கள் எங்கே?" என்றான்.

சுற்றிலும் பார்த்த சீதா, பதிலளிக்கவில்லை. தன்னை அவர்கள் நிர்க்கதியாக்கிவிடமாட்டார்கள் என்பது அவள் அறிந்ததே. கடைசி கட்டப் பேச்சுவார்த்தைகள் - கூடியவரையில் பேரத்தை இனிப்பாக்கும் லஞ்சமோ, கசப்பாக்கக்கூடிய அச்சுறுத்தல்களோ சேர்த்து - நடத்தி எவ்விதமாகவேனும் லங்கர்களைத் தாக்குதலிலிருந்து பின்வாங்க வைக்கும் முயற்சியில் மலயபுத்ரர்கள் இக்கணத்திலும் ஈடுபட்டிருக்கக்கூடுமென்ற நம்பிக்கை ஒரு மூலையில் இல்லாமலில்லை.

"நாம மட்டும்தான்னு நினைக்கறேன்," இராமன் தம்பியிடம் கிசுகிசுத்தான்.

தலையைக் குலுக்கிக்கொண்ட லக்ஷ்மணன் காறி உமிழ்ந்தான். "கோழைகள்."

இதற்கும் சீதாவிடம் பதிலில்லை. கடந்த சில நாட்களில் மைத்துனனின் ஆவேசச் சீற்றத்தை அவள் நன்கு அறியச் சந்தர்ப்பம் ஏற்பட்டிருந்தது. வரவிருக்கும் போரில் அவனது ஆக்ரோஷ சுபாவம் தேவைப்படும் என்பதும் நிச்சயம்.

"அதோ!" என்றாள் ஸமீச்சி.

அவள் சுட்டிக் காட்டிய திசையில் சீதாவும் லக்ஷ்மணனும் நோக்கினர்.

மிதிலாவின் வெளிமதிலை ஒட்டிச் சென்ற அகழியின் மறுகரையில் எரியும் சுளுந்துகள் அணிவகுத்திருந்தன. இராவணனின் மெய்க்காப்பாளர்கள் சாயங்காலம் முழுதும் இடைவிடாது காட்டு மரங்களை வெட்டிச் சேகரம் செய்து, ஏரியைக் கடக்க படகு தயாரிப்பதில் ஈடுபட்டிருந்தனர்.

மேலேயிருந்து பார்த்துக்கொண்டிருந்த போதே, இலங்கையர் அகழி-ஏரியில் படகுகளைத் தள்ளிவிட்டனர். படையெடுப்பிற்கான முன்னேற்பாடுகள் துவங்கிவிட்டன.

"நேரம் வந்தாச்சு," என்றாள் சீதா.

"ஆமா," என்றான் இராமன். "வெளிமதில் தாக்குதலுக்கு அரைமணி இருந்தா அதிகம்."

இராவணன் மற்றும் அவனது ஆட்களின் அடையாளம் என இப்பொழுது எல்லோருக்கும் பரிச்சயமான சங்கநாதம் இரவைக் கிழித்துக்கொண்டு எதிரொலித்தது. 'பளிச்' 'பளிச்'சென மின்னிச் சுடர் விட்ட சுளுந்துகளின் வெளிச்சத்தில் பார்த்துக்கொண்டிருந்தபோதே, இலங்கையர் வெளிமதில் மீது ஏணிகள் சார்த்தி ஏறத் துவங்கினர்.

''வந்துட்டாங்க,'' என்றான் இராமன்.

தூதுவனைப் பார்த்துத் தலையசைத்தாள் சீதா.

கீழே காத்திருந்த மிதிலா காவல்வீரர்களிடையே செய்தி விரைவாய்ப் பரவியது. இராவணனின் வில்லாளிகளிடமிருந்து எந்த நொடியும் சரமாரியை எதிர்பார்த்தாள் சீதா. வெளிமதிலுக்குப் புறத்தே இருக்கும் வரைதான் இலங்கையர் தரப்பிலிருந்து அம்புகள் பொழியும்; மதிலைத் தாண்டியதும் நின்றுவிடும். சரங்கள் அவர்களையே வீழ்த்திவிடக் கூடாதல்லவா?

சூறைக்காற்றைப் போல் வூஷ்ஷென புறப்பட்ட சப்தம், அம்புகள் விடுக்கப்பட்டதை உணர்த்தியது.

''கேடயம்!'' சீதா கூவினாள்.

உடனடியாகக் மிதிலர்கள் கேடயங்களை உயர்த்தினர். சரமழையை எதிர்பார்த்து.

சீதாவிற்குள் சஞ்சலம் கொப்பளித்தது. *இந்த சத்தத்துல ஏதோ தப்பிருக்கு. ஆயிரக்கணக்கான அம்புகள் விடுபடும் போது எழற இரைச்சலை விட பலமாயிருக்கு. பெரிசா ஏதோ வரப் போற மாதிரி தோணுது.*

கேடயத்தின் பின் மறைந்து கொண்டு இராமனை ஓரக்கண்ணால் ஆராய்ந்தாள். அவனும் கலக்கத்திலாழ்ந்திருப்பதாகப் பட்டது.

அவர்களது ஊகம் உறுதியாயிற்று.

பிரம்மாண்ட ஏவுகணைகள் மிதிலைப் பாதுகாப்புப் படை மீது அசாத்திய பலத்துடன் மோதின. பீதி நிறைந்த ஓலங்களுடன் கேடயங்கள் 'சடசட'வென முறியும் பயங்கர ஓசை கலக்க, பல மிதிலர்கள் கண்சிமிட்டும் நேரத்தில் சரிந்தனர்.

''என்ன அது?'' கேடயத்தின் பின் மறைந்திருந்த லக்ஷ்மணன் கூவினான்.

வெண்ணெய் வெட்டும் கத்தி போல் ஒரு கணை இராமனின் மரக்கேடயத்தைப் பிளந்து தரையில் விழுவதைக் கண்டாள் சீதா. மயிரிழையில் அவன் மீண்டான்.

ஈட்டிகள்!

மரக்கேடயங்கள் சரங்களினின்று காக்குமேயொழிய, இவற்றினின்று நிச்சயம் அல்ல.

இத்தனை தூரத்துக்கு ஈட்டிகளை எறியறது எப்படி சாத்தியம்?

முதல் வீச்சு முடிந்து அடுத்தது தொடங்க சில கணங்களே இடைவெளி என்பதை அறிந்த சீதா சுற்றுமுற்றும் பார்த்த போதே, இராமனும் அவ்விதம் கவனிப்பதைக் கண்டாள்.

''ருத்ரபகவான்தான் கருணை புரியணும்...'' அவனிடமிருந்து தெறித்த கூக்குரலையும் கேட்டாள்.

சேதம், மிக மோசம். பிரம்மாண்ட ஈட்டிகள் தயவு தாட்சண்யமின்றிக் கேடயங்களைப் பிளந்து உடலைக் கிழித்ததில், மிதிலர்களில் கால்வாசியாவது இறந்தோ, கொடூரமாய்க் காயம்பட்டோ கிடந்தனர்.

இராமன் சீதாவைப் பார்த்தான். ''அடுத்த தாக்குதல் எப்ப வேணா வரலாம்! வீட்டுக்குள்ளே போங்க!''

''வீட்டுக்குள்ளே!'' சீதா கூவினாள்.

''வீட்டிற்குள்!'' எனத் தளபதிகளும் எதிரொலித்த நொடியில் எல்லோரும் 'தடதட'வென ஓடி, பொறிக்கதவுகளைத் திறந்து உள்ளே குதித்தனர். பதற்றமான பின்வாங்கல் என்றாலும், பலனில்லாமலில்லை: உயிர்தப்பிய அத்தனை மிதிலா காவல்வீரர்களும் சில நிமிடங்களுக்குள் வீடுகளில் பாதுகாப்பாய்ப் பதுங்கினர். கதவுகள் மூடிய மறு நொடி ஈட்டித் தாக்குதல் மீண்டும் துவங்கியது. கவனமின்றி கூரை மீது சிக்கிய சிலர் உயிரிழந்தாலும், பெரும்பான்மையோர் இப்போதைக்குத் தப்பினர்.

ஒரு குடிலுக்குள் பத்திரமடைந்த மறு கணம், சீதாவை ஒரு பக்கம் அழைத்துச் சென்றான் இராமன். லக்ஷ்மணனும் ஸமீச்சியும் பின்தொடர்ந்தனர். இளவரசிக்குப் பின்னால் முகம் வெளிறி நின்ற தோழி, ஒருவித இயலாமையுடன் நெற்றியைத் தேய்த்துக் கொண்டாள்.

கூண்டில் அடைபட்ட புலி போல் ஒவ்வொரு அணுவிலும் ஆத்திரம் தெறிக்க நின்ற சீதாவின் கண்கள் அலைபாய்ந்தன; மூச்சு அசுரகதியில் சீறியது.

''அடுத்து என்ன?'' இராமன் சீதாவைக் கேட்டான். ''ராவணனின் வீரர்கள் வெளிமதிலில் ஏறிக்கிட்டிருப்பாங்க. படை சீக்கிரம் வந்துரும். தடுக்க யாருமேயில்லை.''

புதிதாய் யுக்திகள் ஏதும் தோன்றாத நிலையில், இயலாமையும் எல்லையற்ற ஆத்திரமும் சீதாவிற்குள் பீறிட்டது. *நாசமாய்ப் போக!*

''சீதா?'' இராமன் தூண்டினான்.

‘சட்’டென அவளது கண்கள் அகன்றன. ‘‘ஜன்னல்கள்!’’

‘‘என்ன?’’ பிரதமரின் வார்த்தையைக் கேட்டுத் திகைத்தாள் ஸமீச்சி.

உடனடியாகத் தளபதிகளை அழைத்தாள் சீதா. உள்மதிலைப் பகிர்ந்த வீடுகளின் ஜன்னல்களை மூடிய மரத்தடுப்புக்களை உடைத்தெறியக் கட்டளையிட்டாள்.

தேனிச் சதுக்கம் இரு மதில்களுக்கும் இடையேயான நிலப்பரப்பை பார்த்திருந்ததால், துல்லியமான இலக்கு சீதாவிற்கு வாய்த்தது. பாய்ந்து வரும் இலங்கையர் மீது தாராளமாய் அம்பெய்யலாம்.

‘‘பிரமாதம்!’’ கூச்சலிட்டபடி அடைத்த ஜன்னலிடம் ஓடினான் லக்ஷ்மணன். கரத்தைப் பின்னுக்கிழுத்து, தசைகளை இறுக்கி பலமாய் ஒரு குத்து விட்டதில் மரப்பலகை பெயர்ந்து ‘பொலபொல’வென உதிர்ந்தது.

தேனிச்சதுக்கத்தின் இப்பகுதியைச் சேர்ந்த வீடுகளனைத்தும் உட்புறப் பாதைகளால் இணைந்திருந்ததில் செய்தி வெகுவேகமாய்ப் பரவியது. அடைத்த ஜன்னல்களை நொடியில் உடைத்தெறிந்த மிதிலர்கள், உள் மற்றும் வெளி மதில்களுக்கிடையே சிக்கிய இலங்கையர் மீது அம்பெய்யத் துவங்கினர். எவ்வித எதிர்ப்பையும் எதிர்பாராத இராவணன் படை, சரமாரியாகப் பொழிந்த அம்புகளால் நிலைகுலைந்தது; உயிரிழந்த வீரர்கள் ஏராளம்.

ஓயாது அம்பெய்த மிதிலர்கள் முடிந்தளவு எதிரிகளை நாசமாக்கி, தாக்குதலின் வீர்யத்தைக் குறைத்தனர்.

திடீரென ஒலித்த சங்கநாதத்தில் சற்றே மாற்றம். உடனடியாகத் திரும்பிய இலங்கையர், வந்த வேகத்தில் பின்வாங்கினர்.

மிதிலர்களிடமிருந்து உற்சாகக் கூக்குரல்கள் உரத்து எழுந்தன. முதல் கட்டத் தாக்குதலை முறியடித்துவிட்டார்களல்லவா?

—ॐ—

கிழக்கு வெளுத்தபோது, இராமன், சீதா மற்றும் லக்ஷ்மணன் தேனிச்சதுக்கக் கூரை மீது நின்றிருந்தனர். அதிகாலைச் சூரியக் கிரணங்களின் மென்மை, இலங்கை ஈட்டிகளின் கொடூர நாசத்தை மேலும் பயங்கரமாய்க் காட்டியது. கண்முன் விரிந்த அவலம் நெஞ்சைப் பிளந்தது.

சுற்றிலும் சின்னாபின்னமாகிக் கிடந்த மிதிலர் சடலங்களை வெறித்தாள் சீதா: தோலிழைகள் மட்டுமே உடலுடன் இணைந்து அநேகமாய் வெட்டுண்ட தலைகளுடன் சில; குடல்

வெளிவந்து சிதறியிருந்த மற்றும் சில; ஈட்டியால் பிளக்கப்பட்டு இரத்தப்போக்கிலேயே உயிரிழந்திருந்த பல. ''என் வீரர்கள் ஆயிரமாவது...''

''நாமும் நல்லாத்தான் பதிலடி குடுத்திருக்கோம், *அண்ணி*,'' என்றான் லக்ஷ்மணன். ''ரெண்டு மதில்களுக்குமிடையிலே குறைஞ்சபட்சம் ஆயிரம் இலங்கை வீரர்களாவது செத்திருப்பாங்க.''

''இருக்கலாம்,'' விழிகளில் கண்ணீர் தளும்ப அவனைப் பார்த்தாள் சீதா. ''ஆனா, அந்தப் பக்கம் இன்னும் ஒன்பதாயிரம் வீரர்கள் இருக்காங்க. நம்மகிட்டே? மூவாயிரம்தானே?''

அகழி-ஏரிக்கு மறுபுறம் அமைந்த இலங்கைப் பாசறையை ஆராய்ந்தான் இராமன். சீதாவின் பார்வை அவனைப் பின்பற்றியது. காயம்பட்டோருக்கென மருத்துவக் கூடாரங்கள் அமைக்கப்பட்டிருந்தாலும், அநேகர் அசுரவேகத்தில் மரங்களை வெட்டிக் காட்டைக் கச்சிதமாய் பின்தள்ளுவதில் முனைந்திருந்தனர்.

இலங்கை வரை பின்வாங்கும் எண்ணம் அவர்களுக்கில்லை என்பது தெளிவாகியது.

''அடுத்த முறை இன்னும் ஆயத்தமாயிருப்பாங்க,'' என்றான் இராமன். ''உள்மதிலைத் தாண்டிட்டாங்கன்னா... முடிஞ்சது.''

பெருமூச்செறிந்தவாறு இராமன் தோள் மீது கரம் பதித்துத் தரையை வெறித்தாள் சீதா. அந்தச் சிறிய தொடுகையிலேயே அவள் பலம் பெறுவது போல் தோன்றியது. தோளோடு தோள் நின்று எதையும் சந்திக்க தக்க துணை கிடைத்துவிட்ட தெம்பு இப்பொழுது உள்ளுக்குள் படர்ந்தது.

திரும்பித் தனது நகரைப் பார்த்தாள். தேனிச்சதுக்கப் பூங்காவைத் தாண்டி நெடிதுயர்ந்த ருத்ரபகவானின் மகத்தான ஆலயக் கோபுரத்தின் மீது கண்கள் நிலைத்தன. அசாத்திய தீர்மானத்துடன் விழிகள் பளிச்சிட, நாடிநரம்பெல்லாம் அசைக்கமுடியாத உறுதி பாய்ந்தது.

''இல்லை; இன்னும் முடியலை. குடிமக்களை என்னோட சேரும்படி அழைப்பேன். என் ஜனங்க எல்லோரும் சமையல் கத்திகளோட நின்னாகூட, இலங்கைப்பதர்களை ஒண்ணுக்குப் பத்துங்கிற விகிதத்துல ஜெயிக்கமுடியும். தாராளமா அவங்களைத் தகர்க்கலாம்.''

தன் கரத்தின் கீழ் இராமனின் தோள்தசைகள் இறுகுவதை உணர்ந்தாள். அவன் கண்களை ஊடுருவிப் பார்த்தவளுக்கு தன்னம்பிக்கையும் அசையா விசுவாசமுமே புலப்பட்டன.

இவருக்கு என் மேல நம்பிக்கை இருக்கு. நான் இதைச் சமாளிப்பேன்னு நம்பறார். செய்வேன். தோற்கமாட்டேன்.

ஒரு முடிவுக்கு வந்தவள் போல் தலையசைத்துக்கொண்ட சீதா, மிதிலை அதிகாரிகள் சிலர் பின்தொடருமாறு சைகை செய்து அங்கிருந்து விரைந்தாள்.

அவளுடன் வரும் முயற்சியில் இராமலக்ஷ்மணர்களும் விரைய, திரும்பினாள். ''வேண்டாம். இங்கேயே இருங்க. ஒரு வேளை லங்கர்கள் எதிர்பாரா தாக்குதல் நடத்தினாங்கன்னா, போர்முறைகள்ள பரிச்சயமுள்ள, நம்பிக்கையான ஒருத்தர் தங்கியிருந்து படைகளை நடத்த வேண்டியிருக்கும்.''

வாதம் புரிய வாய்திறந்த லக்ஷ்மணன், இராமனிடமிருந்து வந்த சைகையில் அமைதியானான்.

''இங்கேயே இருக்கோம் சீதா,'' என்றான் இராமன். ''நாங்க நிக்கற வரைக்கும் ஒரு லங்கனும் நகருக்குள்ளே நுழையமுடியாது. மத்தவங்களை ஒன்று சேர்.''

முகமலர்ந்த சீதா, அவன் கரம் தொட்டாள்.

திரும்பி, ஓட்டமெடுத்தாள்.

— ௫௪ —

இரண்டாம் *ப்ரஹாரி*ன் மூன்றாம் மணி நேரம் ஏறக்குறைய முடிவுக்கு வந்துகொண்டிருக்க, மதியத்துக்கு மூன்று மணி நேரம் இருந்த நிலையில் வெளிச்சம் துல்லியமாய்ப் பரவியிருந்தாலும் - அவ்வொளியின் விளைவாய் நகரமாந்தர்களுக்கென்னவோ ஞானோதயம் ஏற்படவில்லை. ஏறக்குறைய ஓராயிரம் மிதிலா காவல்துறையினரின் வீரமரணமோ, தேனிச்சதுக்கப் போரின் குலைநடுங்கும் சேதமோ, எதுவும் அவர்களின் ஆவேசத்தைத் தூண்டியதாய்த் தெரியவில்லை. பிரதம மந்திரி சீதாவின் தலைமையில் ஆள், ஆயுதம் என அனைத்திலும் பலவீனமான மிதிலைக் காவல்துறை வீராவேசத்துடன் இலங்கைப்படையை வெட்டி வீழ்த்தியதில் பொதிந்திருந்த சாகசமும் ஊக்கமளித்ததாகத் தெரியவில்லை. இன்னும் சொன்னால், சரண், சமாதானம், சமரசம் ஆகிய பேச்சுக்கள்தான் காற்றில் பரவியிருந்தன.

மிதிலைக் குடிமக்களையே எப்படியாவது லங்கர்களுக்கெதிரான போரில் ஈடுபடவைக்கும் முயற்சியில் அப்பகுதித் தலைவர்களை அங்காடிச் சதுக்கத்தில் சீதா திரட்டியிருந்தாள். இது நடந்தது சில மணி நேரங்களுக்கு முன். தாய்நாட்டின் பொருட்டு உயிரையோ, உடைமைகளையோ பணயம் வைக்கச் செல்வந்தர்கள் முன்வராததில் அதிசயமில்லைதான் - ஆனால்,

சுனெனா மற்றும் சீதாவின் சமூகச் சீர்திருத்தங்களால் அதிகப் பலனடைந்திருந்த ஏழைவர்க்கமும் இராஜ்யத்திற்காகப் போராட அவசியமில்லையெனக் கருதியது சீதாவை அதிர வைத்தது.

சக மிதிலர்கள் முன் வைக்கும் வாதங்களை - கோழைத்தனத்தை தர்மநியாயமென்னும் சாயத்தில் முக்கியெடுத்து அளிக்கும் சுயநல வார்த்தைகளை - மௌனமாக கேட்டுக்கொண்டிருந்தவளுக்குள் பீறிட்ட ஆத்திரத்தில் இரத்தநாளமே வெடித்துவிடும் போல் தோன்றியது.

''நாம யதார்த்தவாதிகளா இருக்கவேண்டியது அவசியம்...''

''இத்தனை கஷ்டப்பட்டு ஏழ்மையிலிருந்து வெளியேறி, பணம் சம்பாதிச்சு, பசங்களுடைய படிப்புக்கு வழி பண்ணி, வீடு கட்டி நல்ல வாழ்க்கை அமைச்சுக்கிட்டதெல்லாம் ஒரே போர்ல பறி குடுக்கத்தானா?''

''வன்முறையாலே எந்தப் பிரச்சனை தீர்ந்திருக்கு? நாம பின்பற்ற வேண்டியது அன்பு வழியே தவிர, ஆயுத வழியில்ல...''

''போர் என்பதே தந்தைவழிச் சமூக உயர் குடிமக்களின் பொது சூழ்ச்சி...''

''லங்கர்களும் நம்மளை மாதிரி மனுஷங்கதானே? பேச்சு வார்த்தை நடத்தினா வழிக்கு வர மாட்டாங்களா என்ன?

''எல்லாம் சரி; நாம மட்டும் மனசாட்சிக்குக் குந்தகம் ஏற்படாத வகையிலா நடந்துகிட்டோம்? லங்கர்களைப் பத்தி நம்ம கருத்து இருக்கட்டும் - ஸ்வயம்வரத்துல சக்ரவர்த்தி ராவணனை அவமானப்படுத்தினது நிஜம் தானே?''

''எத்தனை காவலர்கள் உயிரை விட்டா என்ன? நம்மைப் பாதுகாக்கறதும் - நமக்காக சாகறதும் - அவங்க கடமைதானே? சும்மாவா செய்யறாங்க? எதுக்காக வரி கட்டறோம்? வரின்னவுடனே நினைவுக்கு வருது; இலங்கையில் வரி விகிதம் ரொம்பவே குறைவாமே?''

''லங்கர்களுடன் நாம் சமாதான பேச்சுவார்த்தையில் ஈடுபடவேண்டும் என்பதே என் எண்ணம். கணக்கெடுப்பு செய்வோமே?''

பொறுமையின் எல்லைக்கே வந்துவிட்ட சீதா, மக்களை உசுப்பேற்றும் முயற்சியில் ஜனகர் மற்றும் ஊர்மிளா இருவரின் உதவியை நாடும் நிலைக்குத் தள்ளப்பட்டாள். பலனில்லை. மிதிலர்களால் ஞானியெனப் போற்றப்பட்ட ஜனகரின் உந்துதல்களுக்கோ, பெண்கள் மத்தியில் பிரபலமாயிருந்த ஊர்மிளாவின் கெஞ்சல்களுக்கோ யாரிடமும் எவ்வித பயனுமில்லை.

சீதாவின் விரல்கள் முஷ்டியாக இறுகின. கோழைத்தனத்தின் முழு உருவமாக அவள் முன் நின்றவர்கள் மீது கோபாவேசத்தின் முழு வீச்சையும் காட்டும் எண்ணத்துடன் ஆக்ரோஷமாய் இரைய முனைந்த கணத்தில், தோள் மீது ஒரு கரம் விழ, திரும்பினாள். ஸமீச்சி.

'சட்'டென அவளை ஒருபுறம் அழைத்துச் சென்றாள். "என்ன? அவங்க எங்கே?"

விஸ்வாமித்ரர் மற்றும் அரிஷ்டநேமியைத் தேடிக் கண்டுபிடிக்கும் பணியில் ஸமீச்சி ஈடுபடுத்தப்பட்டிருந்தாள். இப்பேர்ப்பட்ட இக்கட்டான சமயத்தில் - மிதிலாவே அழிவின் வாயிலில் நிற்கும் ஆபத்தான தருணத்தில் - மலயபுத்ரர்கள் தன்னைப் புறக்கணிப்பார்கள் என்பதை சீதா நம்ப மறுத்தாள்; நகர் வீழ்ந்தால், அந்த கதி தனக்கும்தான் என்பதே அவளது முடிவென்பதை அவர்கள் நன்கறிவார்கள் என்றும் நம்பினாள். தான் உயிருடன் இருப்பதே அவர்களுக்கு முக்கியம் என்றும் உறுதியாய்த் தோன்றியது.

"எல்லா இடத்துலேயும் பார்த்துட்டேன்," என்றாள் ஸமீச்சி. "எங்கேயும் கண்டுபிடிக்க முடியலை."

தரையை வெறித்த சீதா, வாய்க்குள் சபித்துக் கொண்டாள்.

ஸமீச்சி மிடறு விழுங்கினாள். "சீதா..."

அவள் தன் தோழியை ஏறிட்டாள்.

"நீ விரும்பமாட்டேன்னு தெரியும் - ஆனா, வேற வழியில்ல. லங்கர்களோட சமாதானப் பேச்சுவார்த்தை நடத்தித்தான் ஆகணும். ராவணப் பிரபுவை மட்டும் நாம -"

சீதாவின் கண்களில் பொறி பறந்தது. "என் காதுபட இந்த மாதிரி பேசாதேன்னு -"

தேனிச்சதுக்கத்திலிருந்து அப்போது கிளம்பிய பலத்த சப்தத்தில் வார்த்தைகள் அறுந்தன.

சில மணி நேரங்களுக்கு முன் போர் நிகழ்ந்த இடத்தினின்று சற்று மறைந்திருந்த கூரைப்பகுதியிலிருந்து வெடியோசைகள் கேட்டன. நொடியில், அதே பகுதியினின்று சிறிய ஏவுகணையொன்று புறப்பட்டது. மிகப்பெரும் வளைவில் வானில் சீறிப் பாய்ந்து, வெகு சில கணங்களில் நெடுந்தூரத்தைக் கடந்தது. அகழி-ஏரியை நோக்கி - லங்கர்களின் பாசறையென சீதா அறிந்திருந்த களம் நோக்கி.

அங்காடிச் சதுக்கத்தில் திகைத்து நின்ற கூட்டத்திலுள்ள எவராலும் அத்திசையினின்று கண்களை அகற்றமுடியவில்லை.

என்ன நிகழ்ந்ததென யாருக்கும் புரிபடவில்லை - சீதாவைத் தவிர்த்து.

இரவு முழுதும் மலயபுத்ரர்கள் ஈடுபட்டிருந்த பணி இன்னதென அவளுக்குப் 'பளிச்'செனப் புரிந்தது. அவர்கள் எதைத் தயாரிப்பதில் முனைந்திருந்தனர்; என்ன காரியம் செய்திருந்தனர் என்பதும் சந்தேகத்திற்கிடமின்றி விளங்கியது. அசுராஸ்திரம்.

அகழி-ஏரியின் மேல் பறந்த போதே, சிறிய மின்னலொளியுடன் கூடிய மெல்லிய வெடிச்சப்தம் செவியை எட்டியது. இலங்கையருக்கு மேல் சில நொடிகள் மிதந்த *அசுராஸ்திரம்* - மிதிலா மதில்களையே உலுக்கிய பெருத்த இடியோசையுடன் வெடித்துச் சிதறியது.

'பளீ'ரெனப் பச்சை வெளிச்சம் அஸ்திரம் வெடித்த இடத்தில் தோன்றியதை மிதிலைப் பார்வையாளர்கள் கண்டனர். ஆக்ரோஷச் சீறலாய் தாக்கியது ஒளிவெள்ளம். வெடித்த அஸ்திரத் துகள்கள் ஓயாமல், கருணையின்றி பொழிவது கண்ணுக்குப் புலப்பட்டது.

இப்பயங்கரக் காட்சிகள் வானில் நிகழ்ந்துகொண்டிருந்த போதே, கொடூர வெடிச்சப்தம் காதைக் கிழிக்கும் அதிர்வுடன் மிதிலைக் கோட்டைச் சுவர்களைக் கலகலக்கச் செய்தது. சற்று முன் வரை குடிமக்கள் வார்த்தைகளைப் புரட்டிப் புரட்டிச் செயலிழக்குமளவு வாதம் செய்த அங்காடிச் சதுக்கத்தையே ஆட்டி வைத்தது.

திகிலில் செவிகளை மூடிக்கொண்டனர் மிதிலர்கள். சிலர் கருணை வேண்டி பிரார்த்தனை செய்யத் துவங்கினர்.

கூட்டத்தின் மீது அமானுஷ்ய அமைதி விழுந்தது. அதிர்ச்சி கலந்த குழப்பத்தில் பலர் கலவரத்துடன் சுற்றும் முற்றும் வெறித்தனர்.

சீதாவோ, மிதிலா காப்பாற்றப்பட்டுவிட்டதை உணர்ந்தாள். அடுத்து வரப்போவதையும் ஊகித்தாள். இராவணன் மற்றும் சக இலங்கையர் மீது இடியே விழுந்துவிட்டது. இப்பொழுது அவர்கள் செயலிழந்து கிடப்பர். சுலபத்தில் விழிக்க வழியில்லாத ஆழ்துயிலில் நினைவிழந்தும் கிடப்பர். நாட்கணக்காக. ஏன், வாரக்கணக்காகக்கூட. சிலர் இறக்கவும் கூடும்.

ஆனால், மிதிலைக்கு ஆபத்தில்லை. காப்பாற்றப்பட்டுவிட்டது.

தேனிச்சதுக்கத்தில் தான் அடைந்த வீழ்ச்சியைக் கொண்டு பார்த்தால், இராவணனின் அரக்கவீரர்களைத் தடுக்க இந்த ஒரு வழிதான் சாத்தியமோ?

நரம்புகளில் படர்ந்த நிம்மதியை அனுபவித்த கணத்திலேயே, சீதாவின் உதடுகள் முணுமுணுத்தன. ''ருத்ரபகவானின் ஆசி மலயபுத்ரர்களுக்கும் குரு விஸ்வாமித்ரருக்கும் உரித்தாகட்டும்.''

'சட்'டென இடி விழுந்தது போல் அவள் மகிழ்ச்சி வறண்டது. கட்டுப்படுத்த முடியாத பீதியில் படபடத்தது இதயம்.

அசுராஸ்திரத்தை எய்தது யார்?

வெகு தூரம் கடக்குமாறு கணையை எய்ய வேண்டும் என்பதை அவள் அறிவாள். மிகத் தேர்ந்த வில்லாளிக்கு மட்டுமே இச்செயலில் வெற்றி சாத்தியம். குறிப்பிட்ட தூரத்திலிருந்து அம்பெய்தி *அசுராஸ்திரத்தை* ஏவக்கூடிய திறன் படைத்தவர்கள் இச்சமயம் மிதிலாவில் மூவர் மட்டுமே: விஸ்வாமித்ரர்; அரிஷ்டநேமி மற்றும்...

ராமா... தயவு செஞ்சு... இல்லை, இல்லை... ருத்ரபகவானே, கருணை காட்டுங்க...

தேனிச்சதுக்கத்தை நோக்கிப் பாய்ந்தாள் சீதா. பின்தொடர்ந்தனர் ஸமீச்சி மற்றும் மெய்க்காப்பாளர்கள்.

அத்தியாயம் 24

மும்மூன்றாய் தேனிச்சதுக்கத்தின் படிகளில் தாவியேறினாள் சீதா. விநாடியில் கூரையை எட்டிவிட்டாள். இறுகிய முகத்துடன் அவளைத் தொடர்ந்தாள் ஸமீச்சி. இந்த தூரத்திலிருந்து இலங்கைப் பாசறையில் விளைந்த பயங்கரம் நன்கு காணக்கூடியதாயிருந்தது. தரையில் ஆயிரக்கணக்கானோர் வீழ்ந்திருந்தனர். மயான அமைதியில். செயலிழந்த லங்கர்கள் மீது அரக்கத்தனமான பச்சைப்புகை மண்டலம் அடர்த்தியாய்க் கம்பளி போல் போர்த்திக் கிடந்தது.

சுற்றிச் சிறு சலசலப்பும் இல்லை. மனிதர்கள் மௌனத்தில் ஆழ்ந்திருந்தனர். விலங்குகளும்தான். பறவைகளின் கலகலத்வனிகளும் ஓய்ந்திருந்தன. மரங்களில் துளியும் அசைவில்லை. காற்றும் கூட அடங்கிவிட்டது. சற்று முன் கட்டவிழ்க்கப்பட்ட அதிபயங்கர அஸ்திரம் விளைவித்த பீதியில் பீடிக்கப்பட்டிருந்தன அனைத்தும்.

மௌனத்தைக் கிழித்தது, பிரம்மாண்டப் பாம்பின் அறைகூவல் போன்ற ஒரே சீரான, பயங்கரச் சீறல் மட்டுமே. வெடித்துச் சிதறித் தரையில் விழுந்த *அசுராஸ்திரத்* துகள்களினின்று வெளியேறிய அடர்த்தியான பச்சைப்புகையின் இரைச்சல்.

இதயம் உறைந்தவளாய், சீதா *ருத்ராக்ஷப்* பதக்கத்தைத் தொட்டுக்கொண்டாள். *ருத்ரபகவானே, கருணை காட்டுங்க...*

சற்று ஒதுங்கிக் குழுமியிருந்த அரிஷ்டநேமியும், பிற மலயபுத்ரர்களும் கண்ணில் பட, அவர்களிடம் விரைந்தாள்.

''யார் ஏவினது?'' படபடத்தாள்.

அரிஷ்டநேமி லாகவமாய் விலக, இராமன் அவள் பார்வைக்குத் தெரிந்தான். கணவன் கரத்தில் மட்டுமே வில் இருந்தது.

அசுராஸ்திரத்தை இராமன் ஏவ - விளைவாய் ருத்ரபகவானின் கடும் சட்டத்தை மீறத் - தூண்டும் முயற்சியில் விஸ்வாமித்திரர் வெற்றியடைந்துவிட்டார்.

உரக்கச் சபித்தபடி கணவனிடம் ஓடினாள்.

அவள் வருகையைக் கண்ட விஸ்வாமித்ரர் முகமலர்ந்தார். ''எல்லாம் நன்றாகவே முடிந்துவிட்டது சீதா! ராவணனது படைகள் வீழ்ந்துபட்டன. மிதிலா பிழைத்தது!''

உதட்டில் துடித்த வார்த்தைகளை உதிர்க்க முடியாத ஆத்திரத்துடன் அவரை சீதா முறைத்தாள். பிறகு, ஓடிச் சென்று கணவனை அணைத்துக்கொண்டாள். அதிர்ந்த இராமனின் கரத்தினின்று வில் நழுவியது. அவர்கள் தழுவிக் கொண்டதில்லை. இதுவரை.

அவள் அவனை இறுக்கிக் கொண்டாள். அவனது இதயத்துடிப்பு அதிகரித்ததை உணர்ந்தாள். ஆனால் இராமனது கரங்கள் எழவில்லை. அவளைப் பதிலுக்குத் தழுவவில்லை.

சற்றே சாய்ந்து, அவன் கன்னத்தில் உருண்டு இறங்கிய ஒரே ஒரு கண்ணீர்த்துளியைக் கண்டாள் சீதா.

குற்றவுணர்வு அவளைத் துடிதுடிக்க வைத்தது. பாவச்செயலுக்கு இராமன் தள்ளப்பட்டுவிட்டதை நன்குணர்ந்தாள். தன்னால். தன் மீதிருந்த அன்பால். அப்பாவிகளை, பலவீனர்களை - சுயநலம், கோழைத்தனம் முதலியவற்றின் சொரூபமான மிதிலர்களை - எப்படியேனும் காக்க வேண்டும் என்று உந்தித் தள்ளிய கடமையுணர்வால்.

அவனை இறுகத் தழுவியபடி, உணர்ச்சியற்ற கண்களை ஊடுருவினாள். கவலை அவள் முகத்தில் கோடிட்டிருந்தது. ''நான் உங்க பக்கம்.''

இராமன் மௌனம் காத்தாலும், முகபாவம் மாறுதல் அடைந்தது. கண்களில் பழைய வெறுமை மறைந்து, கனவு தடவிய பிரகாசம் மின்னியது. தன்னை மறந்து வேறுலகில் சஞ்சரிப்பது போல்.

ருத்ரபகவானே, இவருக்கு... இந்த மகத்தான மனிதருக்கு - எனக்காக இவ்வளவு கஷ்டத்துக்குள்ளானவருக்கு உதவுற சக்தியை எனக்குக் குடுங்க.

இன்னமும் அவனை இறுகத் தழுவி நின்றாள் சீதா. ''நான் உங்க பக்கம்தான். ரெண்டு பேரும் சேர்ந்தே இதைச் சமாளிப்போம்.''

கண்களை மூடிய இராமன், கைகளால் மனைவியைச் சுற்றி வளைத்துக்கொண்டான். தோள் மீது தலைசாய்த்தான். நீண்ட, ஆசுவாசப் பெருமூச்சொன்று அவனிடமிருந்து வெளிப்பட்டதை உணர்ந்தாள். அடைக்கலம் புகுந்தது போல். சரணாலயம் அடைந்தது போல்.

கணவனின் தோள் தாண்டி விஸ்வாமித்ரரை முறைத்தாள் சீதா. கண்களில் அம்பிகையின் ஆக்ரோஷம் கனலாய் வீசியது.

சற்றும் குற்றவுணர்வின்றி விஸ்வாமித்ரரும் முறைத்தார்.

உரத்த சப்தமொன்று அவர்களை இகலோகத்திற்கு இழுக்க, மதில்களைத் தாண்டி வெறித்தனர். இராவணனது **புஷ்பக விமானம்,** தடதடத்து உயிர் பெற்றது. பிரம்மாண்டச் சுழல்-தகடுகள் 'விர்'ரென வட்டமடித்தன. இராட்சத அரக்கன், மகத்தான வாளால் வெட்டி வீழ்த்துவது போன்ற அசாத்திய இரைச்சல். நொடியில் வேகமடைந்து பூமியிலிருந்து எழுந்த ஊர்தி, நிலைமத் திருப்புத்திறனை எதிர்த்து, புவியீர்ப்பு விசையுடன் போராடுவது போல் சில அடி உயரத்தில் மிதந்தது. 'சட்'டெனப் பெரும் சக்தியுடன் - ஓசையுடன் வானில் தாவி, மிதிலா மற்றும் *அசுராஸ்திர*த்தின் ஊழித்தாண்டவத்திலிருந்து விலகி, பறந்து, மறைந்தது.

இராவணன் பிழைத்துவிட்டான். தப்பிவிட்டான்.

மறு நாள், நகருக்கு வெளியே தற்காலிகமாய் **ஆயுராலயம்** அமைக்கப்பட்டது. பெரும் கூடாரங்களில் இலங்கை வீரர்கள் தங்கவைக்கப்பட்டனர். பயங்கர ஆயுதத்தின் பயனாய் ஆழ்துயிலில் வீழ்ந்தவர்களுக்கு சிகிச்சையளிக்க மிதிலை மருத்துவர்களுக்கு மலயபுத்ரர்கள் தக்க பயிற்சியளித்தனர். அதாவது, துயிலினின்று அவர்கள் தன்னால் மீண்டு வரும் வரையில் - நாள்கணக்கிலோ, வாரக்கணக்கிலோ - உயிரைக் காப்பாற்ற ஒரு முயற்சி. எல்லோர் விஷயத்திலும் பலிக்குமென நிச்சயமில்லை; சிலர் கண்விழிக்காமல் மீளாத்துயிலிலும் அமிழ்ந்து விடக்கூடும்.

வரவிருக்கும் அயோத்யா பிரயாணத்தையும், அதன் பயனாக மிதிலாவின் எதிர்கால நிர்வாகம் குறித்தும் எண்ணமிட்டவாறு அலுவலகத்தில் அமர்ந்திருந்தாள் சீதா. ஏராளப் பணிகளின் அழுத்தம் போதாதென்று, ஸமீச்சியுடனான பேச்சுவார்த்தையும் சொல்லிக் கொள்ளும்படியாக இல்லை.

காவல்துறை மற்றும் அரசுமுறை சம்பிரதாயத் துறைத் தலைவர் காற்றில் நடுங்கும் இலை போலப் படபடத்துக்கொண்டிருந்தாள். தோழி இவ்வளவு பதற்றமடைந்து சீதா கண்டதேயில்லை. திகில் அவளைப் பீடித்திருந்தது திண்ணம்.

''கவலைப்படாதே, ஸமீச்சி. ராமனைக் காப்பாத்த நானாச்சு. அவருக்கு ஒண்ணுமாகாது. எந்த தண்டனையும் கிடைக்காது.''

ஸமீச்சி மறுப்பாய்த் தலையசைத்தாள். அவள் மனதை வேறேதோ அரித்ததாகப்பட்டது. ''ராவண தேவர் தப்பிச்சிட்டார்...'' குழறினாள். ''லங்கர்கள்... திரும்பி வருவாங்க... மிதிலா... நீ... நான்... எல்லோரும் செத்தோம்...''

''அட பைத்தியமே. ஒண்ணும் நடக்காது. சுலபத்துல மறக்கமுடியாத பாடத்தை லங்கர்களுக்குப் புகட்டியாச்சு...''

''மறக்கமாட்டாங்க... ஞாபகம் வெச்சுகிட்டிருப்பாங்க... அயோத்யா... கரச்சாபா... சில்லிகா -''

அவளது தோள்களை இறுகப் பற்றினாள் சீதா. ''என்ன ஸமீச்சி இது?'' என்றாள் உரக்க. ''கொஞ்சம் உன்னைக் கட்டுப்படுத்திக்க. என்னாச்சு? ஒண்ணும் நடக்காதுங்கறேன்ல?''

மௌனமான ஸமீச்சி, பணிவின் அறிகுறியாகக் கைகளைக் குவித்தாள். பிரார்த்தனை புரிவது போல். அவள் செய்யவேண்டியது என்னவென்று புரிந்துவிட்டது. கருணை வேண்டி மன்றாடவேண்டும். உண்மைத் தெய்வத்திடம்.

அவளை வெறித்த சீதா, தலையைக் குலுக்கிக்கொண்டாள். ஏமாற்றத்துடன். தந்தை ஜனகரின் பெயரில், மிதிலா ஆட்சிப் பொறுப்பை ஸமீச்சியின் கரங்களில் ஒப்புவிக்க முடிவெடுத்திருந்தாள். தலைமை மாற்றத்தால் தடங்கல்கள் ஏற்படாமல் நிர்வாகம் சீராய்த் தொடர வேண்டுமென்பது அவள் விருப்பம். இப்போதோ, கூடுதல் பொறுப்புக்களை ஏற்க ஸமீச்சி தயார்தானா என்ற சந்தேகம் எழுந்தது. தன் தோழி இவ்வளவு நிலைகுலைந்து அவள் பார்த்ததேயில்லை.

—ॐ—

''வேண்டாம். தயவு செய்து இதைச் செய்யும்படி என்னை வற்புறுத்தாதீர்கள், அரிஷ்டநேமிஜி,'' குஷத்வஜர் கெஞ்சினார்.

மிதிலா அரண்மனையில் ஸங்கஷ்யாவின் மன்னருக்கென ஒதுக்கப்பட்டிருந்த பகுதியில் இருந்தார் அரிஷ்டநேமி.

''செய்துதான் ஆக வேண்டும்,'' என்றவரின் மெல்லிய குரல் மிரட்டியது. அச்சுறுத்தல் மறுக்கமுடியாமல் தெறித்தது. ''என்ன நடந்ததென எங்களுக்கு நிச்சயமாகத் தெரியும். ராவணன் இங்கே எப்படி வந்தான் -''

குஷத்வஜர் பதற்றத்துடன் மிடறு விழுங்கினார்.

''ஞானத்தின் மீது பற்றுகொண்டோர் அனைவருக்கும் மிதிலா பொக்கிஷம்,'' என்றார் அரிஷ்டநேமி. ''நாங்கள் அதை அழிய விடமாட்டோம். நீர் செய்த காரியத்திற்கான விலையைக் கொடுத்துத்தான் ஆகவேண்டும்.''

''இந்த அறிக்கையில் நான் கையெழுத்திட்டால், ராவணனின் கொலையாளிகள் என்னைத்தான் குறிவைப்பார்கள் -''

''கையெழுத்திடாவிட்டால், நாங்கள் குறிவைப்போம்,'' கண்களில் பயங்கரம் தாண்டவமாட, குஷத்வஜர் திகிலடையும்

வண்ணம் மிக நெருங்கி வந்தார் அரிஷ்டநேமி. ''எங்கள் வஞ்சம் பன்மடங்கு குரூரமாயிருக்கும். நம்புங்கள்.''

''அரிஷ்டநேமிஜி...''

''போதும்.'' ஸங்கஷ்யாவின் அரசு இலச்சினையை 'சட்'டென எடுத்து அரிஷ்டநேமி அறிக்கையில் அழுத்த, முத்திரை துல்லியமாக விழுந்தது. ''முடிந்தது.''

வியர்த்து விறுவிறுத்த வண்ணம் இருக்கையில் சாய்ந்தார் குஷத்வஜர்.

''மன்னர் ஜனகர் *மற்றும்* தங்கள் பெயரால் அறிக்கை ஆதாரபூர்வமாய் வெளியிடப்படும், வேந்தே,'' போலியான பணிவுடன் சிரம் தாழ்த்தினார் அரிஷ்டநேமி.

திரும்பி, வெளியேறினார்.

—ᚷ—

இராவணன் விட்டுச் சென்ற வீரர்களைச் சிறைப்படுத்துவதற்கான ஆணையை மன்னர்கள் ஜனகரும், குஷத்வஜரும் ஊர்ஜிதம் செய்ய, அகஸ்த்யகூடம் செல்லும்போது இலங்கையரையும் இட்டுச் செல்வதாய் விஸ்வாமித்ரர் மற்றும் மலயபுத்ரர் வாக்களித்தனர். மிதிலா சார்பாய் இராவணனுடன் சமாதான உடன்படிக்கை செய்துகொண்டு நகரின் பாதுகாப்பிற்குப் பிரதியாய் கைதிகளை அனுப்புவதே மஹரிஷியின் உத்தேசம்.

இச்செய்தியால் மிதிலர்கள், குறிப்பாய் ஸமீச்சி அடைந்த நிம்மதிக்கு எல்லையே இல்லை. இலங்கை மன்னன் இராவணன் மீது அவர்கள் கொண்டிருந்த பீதி அத்தகையது. இப்போதோ, இலங்கையரை அண்டவிடாமல் மலயபுத்ரர்கள் பார்த்துக்கொள்வார்கள் என்பதையுணர்ந்து வெகுவாக ஆசு வாசமடைந்தனர்.

''நாளை பிரயாணமாகிறோம், சீதா,'' என்றார் அரிஷ்டநேமி.

தனிமையில் பேச விரும்பி மலயபுத்ரர்களின் இராணுவத் தலைவர் அவளது தனியறைக்கு விஜயம் செய்திருந்தார். இராமன் **தைவி அஸ்திரத்தை** ஏவிய நாளிலிருந்து விஸ்வாமித்ரரைச் சந்திக்க சீதா மறுத்துவிட்டாள்.

மிக்க மரியாதையுடன் நமஸ்தே எனக் கரம் குவித்தவள், சிரம் தாழ்ந்தாள். ''பத்திரமான பயணத்துக்கு பிரபு பரசுராமரும் ருத்ரபகவானும் ஆசியளிக்கட்டும்.''

''செய்தி வெளியிடுவதற்கான நேரம் நெருங்குவதை நீ அறிவாய் என நினைக்கிறேன்...''

விஷ்ணுவென சீதாவை அடையாளப்படுத்தும் அதிகாரபூர்வ அறிக்கையையே குறிப்பிட்டார் அரிஷ்டநேமி. இது வெளியான மறு கணம் தங்களைக் கடைத்தேற்றி, புதிய வாழ்வியலுக்கு இட்டுச் செல்லப்போகும் மீட்பராக அவளை மலயபுத்ரர் குழாம் மட்டுமன்றி, இந்தியா முழுவதுமே அங்கீகரிக்கும்.

''இப்ப நடக்காது.''

எரிச்சலைக் கட்டுப்படுத்திக்கொள்ள அரிஷ்டநேமி. பிரயத்தனம் செய்தார். ''இவ்வளவு பிடிவாதம் தகாது, சீதா. நாங்கள் செய்ய வேண்டியதைத்தான் செய்தோம்.''

''*அசுராஸ்திரத்தை* *நீங்க* பிரயோகிச்சிருக்கலாமே, அரிஷ்டநேமி*ஜி*. ஏன், குரு*ஜி*யேகூட. வாயுபுத்ரர்கள் புரிஞ்சிக்கிட்டிருப்பாங்க. தங்களைக் காப்பாத்திக்க மலயபுத்ரர்கள் எடுத்த முயற்சியா பார்த்திருப்பாங்க. ஆனா நீங்களோ, ராமனை வலுக்கட்டாயமா இந்த சூழ்நிலையில பிடிச்சுத் தள்ளி -''

''அவனே முன்வந்தான், சீதா.''

''ஆமாமா...'' என்றாள் ஏளனத்துடன். மனைவியின் நகரைப் பாதுகாக்கும்படி இராமனை வேண்டிக்கொண்ட விஸ்வாமித்ரர், அவனை உணர்ச்சிமயமான அச்சுறுத்தலுக்கு ஆளாக்கியே தெய்வீக அஸ்திரத்தை ஏவும் நிலைக்கு ஏறக்குறைய தள்ளியதைப் பற்றி விலாவாரியாக லக்ஷ்மணனிடமிருந்து தெரிந்துகொண்டிருந்தாள்.

''மிதிலா இருந்த நிலையை மறந்துவிட்டாயா, சீதா? உன் நகரைக் காத்ததே நாங்கள்தான் என்பதை நீ உணரவில்லையென்று தோன்றுகிறது. அவ்வளவு ஏன், நடந்தவற்றின் பின்விளைவுகளை நீ சந்திக்காத வண்ணம் ராவணனுடனான பிரச்சனையை விஸ்வாமித்ரரே சமாளிப்பதாயிருக்கிறார் என்பதையும் நீ பாராட்டுவதாய்த் தெரியவில்லை. இன்னும் என்னதான் எதிர்பார்க்கிறாய்?''

''உங்க நடத்தை இன்னும் கொஞ்சம்...''

அவள் பிரயோகிக்கப் போகும் வார்த்தையை ஊகித்தவராய்க் குறுக்கே பாய்ந்தார் அரிஷ்டநேமி. ''*நேர்மையாக* இருந்திருக்கலாம் என்கிறாயோ? சிறுபிள்ளைத்தனம் வேண்டாம், சீதா. உன்னிடம் எனக்குப் பிடித்ததே உன் யதார்த்த நோக்குதான். ஏட்டுச் சுரைக்காய் கறிக்குதவாது என்பதை நன்கறிந்தவள் நீ. அபத்தமான, கோட்பாடு சார்ந்த வாதங்கள் உன்னை ஏமாற்றுவதில்லை. விஷ்ணுவாய் அதிகாரபூர்வமாய் அறியப்பட நீ ஒப்புக்கொள்ளத்தான் வேண்டும் -''

''நேர்மையைப் பத்தியே நான் யோசிக்கலை,'' சீதா ஒரு புருவத்தை உயர்த்தினாள். ''நான் சொல்ல வந்தது புத்திசாலித்தனம்.''

"சீதா..." அரிஷ்டநேமி. உறுமலுடன் கைகளை முஷ்டியாக்கினார். மூச்சை ஆழ இழுத்துத் தன்னைக் கட்டுப்படுத்திக்கொள்ள மிக்க பிரயத்தனம் செய்தார். "நீ குறிப்பிடும் புத்திதான் *அசுராஸ்திரத்தை* நாங்கள் பிரயோகிக்காதபடி அறிவுறுத்தியது. சூழ்நிலை... வாயுபுத்ரர்களுடன் எங்களுக்கு வேண்டிய மனஸ்தாபங்கள் இருக்கின்றன. ஏற்கனவே சிக்கலான சூழலை இச்சம்பவம் மோசமாக்கியிருக்கும். ராமன்தான் சரியான தேர்வு."

"அதானே," என்றாள் சீதா. "ராமனாத்தானே இருக்கமுடியும்?"

அசுராஸ்திரப் பிரயோகம் குறித்து இராமன் தண்டிக்கப்படுவான் என்று கவலைப்படுகிறாளா, என்ன?

"ராமன் தேசப்பிரஷ்டம் செய்யப்படப்போவதில்லை, சீதா. *அசுராஸ்திரம்* பல்லுயிர் பறிக்கும் ஆயுதமல்ல - குருஜி முன்னமே சொல்லியிருக்கிறார். வாயுபுத்ரர்களைச் சமாளித்துக் கொள்ளலாம் -"

இராமனை அவர்களுக்குப் பிடித்துவிட்டதை அரிஷ்டநேமி. அறிவார்; அயோத்யாவின் மூத்த இளவலுக்கு தண்டனையிலிருந்து விலக்கு அளிக்க அவர்கள் ஒப்புக்கொள்வதற்கான வாய்ப்பு அதிகம். அது சாத்தியமாகவில்லையென்றாலும்... மலயபுத்ரர்களுக்கு என்ன கவலை? சீதாதான் அவர்களுக்குப் பிரதானம். சீதா மட்டுமே.

"தான் தண்டிக்கப்படணும்னு ராமன் நினைக்கறார்," என்றாள் அவள். "அதுதான் சட்டம்."

"சிறுபிள்ளைத்தனத்தை விடுத்து, வளரச் சொல் அவனை."

"கொஞ்சம் ராமனைப் புரிஞ்சிக்க முயற்சி பண்ணுங்க, அரிஷ்டநேமிஜி. இப்படிப்பட்ட ஒருத்தர் இந்தியாவுக்கு எவ்வளவு முக்கியம்னு நீங்க தெரிஞ்சிக்கலைன்னு தோணுது. சட்டத்தை மதிக்கும் சமூகமா அவரால நம்மை மாத்த முடியும். தன்னையே உதாரணமாக்கிக்கிட்டு மத்தவங்களை வழிநடத்தமுடியும். எத்தனையோ நன்மைகள் செய்யமுடியும். இந்த நாட்டின் நீள அகலத்தையே பயணங்கள் மூலமா அளந்துட்டேன். மேல்தட்டுமக்கள் மேல் பொதுஜனத்துக்குள்ளே புகைஞ்சுக்கிட்டு இருக்கற ஆத்திரத்தை ஆளும் வர்க்கம் - உங்களையும் சேர்த்துத்தான் - சரியா உணர்ந்ததா தெரியலை. அவங்க சட்டத்துக்கு ராமன் தன்னையும் உட்படுத்திக்கிறதால ஆளும் வர்க்கத்தின் மேல மரியாதை கூடும்; மதிப்பு அதிகரிக்கும். அவர் சொல் எதுவாயிருந்தாலும் மக்கள் காது குடுத்துக் கேட்பாங்க."

பொறுமையின்றி அரிஷ்டநேமி கால் மாற்றி மாற்றி நின்றார். "இது பயனற்ற வாதம், சீதா. விஷ்ணுவை அங்கீகரிக்கக்கூடிய ஒரே அமைப்பான மலயபுத்ரர்களின் தேர்வு நீ. அவ்வளவே."

''மேலேயிருந்து யாரோ போடற உத்தரவுகளை அப்படியே ஏற்கும் வழக்கம் இந்தியர்களுக்கில்லை,'' சீதா புன்னகைத்தாள். ''இது புரட்சியாளர்கள் தேசம். என்னை விஷ்ணுவா மக்கள் ஏத்துக்கவேண்டியது அவசியம்.''

அரிஷ்டநேமி மௌனம் காத்தார்.

''புத்தியைப் பத்தி கொஞ்சம் முன்னாடி நான் சொன்னதன் அர்த்தம் சரியா விளங்கலைன்னு நினைக்கறேன்.''

அரிஷ்டநேமியின் புருவங்கள் முடிச்சிட்டன.

''ராவணனை சில காலம் உயிரோட விட்டு வெச்சா, ஏதாவதொரு கட்டத்துல நான் அவனைக் கொல்வேன்; விளைவா சப்தசிந்துக்கள் சுலபத்துலே என்னைத் தலைவியா ஏத்துக்குவாங்கங்கிறதுதானே மலயபுத்ரர் கணக்கு? என்ன இருந்தாலும் மக்களுடைய மிகக் கொடூர எதிரி - ராவணனிட மிருந்து - விடுதலையளிக்கிறவளுக்கு எதை மறுக்கமுடியும்?''

அவள் சொல்ல வருவதன் தாத்பர்யம் 'சட்'டென்று புரிய, அரிஷ்டநேமியின் கண்கள் அகன்றன. எப்பேர்ப்பட்ட குளறுபடி செய்துவிட்டனர் மலயபுத்ரர்கள்! அதுவும் வருடக்கணக்காகப் பார்த்துப் பார்த்து மெருகேற்றியிருந்த வியூகத்தில்...!

''புரியுதா, அரிஷ்டநேமிஜி? ராமனுக்குத் தண்டனை கிடைக்க வழி செஞ்சிட்டதாக உங்க எண்ணம். உண்மையில, பொதுமக்கள் துதிக்கிற உத்தமரா அவரை உருமாத்திட்டீங்க. சப்தசிந்து முழுக்க ராவணனுடைய கொடூர பொருளாதாரக் கொள்கைகள்னாலே இறுக்கிப் பிழியப்பட்டிருக்கு. இப்ப தேசமே தங்களை மீட்க வந்த அவதாரபுருஷனா ராமனைப் பார்க்குது.''

அரிஷ்டநேமி மௌனத்தில் ஆழ்ந்தார்.

''சில சமயம், அதீத சாமர்த்தியமும் அசாதாரணமான முறையில தவிடுபொடியாகும் அரிஷ்டநேமிஜி,'' என்றாள் சீதா.

— ௪௨ —

அருகே குதிரை மீதமர்ந்து வந்த கணவன் மீது கண்களை ஓட்டினாள் சீதா. மைத்துனனும், தங்கையும் பின்னால் வந்தனர். வாய் ஓயாமல் பேசிய லக்ஷ்மணனையே ஆதர்சமாய்ப் பார்த்துக்கொண்டிருந்த ஊர்மிளாவின் கட்டைவிரல், இடக்கை ஆள்காட்டிவிரலில் அமர்ந்திருந்த கணவனின் விலையுயர்ந்த பரிசை - மகத்தான வைர மோதிரத்தை - நிரடியது. நூறு மிதிலா வீரர்கள் இவர்களைத் தொடர்ந்தனர். சீதா, இராமனுக்கு முன்னே மேலும் நூறு வீரர்கள். ஸங்கஷ்யாவை அடைந்து, அங்கிருந்து பரிவாரம் கப்பலில் அயோத்யா செல்வதாய் ஏற்பாடு.

இலங்கைப் படையை *அசுராஸ்திரம்* வீழ்த்திய இரண்டு வாரங்களில் இராமன், சீதா, லக்ஷ்மணன் மற்றும் ஊர்மிளா கிளம்பினர். கொடுத்த வாக்கைக் காக்கும் விதமாய் இலங்கைக் கைதிகளை அழைத்துக்கொண்டு விஸ்வாமித்ரரும் மலயபுத்ரர்களும் விடைபெற்று அகஸ்த்யகூடம் சென்றுவிட்டனர். மிதிலா சார்பாய் இராவணனுடன் சமாதான உடன்படிக்கை செய்துகொண்டு நகரின் பாதுகாப்பிற்குப் பிரதியாய் கைதிகளை அனுப்ப உத்தேசம். பல நூற்றாண்டுகளாகப் பொக்கிஷமாய்ப் பாதுகாத்த ருத்ரபகவானது தனுசையும் மலயபுத்ரர்கள் எடுத்துச் சென்றனர். சீதா விஷ்ணுவாகும் தருணத்தில் *பிநாகம்* மீண்டும் அவளைச் சென்றடையும்.

இலங்கைப் பிரச்சனை ஒருவாறு தீர்க்கப்பட்டதன் விளைவாய் ஸமீச்சியின் மனநிலையில் இப்போது தெரிந்த முன்னேற்றத்தால் சற்றே ஆறுதலடைந்த சீதா, அவளை மிதிலையின் பொறுப்புப் பிரதம மந்திரியாக்கினாள். ஐந்து பெரியோரைத் தேர்ந்தெடுத்து சீதாவே அமைத்த நகர்க்குழுவுடன் இணைந்து ஸமீச்சி செயலாற்ற வேண்டியது. இவையெல்லாமே மன்னர் ஜனகரின் மேற்பார்வையில் என்பதை விளக்கத் தேவையில்லை.

''ராமா...''

புன்னகையுடன் அவளை ஏறிட்டவன், குதிரையை அவளுக்கருகில் மெல்ல நகர்த்தினான். ''என்ன?''

''தீர்மானமே பண்ணிட்டீங்களா?''

தலையசைத்த இராமன் மனதில் சஞ்சலமில்லை.

சட்டத்தின்பால் அவன் கொண்டிருந்த மதிப்பைக் கண்டு சீதாவின் இருதயத்தில் கவலையும் மரியாதையும் ஒரு சேரப் போட்டியிட்டன.

''இந்தத் தலைமுறையில் ராவணனை முதல்ல முறியடிச்சது நீங்க தான். அதுவும், நிஜமான *தைவி அஸ்திரம்* கூட இல்லை. கொஞ்சம் -''

அவனது முகம் சுருங்கியது. ''இது விதண்டாவாதம்னு உனக்கே தெரியும்.''

சில நொடிகள் தாமதித்த சீதா, தொடர்ந்தாள். ''உன்னதமான சமூகத்தை உருவாக்கணும்னா, குறுகிய காலகட்டத்துக்குத் தவறாத் தோணும் செயலை, நல்ல தலைவன் சில சமயம் நிறைவேற்ற வேண்டியிருக்கும். மக்களை முன்னேத்தும் திறன் படைச்சவன், தனக்கான வாய்ப்பைப் பயன்படுத்தாம இருக்கறது காலப்போக்கில் சீரழிவில் முடியும். மக்கள் அணுகமுடியாத நிலைக்கு ஆளாகாம இருக்கும் கடமை அவனுக்கு உண்டு. அவங்க நன்மைக்காகத்

தன்னையே கறைப்படுத்திக்கவும் உண்மைத் தலைவன் தயங்கமாட்டான்.''

இராமன் சீதாவைப் பார்த்த பார்வையில் ஏமாற்றம் தெரிந்தது. ''தயங்கலையே? செஞ்சதுக்கான தண்டனையை அடையணுமா, கூடாதாங்கிறதுதான் கேள்வி. பிராயச்சித்தமா தவம் பண்ணணுமா? என் மக்கள் சட்டத்தைக் காப்பாத்தணும்னு எதிர்பார்த்தேன்னா, நானுமில்ல உடன்படணும்? பதவியேத்துக்கிட்டா மட்டும் போதாது; முன்மாதிரியாவும் வாழணும். சொல்றதைச் செய்யறவனாக தலைவன் இருக்கணும், சீதா.''

''ருத்ரபகவான் வாக்கு என்ன?'' சீதா புன்னகைத்தாள். ''நல்ல தலைவன், மக்களுக்குத் தேவையானதை அளிப்பவன் மட்டுமல்ல; கற்பனைக்கெட்டாத உன்னத உயரங்களை அவர்கள் அடையக்கூடும் என்றும் உணர்த்துபவன்.''

இராமனும் புன்னகைத்தான். ''மோஹினி தேவியின் பதிலையும் சொல்வேன்னு எதிர்பார்க்கறேன்.''

''ஆகா.'' சீதா சிரித்தாள். ''யாருடைய முயற்சிக்கும் ஒரு எல்லை உண்டுன்னு சொன்னாங்க. மக்களால முடியக்கூடியதுக்கு மேல தலைவன் எதிர்பார்க்கக்கூடாது. அளவுக்கு மீறிப் பிழிஞ்செடுத்தா, எவனும் உடைவான்.''

இராமன் மறுப்பாய்த் தலையசைத்தான். விஷ்ணுவெனவே பலர் போற்றிய - ஆனால், அத்தகுதிக்குரியவராய் பலர் ஒப்புக்கொள்ளாத - பெருந்தேவி மோஹினியின் கருத்தில் அவனுக்கு உடன்பாடில்லை. முட்டுக்கட்டைகளை உடைத்தெறிந்து மக்கள் உயர்ந்தால்தான் உன்னதமான சமூகம் அமையும் என்பதே அவன் எண்ணம். என்றாலும், மோஹினி தேவியின்பால் சீதா கொண்டிருந்த பெருமதிப்பை அறிந்தவனாதலால், அதை வெளியிடவில்லை.

''நிச்சயம்தானா?'' முந்தைய விவாதத்திற்குத் திரும்பிய சீதா, கணவனைக் கவலையுடன் ஏறிட்டாள். ''சப்தசிந்துவுக்கு வெளியே பதினாலு வருஷம்.''

இராமன் தலையசைத்தான். ''ருத்ரபகவானுடைய ஆணையை மீறினேன். இதுதான் அவர் விதிச்ச தண்டனை. என்னைத் தண்டிக்கும்படி வாயுபுத்ரர்கள் உத்தரவிடறதும், இடாததும் பொருட்டில்லை; மக்கள் ஆதரிக்கறாங்களா, இல்லையாங்கிறதும் முக்கியமில்லை. உரிய தண்டனையை நான் அனுபவிச்சே ஆகணும்.''

சீதாவின் முகம் மலர்ந்தது. **இவர் பாதை தவறமாட்டார். எப்பேர்ப்பட்ட மகத்தான மனிதர்! எப்படி இத்தனை வருஷம் அயோத்யாவுல தாக்குப் பிடிச்சார்?**

''நான் இல்லை.'' அவனை நோக்கிச் சாய்ந்தாள் சீதா. ''நாம்.''

இராமன் புருவம் சுருக்கினான்.

கை நீட்டி, அவன் கரத்தின் மீது பதித்தாள். ''என் வாழ்க்கையை நீங்களும், உங்க வாழ்க்கையை நானும் பகிர்ந்துக்கறோம். அதுக்குப் பேர்தான் கல்யாணம்.'' விரல்களை அவனுடையதுடன் கோர்த்தாள். ''நான் உங்க மனைவி. நல்லது கெட்டது, உயர்வு தாழ்வு... எல்லாத்துலேயும் சேர்ந்தேதான் இருப்போம்.''

பதினாலு வருஷம் கழிச்சு திரும்புவோம். அதிக பலத்துடன். இன்னும் அதிக சக்தியுடன். விஷ்ணுவாகறதெல்லாம் அதுவரைக்கும் காத்திருக்கட்டும்.

எத்தனையோ ஆயிரம் ஆண்டுகளுக்கு முன் இந்திய மஹாவிஞ்ஞானி ப்ரம்மதேவர் படைத்த முதுமை தடுக்கும் அருமருந்தான *சோமரஸத்தை* அதிக அளவில் ஜடாயூவிடம் கேட்டுப் பெறுவதென ஏற்கனவே முடிவெடுத்துவிட்டாள். பதினான்கு வருட ஆரண்யவாசத்தினால் இளமையின் உத்வேகமும் உற்சாக பலமும் குன்றாதிருக்கத் தானும் உண்டு கணவனுக்கும் புகட்டிவிடுவாள். நாடு திரும்பியதும், ஆற்றவேண்டிய பணிகளையும், சந்திக்க வேண்டிய சவால்களையும் எதிர்கொள்ளலாம். இந்தியாவையே உருமாற்றலாம்.

எப்போதோ படித்த வரிகள் நினைவுக்கு வந்தன. மூன்றாம் விஷ்ணு வாராஹி தேவியின் பொன்மொழிகள் என்று சொல்லப்பட்டவை: *இந்தியா உயரும் - சுயநலத்தின் பொருட்டல்ல; தர்மத்தின் பொருட்டு; எல்லோருடைய நன்மையின் பொருட்டு.*

இராமனைப் பார்த்துப் புன்னகைத்தாள்.

அவளது விரல்களை அழுத்தியவனின் முதுகு நிமிர்ந்தது. ஹுங்காரத்துடன் விரைந்த குதிரையைத் தணிக்கச் சேணக்கயிற்றைப் பிடித்திழுத்த இராமன், மனைவியுடைய புரவியின் வேகத்திற்குத் தன்னுடையதை இணைத்தான்.

அத்தியாயம் 25

அயோத்யா துறைமுகத்திற்குள் நுழைந்த இரு புதுமணத் தம்பதியருக்கும் அசாத்தியக் காட்சியொன்று காத்திருந்தது. நகர் முழுவதும் வீட்டைத் துறந்து வரவேற்கத் திரண்டுவிட்டது போல் தோன்றியது.

இந்தப் பிரயாணத்தில் கணவனுடனான கலந்துரையாடல்களை சீதா வெகுவாக ரசித்திருந்தாள். அவர்கள் தொட்ட விஷயங்கள்தான் எத்தனை! மக்களின் அதிகபட்ச நன்மைக்கென எவ்விதம் ஒரு சாம்ராஜ்யம் நிர்வகிக்கப்பட வேண்டும் என விவாதித்தார்கள். பிறப்பையே அடித்தளமாய்க் கொண்டு வேரூன்றிவிட்ட சாதிக் கொடூரத்தினின்று சமூகத்தைக் காக்க அரசாங்கமே வலுக்கட்டாயமாய்க் குழந்தைகளை தத்தெடுக்கும் திட்டம் பற்றி சீதா பிரஸ்தாபித்தாள். இவ்விஷயத்தில் தன் ஒப்புதல் சமீபகாலத்தியதே என்றும், உண்மையில் இது விஸ்வாமித்ரர் யோசனை என்பதையும் அவள் வெளியிடவில்லை. மஹரிஷி மீது இராமனுக்கு நம்பிக்கையோ பற்றோ இல்லையென்பதை அறிந்தவளாதலால், நல்ல யுக்தியை அவர் பெயரைப் பிரயோகித்துக் கெடுப்பானேன் எனக் கருதினாள். *சோமரஸத்தை* பெருமளவில் தயாரிப்பதற்கான குரு வஸிஷ்டரின் தொழில்நுட்பத்தையும் விவாதித்தனர். முதுமையை விரட்டும் இவ்வமுதம், ஒன்று அனைவருக்கும் கிடைக்க வேண்டும் - அல்லது எவருக்கும் கூடாது என்பது இராமன் கருத்து. முழுவதுமாய் மறுப்பது கடினம் என்பதால், வஸிஷ்டரின் தொழில்நுட்பம் கொண்டு பொதுமக்களுக்கு அளிப்பதே உத்தமம் என வாதிட்டான்.

இவ்வகையான வார்த்தைப் பரிமாற்றங்கள் எத்துணை சுவாரசியமாக இருந்தாலும், இன்னும் சில காலத்திற்கு அதற்கான வாய்ப்புக்கள் இருக்காது என்பதை சீதா அறிந்தேயிருந்தாள். அயோத்யாவில் இராமனுக்குக் காத்திருந்த பணிகளை முடிப்பதற்குள் மூச்சு முட்டத்தான் போகிறது. முதலில், ஆரண்யவாசம் மேற்கொள்ளும் முயற்சிகள் தடுக்கப்படாமல்

காக்கவேண்டும்; இருக்கவே இருக்கும், செல்வாக்கற்ற மிதிலை இராஜ்யத்தின் தத்து இளவரசியைத் திருமணம் செய்துகொண்டதற்கான விளக்கங்கள்... சீதாதான் உண்மையில் விஷ்ணு என்பதை அயோத்யர்கள் அறிந்திருந்தால், இராமனே அந்தஸ்திற்கு மீறித் திருமணம் செய்திருந்தான் என்பதை உணர்வார்கள் என்று ஜடாயூ குறும்பாய்ச் சொல்ல, புன்னகையுடன் அதைப் புறக்கணித்தாள் சீதா.

கப்பல் சுற்றுச்சுவரோரமாய் நின்றபடி, மகோன்னதம் படைத்த, ஆனால் உதிர்ந்து பொலிவிழந்து கொண்டிருந்த அயோத்ய துறைமுகத்தைப் பார்வையிட்டாள் சீதா. ஸங்கஷ்யாவை விட பல மடங்கு பெரிதாயிருந்தது. வீழ்த்தமுடியாத நகரைச் சூழ்ந்திருந்த பெருங்கால்வாய்க்குள் ஸரயூ நீர் வரும்விதமாய் தடுப்பரண்கள் கொண்டிருந்த செயற்கை வாய்க்காலை ஆராய்ந்தாள்.

சில நூற்றாண்டுகளுக்கு முன், சக்ரவர்த்தி அயுதாயுஸ் காலத்தில் வடிவமைக்கப்பட்ட பெருங்கால்வாய், மகத்தான பரிமாணங்களுடன், அயோத்யாவின் மூன்றாவது வெளிப்புற மதிலைக் கிட்டத்திட்ட ஐம்பது கிலோமீட்டர் தூரம் அணைத்துச் சென்றது. இரு கரைகளுக்கிடையே இருந்த இடைவெளி இரண்டரை கிலோமீட்டர் நீண்டதில் உருவான அஜகஜாந்திரக் கொள்ளளவினால், கட்டிமுடிக்கப்பட்ட முதல் சில வருடங்களில் ஏற்பட்ட தண்ணீர்ப் பற்றாகுறை பற்றி முறையிட்ட சுற்றுப்புற இராஜ்யங்கள், செல்வாக்குள்ள அயோத்யாவின் முரட்டுப் போர்வீரர்கள் கையாண்ட அடக்குமுறையில், அடங்கி ஒடுங்கின.

கால்வாய்க்கிருந்த பயன்களில், இராணுவ முக்கியத்துவம் பிரதானம்; ஒரு வகையில், அது அகழியும்கூட. அவ்வளவு ஏன், நகர் முழுவதையுமே காக்கும் அகழிகளுக்கெல்லாம் அகழி. நதி போல் பரந்து விரிந்த அதைப் படகில் கடந்தால் மட்டுமே நகரைப் பகைவர்களால் எட்டமுடியும். அம்முயற்சியில் இறங்கும் முட்டாள்களும் வெட்டவெளியில் பாதுகாப்பின்றி இருப்பார்களாதலால், வீழ்த்தமுடியாத நகரின் உயர்ந்த மதில் மேலிருந்து வெற்றிவீரர்கள் பொழியும் சரங்களைத் தப்பமுடியாமல் சிக்கிக்கொள்வார்கள். திசைக்கொன்றாய் நான்கு பாலங்கள் கால்வாய் மீது அமைந்திருந்தன. இவற்றினின்று புறப்பட்ட வீதிகள் வடக்கு, கிழக்கு, தெற்கு மற்றும் மேற்கு வாசல் என வெளிச்சுற்றில் மிகப் பிரம்மாண்டமாய் அமைந்திருந்த வாயில்களின் வழியே, நகருக்குள் வழி வகுத்தன. ஒவ்வொன்றும் இரு பகுதிகளாய்ப் பிரிக்கப்பட்டு, அவ்வவற்றுக்கென கோபுரம் மற்றும் பலகைப்பாலத்துடன், நகருக்குள் நுழையுமுன்னரே பாதுகாப்புத் தளங்களாய்ச் செயல்பட்டன.

இத்தனை சிறப்புகள் கொண்ட பெருங்கால்வாயை தற்காப்பாக மட்டுமே நினைப்பது நியாயமல்ல. வட இந்தியாவில் வெள்ள அபாயம் அதிகம். கரைபுரண்டோடும் ஸரயூவைத் தடுப்பரண்களின் உபயத்தில் கட்டுப்படுத்துவதில் கால்வாய்க்குப் பெரும்பங்கு உண்டு.

வெறி பிடித்தோடும் ஸரயூவை விடக் கால்வாயின் சாந்தமான பரப்பே நீரெடுக்க சௌகர்யமளித்தது. விவசாயம் 'குபீ'ரென்று முழுவீச்சில் பெருத்துச் செயல்படப் பெருங்கால்வாயினின்று புறப்பட்டு அயோத்யாவின் உட்பகுதிவரை நீண்ட சிறிய பல வாய்க்கால்கள் உதவின. விளைபொருட்கள் மிகுந்ததால் அநேக விவசாயிகள் நேரடியாக நிலத்தில் இறங்கி உழவேண்டிய அவசியம் நீங்கியது; கோசல மக்கள் அனைவருக்கும் உணவளிக்க அவர்களில் ஒரு சிலர் போதுமென்ற நிலை ஏற்பட்டது. மிகுதியான உரமிக்க மனிதர்களை, திறமையான தளபதிகள் பயிற்சியளித்து சிறந்த படைவீரர்களாக்கினர். அவர்களைக் கொண்டு கணக்கற்ற போர்கள் புரிந்து சுற்றுவட்டாரத்தை ஆக்கிரமித்ததில் சப்தசிந்து முழுவதும் காலடியில் விழ, தசரதரின் பாட்டனாரான மஹாபிரபு ரகு, *சக்ரவர்த்தி ஸாம்ராட்*டாக அறியப்பட்டார்.

இவ்விதம் வழி வழியாக வந்த அரும்பெரும் பொக்கிஷத்தை வளர்க்கும் விதமாய்த் தன் பங்கிற்குப் படைகளை வெகு தூரத்திற்கு வெகு தூரம் அழைத்துச் சென்று ராஜ்யங்களை வென்று, சக்ரவர்த்தி ஸாம்ராட்டென்னும் பெருமிதமான பட்டத்தை தசரதரும் தக்க வைத்துக் கொண்டார் - இருபது வருடங்களுக்கு முன்பு. அதாவது சப்தசிந்துப் படைகளனைத்தையும் ஒரே வீச்சில் இலங்கை அரக்க மன்னன் கரச்சாபாவில் நிர்மூலமாக்கும் வரை.

தோல்விக்குத் தண்டனையாய் சப்தசிந்து - குறிப்பாய் அயோத்யா - மீது இராவணன் விதித்த வர்த்தகத் தீர்வைகளால் அரசு கஜானா வறண்டது, பெருங்கால்வாய் மற்றும் சுற்றுப்புறங்களின் களையிழந்த மகோன்னதத்தினின்று வெளியாயிற்று.

பழைய பெருமைகளையிழந்து பொலிவற்ற இந்நிலையிலும் அயோத்யா சீதாவை திக்குமுக்காடச் செய்தது நிஜம். சப்தசிந்துவின் எந்த நகரையும் விட அது மிகப் பிரம்மாண்டமாக இருந்தது. சீரழிந்த போதும் அவளது மிதிலாவைப் பல மடங்கு மிஞ்சியது. அயோத்யாவிற்கு அவள் வருவது இது முதல் முறையல்ல எனினும் - முன்பு மேற்கொண்ட பயணங்கள் யாருமறியாதவை. இம்முறை அவள் வருகையோ, பலர் முன்னிலையில்; எல்லோரும் அறியும் வண்ணம். ஊர் மக்கள் அனைவரும் வெறித்து வெறித்து பார்க்கும் விதமாய். அவளை ஏற இறங்க அளந்து ஆராயும் வகையில். அயோத்யாவின் அரசு மெய்க்காப்பாளர்களால்

கட்டுப்படுத்தப்பட்டு பின்னால் நின்ற பிரபுக்கள், பாமரர்கள் கண்களில் இவையனைத்தையும் உணர்ந்தாள் சீதா.

மனதில் குழுமிய எண்ணங்களை ஒரே வீச்சில் விலக்குமுகமாய், பலகைப்பாலம் கப்பல்தளத்தில் 'தடா'லென விழ, அலட்சிய வசீகரத்துடன் இளைஞன் ஒருவன் பாலத்தில் ஏறக்குறைய பாய்ந்து வந்தான். இராமனை விட உயரம் குறைவென்றாலும், அவனை விடக் கட்டுமஸ்தான தேகம்.

பரதனாயிருக்கணும்.

சற்றே சிறிய கூடாய், கச்சிதமாய் உடையணிந்து அவனை அடியொற்றியவன் விழிகளில் நிதானமும் ஆழ்ந்த அறிவும் பளிச்சிட்டன. மெல்ல, ஒவ்வொரு அடியையும் அளப்பவன் போல் நடந்தான்.

ஷத்ருக்னன்...

"அண்ணா!" சந்தோஷக்கூச்சலுடன் பரதன் ஓடி வந்து இராமனைக் கட்டிக்கொண்டான்.

பரதன் மீது ராதிகாவின் ஈர்ப்புக்கான காரணம் சீதாவிற்குச் சட்டென விளங்கியது. மறுக்கமுடியாத ஒரு கவர்ச்சி அவனிடத்தில் சுண்டியிழுத்தது.

"என் சகோதரன்," புன்னகைத்தபடி தம்பியை அணைத்துக்கொண்டான் இராமன்.

பரதன் பின்வாங்கி லக்ஷ்மணனைத் தழுவிக்கொள்ள, மூத்த தமையனை அமைதியாய் அணைத்துக்கொண்டான் ஷத்ருக்னன்.

நொடியில் நால்வரும் சீதா மற்றும் ஊர்மிளா முன் நின்றனர்.

கை நீட்டிய இராமன், "இது என் மனைவி சீதா; பக்கத்துலே லக்ஷ்மணன் மனைவி ஊர்மிளா," என கலப்படமற்ற பெருமிதத்துடன் அறிமுகம் செய்துவைத்தான்.

அன்பான புன்னகையுடன் கரம் குவித்தான் ஷத்ருக்னன். "நமஸ்தே. உங்களிருவரையும் சந்திப்பதில் மிக்க மகிழ்ச்சி."

அவன் வயிற்றில் ஒரு குத்து விட்டான் பரதன். "பயங்கர சம்பிரதாயமா இருக்கியேடா." முன்னே வந்து தம்பி மனைவியை அணைத்துக்கொண்டான். "எங்க குடும்பத்துக்கு நல்வரவு."

ஊர்மிளாவின் படபடப்பு சற்றே தணிய, புன்னகைத்தாள்.

மதனி சீதாவின் முன் எட்டு வைத்த பரதன், கைகளைப் பற்றிக்கொண்டான். "உங்களைப் பத்தி எவ்வளவோ கேள்விப்பட்டிருக்கேன், அண்ணி... தன்னை விட உயர்வான பெண்ணை எங்கண்ணன் ஒரு நாளும் கண்டுபிடிக்கமாட்டான்னு தான் நினைச்சிருந்தேன்." இராமனைப் பார்த்துப் 'பளீ'ரென

புன்னகைத்தவன், மீண்டும் அவள் பக்கம் கவனத்தைத் திருப்பினான். ''ஆனா, முடியாத விஷயத்தைச் சாதிக்கிற திறன் அவனுக்கு என்னிக்குமே உண்டு.''

சீதா மெல்லச் சிரித்தாள்.

பரதன் அவளை அணைத்துக்கொண்டான். ''எங்க குடும்பத்துக்கு நல்வரவு, ***அண்ணி***.''

— ௫௧ —

பட்டத்து இளவரசனை வரவேற்கத் திரண்டிருந்த கூட்டம் அயோத்யாவின் வீதிகளனைத்தையும் நிறைத்தது. சிலர் வரவேற்பில் புதுமணப்பெண்ணையும் இணைத்தனர். ஊர்வலம் நத்தை வேகத்தில் ஊர்ந்தது. முன்னணித் தேரில் இராமனும் சீதாவும் இருந்தனர். மக்களின் உற்சாகக் கூக்குரல்களையும் ஆவேச வரவேற்பையும் அயோத்யாவின் மூத்த இளவரசன் சற்று தர்மசங்கடத்துடனே ஏற்றான். இரு தேர்கள் அவர்களுடையதைத் தொடர்ந்தன. ஒன்றில் பரதனும் ஷத்ருக்னனும்; இன்னொன்றில் லக்ஷ்மணன், மனைவி ஊர்மிளா. ஆர்ப்பரித்த கூட்டத்தை பரதன் தனக்கேயுரிய ஆர்ப்பாட்டத்துடன் கையசைத்து, பறக்கும் முத்தங்களுடன் ஏற்க, பின்னால், அமரிக்கையாகப் பக்கத்தில் நின்ற மனைவிக்குக் குந்தகம் ஏற்படாத வகையில் அடிமரம் போன்ற கரங்களை ஜாக்கிரதையாகவே ஆட்டினான் லக்ஷ்மணன். ஷத்ருக்னனோ, சுபாவத்துக்குரிய அமைதியுடன் சஞ்சலமின்றி, உணர்ச்சிவயப்படாமல் நின்றான். கூட்டத்திற்குள் பார்த்தபடி, மக்களின் நடையுடை பாவனைகளை ஆராய்வது போல்.

கூடியிருந்தோரின் கூவல்கள் சந்தேகத்திற்கிடமின்றி ஒலித்தன.

ராமா!

பரதா!

லக்ஷ்மணா!

ஷத்ருக்னா!

நாட்டின் காவலர்களான அன்பிற்குரிய நான்கு இளவல்களும் ஒரு வழியாக ஒன்றுகூடிவிட்டனர். எல்லாவற்றையும்விட முக்கியமாக, பட்டத்து இளவரசன் மீண்டுவிட்டான். *வெற்றியுடன்!* கொடுங்கோல் இராவணனை துரத்தியடித்துத் திரும்பிவிட்டான்!

மலர்கள் தூவி, அட்சதை தெளித்து ஆரவாரம் செய்த கூட்டம் சந்தோஷ மிகுதியில் துள்ளியது. பகல் வேளையிலும் மிகப்பெரிய கல் விளக்குத் தூண்கள் ஜகஜ்ஜோதியாய்ப் பிரகாசித்தன. பலர், வீட்டின் சுற்றுச்சுவர்களில் அகல் ஏற்றியிருந்தனர். சூரியபகவானின் ஒப்பற்ற குலம் வழி வந்த இளவலை - சூர்யவம்சி இராமனை!

- வாழ்த்தி வணங்குவது போல், ஆதவனே கண்கூசும் ஜாஜ்வல்யத்துடன் பவனி வந்தான்.

வழக்கமாய் முப்பது நிமிடங்களுக்கும் குறைவான தூரத்தைக் கடக்க இம்முறை நான்கு மணி நேரங்கள் பிடிக்க, ஒரு வழியாக இராமனுக்கான அரண்மனைப் பகுதிக்கு வந்து சேர்ந்தனர்.

பிரயாணங்களுக்குப் பயன்படும் சிம்மாசனத்தில் பார்வைக்கே பலவீனமாய்த் தெரிந்த தசரதர், அருகில் நின்ற கௌஸல்யாவுடன் மகன்களைச் சந்திக்கக் காத்திருந்தார். புதுமணப்பெண்களை வரவேற்க சம்பிரதாய விழா ஏற்பாடுகள் ஆயத்தமாயிருந்தன. கலாசாரக் கோட்பாடுகள் மற்றும் சம்பிரமச் சடங்குகள் அரங்கேற்றுவதில் மூத்த அரசி என்றுமே தீவிரம் காட்டியவர்.

வரவேற்பிற்கு அவர் விடுத்த அழைப்பை ஏற்றதற்கான எந்த அறிகுறியும் காட்டாதது மட்டுமின்றி, உரிய பதிலையும் கைகேயி அனுப்பவில்லை. அமைதிப்பூங்காவான காசி தேச சுமித்ராவோ, தசரதரின் மறுபக்கம் நின்றாள். எப்போதும் போல், கௌஸல்யாவிற்கு அவளே ஆதரவு. அதுவுமின்றி, புதிய மருமகளை வரவேற்கும் பேறு அவளுக்குமல்லவா வாய்த்திருந்தது?

ஸ்வாகதம் சடங்கு துவங்கியதற்கு அறிகுறியாக சங்கநாதம் ஓங்காரமாய் எழுந்தது.

அதுவரை கொதிக்கும் உலோகக்கூரை மீது கால்மாற்றி மாற்றி நிற்கும் பூனைகள் போல் பதறிக்கொண்டிருந்த அயோத்ய அரசு காவலர்கள், குழுமி நின்ற கூட்டத்திலிருந்து அயோத்யாவின் நான்கு இளவல்களும், மிதிலாவின் இரு இளவரசிகளும் ஒரு வழியாக மீண்டு, அரண்மனை வளாகத்திற்குள் பிரவேசித்த பிறகே வெளிப்படையாக ஆசுவாசப் பெருமூச்சுவிட்டனர்.

பளிங்கு பதித்த நளினமான நடைபாதையில் மெல்ல முன்னேறியது ராஜகுலத்தார் ஊர்வலம். இருபுறமும் பச்சைப் பசேலென்ற தோட்டங்கள் மிளிர்ந்தன. இளவரசன் இராமனுக்கான அரண்மனைப்பகுதி வாயிலுக்கு வந்ததும் வேகம் குறைந்தது.

கௌஸல்யாவை ஏறிட்ட சீதா ஒரு கணம் தயங்கினாள். பிறகு, தன்னையும் மீறி மனதில் பளிச்சிட்ட எண்ணத்தை விலக்கினாள்.

*பூஜைத்தாலத்*தை ஏந்தியபடி வாயிலை நோக்கி வந்தாள் அயோத்யா பட்டமகிஷி. அதில் ஏற்றிய விளக்கும், சில அட்சதைத் துளிகளும், கொஞ்சம் குங்குமமும் இருந்தன. ஏழு முறை சீதாவின் முகத்தைச் சுற்றி ஆரத்தி எடுத்து, சிறிது அட்சதையை சிரத்தின் மேல் தெளித்தாள். ஒரு சிட்டிகை குங்குமம் எடுத்து வகிட்டில் ஒற்றினாள். மிக்க மரியாதையுடன் அவள்

பாதங்களில் பணிந்தாள் சீதா. அருகே நின்ற பணிப்பெண்ணிடம் தாலத்தை நீட்டிய கௌஸல்யா, மருமகளின் சிரம் மீது கரம் பதித்தாள். ''***ஆயுஷ்மான் பவ,*** குழந்தாய்.''

சீதா நிமிர, ''மாமனாரின் ஆசிகளையும் பெற்றுக்கொள்,'' என தசரதரை நோக்கிக் கரம் நீட்டினாள். ''அப்புறம், *சின்னம்மா*விடமும்,'' என சுமித்ராவைக் காட்டினாள். ''பிறகு மற்ற சம்பிரதாயங்கள் தொடரும்.''

கௌஸல்யாவின் வார்த்தைக்குக் கட்டுப்பட்டு சீதா முன்னே செல்ல, குனிந்து தாயின் பாதம் தொட்டான் இராமன். 'சட்'டென அவனை ஆசிர்வதித்தவள், தந்தையைச் சுட்டிக் காட்டி ஆசிபெறும் படி பணித்தாள்.

பிறகு ஊர்மிளா மற்றும் லக்ஷ்மணனை அழைத்தாள். தமக்கையைப் போலன்றி, அவளைக் கண்டதும் மனதில் பளிச்சிட்ட எண்ணத்தை - சீதாவிற்குத் தோன்றிய அதே உணர்வை - ஊர்மிளா புறக்கணிக்கவில்லை.

கௌஸல்யாவைப் பார்த்ததும் அம்மா சுனைனாவின் நினைவு வந்தது. அதே சிறிய, மெல்லிய தேகக்கட்டு; அமைதியும் மென்மையும் ததும்பும் கண்கள். கௌஸல்யாவின் சருமம் சற்றே கருத்து, முகஜாடை வேறுபட்டிருப்பினும் - இருவரும் உறவினர்களாயிருக்க நிச்சயம் வாய்ப்பில்லை - ஏதோ ஒரு இனம்புரியாத ஒற்றுமை இருந்ததும் நிஜம். ஆன்மீகத்தில் பற்றுள்ளவர்கள், இதை ஆத்மார்த்த இணைப்பென்று அனுமானிக்கக்கூடும்.

ஆரத்தி சடங்கு முடியக் காத்திருந்து பாதம் தொட்ட மிதிலாவின் இளைய இளவரசியை ஆசிர்வதித்தாள் கௌஸல்யா. நிமிர்ந்த ஊர்மிளா, 'சட்'டென உணர்ச்சிவயப்பட்டு கௌஸல்யாவை அணைத்துக்கொண்டாள். சம்பிரதாயத்திற்கப்பாற்பட்ட இச்செயலால் திகைத்த அயோத்ய அரசி, ஒரு நிமிடம் செய்வதறியாமல் நின்றாள்.

கண்கள் பனிக்கப் பின்வாங்கினாள் ஊர்மிளா. அது வரை - சுனைனா இறந்ததிலிருந்து அழாமல் உதிர்க்க முடியாத வார்த்தையை - மெல்ல உச்சரித்தாள். ''*அம்மா.*''

இனிய அம்மங்கையின் பேதைமை கண்டு உருகிப்போனாள் கௌஸல்யா. வாழ்க்கையில் முதல் முறையாகத் தன்னைவிடவும் சிறிய வடிவுடைய பெண்ணைக் கண்டவள், வட்ட முகத்தையும், குழந்தைத்தனத்துடன் மிளிர்ந்த அழகிய பெரிய கண்களைப் பார்த்தாள். சுற்றிலும் கூச்சலிட்டு அச்சுறுத்தும் பெரிய பறவைகளிடமிருந்து காக்கப்பட வேண்டிய சின்னஞ்சிறிய குருவியின் வடிவம் ஏனோ அவள் மனதில் எழுந்தது. ஆதுரமான

புன்னகையுடன் ஊர்மிளாவை இழுத்து அணைத்துக்கொண்டாள். ''வா, குழந்தாய். உன் இல்லத்திற்கு நல்வரவு.''

—ॐ—

அரசி கௌஸல்யாவின் அரண்மனைப் பணிப்பெண்களில் ஒருத்தி, தலைகுனிந்து நின்றிருந்தாள். உத்தரவுகளை எதிர்பார்த்து.

அவள் காத்திருந்தது அயோத்யாவிலேயே - ஏன், சப்தசிந்துவிலேயே என்பவர்களும் உண்டு - மிகப் பணம் படைத்த வர்த்தகியான மந்தரையின் அலுவலக இல்லத்தில். சிலர் சக்ரவர்த்தி தசரதருடையதையும் மிஞ்சியது அவள் செல்வம் என அடித்துக் கூறினர். அவளுக்கு மிக நெருக்கமான த்ருஹ்யூவும் கூட, இவ்வதந்திகளில் சாரம் இல்லாமலில்லை என வாதிட்டான். ஆமாமாம்; சாரம் ஏராளம்தான்.

''தேவி,'' பணிப்பெண் மெல்லக் கேட்டாள். ''என்ன உத்தரவு?''

அவளை நோக்கி த்ருஹ்யூ நாசூக்காய்ச் சைகை செய்ய, 'சட்'டென மௌனமானாள். அவனோ, மிகுந்த பணிவுடன் மந்தரையருகே நின்றான். வாய் பேசாது.

விகார உருவம் கொண்ட மந்தரை, கூன்முதுகிற்குச் சற்றே நிவாரணமளிக்கப் பிரத்யேகமாய் வடிவமைத்த மெத்தை தைத்த நாற்காலியில் அமர்ந்திருந்தாள். குழந்தைப் பிராயத்தில் தாக்கிய பெரியம்மை முகத்தைப் பொத்தலாக்கிய கொடூரம் போதாமல், பதினோரு வயதில் இளம்பிள்ளைவாதமும் கைவரிசையைக் காட்டியதில், வலது பாதம் பாதி செயலிழந்துவிட்டது. ஏழைப் பிறப்பும் கோர உருவமைப்பும் வளரும் பருவத்தில் அனுதாபத்திற்குப் பதில் ஏளனத்தையே வாரிக் கொட்டியிருந்தன. கணக்குவழக்கற்ற அவமானங்களுக்கும் வழி வகுத்திருந்தன. இப்போது அவளிடம் சேர்ந்திருந்த அபரிமித பணம் மற்றும் அதிகாரத்தின் விளைவாய் யாரும் முகத்துக்கு நேராய் நிந்திக்காவிட்டாலும், முதுகுக்குப் பின் பேசுவதனைத்தும் அவளுக்குத் தெரியும். உடல் தூண்டிய அருவருப்பு மட்டுமல்லாமல், வைஸ்ய குலத்தைச் சேர்ந்தவளாகவும், மிகச் செல்வாக்கான வர்த்தகியாயிருப்பதும்கூட அவள் மீதிருந்த ஏராள வெறுப்பிற்குக் காரணம்.

ஜன்னலினின்று அரண்மனையொத்த தன் மகத்தான மாளிகையின் மிகப்பெரும் நந்தவனத்தைப் பார்வையிட்டாள் மந்தரை.

பணிப்பெண் பொறுமையின்றி கால் மாற்றி மாற்றி நின்றாள். அதிக நேரம் அரண்மனையை நீங்கியிருக்க முடியாது; அவள்

இல்லாதது கவனிக்கப்படும். சீக்கிரம் திரும்பவேண்டும். கெஞ்சலாய் த்ருஹ்யூவைப் பார்க்க, அவன் முறைத்தான்.

மந்தரையிடம் விசுவாசமாய் இருப்பதன் பயன் குறித்து த்ருஹ்யூவின் மனதில் சந்தேகம் முளைக்கத் துவங்கிவிட்டது. கொடூரமான கற்பழிப்பு மற்றும் கொலைச் சம்பவத்தில் மகள் ரோஷ்னியைப் பறிகொடுத்துவிட்டாள். அவளைச் சீரழித்த குழு நீதிமன்றத்தில் நிறுத்தப்பட்டு கொலைத் தண்டனையும் நிறைவேறிவிட்டது. ஆனால், அவர்களின் தலைவனும் மிகக் கொடூரனுமான தேனுகன், தப்பிவிட்டான். வயது வராதவனாதலால், அயோத்ய சட்டப்படி அவனுக்கு மரணதண்டனை வழங்கப்படக்கூடாது என்பது இளவரசனும் காவல்துறைத் தலைவனுமான இராமனின் அசைக்கமுடியாத தீர்மானம். எப்படியாகிலும். பழி தீர்ப்பதென முடிவெடுத்த மந்தரை, ஏராளப் பொருட்செலவில் தேனுகனைச் சிறையிலிருந்து வெளியேற்றி, படுபயங்கரமான நீண்ட சித்திரவதைக்குப் பின் கொல்ல வழி செய்தாள். இருந்தாலும் இரத்தவெறி அடங்கவில்லை; பழிவாங்கும் எண்ணம் மறையவில்லை. புதிய இலக்காய் இராமனைத் தேர்ந்தெடுத்தாள். சரியான சந்தர்ப்பத்திற்காகப் பல காலம் காத்திருந்தவளின் பொறுமைக்கு ஒரு வழியாக பாதை திறந்தது.

உணர்ச்சியற்ற முகத்துடன் எஜமானியை வெறித்தான் த்ருஹ்யூ.

கிழ வவ்வால் பழி வாங்குகிறேன் பேர்வழி என பணத்தைக் கணக்கில்லாமல் விரயமாக்கிக் கொண்டிருக்கிறது. இதனால் வர்த்தகத்திற்கும் கேடு. மொத்தமாய் புத்தி பேதலித்துவிட்டது. நான் என்ன செய்யமுடியும்? உண்மைத் தெய்வத்தின் நிலைமையை யாருமறியார். இப்போதைக்கு இவளுடன் தான் இருந்து தொலைக்க வேண்டும்...

தீர்மானித்தவளாய், திரும்பி த்ருஹ்யூவைப் பார்த்த மந்தரை, தலையசைத்தாள்.

அதிர்ச்சியில் சற்றே பின்வாங்கியவன், உடனேயே சமாளித்துக்கொண்டான்.

ஆயிரம் பொற்காசுகள்! இந்தக் கேடுகெட்ட அரண்மனைப் பணிப்பெண் பத்து வருடங்களில் சம்பாதிப்பதை விட அதிகம்!

ஆனாலும், வாதிப்பதில் பலனில்லையென உணர்ந்தவனாக, பணத்திற்குப் பிரதியாக ஹுண்டிப் பத்திரம் ஒன்றைத் தயாரித்தான்; பணிப்பெண் அதை எங்கு வேண்டுமானாலும் பணத்திற்கு மாற்றிக்கொள்ளமுடியும். மந்தரையின் முத்திரை பதித்த கடன் பத்திரத்தை யாரேனும் மறுக்கமுடியுமா என்ன?

"அம்மணி..." கிசுகிசுத்தான்.

முன்னால் சாய்ந்த மந்தரை, தோத்தியில் முடிந்திருந்த சுருக்குப்பையிலிருந்து இலச்சினையை எடுத்து, பத்திரத்தில் அழுத்தமாகப் பதித்தாள்.

த்ருஹ்யூ தாளை நீட்ட, அதை வாங்கிக்கொண்ட பணிப்பெண்ணின் முகம் அடக்கமுடியாத மகிழ்ச்சியால் பூரித்தது.

'சட்'டென அவளை இகலோகத்திற்கு இழுத்து வந்தது அவன் குரல். "நினைவில் கொள்," பனிக்கட்டி போல் அவளை உறையவைத்தது அவன் பார்வை. "சமயத்தில் தகவல் வந்து சேரவில்லையென்றாலோ, பொய்யென்றாலோ - நீ இருக்கு மிடத்தை அறிவோம்..."

"நான் தவறமாட்டேங்க," உறுதியளித்தாள்.

அவள் வெளியேற யத்தனிக்கையில், "சக்ரவர்த்தி தசரதரைச் சந்திக்க அரசி கௌசல்யாவின் அரண்மனைப் பகுதிக்கு இளவரசர் ராமன் விரைவில் வருவார் என்று கேள்விப்பட்டேன்," என்றாள் மந்தரை.

"பேச்சுவார்த்தை பத்தின எல்லா விவரங்களையும் உங்களுக்குத் தெரிவிக்கறேன், அம்மணி," என்றபடி குனிந்து வணங்கினாள் பணிப்பெண்.

மந்தரையைப் பார்த்துவிட்டு அவளை ஏறிட்டான் த்ருஹ்யூ. மேலும் பணம் விரயமாகப் போவதைத் தெள்ளெனத் தெரிந்தவனாக, உள்ளுக்குள் பெருமூச்செறிந்தான்.

— ௶ —

"*அக்கா,* எனக்குன்னு ஒதுக்கப்பட்ட பகுதி நம்ம மொத்த மிதிலா அரண்மனையை விடப் பெரிசா இருக்கு!" ஊர்மிளாவின் குரலில் உற்சாகம் கொப்பளித்தது.

கணவனின் அறைகளில் தன் பொருட்களை அடுக்குவதிலும், சீர்ப்படுத்துவதிலும் பணிப்பெண்களுக்கு மிக்க கவனத்துடன் வழிகாட்டிவிட்டு, அவர்கள் வேலையிலாழ்ந்த மறுகணம், சீதாவைச் சந்திக்கப் பறந்து வந்துவிட்டாள். அவளைத் தன்னுடன் இருத்திக்கொள்ள லக்ஷ்மணனுக்குள் ஆவல் கிளர்ந்தாலும், சகோதரியின் அரவணைப்பை அவள் விரும்பியது புரிந்து, செல்ல அனுமதித்தான். குறுகிய காலத்தில் அவள் வாழ்க்கைதான் எத்தகைய மாறுதல் அடைந்துவிட்டது?

தங்கையின் கரத்தைத் தட்டிக்கொடுத்தபடி புன்னகைத்தாள் சீதா. விரைவில் இராமனும் அவளும் அரண்மனையை நீங்க வேண்டுமென்றோ, பதினான்கு வருடங்கள் முடிந்துதான்

திரும்புமுடியும் என்றோ இன்னமும் ஊர்மிளாவிடம் சொல்லவில்லை. மகத்தான இந்த அரண்மனையில், அருமை சகோதரியின்றி அவள் தன்னந்தனியே விடப்படப் போகிறாள்.

இப்பவே அதையெல்லாம் கிளப்புவானேன்? முதல்ல இந்த இடம் பழகட்டும்.

''எப்படியிருக்கு லக்ஷ்மணனோட வாழ்க்கை?'' என்று கேட்டாள்.

கனவு தடவிய கண்களுடன் ஊர்மிளா சிரித்தாள். ''அவர் எவ்வளவு உத்தமமானவர் தெரியுமா? நான் கேட்டு எதையும் இதுவரைக்கும் மறுத்ததில்லை!''

''உனக்கு வேண்டியதும் அதுதான்,'' சீதா வாத்சல்யத்துடன் தங்கையைச் சீண்டினாள். ''குட்டி இளவரசி மாதிரி உனக்குச் செல்லம் குடுக்கறவன்!''

தன் சிறிய உடல்வாகைச் சுட்டிக் காட்டிக் கொண்டு நிமிர்ந்த ஊர்மிளா, ''அதுதானே நான்?'' என்றாள் விளையாட்டுத் தீவிரத்துடன்.

சகோதரிகள் கலகலவென்று சிரித்தனர். சீதா ஊர்மிளாவை அணைத்துக்கொண்டாள். ''நீதான் என் உயிர், குட்டி இளவரசி.''

''நீயும்தான், *அக்கா.*''

'சட்'டென கதவு தட்டப்பட்டது. ''சப்தசிந்து மற்றும் அயோத்யா அரசியார்; பட்டத்து இளவலின் தாயார்; ராணி கௌஸல்யா தேவியார் - அனைவரும் பணிவன்புடன் எழுக,'' என உரத்த குரலில் கட்டியம் கூறினான்.

ஊர்மிளாவை சீதா ஆச்சர்யத்துடன் பார்க்க, இருவரும் உடனடியாக எழுந்து நின்றனர்.

பட்டுத் துணிகளால் மூடப்பட்ட பெரும் தங்கக் கிண்ணங்கள் ஏந்திய இரு பணிப்பெண்கள் தொடர, விடுவிடுவென உள்ளே நுழைந்தாள் கௌஸல்யா. சீதாவைப் பார்த்து மரியாதையுடன் புன்னகைத்தாள். ''எப்படியிருக்கிறாய், குழந்தாய்?''

''நல்லாயிருக்கேன் *பெரியம்மா,*'' என்றாள் சீதா.

சகோதரிகள் கௌஸல்யாவின் பாதங்களில் பணிய, அவள் நீண்ட ஆயுள் பெறுமாறு ஆசிர்வதித்தாள். பிறகு, கனிவுடன் ஊர்மிளாவை நோக்கித் திரும்பினாள். தனக்கான புன்னகையை விட அவளுக்கானதில் ஆதுரம் மிகுந்திருந்ததை சீதா கவனித்தாள். அன்னையின் பரிவு நிறைந்த அன்புப் புன்னகை.

சீதாவின் முகம் மலர்ந்தது. சந்தோஷத்தில். *என் தங்கை இங்கே பத்திரமா இருப்பா.*

''குழந்தாய் ஊர்மிளா,'' என்றாள் கௌஸல்யா. ''உன் அறைகளுக்குப் போயிருந்தேன். நீ இங்கேயிருப்பதாய்ச் சொன்னார்கள்.''

''ஆமாம்*மா.*''

''உனக்குக் கருந்திராட்சைகள் பிடிக்குமாமே?''

ஊர்மிளா ஆச்சர்யத்தில் கண்களைக் கொட்டினாள். ''உங்களுக்கு எப்படி*ம்மா* தெரியும்?''

விழிகளில் கள்ளச்சூழ்ச்சியுடன் சிரித்தாள் கௌஸல்யா. ''எனக்கு எல்லாம் தெரியும்!''

ஊர்மிளாவும் நளினமாய்ச் சிரிக்க, கிண்ணங்களை மூடிய பட்டுத்துணிகளை அரசியார் நளினமாய் விலக்கியதில், விளிம்புவரை நிரம்பியிருந்த கருந்திராட்சைகள் பளிச்சிட்டன.

ஆரவாரக் கூச்சலுடன் கைகளைத் தட்டிய ஊர்மிளா, ஆர்வமாய் வாய் திறந்தாள். சீதா ஆச்சர்யமடைந்தாள். அம்மா சுனைனாவை ஊட்டிவிடும்படி கெஞ்சிய ஊர்மிளா ஒரு முறை கூட தமக்கையை அவ்விதம் கேட்டதில்லை.

சந்தோஷத்தில் சீதாவின் கண்கள் பனித்தன. தங்கைக்கு மீண்டும் தாய் கிடைத்துவிட்டாள்.

ஒரு திராட்சையை எடுத்து, ஊர்மிளாவின் விரிந்த இதழ்களுக்கிடையே வைத்தாள் கௌஸல்யா.

''ம்ம்ம்,'' அவள் ரசித்தாள். ''பிரமாதமா இருக்கு*ம்மா!*''

''உடம்புக்கும் நல்லது,'' என்ற கௌஸல்யா, மூத்த மருமகளை ஏறிட்டாள். ''நீயும் எடுத்துக்கொள்ளேன், சீதா?''

''நிச்சயம், *பெரியம்மா,*'' என்றாள் அவள். ''நன்றி.''

அத்தியாயம் 26

சில தினங்களுக்குப் பிறகு, அரண்மனை நந்தவனத்தில் தனித்து அமர்ந்திருந்தாள் சீதா.

அவ்விடம், அரசு வளாகத்துள், அரண்மனையை ஒட்டி அமைந்திருந்தது. சப்தசிந்து மட்டுமின்றி உலகின் பல்வேறு மூலைகளிலிருந்த பலப்பல ஸாம்ராஜ்யங்களினின்று வரவழைக்கப்பட்ட அற்புத அழகும் நறுமணமும் வாய்ந்த மலர்மரங்கள், சாதாரண தோட்டமாயில்லாமல் அந்த இடத்தைத் தாவரவியல் பூங்காவாக்கியிருந்தன. சப்தசிந்து மக்களின் பன்முகத்தன்மையை உருவகப்படுத்துவது போல் மாறுபட்ட தோற்றங்களின் கலவையாகக் காட்சியளித்ததே அதன் கண்ணைப் பறிக்கும் அழகுக்குக் காரணம். ஒரு காலத்தில் கச்சிதமான ஜியோமிதி பரிமாணங்களில் அமைந்திருந்த பச்சைப்பசேல் புல்வெளிகளின் ஓரமாய் வளைந்து நெளிந்தன நடைபாதைகள். பிரதான அரண்மனை மற்றும் அரசவைகளைப் போல் பூங்காவும் வறண்டு, பராமரிப்பு சோடை போய்விட்டதைச் சுட்டிக்காட்டியது. அயோத்யாவின் சீரழிவைப் பிரதிபலிப்பது போல், பூந்தோட்டமும் களையும் புல்லும் மண்டிப் பொலிவிழந்திருந்தது.

ஆனால், அந்தத் துன்பமயமான அழகை ரசிக்கும் மனநிலையிலோ, மெல்ல மெல்ல தன்னைச் சூழும் சீர்கேடு குறித்துப் பிரலாபிக்கும் எண்ண ஓட்டத்திலோ சீதா இல்லை.

தசரதர் மற்றும் தாயாரைச் சந்தித்துப் பேசச் சென்றிருந்தான் இராமன். வாயுபுத்ரர் அனுமதியின்றி மிதிலாவில் *தைவி அஸ்த்ரம்* பிரயோகித்த குற்றத்திற்காகத் தண்டிக்கப்பட்டேயாக வேண்டும் என்று வாதிடுவான்.

விவாதம் இராமனின் பொறுப்பென்றாலும், முடிந்தவரை ஆபத்தற்ற ஆரண்யவாசத்திற்கான திட்டங்களைத் தீட்டும் பணி சீதாவுடையதாயிருந்தது. தன்னை நகருக்கு வெளியே சந்திக்கும்படி ஜடாயூவிற்குச் செய்தியனுப்பியிருந்தாள். தேசப்பிரஷ்டம் செய்யப்பட்டதும் குழுவுடன் காட்டில் தங்களை நிழலாய்த்

தொடரும்படி கேட்டுக்கொள்ள வேண்டும். மலயபுத்ரர்கள் இக்கோரிக்கையை எப்படி எடுத்துக்கொள்வார்களோ, தெரியவில்லை. பொதுவில் விஷ்ணுவாய் அறியப்பட தான் மறுத்துவிட்டது அவர்களிடையே மனஸ்தாபத்திற்கு வழி வகுத்திருந்ததை அறிவாள். அதே சமயம், ஜடாயூவிற்குத் தன்னிடமுள்ள விசுவாசம் அவரைச் சம்மதிக்க வைக்கும் என்றும் உணர்ந்திருந்தாள்.

''உங்க எண்ணங்கள் என்ன விலை, *அண்ணி?* நூறு கிராமங்களின் திறை?''

திரும்பியவள், பின்னால் பரதன் நிற்பதைப் பார்த்துச் சிரித்தாள். ''எந்தப் பிரதேசத்துலே? பணம் கொழிக்கும் உங்க கோசலையிலா, ஏழையான என் மிதிலையிலா?''

பரதனும் சிரித்துவிட்டு அவளருகில் அமர்ந்தான்.

''*அண்ணா* மண்டையிலே கொஞ்சமாவது புத்தி கித்தி ஏத்த முடிஞ்சதா உங்களாலே?'' என்று கேட்டான். ''தேசப்பிரஷ்டம் ஆகியே தீருவேன்னு பிடிவாதம் பிடிக்கிறதை தடுக்க முடிஞ்சதா?''

''அவர் கருத்தோட நான் ஒத்துப்போகலைன்னு உங்களுக்கு நிச்சயமாத் தெரியுமா?''

''அது, வந்து...'' பரதன் திகைத்தான். ''நான் என்ன நினைச்சேன்னா... உண்மையச் சொல்லணும்னா, உங்களைப் பத்திக் கொஞ்சம் விசாரிச்சேன்... வந்து, நான் கேள்விப்பட்ட வரைக்கும், நீங்க ரொம்ப...''

''யதார்த்தவாதியா?'' அவன் வாக்கியத்தை சீதா முடித்தாள்.

அவன் புன்னகைத்தான். ''ஆமா...''

''உங்கண்ணாவோட பாதை அப்படியில்லைன்னு எதை வெச்சு சொல்றீங்க?''

பேச்சற்று உட்கார்ந்திருந்தான் பரதன்.

''உணர்ந்து அவர் யதார்த்தமா முடிவெடுக்கறார்னு சொல்லலை. அதே சமயம், அவர் தேர்ந்தெடுத்திருக்கற பாதை - எந்த சந்தர்ப்பத்திலும், எப்படியானாலும் சட்டத்துக்கு உடன்படறது - பார்வைக்கு வேணும்னா நடைமுறைக்கு ஒத்து வராத மாதிரி தெரியலாம். ஆனா, உள்ளுணர்வை ஒதுக்கிட்டுப் பார்த்தா, சமூகத்தின் சில பகுதிகளுக்கு இதுவே ரொம்ப பொருத்தமான, நடைமுறைக்கேத்த மார்க்கமா அமைய வாய்ப்பிருக்கு.''

''நிஜமாவா?'' பரதனின் புருவங்கள் நெறிந்தன. ''எப்படி?''

''இது மிகப்பெரிய மாற்றங்களின் காலம், பரதா. உற்சாகமா இருக்கும். உத்வேகம் ஊற்றெடுக்கும். ஆனா, மாற்றத்தால ஆட்டம்

கண்டு போறவங்க உண்டு. தங்களைச் சேர்ந்த வைஸ்யர்களையே வெறுக்கற முட்டாள்தனமான முடிவுக்கு சப்தசிந்து வந்திருக்கு. வர்த்தகர்களைக் குற்றவாளிகளாக, திருடர்களாகப் பார்க்குது. ஏமாத்தியும், நியாயத்துக்கு மீறி லாபம் வெச்சும்தான் வைஸ்யர்கள் பணம் பண்றாங்கன்னு நம்புறது சிறுபிள்ளைத்தனம்; நிலைமையைத் தேவைக்கு மீறி எளிமைப்படுத்தற அபத்த வாதம். ஒருதலைப்பட்சம் கூட. மாற்றமும் நிச்சயமற்ற நிலைமையும் நிலவும் போது, இந்த மாதிரி அதீதவாதம் அதிகரிக்குது. சில வியாபாரிகள் அயோக்யர்களா இருக்கலாம் - ஆனா அநேகர்கள் கடுமையான உழைப்பாளிகள்; ஆபத்தைப் புறக்கணிச்சு சந்தர்ப்பத்தைப் பயன்படுத்திக்கற நிர்வாகிகள். அவங்க உயரலைன்னா, சமூகத்தில் செல்வம் பெருகாது. மக்களும் ஏழ்மையிலேயே உழல்வாங்க. அது இயலாமைக்கும், சஞ்சலத்துக்கும் வழி வகுக்கும்.''

''ஒரு விஷயத்தை ஏத்துக்கறேன்...''

''நான் முடிக்கலை.''

உடனடியாகக் கரம் குவித்தான் பரதன். ''மன்னிச்சுக்குங்க *அண்ணி*.''

''ஞானமும் அறிவும் இருந்தால், மக்களால ஏழ்மைக்குப் பழகிக்கமுடியும். ஆனா, பிராமணர்களுக்குக் கூட இந்தியாவுல இப்ப அதிக மரியாதை கிடைக்கறதில்லை. வைஸ்யர்களளவுக்கு அவங்க மேல வெறுப்பு மூளாம இருந்தாலும், பிராமணர்களோ, ஏன், ஞானமார்க்கமோ இன்னைக்கு மதிக்கப்படலை. உதாரணத்துக்கு, ஞானத்தின் மேல பித்தாயிருக்கற எங்கப்பாவைப் பத்தி எல்லாரும் என்ன சொல்றாங்கன்னு எனக்கே நல்லாத் தெரியும்.''

''எனக்கொண்ணும் அப்படி -''

''இன்னும் நான் முடிக்கலை,'' சீதாவின் கண்களில் குறும்பு மின்னியது.

''மன்னிச்சிடுங்க!'' வாய் பொத்தியவாறு மொத்தமாய்ச் சரணடைந்தான் பரதன்.

''மொத்தத்துலே, ஞானவான்களின் வாக்கை யாரும் கேக்கறதில்லை. வைஸ்யர்கள் மேல வெறுப்பை வளர்த்துக்கிட்டதாலே, வறுமையைத்தான் சம்பாதிச்சிட்டிருக்காங்க. இன்னைக்கு அதீத மரியாதைக்குரியவங்க க்ஷத்ரியர்கள், அதாவது, வீரர்கள். ''யுத்த-கௌரவம்''தான் இப்ப எல்லாரையும் ஆட்டிப் படைக்குது! பணத்தின் மேல வெறுப்பு; ஞானத்தின் மேல ஏளனம்; வன்முறையின் மேல் காதல். சமூகத்தின் நிலை என்னவாயிருக்கும்னு எதிர்பார்க்கறீங்க?''

பரதன் மௌனம் காத்தான்.

''இப்ப பேசலாம்,'' என்றாள் சீதா.

அவன் வாயினின்று கரத்தை அகற்றினான். ''வைஸ்ய, பிராமண, க்ஷத்ரிய வாழ்க்கை முறைன்னு நீங்க குறிப்பிடறது குணாதிசயங்கள் தானே? அந்தந்த குலத்தில் பிறந்தவங்களையில்லையே?''

''அதுல என்ன சந்தேகம்?'' சீதா மூக்கைச் சுருக்கினாள். ''பிறப்பு சார்ந்த கொடுமையான சாதியமைப்பை ஆதரிப்பேன்னு நினைச்சீங்களா? இப்ப வழக்குல இருக்கறதை அழிச்சே ஆகணும் -''

''அது விஷயத்துல எனக்கும் உங்க கருத்துதான்.''

''ஆக, என் கேள்விக்குத் திரும்ப வருவோம். இப்படி ஒரு சூழல்ல - பணத்து மேல வெறுப்பு; ஞானத்தின் மேல ஏளனம்; வன்முறையின் மேல் காதல்ங்கிற நிலையில - என்ன நடக்கும்னு எதிர்பார்க்கறீங்க?''

''அதீதவாதம் தான். குறிப்பா இளைஞர்கள்கிட்டே. அவங்கதான் முட்டாள்களா இருக்கறது வழக்கம்.''

சீதா சிரித்தாள். ''*எல்லாரும்* இல்லை...''

பரதன் தலையசைத்தான். ''ஒரு வகையில உண்மை. நானும் இளைஞன் தானே?''

''இளைஞர்கள், ஏன் சில இளம்பெண்கள்கூட அதீதவாதிகளா மாறும் சூழ்நிலை உருவாகியிருக்கு. புத்தி இருந்தாலும், பக்குவம் இல்லை. வறுமை இருக்கு. வன்முறையின் மேல் பற்று இருக்கு. சமூகத்தில சமநிலையில்லாததுதான் பிரச்சனையின் ஆணிவேர்ங்கிறதை அவங்க இன்னும் புரிஞ்சிக்கலை. சிரமமில்லாத, உடனே கிடைக்கக்கூடிய தீர்வையே தேடி அலையறாங்க. இந்த எண்ண ஓட்டத்தைப் பகிர்ந்துக்காதவங்களை வெறுக்கறாங்க.''

''ஆமா.''

''சப்தசிந்துவுல குற்றங்கள் அதிகமா இருக்கறதுல என்ன அதிசயம்? அதுவும் பெண்களுக்கு எதிரான குற்றங்கள்ள என்ன ஆச்சர்யம்? புத்தி, வர்த்தகம், உடலுழைப்புங்கிற துறைகளிலெல்லாம் பெண்கள் உத்வேகத்தோடயும், ஆற்றலோடும் செயல்படலாம். ஆனா வன்முறைன்னு வந்துட்டா, பரம்பொருள் இயற்கையான பலத்தை அளிக்கலை.''

''உண்மை.''

''அதீதவாத, அதிகாரமில்லாத, வன்முறை விரும்பிகளான இளைஞர்கள், எளிமையான தீர்வைத் தேடி பலவீனர்களைத் தாக்கறாங்க. மனசுல தங்களை பலசாலிகளா, அசைக்கமுடியாத சக்திகளா நினைச்சுக்கறாங்க. ஆண்தன்மை வாழ்வியலின் ஆதிக்கக்

கொள்கைகள் இவங்களை சுலபத்துல வழி தவற வைக்கும். சமூகத்துல குழப்பத்தை விளைவிக்கும்.''

''*அண்ணா*வுடைய கொள்கைகள் அதே ஆண்தன்மை வாழ்வியலில் புதைஞ்சிருக்கறதா உங்களுக்குத் தோணலையா? ரொம்ப சிறுபிள்ளைத்தனம்னு நினைக்கலையா? மேல்-கீழ்ங்கிற தத்துவம் அதீதமா படலையா? பெண்தன்மை வாழ்வியல்தானே தீர்வாயிருக்கணும்? சுதந்திரத்துக்கு? வாழ்க்கையில் மக்கள் தாங்களே சமநிலையை அடையறதுக்கு?''

''பெண்தன்மை வாழ்வியலின் நிச்சயமற்ற தன்மை பல பேரை தயங்க வைக்குதே, பரதா? பழகின பாதையில எளிமையா பயணிக்கற ஆண்தன்மை வாழ்வியலையே விரும்பறாங்க. ரொம்ப யோசிக்காம, ஏற்கனவே இயற்றப்பட்ட சட்டதிட்டங்களையொட்டி - அது யாருடையதா இருந்தாலும் - நடக்கறது சுலபம்னு நினைக்கறாங்க. ராமனின் சட்டப் பித்து கொஞ்சம் சிறுபிள்ளைத்தனமானதுதான். ஆதிக்கவாதம்னு கூட சிலர் சொல்லலாம். ஆனா, அதுலேயும் சில நன்மைகள் இருக்கு. ஆண்தன்மை வாழ்வியலின் நிச்சயங்கள் தேவைப்படும் இளைஞர்களுக்கு அவர் பாதையமைப்பார். முடிவேயில்லாத வன்முறையையும் வெறுப்பையும் தூண்டும் அரக்க சக்திகள், அதீதவாதத்தின் பிடியிலிருக்கற இளைய சமுதாயத்தைத் துஷ்பிரயோகம் செய்யும். ஆனா, ராமனின் பாடங்கள் அதே மக்களை ஒழுங்குமுறை, தர்மம், நியாயம் நிறைஞ்ச வாழ்க்கை நோக்கிச் செலுத்தும். இவங்களை மிகப்பெரும் பொது நன்மைக்காக ராமன் பயன்படுத்தமுடியும். உங்கண்ணனுடைய பாதைதான் எல்லாருக்கும்னு சொல்ல வரலை. ஆனா, சீரமைப்பு, நிச்சயத்தன்மை, கீழ்ப்படிதல், நல்லொழுக்கம்ங்கிற விஷயங்களைத் தேடுறவங்களுக்கு - சீரழிவும், ஒழுங்குமுறையில்லாத உலகத்தை வெறுக்கறவங்களுக்கு - அவர் தலைமையேற்க முடியும். வெறுப்பு, வன்முறை மார்க்கத்திலிருந்து அவங்களைத் திருப்பி, இந்தியாவின் நன்மைக்கான சக்தியா மாத்தமுடியும்.''

பரதன் மௌனம் காத்தான்.

''இன்றைய இளைய சமுதாயத்தை வாட்டி வதைக்கும் அதீதவாதத்துக்கு ராமனின் உண்மையான படிப்பினை ஒரு பதிலாய், தீர்வாய் அமையும்.''

பரதன் பின்னால் சாய்ந்தான். ''அடேங்கப்பா...''

''என்னாச்சு?''

''ஆண்தன்மை வாழ்வியலில் எங்கண்ணனுக்கு இருக்கற விசுவாசத்தைப் பத்தி வாழ்நாள் முழுக்க அவனோட வாதம் பண்ணியிருக்கேன். அது அடிப்படைவாதத்துக்கும்

வன்முறைக்கும்தான் வழிவகுக்கும்கிறது என் எண்ணம். ஆனால், ஒரேயொரு விவாதத்துலே என் கண்ணையே திறந்துட்டீங்க.''

''நிஜமாவே கேட்கறேன்: பெண்தன்மை வாழ்வியலில் சீரழிவே இல்லைன்னு சொல்ல முடியுமா? வேற மாதிரியான சீர்கேடுகள் இருக்குங்கறதுதான் வித்தியாசம். ஆண்தன்மை வாழ்வியல் உயர்ந்திருக்கும் போது ஒழுங்குமுறையும், சுறுசுறுப்பும், நேர்மையும் நிறைஞ்சிருந்தாலும், சீரழியும் போது அதீதவாதமும் வன்முறையும் கொண்டது. பெண்தன்மை வாழ்வியலின் உச்சத்தில் கற்பனைத் திறனும், உணர்ச்சிப் பெருக்கும் ஆதுரமும் மலிஞ்சு, குழப்பமும் அபரிமித ஆடம்பரமுமாய் சீரழியும். எந்த வாழ்வியலும் ஒண்ணைவிட ஒண்ணு உயர்வோ, தாழ்வோ இல்லை. ரெண்டுக்குமே பலமும் உண்டு, பலவீனமும் உண்டு.''

''ஹ்ம்ம்.''

''சுதந்திரம் உத்தமமானதுதான் - மிதமான அளவுல. அளவுக்கு மிஞ்சினா அமுதமும் விஷம். அதனாலதான் நான் சமநிலைங்கிற பாதையை விரும்பறேன். ஆண்தன்மை, பெண்தன்மை, ரெண்டுக்கும் நடுவுல.''

''நான் வேற மாதிரி நினைக்கறேன்.''

''சொல்லுங்க.''

''அளவுக்கு மீறின சுதந்திரம்னு எதுவுமில்லைங்கிறதுதான் என் கருத்து. ஏன்னா, சுயபரிசோதனை செஞ்சுக்கவும், தன்னைத் திருத்திக்கறதுக்குமான கருவிகள் சுதந்திரத்திலேதான் பொதிஞ்சிருக்கு.''

''நிஜமாவா?''

''ஆமா. பெண்தன்மை வாழ்வியலில் ஆடம்பரமும் அபரிமிதமும் அளவு மீர்றதாலே அருவருப்படையறவங்களுக்கு, புரட்சி செய்யவும், எதிர்ப்புத் தெரிவிக்கவும் சுதந்திரமுண்டு. சமூகமும் புரிஞ்சுக்கிட்டு, முக்கியமா, மாற்றம் தேவைன்னு ஒத்துக்கிட்டா, சீர்திருத்தங்கள் துவங்கலாம். பெண்தன்மைச் சமூகங்கள்ளே பிரச்சனைகள் ரொம்ப நாள் மறைக்கப்படுறதில்லை. ஆனா, எதையும் கேள்வியெழுப்பி நேருக்கு நேர் சந்திக்கற சுதந்திரம் ஆண்தன்மைச் சமூகங்கள்ளே இல்லாததால, சிக்கல்கள் இருக்கறதையே ஒப்புக்க மறுக்கும். ஒரு நியதிக்கு, சட்டத்துக்குக் கீழ்ப்படியறதுதான் அதன் அடித்தளம். கேள்வி கேட்கற உத்வேகம் மட்டுமில்ல, பிரச்சனைகளை அடையாளம் கண்டு நிலைமை முத்தறதுக்கு முந்தி திருத்தும் வாய்ப்பும், திறனும் அங்கே அழிக்கப்படுது. அண்ணி - யாருமே தீர்க்க முடியாத பிரச்சனைகளை சமாளிக்க அவதரிக்கும் மஹாதேவர்கள், ஆண்சக்திகளின் பிரதிநிதிகளோடேயே மோதவேண்டி வருதே, ஏன்?''

சீதா தன்னையறியாமல் பின்வாங்கினாள். பரதனின் கூற்று அவளைத் திகைப்பு மேலிட்ட மௌனத்தில் ஆழ்த்தியது. *அடடே... இவன் சொல்றது உண்மை தான்...*

''சுதந்திரம் தான் இறுதியான தீர்வு. எவ்வளவோ நிச்சயமில்லா நிலைமைகளை உருவாக்கினாலும், அடிக்கடி சீர்திருத்தங்கள் நடக்க சுதந்திரம் வழி செய்யும். அதனாலதான், மஹாதேவர் அவதரிச்சுத் தீர்க்க வேண்டிய அளவுக்குப் பெரிசான பிரச்சனைகள் பெண்தன்மைச் சமூகங்கள்ளே உருவாறதில்லை. ஆண்தன்மைக்கு இப்படிப்பட்ட மாயாஜாலத் தீர்வெல்லாம் சாத்தியமேயில்லை. அது முதல்ல கை வெக்கறதே சுதந்திரத்துலதான். எல்லோரும் கீழ்ப்படிஞ்சே ஆகணும்... இல்ல, தூக்கியெறியப்படணும்.''

''நீங்க சொல்றதுலேயும் அர்த்தமிருக்கு. ஆனா, சட்டமில்லாத சுதந்திரம் குழப்பத்தைத்தான் விளைவிக்கும். எனக்கென்னமோ -''

''சொல்றேனே, *அண்ணி,*'' பரதன் இடைமறித்தான். ''சுதந்திரம்தான் எல்லாத்துக்கும் தீர்வு - உச்சபட்ச விடிவெள்ளி. மேலோட்டமாப் பார்த்தா கட்டுப்படுத்த முடியாத குழப்பக் குளறுபடியாத் தோணினாலும், அளவு மீறின சீர்கேட்டைக் குறைக்க சட்டங்களைக் கொஞ்சம் வளைச்சு நெளிக்கலாம். வாதத்துலே ருசியிருக்கற புரட்சியாளர்கள் வேண்டிய அளவு இருந்தாப் போதும்; தீர்க்க முடியாத பிரச்சனைன்னு ஒண்ணு இருக்கவே முடியாது. அதனால தான் வாழ்க்கையின் மிக முக்கியமான அங்கம் சுதந்திரம்னு நினைக்கறேன், *அண்ணி.*''

''சட்டத்தை விடவுமா?''

''ஆமா. மனுஷ கற்பனாசக்தியின் முழு வீச்சையும் உன்னதமான முறையில வெளிப்படுத்தறதுக்கான கட்டமைப்பை வரையறுக்கும் சில சட்டங்கள் போதும்கிறது என் அபிப்ராயம். சுதந்திரம்தான் இயற்கை.''

சீதா மெல்லச் சிரித்தாள். ''உங்க அபிப்ராயங்களைப் பத்தி அண்ணன் என்ன சொல்றார்?''

பின்புறமிருந்து வந்த இராமன், மனைவியின் தோள்களின் மீது கரம் பதித்தான். ''வேற என்ன? கெட்ட சகவாசம்னுதான்!''

தன் அரண்மனைப் பகுதிக்குச் சென்றவனிடம் மனைவி நந்தவனத்தில் இருப்பது தெரிவிக்கப்பட, அங்கே வந்த போது, அவள் பரதனுடன் பேச்சில் ஆழ்ந்திருப்பதைக் கண்டான். இராமன் அருகில் வந்ததையே அவர்கள் கவனித்திருக்கவில்லை.

'குபீ'ர்ச் சிரிப்புடன், சகோதரனைத் தழுவிக்கொள்ள எழுந்தான் பரதன். ''*அண்ணா...*''

''உன் சர்வசுதந்திரச் சிந்தனைகளையெல்லாம் *அண்ணி* மேல திணிச்சதுக்கு நன்றி வேற சொல்லணுமோ?!''

பரதன் புன்னகையுடன் தோள்களைக் குலுக்கிக் கொண்டான். ‘‘அயோத்யர்களை அறுவைகளா மாத்தாமயாவது இருப்பேன்ல?’’

சிரித்த இராமனின் கண்களில் குறும்பு மிளிர்ந்தது. ‘‘நல்லதுதானேடா?’’

‘சட்’டென பரதனின் முகம் சுணக்கமடைந்தது. ‘‘அப்பா விடமாட்டார்ணா. உனக்கே தெரியும். நீ எங்கேயும் போகப்போறதில்ல.’’

‘‘அப்பாவுக்கு வேற வழியில்லை. உனக்கும் தான். அயோத்யாவை ஆளப்போறது நீ. நல்லாவும் ஆளுவே.’’

‘‘சிம்மாசனத்தை இந்த மாதிரி அடையறதுலே எனக்கு விருப்பமில்லை,’’ பரதன் மறுப்பாய்த் தலையசைத்தான். ‘‘ஏறவும் மாட்டேன்.’’

பரதனின் வேதனையை அகற்றக்கூடிய வாதமேதும் தன்னிடம் இல்லையென்பது இராமனுக்குத் தெரியும்.

‘‘இந்த விஷயத்துலே உனக்கு ஏண்ணா இவ்வளவு பிடிவாதம்?’’ பரதன் கேட்டான்.

‘‘இதுதானே பரதா சட்டம்?’’ என்றான் இராமன். ‘‘நான் ஏவினது *தைவி அஸ்திரம்*.’’

‘‘சட்டத்தைத் தூக்கி உடைப்பில போடு*ண்ணா!* நீ போறதுதான் அயோத்யாவுக்கு நல்லதுன்னு உண்மையிலேயே நம்பறியா? நாம ரெண்டு பேரும் சேர்ந்தா - சட்டத்தின் மேல உனக்கிருக்கற மரியாதை; கலை, கற்பனையில எனக்கிருக்கிற ஆர்வம் - இணைஞ்சா என்னென்ன சாதிக்கலாம்னு யோசிச்சுப் பாரு? தனியா ஆட்சி செஞ்சா இவ்வளவு முன்னேற்றம் தெரியுமா?’’

மறுப்பாய் இராமன் தலையசைத்தான். ‘‘பதினாலு வருஷத்துலே திரும்பிடுவேன், பரதா. நீயே இப்ப ஒத்துக்கிட்ட மாதிரி, சட்டத்துக்குச் சமூகத்துலே முக்கியப் பங்கு இருக்கு. அதை நானே காப்பாத்தலைன்னா, மத்தவங்க செய்வாங்களா? ஒவ்வொரு மனுஷனுக்கும் சட்டம் பாரபட்சமில்லாம, தர்மநியாயப்படி பொருந்தணும். அவ்வளவுதான் விஷயம்.’’ பரதனின் கண்களை ஊடுருவினான் இராமன். ‘‘பயங்கரக் குற்றவாளி மரணதண்டனையிலிருந்து தப்பிக்க நேர்ந்தாலும், விதிகள் மீறப்படக்கூடாது.’’

வைத்த கண் வாங்காமல் அவனை வெறித்த பரதனின் முகபாவத்தைக் கணிக்கமுடியவில்லை.

சகோதரர்களின் விவாதம் திசை மாறி, தர்மசங்கடத்தை உண்டாக்கிவிட்டதை உணர்ந்த சீதா, ‘‘சேநாதிபதி ம்ருகஸ்யரை

நீங்க இப்ப சந்திக்கணுமே?'' என்று இராமனிடம் சொன்னபடி மேடையினின்று எழுந்தாள்.

பரிவாரம் சகிதம் அங்காடித் தெருவில் இருந்தாள் சீதா. எதையும் வாங்கும் உத்தேசம் அவளுக்கில்லை; காவலர்களில் ஒருவன் யாருமறியா வண்ணம் நழுவ சௌகரியம் செய்வதே திட்டம். அரண்மனை வளாகத்தினின்றே சென்றிருந்தால், கண்காணிக்கப்பட்டிருப்பார்கள். ஆனால் இங்கே, நெரிசல் நிறைந்த கடைவீதிகளில், சீதாவைக் காத்த பெரும் கூட்டத்தில் ஒருவன் மறைவது யார் கவனத்தையும் கவராது.

ஓரக்கண்ணால், அங்காடியிலிருந்து வெளியேறிய சிறிய சந்துக்குள் அவன் நுழைவதைக் கண்டாள் சீதா. மறுநாள் ஜடாயூவுடன் ஒரு சந்திப்பிற்கு ஏற்பாடு செய்யுமாறு அவனுக்கு ஆணை.

செய்தி தெரிவிக்கப்படுமென்ற திருப்தியுடன் அரண்மனை செல்லத் தன் பல்லக்கை நோக்கி நடந்தவளின் பாதையை இன்னொரு மிக உயர்ந்த பல்லக்கு திடீரென எங்கிருந்தோ வந்து மறித்தது. நுணுக்கமாய் வேலைப்பாடு செய்த தங்கத் தகடு போர்த்திய ஆடம்பரத் தாமிரக்கூட்டின் இருபுறமும் பட்டுத் திரைச்சீலைகள் தொங்கின. விலைமதிப்பற்ற - அதே சமயம் மிக்க சௌகரியமான பல்லக்கென்பது 'பளிச்'சென விளங்கியது.

''நிறுத்து! நிறுத்து!'' மூடிய சீலைகளுக்குப் பின்னிருந்து பெண்குரல் ஒலித்தது.

உடனடியாக நின்ற தூக்கிகள், பல்லக்கைத் தரையில் இறக்கினர். அவர்களுள் பலம் பொருந்திய பணியாள் திரைச்சீலையை விலக்கி, மூதாட்டி ஒருத்தி இறங்க உதவினான்.

''**நமஸ்தே,** இளவரசி,'' மிக்க பிரயத்தனத்துடன் எழுந்து நின்ற மந்தரை, கரம் குவித்து வணக்கத்துடன் சிரம் தாழ்த்தினாள்.

''நமஸ்தே, மந்தரா தேவி,'' பதில் மரியாதை செலுத்தினாள் சீதா.

செல்வத்தில் மிதந்த அவ்வர்த்தகியை முந்தைய நாள்தான் சந்தித்திருந்தவளுக்கு அவள்பால் அனுதாபம் இயற்கையாய்ச் சுரந்தது. மந்தரை முதுகுக்குப் பின் அவளைப் பற்றி நல்வார்த்தை கூறுவோர் இல்லை. பிரிய மகள் ரோஷ்னியை கொடூரமாய்ப் பறிகொடுத்திருந்த நிலையில், சீதாவிற்கு இது சரியாகப் படவில்லை.

மந்தரையின் பணியாளர்களில் ஒருவன் 'சட்'டென மடக்கு நாற்காலியை விரித்து அமர வகை செய்தான். ''மன்னிக்க

வேண்டும், இளவரசி. நெடுநேரம் நின்றுகொண்டிருக்க முடியாது என்னால்."

"பரவாயில்லை, மந்தராஜி," என்றாள் சீதா. "கடைகளுக்கு என்ன விஷயமா வந்தீங்க?"

"நான் வியாபாரி," மந்தரை புன்னகைத்தாள். "அங்காடி நடப்பைத் தெரிந்துகொள்வது புத்திசாலித்தனம்."

முறுவலித்த சீதா தலையசைத்தாள்.

"இன்னும் சொன்னால், எங்கும் என்ன நடக்கிறதென்பதைத் தெரிந்துகொள்வதே சாலச் சிறந்தது - அங்காடிகளை எத்தனையோ விஷயங்கள் பாதிக்கின்றனவே?"

சீதா மெல்ல முனகிக்கொண்டாள். எதிர்பார்த்த கேள்விதான் அடுத்து வரப்போகிறது: *தைவி அஸ்திரத்தைப் பிரயோகித்த குற்றத்திற்காக தான் தண்டிக்கப்பட்டே தீரவேண்டுமென இராமன் பிடிவாதமாயிருப்பது ஏன்?*

"மந்த்ராஜி, கொஞ்சம் பொறுத்திருந்தீங்கன்னா என் -"

அவளை அருகே இழுத்தாள் மந்தரை. "மன்னர் சிம்மாசனத்தைத் துறந்து ராமனுக்குப் பட்டம் சூட்டுவார் எனக் கேள்விப்பட்டேன்," கிசுகிசுத்தாள். "பதினான்கு வருட வனவாசத்தையும் தானே மேற்கொள்வார் எனக் கேள்விப்பட்டேன். மனைவியருடன்."

சீதாவும் கேள்விப்பட்டிருந்தாள். இராமன் இதை ஒரு நாளும் அனுமதிக்கமாட்டான் என்றும் அறிந்திருந்தாள். அவளை சஞ்சலத்திற்குள்ளாக்கியது வேறொன்று: **மந்த்ராஜிக்கு இதெல்லாம் எப்படித் தெரியும்?**

முகமாறுதல் காட்டாமல் நின்றவளுக்கு, எங்கோ, ஏதோ தவறாக இருப்பது போல் தோன்றியது. பிறர் அவர்களை நெருங்காமல் மந்தரையின் மெய்க்காவலர்கள் பார்த்துக்கொள்வதைக் கவனித்தாள். முதுகுத்தண்டில் சில்லிட்டது.

இந்தச் சந்திப்பு தற்செயலில்லை. திட்டமிட்டது.

"நான் கேள்விப்படலையே, மந்த்ராஜி," என்றாள் ஜாக்கிரதையாய்.

மந்தரை அவளைத் தீர்க்கமாய்ப் பார்த்தாள். சில நிமிடங்கள் கழித்து, லேசாய்ப் புன்னகைத்தாள். "நிஜமாகவா?"

சீதா அசட்டையைக் கையாண்டாள். "நான் ஏன் பொய் சொல்லணும்?"

மந்தரையின் புன்னகை விரிந்தது. "தங்களைப் பற்றி சுவாரசியமான தகவல்கள் கேள்விப்பட்டேன், இளவரசி.

புத்திசாலியென்று. கணவர் உங்களிடம் மனம் திறப்பவர் என்று. உங்களைப் பூரணமாய் நம்புகிறார் என்று.''

''சேச்சே - நான் சின்ன நகரத்துலேர்ந்து வந்த யாரோ. எப்படியோ தகுதிக்கு மீறிக் கல்யாணம் பண்ணிக்கிட்டு இந்த பயங்கர பெருநகரத்துக்கு வந்து சேர்ந்தா - நீங்க பேசறதுல முக்கால்வாசி எனக்குப் புரியக்கூட மாட்டேங்குது. என் அறிவுரையை என் கணவர் ஏற்பானேன்?''

''பெருநகரங்கள் சிக்கலானவை,'' மந்தரை சிரித்தாள். ''இங்கே நிலவின் குளிர்ந்த மிருதுவான வெளிச்சத்தில் புத்தி கூர்மையாகும். சூரியனின் கடும் தகிப்பில் எவ்வளவோ தொலைந்துவிடுகிறது. ஆக, உண்மையான ஞானம் உதயமாக வேண்டுமென்றால், ஆதவன் மறைய வேண்டும் என்பது ஆன்றோர் வாக்கு.''

பயமுறுத்தறாங்களா?

சீதா முகத்தில் குழப்பத்தை வருவித்துக்கொண்டாள்.

''நிலவையும் இரவையும் நகரம் ரசித்து அனுபவிக்கும்,'' மந்தரை தொடர்ந்தாள். ''ஆரண்யம் ஆதவனை வரவேற்கும்.''

இதுக்கும் வர்த்தகத்துக்கும் சம்பந்தமில்லை. வேறென்னவோ விஷயமிருக்கு.

''சரி மந்த்ராஜி,'' புரியாதது போல் பதிலளித்தாள் சீதா. ''அறிவார்ந்த உங்க வாக்குக்கு நன்றி.''

அவளை மேலும் அருகே இழுத்த மந்தரை, கண்களை ஊடுருவிப் பார்த்தாள். ''ராமன் காட்டிற்குப் போகப் போகிறானா, இல்லையா?''

''தெரியாது, மந்த்ராஜி,'' என்றாள் சீதா பேதைமையுடன். ''சக்ரவர்த்தி தான் முடிவெடுக்கணும்.''

மதமாச்சர்யம் பொங்கும் மெல்லிய கோடாய் நெறியும்படி விழிகளைச் சுருக்கினாள் மந்தரை. சீதாவை விடுவித்தவள், அலட்சியமாய்த் தலையசைத்தாள். அறிய வேறெதுவும் இல்லை என்பது போல். ''பத்திரம், இளவரசி.''

''நீங்களும்தான், மந்த்ராஜி.''

''த்ருஹ்யூ...'' என்றாள் மந்தரை உரக்க.

அவளது வலக்கையாய்ச் செயல்பட்டவன் அதீத பணிவுடன் - முகபாவத்திற்கும் பாவனைக்கும் வேறுபாடிருந்தாலும் - அடியெடுத்து வைப்பதை சீதா கண்டாள்.

என்னவோ இங்கே சரியில்லை, சீதா தூய புன்னகையை முகத்தில் படரவிட்டாள். *மந்தரையைப் பத்தி மேலும் தெரிஞ்சுக்கிட்டே ஆகணும்.*

அத்தியாயம் 27

சங்கேதபாஷையில் பொதிந்திருந்த செய்தியை விரைவாகப் படித்தாள் சீதா. ராதிகா மூலம் வந்திருந்தாலும், அனுப்புனர் வேறொருவர்.

நறுக்குத் தெறித்தாலும், தெளிவாகவே இருந்தது: குருஜியிடம் பேசுகிறேன். நடக்கும்.

செய்தியில் பெயர் குறிப்பிடப்படவில்லை. என்றாலும், யாரென்று சீதாவிற்கு விளங்கியது. தீயில் காட்டி, எரித்தாள். முழுதும் சாம்பராகும் வரை காத்திருந்தாள்.

மெல்லிய புன்னகை முகத்தில் இழையோடியது. "நன்றி, *ஹனுண்ணா.*"

சிறிய திறந்தவெளியில் நின்றனர் சீதாவும் ஜடாயூவும். முன்னேற்பாடாய்ச் சந்திக்கத் திட்டமிட்டிருந்த இவ்வனப்பகுதி, நகரிலிருந்து ஒரு மணி நேர பயணத்திலிருந்தது. அதில் பாதி நேரத்திலேயே வந்து சேர்ந்த சீதா, அடையாளம் காண முடியாவண்ணம் முகத்தையும் உடலையும் நீண்ட *அங்கவஸ்த்ரத்தால்* போர்த்தியிருந்தாள். ஜடாயூவுடன் அளவளாவ ஏராள விஷயமிருந்தது -குறிப்பாய், மந்தரை சந்திப்பு.

"இது விஷயத்தில் நிச்சயந்தானா, மஹாவிஷ்ணு?" அவர் வினவினார்.

"ஆமா. நகரம் தான் ராமனுக்கு மிகப்பெரிய ஆபத்தா அமையும்னு முதல்ல நினைச்சேன் - இங்கே அவருக்கு அத்தனை எதிரிகள். ஆனா, வனத்தில் தான் உண்மையான ஆபத்திருக்குமோன்னு இப்ப தோணுது."

"அப்படியானால், நகரிலேயே தாமதிக்கலாமே?"

"நடக்காது. என் கணவர் சம்மதிக்கவே மாட்டார்."

''ஆனால்... ஏன்? மற்றவர்கள் என்ன நினைக்கிறார்கள் என்று எதற்கு -''

''என் கணவர் சுபாவத்தைக் கொஞ்சம் புரிய வைக்கறேன்,'' சீதா இடைமறித்தாள். ''அயோத்யாவில் ரொம்ப செல்வாக்கான மனிதர்கள்ளே ஒருத்தரான சேநாதிபதி ம்ருகஸ்யர், மாமா தசரதருக்குப் பதில் ராமன் பட்டமேற்கறதை ஆதரிக்கத் தயாரா இருந்தார். அவ்வளவு ஏன், மாமனாரே சிம்மாசனத்தைத் துறக்கத் தயாரா இருக்கார். ஆனா, என் கணவர் மறுத்துட்டார். சட்டத்துக்குப் புறம்பானதாம்.''

தலையசைத்தவாறு ஜடாயூ புன்னகைத்தார். ''மனிதர்களில் அபூர்வ மாணிக்கம் தங்கள் புருஷர்.''

சீதாவின் முகம் மலர்ந்தது. ''உண்மை.''

''ஆக, மந்தரை உங்களை -''

''ஆமா. அவளுக்குச் சிம்மாசனச் சண்டையிலெல்லாம் ஆர்வமில்லை. ராமனைப் பழி வாங்கறதுலதான் - அதுவும் சட்டத்தைப் பின்பற்றினதுக்காக. மகளைக் கொன்னவனுக்கு சட்டவரம்பின்படி வயசு எட்டாததுனால மரணதண்டனை அளிக்காததுக்காக. இது தனிப்பட்ட விரோதம்.''

''என்ன திட்டம் தீட்டியிருக்கிறாள் என்று ஊகமுண்டா?''

''அயோத்யாவுல நடக்கறாப்புல எதுவும் இல்லை. மக்கள் ஆதரவைப் பெற்ற ஒருத்தரை நகரத்துக்குள்ளே கொல்றது ஆபத்து. காட்டிலேதான் முயற்சி செய்வான்னு நம்பறேன்.''

''அயோத்யாவிற்கு முன்னரே வந்திருக்கிறேன். இவளையும், இவள் கூட்டாளியையும் அறிவேன். யாரை நம்பியிருக்கிறாள் என்றும் கூடத் தெரியும்.''

''த்ருஹ்யூ?''

''ஆம். கொலைக்கான ஏற்பாடுகள் அநேகமாய் அவனுடையதாகவே இருக்கலாம். யாரைப் பணியிலமர்த்துவான் என்றும் தெரியும். பார்த்துக்கொள்கிறேன்.''

''மந்தரை, த்ருஹ்யூவைப் பத்தி எனக்கொரு சந்தேகம். அவங்களுடைய விசுவாசம் யாருக்குன்னும் -''

''ஆம், மஹாவிஷ்ணு,'' ஜடாயூ குறுக்கிட்டார். ''ராவணனே அவர்களது உண்மையான எஜமானன்.''

சீதா மூச்சை இழுத்துவிட்டாள். விஷயம் கொஞ்சம் கொஞ்சமாக அவளுக்கு விளங்கத் துவங்கியிருந்தது.

''மந்தரையையும் நாங்களே பார்த்துக்கொள்வதா?'' ஜடாயூ கேட்டார்.

''வேண்டாம். மிதிலையிலே நடந்ததுக்கு ராவணன் பழிவாங்கும் முயற்சியிலே இறங்காம தடுக்கறதே சிரமமா இருக்கு. அயோத்யாவுலே அவனுக்கு அணுக்கமான, வடக்கிலே பணம் கறக்கும் கறவை மாடே மந்தரைதான். அவளைத் தீர்த்துக் கட்டிட்டா, மிதிலையைத் தாக்கறதில்லைன்னு மலயபுத்ரர்களோட போட்டிருக்கற உடன்படிக்கையை அவன் முறிக்கலாம்.''

''ஆக... த்ருஹ்யூ மட்டும்.''

சீதா தலையசைத்தாள்.

''நாளை சந்திப்போம். இடைப்பட்ட நேரத்தில் மேலதிக விவரங்கள் கிடைக்கலாம்.''

''நிச்சயமா, ஜடாயூஜி,'' என்றாள் சீதா. ''நன்றி, அண்ணனைப் போல் பார்த்துக்கறீங்க.''

''நான் தங்கள் பக்தனன்றி வேறில்லை, மஹாவிஷ்ணு.''

புன்னகைத்த சீதா கரம்கூப்பி *நமஸ்கரித்தாள்*. ''போய் வர்றேன். பரசுராமர் துணை உரித்தாகுக. சகோதரரே.''

''ருத்ரபகவான் துணை உமக்கும் உரித்தாகுக, சகோதரி.''

புரவியேறி சீதா பறக்க, அவள் நின்ற இடத்தினின்று சிறிது மண்ணெடுத்து பயபக்தியுடன் நெற்றியில் இட்டுக்கொண்டார் ஜடாயூ. ''*ஓம் நமோ பகவதே விஷ்ணுதேவாய; தஸ்யை சீதாதேவ்யை நமோ நமஹ,*'' என்று சிரத்தையுடன் முணுமுணுத்துக்கொண்டார்.

குதிரையேறி விரைந்தார்.

—ξʎ—

வஸிஷ்டரின் பிரத்யேக அலுவலகத்திற்கு வெளியே அமர்ந்திருந்தாள் சீதா. இளவரசர் இராமன் மனைவியின் அறிவிக்கப்படாத வருகையால் திகைத்த காவலர்கள், அயோத்யா *ராஜகுரு* அந்நிய விருந்தாளியுடன் சந்திப்பில் ஈடுபட்டிருந்ததால், காத்திருக்கும்படிக் கேட்டுக்கொண்டனர்.

''சரி.'' ஒப்புக்கொண்டாள்.

கடைசி சில நாட்களில் ஏக பரபரப்பு. சிம்மாசனம் துறந்து இராமனை அரசனாக அறிவிப்பதாக தசரதர் ஏறக்குறைய முடிவெடுத்துவிட்ட சூழல். தன் பங்கிற்கு சிம்மாசனம் துறந்து தேசப்ரஷ்டம் செய்துகொண்டு பரதனை ஆட்சியில் அமர்த்துவது என இராமனும் சீதையும் முடிவெடுத்திருந்தனர். தந்தையின் உத்தரவுகளைப் பொதுவில் நிராகரிப்பது போல் ஆகுமென்பதால்,

உண்மையில் இப்பாதையில் அவனுக்கு விருப்பமில்லை - நல்ல வேளையாக, அதற்கு அவசியமும் இருக்கவில்லை.

தசரதரின் சிம்மாசனத் துறப்பை அதிகாரபூர்வமாக்கும் சம்பிரதாய அரசவைக் கூட்டத்திற்கு முந்தைய தினம், அதிசயிக்கும் சில நிகழ்வுகள் சடபடவென நடந்தேறின. ***கோபாவேசத்தால் பீடிக்கப்பட்டவர்களுக்கான கோப பவன***த்திற்குள் அடைந்து கொண்டாள் இராணி கைகேயி. எத்தனையோ நூற்றாண்டுகளுக்கு முன், அரசகுலத்தாரிடையே பலதார மணம் பரவி வந்த போது, அரண்மனைகளில் வடிவமைக்கப்பட்ட ஏறக்குறைய சம்பிரதாய அறை. ஒன்றுக்கும் மேற்பட்ட மனைவிமார் இருக்கையில், அனைவருடனும் போதுமான நேரம் கழிப்பது மன்னர்களுக்கு சாத்தியமில்லையல்லவா? ஆகையால், கணவன் மீது ஆத்திரமோ, அதிருப்தியோ கொண்ட மனைவியின் புகலிடமே **கோப பவனம்.** அவளது குறைகளுக்குப் பரிகாரம் செய்ய வேண்டியதன் அவசியத்தையும் இது மன்னருக்கு உணர்த்தும். **கோப பவன**த்தில் மனைவி இராத்தங்குவதை கணவன் அனுமதிப்பது அசம்பாவிதமாகவும் கருதப்பட்டது.

மனவியாகூலமடைந்த மனைவியைச் சந்திப்பதைத் தவிர்த்து தசரதருக்கும் வேறு வழியிருக்கவில்லை. அன்று அந்த அறையில் நிகழ்ந்ததை யாரே அறிவர்? ஆனால், மறு தினம் அவர் விடுத்த அறிக்கை, பரவியிருந்த வதந்திகளையெல்லாம் தகர்த்தெறிவது போலிருந்தது. சப்தசிந்துவினின்று இராமன் பதினான்கு வருடங்கள் விலக்கப்பட்டான். பரதன் பட்டத்து இளவரசனாக்கப்பட்டான். தந்தையெடுத்த முடிவின் தீர்க்கத்தைப் பாராட்டிய வண்ணம் தேசப்ரஷ்ட உத்தரவை மிக்க பணிவாய், நயமாய் உலகறிய ஏற்றுக்கொண்டான் இராமன். அன்றைய தினத்திற்குள் அவனும், சீதாவும் காட்டிற்குப் புறப்படுவதாய் முடிவாயிற்று.

அவளுக்கும் அதிக நேரமில்லை. பாதுகாப்பான வனவாசத்தை முன்னிட்டு ஆற்ற வேண்டிய பல பணிகளின் பிரிந்து கிடந்த நூற்கற்றைகளைக் கவனமாய் முடிய வேண்டியிருந்தது.

அவர்கள் வந்ததிலிருந்து வஸிஷ்டர் சீதாவைச் சந்திக்கவேயில்லை. அயோத்யாவின் *இராஜகுரு* அவளைத் தவிர்த்துக்கொண்டிருந்தாரா? அல்லது சரியான சந்தர்ப்பம்தான் வாய்க்கவில்லையா? எப்படியிருந்தாலும், கிளம்பும் முன் அவரிடம் பேசியே தீர வேண்டும் என்பது அவள் எண்ணம்.

நிமிர்ந்தவள், வஸிஷ்டர் அலுவலகத்திலிருந்து ஒரு மனிதன் வெளியேறுவதைக் கண்டாள். உயரம்; வழக்கத்தை மீறிய வெண் சருமம். வெள்ளை *தோத்தி* மற்றும் ***அங்கவஸ்த்ரம்.*** ஆனால், தேவைக்கு மேல் ஊன்றி அடியெடுத்து வைத்ததைப்

பார்த்தால், தோத்தியணிந்து அவ்வளவாய்ப் பழக்கமற்றவன் என்றும் வெளியாயிற்று. பரிச்சயமற்ற உடையோ, என்னவோ? வளைந்த மூக்கும், மணி கோர்த்த தாடியும், இருபுறம் தொங்கிய மீசையும் அவனைத் தனித்துக் காட்டின. தளர்ந்த முகமும் அகன்ற, தூய்மையான கண்களும் தெளிந்த ஞானத்திற்கும் நிதானத்திற்கும் கட்டியம் கூறின.

பரிஹன். வாயுபுத்ரனாக் கூட இருக்கலாம்.

அமர்ந்திருந்த சீதா மற்றும் பணிப்பெண்களை கவனியாமல் பிரதான வாயிலை நோக்கி நடந்தான் பரிஹன்.

''தேவி,'' முன்னே வந்த காவலன் பணிவுடன் தலை வணங்கினான். ''தாமதத்திற்கு மன்னிக்க வேண்டுகிறேன்.''

''இருக்கட்டும்.'' சீதா புன்னகைத்தாள். ''உங்க கடமையைத்தானே செஞ்சீங்க? செய்ய வேண்டியதுதானே?''

எழுந்தாள். காவலன் வழிகாட்டிச் செல்ல, வஸிஷ்டரின் அலுவலகத்திற்குள் நுழைந்தாள்.

''சப்தசிந்துவின் எல்லைகளுக்கப்பால் தான் வேலை முடிய வேண்டும்,'' என்றான் த்ருஹ்யூ.

பெருங்கால்வாய்க் கரையைத் தாண்டி கிழக்கே சுமார் மூன்று மணி நேரம் பயணம் செய்து, காட்டின் ஒரு சிறிய திறந்தவெளியை அடைந்திருந்தான். பதிலுக்குக் காத்திருந்தான். ஏதும் வரவில்லை.

சற்று தூரத்தில் நிழலின் இருளில் அமர்ந்திருந்தான் கொலையாளி. முகத்தையும் மார்பையும் மறைக்க இழுத்துப் போர்த்திய *அங்கவஸ்த்ரம்.* வழவழவென்ற கல்லில் கத்தியைத் தீட்டிக்கொண்டிருந்தான்.

தன் பணிகளில் த்ருஹ்யூ மிக வெறுத்தது இதைத்தான். எதுவும் புதிதில்லையென்றாலும், மறன் விஷயத்தில் ஏனோ அவனுக்கு மயிர்க்கூச்சலெடுத்தது .

''இளவரசர் ராமன் தேசப்ரஷ்டம் செய்யப்பட்டதாய் சக்ரவர்த்தி அதிகாரபூர்வமாய் அறிவித்துவிட்டார். அவனும் அவன் மனைவியும் நாளை கிளம்புவார்கள். சாம்ராஜ்யம் தாண்டும் வரையில் அவர்களைத் தொடரவேண்டும்.''

கத்தியைத் தீட்டுவதிலேயே முனைந்திருந்த மறனிடமிருந்து பதிலில்லை.

எரிச்சலுடன் மூச்சைப் பிடித்துக்கொண்டான் த்ருஹ்யூ.. *இந்த உருப்படாத கத்தி இன்னும் எத்தனை கூர்மையாத்தான் இருக்கணுமாம்?*

அருகேயிருந்த மரத்தண்டின் மீது தங்கக்காசுகள் குலுங்கும் பெரிய பையொன்றை வைத்தான். அதிலிருந்து ஒரு ***ஹுண்டி***ப் பத்திரத்தை உருவினான். வெகு தூரத்தில், இந்தியாவின் வடமேற்கு எல்லையில் இருந்த தக்ஷசீலமென்னும் நகரில் வாழ்ந்த குறிப்பிட்ட ஒருவர் மட்டுமே அங்கீகரிக்கக்கூடிய இரகசிய முத்திரை பதித்திருந்தது.

''ரொக்கமாய் ஆயிரம் பொற்காசுகள்,'' என்றான் த்ருஹ்யூ. ''அதோடு, வழக்கமான இடத்தில் பெற்றுக்கொள்ள ஐம்பதினாயிரம் பொற்காசுகளுக்கு ***ஹுண்டி***.''

மறன் நிமிர்ந்தான். கத்தி முனையையும் ஓரங்களையும் சோதித்துத் திருப்தியடைந்தவன் போல, எழுந்து த்ருஹ்யூவை நோக்கி நடக்கத் துவங்கினான்.

''அடேய்!'' பீதியில் மூச்சிறைக்க, 'சட்'டென திரும்பிச் சற்று பின்வாங்கி ஓடினான் த்ருஹ்யூ. ''முகத்தைக் காட்டாதே. நான் பார்க்கமாட்டேன்.''

உயிருள்ள எவரும் மறன் முகத்தைக் கண்டதில்லை என்பதை அறிவான். உயிரைப் பணயம் வைக்கும் எண்ணமும் அவனுக்கில்லை.

மரத்தண்டருகே தாமதித்துப் பையை எடுத்த மறன், கனத்தைச் சோதித்தான். பிறகு, ***ஹுண்டி***யை எடுத்தான். பிரிக்காமல், ஜாக்கிரதையாய் இடையில் கட்டியிருந்த சுருக்குப்பைக்குள் பத்திரப்படுத்திக் கொண்டான்.

த்ருஹ்யூவை ஏறிட்டான். ''இப்ப முக்கியமில்லை.''

வார்த்தைகளில் பொதிந்திருந்த அர்த்தம் விளங்க த்ருஹ்யூவிற்குச் சற்று நேரம் பிடித்தது. புரிந்ததும் திகிலில் க்றீச்சிட்டபடி குதிரையை நோக்கி ஓட்டமெடுத்தான். கட்டுக்குலையாத தேகமும் இறுகிய தசைகளும் கொண்ட மறனோ, த்ருஹ்யூவை எளிதில் மிஞ்சினான். வேங்கையின் மௌனம்; சிறுத்தைப்புலியின் வேகம். நொடியில் த்ருஹ்யூ மேல் பாய்ந்தவன், முதுகுப்புறம் பற்றி, இடக்கையால் கழுத்தைச் சுற்றிக்கொண்டு தன்னுடலுடன் நெருக்கினான். பீதியில் த்ருஹ்யூ திமிற, கத்திப்பிடியால் கழுத்தின் பின்புறமிருந்த வர்மப்புள்ளியில் 'நச்'சென அடித்தான்.

உடனடியாக த்ருஹ்யூவின் கழுத்துக்குக் கீழ் செயலிழக்க, தொய்ந்த உடலை மெல்ல இறக்கினான் மறன். அவன் மீது கவிந்தான். ''வேற யாரையெல்லாம் ஏற்பாடு செஞ்சிருக்கீங்க?''

''எனக்கு உணர்வில்லை!'' அதிர்ச்சியில் அலறினான் த்ருஹ்யூ. ''எதையுமே உணர முடியவில்லை!''

'பளா'ரென அறைந்தான் மறன். ''கழுத்துக் கீழ மட்டும் தான் செயலிழந்திருக்கு. வர்மப்புள்ளியை என்னால தூண்ட முடியும். அதுக்கு முன்னால, பதில்...''

''என்னால எதையுமே உணரமுடியவில்லையே! ஐயோ இந்திர பகவானே, என்னால் -''

மீண்டும் அவனைப் பலமாக அறைந்தான் மறன்.

''சீக்கிரம் பதில் வந்தா, உனக்கு உதவுவேன். என் நேரத்தை விரயமாக்காதே.''

அவனை ஏறிட்டான் த்ருஹ்யூ. மறன் முகத்தை *அங்கவஸ்த்ரம்* மூடியிருக்க, கண்கள் மட்டுமே காட்சியளித்தன.

த்ருஹ்யூ இன்னமும் அவன் முகத்தைப் பார்க்கவில்லை. இப்பொழுதும் மோசமில்லை; உயிருடன் தப்பிவிடலாம் என்ற நம்பிக்கை ஜனித்தது.

''தயவு செய்து என்னைக் கொன்றுவிடாதே...'' கண்ணீர் கன்னத்தில் வழிய, விம்மினான்.

''கேள்விக்குப் பதில். வேற யாரையாவது ஏற்பாடு பண்ணியிருக்கீங்களா? இன்னொரு கொலையாளி இருக்கானா?''

''நீதான்... நீ மட்டும்தான்... கருணை செய்... இந்திர பகவானே... விட்டுவிட்டு... தயவு செய்து -''

''என்னைப் போல் கொலையாளி ஏற்பாடு செய்ய உன்னைத் தவிர மந்தரை தேவிக்கு யாராவது இருக்காங்களா?''

''இல்லை. நான் மட்டும்தான். பணத்தை வைத்துக்கொள். பணியை நீ ஒப்புக்கொண்டுவிட்டதாய்க் கிழவியிடம் சொல்லிவிடுகிறேன். யாரையும் கொல்ல வேண்டாம். தெரியவா போகிறது? இளவரசர் ராமன் திரும்புவதற்குள் அநேகமாய் அவள் காலம் முடிந்துவிடும்... தயவு செய்து... என்னை...''

முகத்தை மூடிய *அங்கவஸ்த்ரத்தை* மறன் நீக்க, வார்த்தைகள் த்ருஹ்யூவின் நாக்கில் வறண்டன. பீதி இதயத்தைக் கவ்வியது. முகத்தைப் பார்த்துவிட்டான். அடுத்து வரப் போவதை அறிவான்.

மறன் இதழ்களில் புன்னகை இழையோடியது. ''கவலைப்படாதே. எதுவும் உறைக்காது.''

கொலையாளி வேலையில் இறங்கினான். த்ருஹ்யூவின் உடல் இங்கேயேதான் விடப்பட வேண்டும். மந்தரை மற்றும் அவள் பணியாளர்களால் கண்டுபிடிக்கப்பட வேண்டும். உரிய செய்தி அவர்களுக்குச் சென்று சேர வேண்டுமல்லவா?

ஓயாமல் அழுது கொண்டிருந்த ஊர்மிளாவுடன் அமர்ந்திருந்தாள் சீதா.

கடந்த சில நாட்களாக புயல் வேகத்தில் நடந்த எத்தனையோ சம்பவங்களுக்கிடையில், தங்கையை அடிக்கடி வந்து பார்க்கவும் தமக்கை தவறவில்லை. பதினான்கு வருட வனவாசத்தில் இராமன் சீதையுடன் தானும் செல்வதாக லக்ஷ்மணன் தீர்மானித்திருந்தான். ஊர்மிளாவும் உடன்வந்தால் என்ன என்று முதலில் யோசித்தவன், ஆரண்யத்தின் கடுமையும் கட்டுப்பாடும் அவளை வீழ்த்திவிடும் என்பதையும் விரைவிலேயே உணர்ந்தான். வரப்போகும் பதினான்கு வருடங்களும் மிகக் கடினமாயிருக்கப் போவது நிச்சயம். உடல் பலமும் மன உறுதியும் மட்டுமே வனத்தைச் சமாளிக்க உதவும் - நளினமும் நாகரீகமும் அல்ல. எவ்வளவோ துக்கமிருந்தும் லக்ஷ்மணன் மனம் விட்டுப் பேசியதில், மற்ற மூவருடன் வருவதில்லை என ஊர்மிளா கூறிவிட்டாள். என்றாலும் வாட்டமென்னவோ அவளை வருத்தியது.

மைத்துனன் முடிவே உகந்தது என்பதை சீதாவும் ஒப்புக்கொள்ளத்தான் வேண்டியிருந்தது. அது குறித்து ஊர்மிளா சற்று மனச்சந்துஷ்டி அடையும் பொருட்டு முடிந்தவரை சந்தித்துக் கொண்டுமிருந்தாள்.

"முதல்ல *அம்மா* விட்டுட்டுப் போனாங்க," ஊர்மிளா விம்மினாள். "இப்ப நீயும் அவரும் விலகறீங்க. நான் என்னதான் செய்யட்டும்?"

அவளை ஆதுரத்துடன் அணைத்தாள் சீதா. "வந்தே தீரணும்கிறதுதான் உன் விருப்பம்னா, தாராளமா வழி செய்ய முயற்சிக்கறேன். அதுக்கு முன்னாடி, வனவாசம்னா என்னன்னு உனக்குச் சரியா புரியணும். தலைக்கு மேல ஒழுங்கான கூரை கூட இருக்காது. நிலத்துல என்ன கிடைக்குதோ, அதைத்தான் சாப்பிடணும் - இறைச்சின்னா கூட. உனக்குத்தான் அது அருவருப்பாச்சே? இதெல்லாம்கூட சின்ன விஷயங்கள்; நீயும் சமயத்துக்கு ஏத்த மாதிரி சமாளிச்சுக்கலாம். ஆனா, காட்டுல ஆபத்து சூழ்ந்திருக்கும்; எப்பவும் காத்திருக்கும். நர்மதைக்குத் தெற்கேயுள்ள கடற்கரையின் அநேக பகுதிகள் ராவணன் கட்டுப்பாட்டுல இருக்கு. சித்திரவதைப்பட்டுச் சாகறதா இருந்தாலொழிய அங்கே போக முடியாது."

"அந்த மாதிரியெல்லாம் பேசாதேக்கா," ஊர்மிளா இடைமறித்தாள்.

"கடற்கரைக்குப் போக முடியாது. ஆக, நட்டநடுவுல தான் இருந்தாகணும். **தண்டகாரண்யத்துக்குள்ளே.** என்னென்ன ஆபத்துக்கள் காத்திருக்கோ? பரம்பொருளுக்குத்தான்

வெளிச்சம். வனவிலங்குகள் தாக்குதலிலிருந்து காப்பாத்திக்க ஆயுதங்களோடதான் படுக்கணும்; 'டக்'குனு தூக்கம் முழிக்கணும். இராத்திரிதானே வேட்டை நேரம்? விஷமரங்களும் செடிகளும் கணக்கு வழக்கில்லாம இருக்கும்; தெரியாத்தனமா தின்னா செத்தோம். இதையெல்லாம் தாண்டி கற்பனைக்கெட்டாத ஆபத்துகள்ளாம் நிச்சயம் இருக்கும். எல்லா சமயத்திலேயும் எல்லோருமே கண்ணையும் காதையும் புத்தியையும் தீட்டி வெச்சுக் கிட்டாத்தான் உயிர் பிழைக்கமுடியும். நடுவுல உனக்கும் வேற ஏதாவது ஆச்சுன்னா, என் காலம் முடிஞ்சு நான் மறு உலகம் போன பிறகு *அம்மா*வை எந்த முகத்தோட பார்க்கறது? உன்னைக் காப்பாத்தற பொறுப்பை என்கிட்டேதான் ஒப்படைச்சாங்க... நீயும் இங்கே பத்திரமா இருப்பே...''

அவளை இறுக்கிய பிடியை விடாத ஊர்மிளாவின் விம்மல் ஓயவில்லை.

''கௌஸல்யா*ம்மா* இன்னிக்கு வந்திருந்தாங்களா?''

ஊர்மிளாவின் வெளிறிய முகத்தில் கண்ணீரினூடே மெல்லிய புன்னகை விரிய, தமக்கையை ஏறிட்டாள். ''எவ்வளவு நல்லவங்க தெரியுமா? *அம்மா*வே திரும்பி வந்துட்ட மாதிரி இருக்கு. அவங்களோட இருந்தா பாதுகாப்பா தோணுது.''

அவளை மீண்டும் அணைத்துக்கொண்டாள் சீதா. ''பரதன் நல்லவன். ஷத்ருக்னனும் தான். கௌஸல்யா*ம்மா*வுக்கு ஆதரவா இருப்பாங்க. ஆனா, அவங்களுக்கும் எத்தனையோ சக்தி வாய்ஞ்ச எதிரிகள் - மன்னரைவிடவும் - இருக்காங்க. நீ இங்கேயே இருந்து *அம்மா*வுக்குத் துணையாயிருக்கணும்.''

ஊர்மிளா தலையசைத்தாள். ''லக்ஷ்மணரும் இதையே தான் சொன்னார்.''

''வாழ்க்கைங்கிறது நமக்கு வேண்டிய விஷயங்கள் மட்டுமில்ல; நாம் செய்யவேண்டியவையும்தான். நமக்கு உரிமைகள் மட்டுமில்ல; கடமைகளும் இருக்கு.''

''ஆமாக்*கா*. புரியுது. ஆனா, வலிக்காம இல்லையே?''

''தெரியும், என் குட்டி இளவரசி,'' அவளை இறுக்கிக் கொண்டு முதுகைத் தட்டிக் கொடுத்தாள் சீதா. ''எனக்குத் தெரியும்...''

இராமன், சீதா மற்றும் லக்ஷ்மணன் காட்டிற்குப் புறப்பட இன்னும் சில மணி நேரங்களே இருந்தன. மொரமொரப்பான பருத்தி மற்றும் மரவுரியாலான உடைகள் தரித்திருந்தனர்.

குரு வஸிஷ்டரைச் சந்திக்க வந்திருந்தாள் சீதா.

"நேற்று நாம் சந்தித்ததிலிருந்தே யோசித்துக்கொண்டிருந்தேன், சீதா," என்றார் அவர். "முன்னரே இது நடக்கவில்லையென்பதில் எனக்கு வருத்தம் தான். எத்தனையோ சிக்கல்களைத் தவிர்த்திருக்கலாம்."

"இடம் பொருள் காலம்னு எல்லாத்துக்கும் இருக்கே, குருஜி."

அவளிடம் பெரிய சுருக்குப்பை ஒன்றை நீட்டினார். "நீ கேட்டுக்கொண்டபடி. மலயபுத்ரர்களும் தங்கள் பங்கிற்குக் கொடுப்பார்கள் என்பது நிச்சயம். என்றாலும், உன் ஊகம் சரியே; சமயத்திற்குக் கொஞ்சம் சேகரித்துக் கொள்வதே உத்தமம்."

திறந்து உள்ளிருந்த வெள்ளைப் பொடியை ஆராய்ந்தாள் சீதா. "நான் பார்த்த சோமரஸப் பொடியை விட இன்னமும் நுண்மையா இருக்கே?"

"ஆம். என் தொழில்நுட்பத்தால் தயாரானது."

முகர்ந்த சீதா முறுவலித்தாள். "ஹ்ம்ம்ம்... மென்மை அதிகம் - துர்நாத்தமும்தான்."

வஸிஷ்டர் மெல்லச் சிரித்தார். "ஆனால், அதே உயர்ந்த திறன் கொண்டது."

புன்னகை மாறாமல் சுருக்குப்பையை தோளிலிருந்த கித்தான் துணிப்பையில் வைத்தாள் சீதா. "பரதன் காரியத்தைப் பத்தி நிச்சயம் கேள்விப்பட்டிருப்பீங்க."

அழுது வீங்கிய கண்களுடன் இராமன் அறைகளுக்கு வந்த பரதன், சகோதரனின் பாதுகைகளை எடுத்துக்கொண்டான். அரியணை ஏறும் நேரமும் காலமும் சித்திக்கும்பொழுது, இவற்றை சிம்மாசனத்தில் ஏற்றுவதே அவன் உத்தேசம். அயோத்யாவின் மன்னன் இராமனே; தமையனற்ற காலகட்டத்தில் தான் காவலன் மட்டும் என்பதை பரதனின் இந்த ஒரு செய்கை நிரூபித்துவிடும். அயோத்ய மன்னனைக் கொல்ல எடுக்கும் எந்த முயற்சியும் சப்தசிந்துவின் ஆக்ரோஷத்தைக் கிளறுவதாக அமையும் என்பது சாம்ராஜ்யத்தின் கூட்டணி தேசங்களுக்கிடையே உறுதி செய்யப்பட்ட உடன்படிக்கை. அரசாங்க விதிமுறைகள் ஒரு பக்கம் இருக்க, போர் அல்லது நேர்முகச் சண்டையின்றி மன்னர்களையோ பட்டத்து இளவரசர்களையோ கொல்வது தீவினை உண்டாக்கும் என்று நம்பிக்கைகள் உலவின. இவை இராமனுக்கு வலிமையான பாதுகாப்புக் கவசமளித்தாலும், பரதனின் ஆட்சியதிகாரத்தை வெகுவாகக் குறைக்கும் என்பதுதான் நிதர்சனம்.

வஸிஷ்டர் தலையசைத்தார். "பரதன் மஹாத்மா."

"நாலு சகோதரர்களுமே நல்லவங்கதான். ஒருத்தர் மேல ஒருத்தர் உயிரையே வெச்சிருக்காங்கங்கிறது இன்னும்

விசேஷம். இப்படியொரு சிக்கலான குடும்பத்தையும், சஞ்சலமான காலகட்டத்தையும் மீறி உயிர்ப்போட விளங்குது அவங்க பந்தம். தகுந்த இடத்துல பாராட்டைச் சேர்க்கறதுதான் நியாயம்.''

அவள் குறிப்பிடும் பாராட்டு அயோத்ய இளவல்களின் குருவான தனக்கே உரியது என்பதையுணர்ந்த வஸிஷ்டர், நயமான புன்னகையுடன் நளினமாய் அதை ஏற்றார்.

''யோசிச்சுப் பார்த்தேன், குருஜி.'' பணிவுடன் கரம் கூப்பினாள் சீதா. ''உங்க யோசனைகளை ஏற்கறேன். சரியான தருணம் வரும் வரை காத்திருக்கேன். ரெண்டு பேருமே ஆயத்தமாயிருக்கும் போது மட்டும்தான் ராமனிடம் விஷயத்தை வெளியிடுவேன்.''

''எத்தனையோ வகையில் அவன் அபூர்வமானவன். ஆனால், அவனுக்குப் பக்கபலமாய் விளங்கும் சட்டத்தின்பால் கொண்டுள்ள அதீத பற்றே பலவீனமாகவும் மாறக்கூடும். ராமன் சமநிலை அடைய உதவு. இந்தியாவிற்குத் தேவைப்படும் இணைந்த கரங்களாக நீங்கள் இருவருமே செயல்படமுடியும்.''

''எனக்கும் பலவீனங்கள் உண்டு, குருஜி. அவரும் என்னைச் சமன்படுத்தலாம். எத்தனையோ சந்தர்ப்பங்கள்ள என்னை மிஞ்சறார். அதனால்தான் அவரை மதிக்கறேன்.''

''அவனும் உன்னை மதிக்கிறான். இதுவே உண்மையான கூட்டணி.''

சற்றே தயங்கிய சீதா, ''உங்களை ஒண்ணு கேட்கணுமே,'' என்றாள்.

''தாராளமாய்.''

''ஒரு காலத்துல நீங்களும் மலயபுத்ரரா இருந்திருக்கணும்னு புரியுது... ஏன் விலகினீங்க?''

வஸிஷ்டர் சிரிக்கத் துவங்கினார். ''ஹனுமான் சொன்னது சரிதான். நீ மிகுந்த புத்திசாலி. அச்சுறுத்துமளவுக்கு.''

சீதாவும் சிரிப்பில் கலந்துகொண்டாள். ''என் கேள்விக்குப் பதில் சொல்லலையே, குருஜி.''

''விஸ்வாமித்ரரையும் என்னையும் விட்டுவிடு. தயவு செய்து. மிக்க வேதனையளிக்கும் விஷயம் அது.''

சீதா உடனடியாகத் தீவிரமடைந்தாள். ''உங்களைப் புண்படுத்துறது என் எண்ணமில்லை, குருஜி.''

வஸிஷ்டர் முறுவலித்தார். ''நன்றி.''

''நான் கிளம்பணும், குருஜி.''

''ஆம். வேளை வந்துவிட்டது.''

"அதுக்கு முந்தி, இதை மட்டும் பகிர்ந்துக்க அனுமதிக்கணும். ஆத்மார்த்தமா சொல்றேன்: உங்க மகத்துவம் என்னைப் பயிற்றுவிச்சவருடையதுக்குக் கொஞ்சமும் குறைஞ்சதில்லை.''

"நானும் மனமார்ந்தே சொல்கிறேன் சீதா: நான் பயிற்றுவித்த விஷ்ணுவிற்கு உன் மகத்துவம் சற்றும் குறைந்ததல்ல."

அவள் குனிந்து வஸிஷ்டரின் பாதம் தொட்டு வணங்கினாள்.

அவர், சிரத்தில் கரம் பதித்து ஆசிர்வதித்தார். "ஆசிகளிலேயே மிக உயர்ந்ததை உனதாக்குகின்றேன்: மகோன்னதம் கொண்ட நம் தாய்நாடான இந்தியாவிற்கு உன் சேவை உரித்தாகட்டும்."

"*மஹரிஷி* போற்றி."

"மஹாவிஷ்ணு, போற்றி."

அத்தியாயம் 28

பதினான்கு வருட வனவாசத்தின் பொருட்டு இராமலக்ஷ்மணர்களும் சீதாவும் அயோத்யாவினின்று வெளியேறிப் பதினோரு மாதங்கள் கழிந்துவிட்டன. இதற்குள் எத்தனையோ சம்பவங்கள் நடந்தும்விட்டன.

அயோத்யாவில் தசரதர் காலமாகிவிட்டார். சப்தசிந்துவில் இருக்கையிலேயே நெஞ்சைப் பிளக்கும் இச்செய்தி கிடைத்தது. மூத்த மகன் புரிவதற்குரிய ஈமச்சடங்குகளைத் தந்தைக்காற்றும் பேற்றை இழந்ததை எண்ணி இராமன் மறுகியதை சீதா அறியாமலில்லை. அவன் வாழ்நாளில் முக்கால் பங்கு தந்தையுடன் எந்தப் பிணைப்புமின்றிக் கழிந்தது. தசரதர் உட்பட அநேக அயோத்யர்கள் கரச்சாபா போரில் இராவணனிடம் அடைந்த கொடூர தோல்விக்கு இராமனது மோசமான கர்மவினையைக் குற்றம் சாட்டியதில், கடந்த சில வருடங்களில் மட்டுமே மகனும் தந்தையும் ஒருவரையொருவர் அறிந்து ஏற்படுத்திக்கொண்ட பந்தத்தையும், வனவாசமும் மரணமும் முறித்துவிட்டன. ருத்ரபகவானின் விதியை மீறும் விதமாய் அயோத்யா மீள்வது சாத்தியமில்லையாதலால், தந்தையின் ஆன்மா மேற்கொண்ட யாத்திரையின் பொருட்டு, காட்டிலேயே இராமன் *யாகம்* நடத்தி முடித்தான்.

பரதன் தன் வாக்கைக் காப்பாற்றிவிட்டான்; தமையனின் பாதுகையைச் சிம்மாசனத்தில் ஏற்றி, அவனது பிரதிநிதியாக சாம்ராஜ்யபாரம் ஏற்றான். நாட்டை விட்டு விலகியிருக்கும் சக்ரவர்த்தியாக இராமன் கருதப்பட வேண்டியது. இது அசாதாரணத் தீர்மானமென்றாலும், *மையப்பீட*த்தின் குறைந்த அதிகாரமும், அதிக சுதந்திரமும் கொண்டு அமைந்த அவனது ஆட்சிக்கு சப்தசிந்து இராஜ்யங்களிடையே வரவேற்பு இருந்ததென்றே சொல்லலாம்.

இராமலக்ஷ்மணர்களும் சீதாவும் தெற்கு நோக்கி பயணித்தனர். காட்டினுள் அவசியத்திற்கு மட்டும் பிரவேசித்து, பெரும்பாலும்

நதிக்கரைகளையொட்டிச் சென்றவர்கள், ஒரு வழியாக இராமனின் தாய்வழிப் பாட்டனார் ஆண்ட தென்கோசலைக்கு அருகாமையில் சப்தசிந்து எல்லையைத் தாண்டினர். அங்கேயே சில மாதங்கள் ஓய்வெடுக்கலாம் என லக்ஷ்மணனும் சீதாவும் யோசனை கூறினாலும், அரண்மனைகளில் சகல சௌகர்யங்களுடன் தங்குவது வனவாசத் தண்டனையின் தாத்பர்யத்தை மீறுவதாகும் என நம்பிய இராமன், மறுத்துவிட்டான்.

தென்கோசலை எல்லைகளையொட்டிப் பிரயாணம் செய்து மேலும் தெற்கே இறங்கி, ***தண்டகாரண்ய***த்தின் வனப்பகுதிகளை நெருங்கினர். நர்மதைக்கும் தெற்கே பயணிப்பதில் இருந்த சஞ்சலத்தை இராமலக்ஷ்மணர்கள் வெளியிட்டனர். சப்தசிந்துக்கள் அந்நதியைத் தாண்டுவதையே பிரபு மனு தடுத்திருந்தார்; மீறினால், திரும்பக்கூடாது. சட்டம் இதுதான். இருந்தும், ஆயிரக்கணக்கான வருடங்களாக நதியைத் ''தாண்டாமலேயே'' நூதன யுக்திகளைப் பயன்படுத்தி இந்தியர்கள் தெற்கே சென்றிருந்ததையும் சுட்டிக் காட்டிய சீதா, பிரபு மனுவின் சட்டத்தை ஆத்மார்த்தமாய்ப் பின்பற்றாமல், வார்த்தையளவில் அனுசரிப்பதே உசிதம் என்றாள்.

இதனால் இராமன் சங்கடமடைந்தாலும், இறுதியில் அவள் கருத்தே வென்றது. துணைக்கண்டத்தின் மேற்கு மற்றும் கிழக்குக் கடல்கள் இராவணன் கட்டுப்பாட்டில் இருக்கும்வரை, கரைகளில் தங்குவது ஆபத்து. உள்நாடு, அதுவும் ***தண்டகாரண்ய***த்தின் இருதயப்பகுதிகளே - நர்மதைக்குத் தெற்கேயென்றாலும் - மிகப் பாதுகாப்பானவை என்ற எண்ணத்துடன், மேற்கே பாயும் நர்மதையின் மூலம் வடக்கேயிருக்கும் வண்ணமாய் தென்மேற்குத் திசையிலேயே நகர்ந்தனர். இதனால், நதியைத் ''தாண்டாமலேயே,'' பூகோளப்படி தெற்கேயுள்ள நிலப்பகுதியையும் அடைந்து, ஒரு மிகப்பெரும் கிராமம் - ஏறக்குறைய ஊர் என்றே சொல்லக்கூடிய இடத்தின் புறம்பே வந்துவிட்டதைக் கண்டனர்.

''இந்த ஊருக்கு என்ன பெயர், தளபதி?'' திரும்பி மலயபுத்ரரைக் கேட்டான் இராமன். ''மக்களை உங்களுக்குத் தெரியுமா?''

சகோதரர்களின் பாதுகாப்பு கருதி பதினைந்து வீரர்கள் தலைமையில் தொடர்ந்துகொண்டிருந்தார் ஜடாயூ. சீதாவின் உத்தரவுகளுக்குக் கட்டுப்பட்டு மறைந்தே வந்ததால், அவர்களது இருப்பை இராமலக்ஷ்மணர்கள் பல காலம் உணரவில்லை. இருப்பினும், கண்காணாமல் இருக்க ஜடாயூ எடுத்த எத்தனையோ முயற்சிகளையும் மீறித் தாங்கள் பின்தொடரப்படுவதை இராமன் கணித்துவிட்டான். மலயபுத்ரர்களிடம் சீதா பாதுகாப்புக் கேட்டதை எவ்விதம் எடுத்துக்கொள்வான் என்று கணிக்கமுடியாததினாலேயே ஜடாயூவை மெய்க்காப்பாளராக்கிய தன் தீர்மானத்தை சீதா இதுகாறும் இராமனுடன் பகிர்ந்துகொள்ளவில்லை. இருப்பினும்,

சப்தசிந்து எல்லைகளைக் கடந்த பிறகு கொலைமுயற்சிக்கான ஆபத்து பல மடங்கு அதிகரித்ததில், இறுதியில் ஜடாயூவை சீதா அறிமுகம் செய்து வைக்க வேண்டியதாயிற்று. மனைவி மீது நம்பிக்கை கொண்டிருந்த இராமனும், மலயபுத்ரர் மற்றும் பதினைந்து வீரர்களையும் தன் குழுவாய் அங்கீகரித்தான். இப்பொழுது அவர்களது எண்ணிக்கை இருபதிற்கு ஒன்று மட்டுமே குறைவு; மூன்றே பேர் கொண்ட குழுவை விட பலம் பொருந்தியவர்களாதலால், பாதுகாப்பும் நிறைவு. இவையெல்லாமும் இராமன் உணர்ந்தான்.

"இந்திரபுரி என்று பெயர், இளவரசே," என்றார் ஜடாயூ. "இந்தப் பகுதிகளில் பேரூர் என்றே சொல்லலாம். அதன் தலைவர் சக்திவேல் எனக்குப் பரிச்சயமானவர். நம் இங்கே இருப்பதை மறுக்கமாட்டார் என்றே நம்புகிறேன். அவர்களுக்கு இது திருவிழாக் காலம்."

"நல்ல விஷயம்தானே?" லக்ஷ்மணன் குதூகலித்தான்.

"இவங்களும் **உத்தராயணம்** கொண்டாடறதுண்டா?" இராமன் ஜடாயூவிடம் வினவினான்.

தொடுவானில் சூரியன் மேற்கொள்ளும் **வடதிசைப் பிரயாணத்தின்** துவக்கமே இத்தினம். ஞாலத்தின் காவலனான ஞாயிறு, வடதுருவத்தில் வாழ்ந்தோரிடமிருந்து அதிக தூரமிருப்பதும் இந்நாளில்தான். இனி, வடக்கு நோக்கிய ஆறு மாதப் பயணம் மீண்டும் தொடங்கும். இயற்கை தன்னைப் புதுப்பித்துக் கொள்வது - பழையன கழிந்து, புதியன புகுவதும் - ஆண்டின் இக்காலகட்டத்தில்தான் என்பது பரவலான நம்பிக்கை. ஆகையால், ஏறக்குறைய இந்தியத் துணைக்கண்டமே இத்தினத்தைக் கொண்டாடியது.

ஜடாயூவின் புருவங்கள் நெறிந்தன. "நிச்சயமாய். உத்தராயணம் கொண்டாடாத இந்தியனும் உண்டோ? நாமெல்லோருமே சூரியனை அணைந்தவர்கள்தானே?"

"அதென்னமோ உண்மை," சீதா ஆமோதித்தாள். "**ஓம் சூர்யாய நமஹ.**"

அவளையொட்டி மற்றவர்களும் அப்பண்டைய மந்திரத்தை உச்சரித்து ஆதவனை வணங்கினர். "**ஓம் சூர்யாய நமஹ.**"

"திருவிழாவுல நாமும் கலந்துக்கலாமோ?" சீதா வினவினாள்.

"இந்திரபுரர்கள் வீரதீரப் போட்டிகளில் ஆர்வமுள்ள ஆக்ரோஷ மக்கள்," ஜடாயூ புன்னகைத்தார். "அவர்களது விளையாட்டுக்கள் சற்று முரட்டுத்தனமாக இருக்க வாய்ப்புண்டு."

"முரட்டுத்தனமா?" என்றான் இராமன்.

"ஆண்களில் காளையராய் இருந்தால்தான் கலந்துகொள்ளவே முடியும் என்று வைத்துக் கொள்ளுங்களேன்."

"நிஜமாவா? என்னதான் பேரு இந்தத் திருவிழாவுக்கு?"

"ஜல்லிக்கட்டு."

— ௫௮ —

"ருத்ரபகவானே," இராமன் கிசுகிசுத்தான். "நம்ம *வ்ருஷபந்தனத் திருவிழா* மாதிரிதான் இருக்கு - ஆனா, இதுலே ஈடுபடறவங்க சப்தசிந்துலே இப்ப அதிகம் பேரில்லை."

அப்போதுதான் இந்திரபுரத்திற்குள் ஜடாயூ மற்றும் மெய்க்காப்பாளர்கள் சகிதம் நுழைந்திருந்த இராமலக்ஷ்மணர்களும் சீதாவும் ஏரியை அடுத்திருந்த மைதானத்திற்கு நேரே சென்றனர். மறுநாள் நடைபெற இருந்த ஜல்லிக்கட்டு போட்டியை முன்னிட்டு வேலியமைந்து தயார் நிலையிலிருந்தது. வேடிக்கை விளையாட்டுக்களைக் கண்டு களிக்குமுகமாய் மைதான எல்லையில் கூட்டம் நிரம்பி வழிந்தது. வேலி தாண்டிச் செல்ல யாருக்கும் அனுமதியில்லை. மறுநாள் நடக்கவிருந்த போட்டியின் பொருட்டு காளைகளை அவ்விடத்திற்குப் பழக்கப்படுத்த விரைவில் அழைத்து வரப்போவதாகவும் தெரிந்தது.

ஜல்லிக்கட்டு பற்றி ஜடாயூ விளக்கியிருந்தார். அடிப்படையில், மிக எளிய விளையாட்டுதான். காசுகள் முடிச்சிட்ட பை என்பதே பெயரின் நேரடி அர்த்தம். இப்போட்டியைப் பொறுத்தவரை, பொற்காசுகள். பையை பிடித்திழுத்துப் பெறுபவனே வெற்றியாளன். சுலபம்தானே? இல்லை! சவால் அடங்கியிருந்ததே பையைக் கட்டியிருந்த இடம்தான் - காளையின் கொம்புகளில். சாதாரணக் காளையில்லை என்பதையும் நினைவில் கொள்ளவும்: ஆக்ரோஷம், பலம், போர்க்குணம் மற்றும் மூர்க்கத்தனம் பொங்க வளர்க்கப்பட்ட மிருகம்.

"காளையை அணையும் *வ்ருஷபந்தனத்தை* ஒத்ததுதான்," ஜடாயூ விளக்கினார். "நீங்களே அறிந்தது போல், பல காலமாக வழக்கிலிருந்திருக்கிறது இவ்விளையாட்டு. ஏன், நம் த்வாரகை மற்றும் சங்கத்தமிழ் முன்னோர்களிடமிருந்து வழிவழியாக வந்தது என்றும் சிலர் சொல்வதுண்டு."

"சுவாரசியமா இருக்கே," என்றாள் சீதா. "அவ்வளவு பழமையானதுன்னு எனக்குத் தெரியாது."

ஜல்லிக்கட்டில் கலந்துகொள்ளும் பல காளைகள் சுற்று வட்டார கிராமங்களிலும், இந்திரபுரத்திலேயுமே பிரத்யேகமாய் வளர்க்கப்பட்டவை. பிராந்தியப் பசுக்களுடன் இணைய

மிகச்சிறந்த காளைகளைத் தேர்ந்தெடுப்பதில் மட்டுமின்றி, தீனி போட்டு, பயிற்சியளித்து, கடும் ஆக்ரோஷமாய்ச் சண்டையிடக்கூடிய அபரிமித பலம் படைத்த மிருகங்களாக்குவதிலும் மிக்க ஆர்வமும் பெருமிதமும் கொண்டிருந்தனர் உரிமையாளர்கள்.

''இந்தியாவின் எல்லைகளைத் தாண்டி, கிழக்கே வெகு தூரத்தில் தேசங்கள் உள்ளன,'' என்றார் ஜடாயு. ''அங்கேயும் இவ்வகைப் போட்டிகள் உண்டு. ஆனால், நிலைமை காளைகளுக்கு சாதகமானதல்ல. அவற்றைப் பலவீனமாக்கப் போட்டிக்குச் சில நாட்கள் முன்பிருந்தே உணவைக் குறைத்து பசித்திருக்க வைப்பார்கள். பிரதான வீரன் களத்தில் இறங்கும் முன் அவன் குழு மிருகத்தை மேலும் வலுவிழக்க வைக்கும். அதையும் எப்படிச் செய்வார்கள் தெரியுமா? பரிதாபத்திற்குரிய காளையை நெடுந்தொலைவு ஓட விட்டு, ஈட்டிகளாலும் கத்திகளைக் கொண்டும் பல முறை குத்துவார்கள். இத்தனையும் தாண்டி, கையில் ஆயுதத்துடன் களமிறங்கும் வீரன், இறுதியாக அதைக் கொல்லவும் செய்வான்.''

''கோழைகள்,'' என்றான் லக்ஷ்மணன். ''இப்படிச் சண்டையிடறதா *க்ஷத்ரிய தர்மம்?*''

''உண்மை,'' என்றார் ஜடாயூ. ''இன்னும் சொன்னால், காளை உயிர் தப்பும் பட்சத்தில், மீண்டும் போட்டிக்கு அழைத்து வரவேமாட்டார்கள். சண்டையிட அதுவும் கற்றிருக்கும் அல்லவா? வீரனுக்கு எதிராகவல்லவா தராசு சாயும்? ஆகையால், எப்போதும் புத்தம்புதிய, அனுபவமற்ற காளைகளைத்தான் அழைத்து வருவது வழக்கம்.''

''ஆனா *ஜல்லிக்கட்*டுல இப்படிப்பட்ட விதிகளைக் கையாள்றது இல்லைதானே?'' இராமன் கேட்டான்.

''இல்லவே இல்லை. இந்த விளையாட்டில் காளைகள் உயர்ந்த உணவு, பராமரிப்புடன், முழு ஆரோக்கியமாய் வளர்க்கப்படுகின்றன. ஈட்டியால் தாக்குவதோ, வேறுவிதமாய் வலுவிழக்க வைப்பதோ அனுமதிக்கப்படுவதில்லை. முந்தைய போட்டிகளில் பராக்கிரமத்தைப் பறைசாற்றிய அனுபவம் மிகுந்த காளைகள் மீண்டும் கலந்துகொள்ளவும் உரிமையிருக்கிறது.''

''அப்படித்தான் இருக்கணும்,'' என்றான் லக்ஷ்மணன். ''அதுதான் நேர்மையான போட்டி.''

''இன்னும் உண்டு,'' ஜடாயூ தொடர்ந்தார். ''காளைக்கெதிராய்ப் போட்டியில் இறங்கும் எந்த வீரனுக்கும் ஆயுதம் தரிக்க அனுமதியில்லை. சிறிய கத்திகள் கூட. வெற்றுக் கைகளைக் கொண்டுதான் போரிட வேண்டும்.''

லக்ஷ்மணன் மெலிதாய்ச் சீழ்க்கையடித்தான். ''இதுக்குப் பயங்கர தைரியம் வேணும்.''

''உண்மை. நான் முன்னம் சொன்ன போட்டி நினைவிருக்கிறதா? வேற்று நாடுகளில் நடத்தப்படுபவை? அவற்றில் காளைகள்தான் அநேகமாய் பலியாகும்; மனிதர்களுக்கு மோசமான காயமேற்படகூட வாய்ப்பில்லாதபட்சத்தில், மரணம் நேர்வானேன்? ஆனால், **ஜல்லிக்கட்டில்** காளைகளுக்கு ஆபத்தில்லை; காயத்திலிருந்து மரணம் வரை மனிதர்கள்தான் எதிர்நோக்க வேண்டும்.''

''உண்மையான ஆம்பளன்னா அப்படித்தான் சண்டை போடணும்,'' மிருதுவான குழந்தைக் குரல் ஒன்று கேட்டது.

ஏறக்குறைய ஏக காலத்தில் இராமன், சீதா, லக்ஷ்மணன் மற்றும் ஜடாயூ திரும்பினர். ஆறு அல்லது ஏழு வயது சொல்லக்கூடிய குழந்தையொன்று அவர்கள் முன் நின்றது. வெண் சருமம்; 'துருதுரு'வென்ற சிறிய விழிகள். இந்த இளம் வயதிலேயே தேகமுழுதும் முடியடர்ந்திருந்தது. இறுமாப்பில் மார்பு விரிந்திருந்தது. மரவேலியைத் தாண்டி களத்தைப் பார்வையிட்டவனின் கைகள் அகன்று விரிந்திருந்தன.

அநேகமாய் வானரனாய் இருக்கக்கூடும்.

சீதா குழந்தை முன் மண்டியிட்டாள். ''நாளைய போட்டியில கலந்துக்கப் போறீங்களா, இளைஞரே?''

குழந்தையின் உடல் தளர்ந்தது. ''எனக்கு ஆசைதான்,'' என்றான், ஏமாற்றத்தில் தழைந்த விழிகளுடன். ''ஆனா, கூடாதுங்கறாங்க. குழந்தைங்களுக்கு அனுமதியில்லையாம். ருத்ரபகவான் பெயரால சொல்றேன்: நான் மட்டும் போட்டியிட்டா, எல்லாரையும் தோற்கடிச்சிடுவேன்.''

''அதுல சந்தேகமேயில்லை,'' சீதாவின் முகத்தில் புன்னகை விரிந்தது. ''உங்க பேரென்ன?''

''அங்கதன்.''

''அ-ங்-க-தா!''

தொலைவிலிருந்து ஓங்கி ஒலித்தது ஆக்ரோஷமான குரல்.

வெகுவேகமாய்த் திரும்பினான் அங்கதன். கண்களில் பீதி. ''எங்கப்பா வர்றார்... போகணும்...''

''ஒரு நிமிஷம்...'' அவள் கரம் நீட்டினாள்.

அங்கதனோ, சிக்காமல் நழுவி ஓடிவிட்டான்.

எழுந்த சீதா, ஜடாயூவை நோக்கித் திரும்பினாள். ''அவன் பெயர் உங்களுக்கு அடையாளம் தெரிஞ்சிதில்ல?''

அவர் தலையசைத்தார். ''முகம் பரிச்சயமில்லை - ஆனால், பெயர் தெரியும். இளவரசர் அங்கதர். கிஷ்கிந்தை மன்னர் வாலியின் புத்திரர்.''

இராமன் புருவங்கள் முடிச்சிட்டன. ''*தண்டகாரண்யத்*துக்குள்ளே ரொம்ப தூரம் போகவேண்டிய ராஜ்யமில்லையா அது? அவங்க இணைஞ்சிருக்கறதும் -''

இன்னொரு ஓங்கிய குரல் அவனை இடைவெட்டியது. ''என்னய்யா அக்கிரமம் இது?''

இந்திரபுரத் தலைவர் சக்திவேல் அங்கே வந்து சேர, கூட்டம் வழிவிட்டு விலகியது.

மகத்தான ஆகிருதி படைத்தவராயிருந்தார். கறுத்த முகம். உயரம். *காட்டுமாட்டைப்* போன்ற கட்டுமஸ்தான உடலில் பெருந்தொந்தி; அடிமரம் போன்ற கைகால்கள். இவையெல்லாவற்றையும் தாண்டி அவரைத் தனித்துக் காட்டியது, கன்னத்தில் கம்பீரமாய் இறங்கிய மிகப்பெரும் மீசை. உடலின் பலம் 'தெள்'ளெனத் துலங்கினாலும், மூப்பு வந்துவிட்டதை மீசையிலும் தலையிலும் பளிச்சிட்ட பல நரைமுடிகள் சுட்டிக்காட்டின. நெற்றியில் உழுதிருந்த கோடுகளும்தான்.

''இப்பொழுதுதான் வந்தோம், சக்திவேல்,'' என்றார் ஜடாயூ நிதானமாக. ''இதற்குப் போய் ஆத்திரப்படுவானேன்?''

கூடியிருந்தோர் பார்வைக்கு, சக்திவேலின் கண்கள் கனல் கக்குவது போல் தோன்றியது. திடீரெனப் 'பகபக'வெனச் சிரிக்கத் துவங்கினார். ''ஜடா, டேய் முட்டாள்! வாடா இங்கே!''

அவனை அணைத்துக்கொண்ட ஜடாயூ சிரித்தார். ''எப்பொழுதும் நீ பித்துக்குளிதான், சக்தி.''

இராமனைப் பார்த்த சீதாவின் புருவம் உயர்ந்திருந்தது. ஒருவரையொருவர் திட்டியும் சபித்தும் அன்பை வெளிப்படுத்தும் இரு ஆண்கள் குறித்த கேலியுடன். அவனோ, புன்னகையுடன் தோள்களைக் குலுக்கிக்கொண்டான்.

ஆதுரமும் நட்பும் முயங்கிக் கலந்த அந்நண்பர்களின் அணைப்பு நீண்டதில், கூட்டம் உற்சாக ஆரவாரம் செய்தது. ஒருவர் நெஞ்சில் ஒருவர் எத்தகைய இடம் பிடித்திருந்தனர் என்பது மட்டுமின்றி, அவர்களுக்கிடையே இருந்தது நட்பையும் தாண்டிய சகோதரத்துவம் என்பதும் வெளியாயிற்று. ஒரு வழியாக, சக்திவேலும் ஜடாயூவும் விடுபட்டனர். இருப்பினும், கைகள் பிணைந்திருந்தன.

''யார்றா உன் விருந்தாளிங்க?'' சக்திவேல் கேட்டார். ''ஏன்னா, இனிமே அவங்க என் விருந்தாளிங்க!''

புன்னகையுடன் அவன் தோளைப் பற்றினார் ஜடாயூ. ''இளவரசர் ராமர்; இளவரசி சீதா; மற்றும் இளவரசர் லக்ஷ்மணன்.''

'சட்'டென சக்திவேலின் கண்கள் அகன்றன. **நமஸ்தே** எனக் கரம்குவித்தார். ''அடேங்கப்பா... அயோத்யா அரச குடும்பம். இது எனக்கு மிகப்பெரிய கௌரவம். என் அரண்மனையில தான் நீங்க இன்னிக்கு ராத்திரி தங்கணும். நாளைக்கு *ஜல்லிக்கட்டை*யும் அவசியம் வந்து பார்க்கணும்.''

அவரது **வணக்கத்திற்**குப் பணிவுடன் மரியாதை செலுத்தினான் இராமன். ''உங்க விருந்தோம்பலுக்கு மிக்க நன்றி - ஆனா, அரண்மனையில தங்கறது முறையா இருக்காது. பக்கத்துக் காட்டுக்குள்ளேயே இருந்துக்கறோம். அதே சமயம், நிச்சயம் நாளைய போட்டிக்கும் வர்றோம்.''

தேசப்ரஷ்ட தண்டனை குறித்து சக்திவேல் அறிந்திருந்ததால், மேற்கொண்டு வற்புறுத்தவில்லை. ''இரவு உணவையாவது உங்களுடன் பகிர்ந்துக்கற பேறை அளிக்கலாமே?''

இராமன் தயங்கினான்.

''ரொம்ப ஆடம்பரமால்லாம் இருக்காது. காட்டுக்குள்ளே எல்லோருக்கும் எளிமையான உணவு.''

அவன் புன்னகைத்தான். ''மிக்க சந்தோஷம்.''

''அங்கே பாருங்களேன்,'' லக்ஷ்மணன் சீதா, இராமனிடம் கிசுகிசுத்தான்.

மறுநாள் மதியம் தாண்டிய பொழுது. மனிதனுக்கும் மிருகத்திற்கும் இடையில் நடக்கவிருந்த போட்டியைக் கண்டு களிக்க ஏரிக்கரை மைதானத்தில் கூட்டம் நிரம்பி வழிந்தது. கிழக்கேயிருந்த சிறிய வாயில் வழியே காளைகள் ஒன்றன்பின் ஒன்றாக அழைத்து வரப்படும். அங்கிருந்து மேற்கே ஓட அவைகளுக்குப் பயிற்றுவிக்கப்பட்டிருந்த புறவழி, ஐந்நூறு மீட்டர் தொலைவிலிருந்தது. கலந்துகொள்ளும் வீரர்கள், இக்குறிப்பிட்ட தூரத்திற்குள் காளையை அணைந்து, பொற்காசுப் பையை எடுக்க வேண்டும். ஜெயித்தால், அவற்றை வைத்துக்கொள்ளலாம். அதைவிட முக்கியமாக, ***வ்ருஷாங்கன் - காளை வீரன்*** என்ற பட்டமும் வழங்கப்படும். ஒரு வேளை, பணப்பையை இழக்காமல் காளை மேற்கு வாசலை எட்டிக் கடந்தும் விட்டதென்றால், அதன் உரிமையாளரே வெற்றி பெற்றவராக அறிவிக்கப்படுவதுடன், பொற்காசுகளும் அவருக்கே சொந்தம்.

ஜல்லிக்கட்டில் பங்குபெறும் காளைகள் பல்வேறு இனங்களைச் சேர்ந்தவை. அவற்றுள் மிகப் பிரசித்தி பெற்றது, ஆக்ரோஷம், பலம் மற்றும் வேகத்திற்கெனவே பிரத்யேகமாய் வளர்க்கப்பட்ட ஒருவித ஜெபு வகை. அபூர்வ விரைவியக்கம் படைத்த இம்மிருகங்கள், கண நேரத்தில் சுழன்று திரும்பக்கூடியவை. முக்கியமாக, *ஜல்லிக்கட்டில்* பங்குபெற அத்தியாவசியத் தகுதியான திமில் - மிகப் பெரிதாகவே அமைந்திருந்தன. அடிப்படையில், இவை சேமித்த கொழுப்பு என்ற - மிக மிகத் தவறான கருத்து - சிலரிடையே நிலவியது. உண்மையில் *சாய்செவ்வக* வடிவில் தோள் மற்றும் முதுகில் இடம் பெற்றிருந்த தசைகளின் பெருவடிவே இவை. ஆகையால், திமிலைக் கொண்டே காளையின் தரத்தை அறுதியிட்டுவிட முடியும். அதுவும் இங்கே வந்திருந்தவற்றின் திமில்களைப் பார்த்தால், அபாயகரமான போட்டியாளர்கள் என்பது தெள்ளத் தெளிவாகியது.

காலங்காலமாய் வழங்கிய சம்பிரதாயப்படி, உரிமையாளர்கள் தத்தமது காளைகளை மைதானத்தில் பெருமித ஊர்வலமாய் நடத்திச் சென்றனர். மனிதப் போட்டியாளர்கள் மிருகங்களை ஆராய வகை செய்யத்தான். பிறகு, உரிமையாளர்கள் வரிசைக்கிரமமாக தத்தமது காளைகளின் வேகம், வீரம் குறித்து - இதுவும் சம்பிரதாயத்தை முன்னிட்டே - வம்சாவளி; உண்ணும் பிரத்யேக உணவு; பெற்ற அதிசய பயிற்சி... ஏன், குத்திக் கிழித்த நபர்கள்! என மிக்க இறுமாப்புடன் புகழ்பாடிக் களித்தனர். காளையின் ஆக்ரோஷம் எத்தகையதோ, அத்தகையதாயிருந்தது கூட்டத்தின் ஆரவாரம். உரிமையாளர் சகிதம் நின்ற காளைகளை அணையும் உத்தேசத்தைக் காட்ட, பலர் *அங்கவஸ்த்ர*த்தைப் போராட்ட வளையத்திற்குள் எறிந்தனர்.

அமர்க்களமெல்லாம் புதிய காளையொன்று அழைத்து வரப்படும் வரைதான். உடனே ‘கல்’லென்ற அமைதி விழுந்தது.

‘‘ருத்ரபகவானே...’’ லக்ஷ்மணன் உதடுகள் அவனையறியாது அதிசயத்தில் முணுமுணுத்தன.

சீதா, இராமனின் கரத்தைப் பற்றினாள். ‘‘இதன் கொம்பில் மாட்டியிருக்கற பையைப் பிடுங்கும் துரதிர்ஷ்டம் எந்தப் பாவப்பட்ட ஜன்மத்துக்கு வாய்ச்சிருக்கோ?’’

ஒரே பார்வையில் காளை தன் மகத்துவத்தைத் ஸ்தாபித்துவிட்டதை உரிமையாளரும் உணர்ந்தேயிருந்தார். சில சமயம், வார்த்தைகளை விட மௌனத்திற்குச் சக்தி அதிகம். காளையைப் பற்றி - பரம்பரை; அபூர்வ உணவுகள்; பயங்கரப் பயிற்சிகள் என எது குறித்தும் - அவர் வாய் திறக்கவில்லை. உடலின் ஒவ்வொரு அணுவிலும் ஆணவம் சொட்டச் சொட்ட

கூட்டத்தை வெறித்தார். உண்மையைச் சொன்னால், காளையை எவரும் அணையத் துணியக்கூடுமென அவர் எதிர்பார்த்ததாகத் தோன்றவில்லை.

இதுவரை ஊர்வலம் வந்த எதையும் விட இம்மிருகம் மிகப்பெரும் ஆகிருதி கொண்டிருந்தது உண்மை. உரிமையாளர் குறிப்பிட்டுச் சொல்லவில்லையென்றாலும், காட்டு கௌர் வகையுடன், பழக்கப்பட்ட ஜெபு உபவகைகளில் ஒன்றை இணைத்த - அதிலும், கௌர் மரபணுக்கள் சற்று தூக்கலாகவே காட்சியளிக்கும் - கலப்பினம் என்பது தெளிவாகியது. தோள் வரை உயரம் ஏழடியும், ஏறக்குறைய பத்தடி நீளமுமாக பிரம்மாண்டமாய் நின்றது. ஆயிரத்து ஐந்நூறு கிலோ எடையாவது இருக்கும். தோலின் கீழ் இறுகிய தசைகள்தான் உருண்டு திரண்டு காட்சியளித்தன. இரு கொம்புகளும் மேலே உயர்ந்து வளைந்ததில், கௌர் மாடுகளின் உடல்வாகிற்குத் தக்கபடி தலைக்கு மேல் குப்பி போல் குழிந்திருந்தது. சரும அமைப்பில் ஜெபு இனம் வேரூன்றிவிட்டதாகத் தெரிந்தது: கௌர்களின் கபில நிறமல்லாது, காளை வெளிர் சாம்பலாயிருந்தது. ஜெபு மரபணுக்கள் வேறெங்கேனும் வென்றிருந்தால், அது திமிலில்தான். கௌர் இனக் காளைகளின் முதுகில் தட்டையாய், நீளமாய், முகடு மட்டும் ஓடுவதுண்டு. இதற்கோ, தோளின் மேல்பகுதி மற்றும் முதுகின் மீது மிகப்பெரிதாய், புடைப்பாய்த் திமில் காட்சியளித்தது. இது மிக மிக முக்கியம்; திமில் இல்லையென்றால், இப்பேர்ப்பட்ட பயங்கரக் காளைக்கே ஜல்லிக்கட்டில் கலந்துகொள்ள அனுமதி கிடைக்காது.

போட்டியாளர் எவரேனும் திமிலை ஒரு வேளை அணைந்தால், காளை எத்துணை திமிறித் தள்ளிவிட முயன்றாலும், விடாமல் பற்றிக்கொள்ள வேண்டும். இவ்விதம் எப்படியாவது அணைந்தேயிருந்து, பிறகு நன்கு இழுத்தால் காளை ஒருவழியாக நிதானமடையும்; பொற்காசுப் பையை எட்டி எடுத்துவிடலாம்.

'சட்'டென உரிமையாளர் வாய் திறந்தார். உரக்க. திடுக்கிடும் வண்ணம். அரக்கத்தனமான விலங்குடன் பொருந்தாமல், அவரது குரல் மென்மையாய், பெண்மை கலந்து கேட்பவர்களைச் சற்றே ஆட்டுவித்தது. ''உங்களில் சிலர் இந்தக் காளையின் ஆகிருதியை மட்டுமே பெரிதாய் நினைக்கலாம். இல்லை; இதன் வேகத்தையும் கணக்கிலெடுத்துக் கொள்ளவேண்டும்!''

மூக்கணாங்கயிற்றை விடுவித்தவர், மெல்ல சீழ்க்கையடித்தார். காளை மின்னல் போல் பாய்ந்தது. கண் மயங்கும் அசுரவேகத்துடன். அன்று வந்திருந்த எந்த மிருகத்தையும் விட விரைவாய்.

லக்ஷ்மணன் பிரமித்துப் போனான். *கௌர் காளைகள் இத்தனை வேகமாயிருக்க வாய்ப்பேயில்லை!*

நின்ற இடத்தில் சடக்'கென திரும்பிய விதத்திலேயே காளை தன் அசாத்திய சுறுசுறுப்பை நிரூபித்தது. போதாதென்று, முன்னும் பின்னுமாய் முரண்டிவிட்டு, ஆக்ரோஷமாய் வெளியை நோக்கித் 'தடா'லெனப் பாய்ந்தது. கூட்டம் பீதியில் பின்வாங்க, அதன் ஆதிக்கம் ஸ்தாபிதமாகிவிட்டதில் திருப்திகொண்டது போல் உரிமையாளரை நோக்கிச் சாவதானமாய் பீடுநடையிட்ட காளை, தலையைத் தாழ்த்தி, மக்களைப் பார்த்து அகங்காரமாய் ஒரு ஹுங்காரம் செய்தது.

அபாரம்!

கூட்டம் தன்னையறியாமல் உற்சாக ஆரவாரம் செய்தது.

''ஜெபு மூதாதையர் கிட்டேயிருந்து திமிலும் சருமமும் மட்டும் வரலைன்னு தெரியுது,'' சீதா முணுமுணுத்தாள்.

''வேகமும்தான்,'' லக்ஷ்மணன் ஒப்புக்கொண்டான். ''இவ்வளவு பெரிய ஆகிருதியும் சேர்ந்தா... யப்பா, கிட்டத்திட்ட என்னை மாதிரி இருக்கும் போல!''

மலர்ந்த முகத்துடன் அவனை ஏறிட்ட சீதாவின் புன்னகை, மைத்துனனின் முகபாவத்தைக் கண்டதும் மறைந்தது.

''வேண்டாம்...'' என்றாள் மெல்லிய குரலில்.

''எப்பேர்ப்பட்ட மிருகம்,'' லக்ஷ்மணனின் குரலில் ஆதர்சம். ''தகுதியான போட்டியாளர்தான்.''

அவனைக் கட்டுப்படுத்தும் விதமாகத் தோள் மீது கரம் பதித்தான் இராமன். ஆனால், லக்ஷ்மணன் எதுவும் செய்யுமுன், ஒரு குரல் ஓங்கியொலித்தது. ''நான் இந்தக் காளையுடன் மோதத் தயார்!''

களத்திற்குள் பறந்து வந்து விழுந்த விலைமதிப்பற்ற ஊதா *அங்கவஸ்த்ரத்*தின் மீது அனைவரது கண்களும் நிலைத்தன. மரத்தடுப்பைத் தாண்டி, வெண்சருமமும், அதீத தசைக்கட்டும் 'கருகரு'வென வழக்கத்தை மீறி முடியடர்ந்த தேகத்துடன் மத்திம உயரத்தில் நின்றான் ஒருவன். சாதாரணப் பால்வண்ண *தோத்தி*, ஒரு மூலையில் வால் போல் தூக்கியிருந்தது. ஆடைகள் எளிமையே என்றாலும், தோற்றத்தின் கம்பீரத்தில் இராஜதோரணை பொலிந்தது.

''அதுதான் வாலி,'' என்றார் ஜடாயூ. ''கிஷ்கிந்தை மன்னர்.''

தடுப்பின் வாயிலருகே நின்றார் வாலி. கௌர்-ஜெபுவை அவிழ்த்துவிட இருந்தனர். மூடிய வாயிலாகையால், மறுபுறம் என்ன அல்லது யார் காத்திருந்தனர் என காளையால் அறியக்கூடவில்லை. முன்னமேயே மூன்று காளைகள் நுழைந்திருந்தன. இரண்டை அணைந்து பொற்காசுகளைக் கைப்பற்றிவிட்டனர். மூன்றாவதோ, பையுடன் தப்பிவிட்டது. மிக விரைவான விளையாட்டாகையால், பல பந்தயங்கள் ஒரு நிமிடத்திற்கு மேல் நீடிப்பது வழக்கமில்லை. நூற்றுக்கும் மேல் காளைகள் ஓடக் காத்திருந்தாலும் - இதோ, இப்பொழுது நடக்கப்போவதுதான் உண்மையான போராட்டம் என்பதை எல்லோருமே உணர்ந்திருந்தனர்.

''*வ்ருஷாங்க*ருக்கெல்லாம் *வ்ருஷாங்க*ரான ருத்ரபகவானின் ஆசிகள் மனிதனுக்கும் மிருகத்திற்கும் உரித்தாகுக!'' பிரதேசத்தின் அர்ச்சகர் முழங்கினார்.

இந்திரபுரத்தில் எந்த *ஜல்லிக்கட்*டுப் போட்டியும் இவ்வறிவிப்புடன்தான் தான் துவங்குவது வழக்கம். அதைத் தொடர்ந்தது உரத்து ரீங்கரிக்கும் சம்பிரதாய சங்கநாதம்.

கண நேர மௌனத்திற்குப் பிறகு, உலோக வாயில்கள் 'கடகட'வெனத் திறக்கும் சப்தம் கேட்டது.

''*ஜெய் ஸ்ரீருத்ரா!*'' முழங்கியது கூட்டம்.

மூடிய வாயிலின் இருட்டிலிருந்து மெல்ல வெளிவந்தது மிருகம். இருபக்கமும் முன்னால் கவிந்து திமிலைப் பற்ற அலைமோதும் மனிதர்களின் மத்தியில் ஆக்ரோஷமாய்ப் புயல் வேகத்தில் சீறிப் பாய்வதே காளைகளின் வழக்கம்.

நேரே அதன் முன் வந்து நிற்பது ஆபத்து; கொம்புகளால் குதறிக் கிழித்துவிடும். பின்னால் இருப்பதும் உகந்ததல்ல; பலமான பின்னங்கால்களால் எட்டி உதைக்கக் கூடும். பக்கவாட்டில் நின்றுகொள்வதே சாலச் சிறந்தது. ஆகையால்தான் வாயில் திறந்தவுடன் தலைதெறிக்க ஓடும்படிக் காளைகளுக்குப் பயிற்சியளிக்கப்பட்டிருந்தது; பக்கத்திலுள்ள மனிதர்கள் அதைத் தாவிப் பிடிப்பது துர்லபம்.

ஆனால் இந்த கௌர்-ஜெபு காளையோ, சாவதானமாக நடைபழகியது. அசாத்திய தன்னம்பிக்கையுடன். வாயிலருகே, பார்வைக்கு மறைந்தபடி காத்திருந்த வாலி, அது வெளிவந்தவுடன் பாய்ந்தார். காளையை விட அவர் தோராயமாய் ஒன்றரையடி குறைவு என்பதைக் கணக்கில் கொண்டால், குதித்தபோதே அதன் மகத்தான திமிலை அவர் கரங்களால் சுற்றி வளைத்தது அபூர்வ பராக்கிரமத்தின் சான்று. காளை திகைத்தது. யாரிவன், திமிலைப் பற்றும் திமிருள்ளவன்? முன்னும் பின்னுமாய் முரண்டியது. ஓங்காரமாய் கர்ஜித்தது. குளம்புகளால் தரையை ஆங்காரமாய்

உதைத்தது. பிரமிக்கும் வண்ணம் இருந்த இடத்திலேயே முழு வட்டம் சுழன்றடித்ததில், வாலியின் பிடி தளர்ந்தது. தூக்கி எறியப்பட்டார்.

'சட்'டென காளை அமைதியடைந்தது. குப்புறக் கிடந்தவரை வெறித்து ஒரு கம்பீர ஹுங்காரம் புரிந்துவிட்டு, மெல்ல நடக்கத் துவங்கியது. மெதுவாக. புறவாயிலை நோக்கி. கூட்டத்தை அசட்டையாகக் கவனித்தபடி.

வாலிக்கு எழுச்சியூட்டும்விதமாக யாரோ கூவினார்கள். "எழுந்திருங்க! உம்!"

கூட்டத்தைப் பார்த்துவிட்டு காளை நின்றது. பிறகு ஏரியை நோக்கித் திரும்பி, அவர்களுக்குத் தன் பிருஷ்டத்தைக் காட்டியது. மெல்ல வாலை உயர்த்தி, மூத்திரம் பெய்தது. மாறாத ஆணவத்துடன் மீண்டும் நடக்கத் துவங்கியது. வாயிலை நோக்கி. சாவதானமாக.

தலையைக் குலுக்கிக் கொண்ட லக்ஷ்மணன், மெல்லச் சிரித்தான். "அணையறதெல்லாம் இருக்கட்டும். காளையில்லே நம்மளை வம்புக்கிழுக்குது?"

அவன் தோளை இராமன் தட்டினான். "அவரைப் பாரு. எழுந்திருக்கறார்."

மார்பில் முஷ்டியை ஓங்கியடித்துக்கொண்ட வாலி, வெகுவேகமாய் ஓடினார். அலுங்காமல். நீள முடி காற்றில் பறக்க. காளைக்குப் பின்னால் வந்து சேர்ந்தார்.

"இந்தாள் சரியான விடாக்கண்டன்," கவலையிருந்தாலும் உற்சாகம் குறையாத லக்ஷ்மணன் முணுமுணுத்தான். "பின்னங்காலால ஒரு உதைவிட்டா நெஞ்செலும்பு சுக்குநூறாகிடும்!"

காளையை நெருங்கிய வாலி, 'சட்'டெனத் தாவி அதன் மீதே இறங்கினார். பின்புறமிருந்து அவர் வந்ததை அறியாத மிருகம் திகைப்புடன் கர்ஜித்தபடி, பின்னங்கால்களில் எழும்பி நின்றது. மன்னனைக் கவிழ்க்கும் முயற்சியில். வாலியும் பிடியை இறுக்கினார். காட்டுக்கூச்சலிட்டபடி!

ஆவேசமடைந்த காளையும் ஆக்ரோஷமாய் முழங்கியது. உடும்புப் பிடியாய்ப் பிடித்துக்கொண்டிருந்தவனை விடவும் உரத்து. முன்கால்களைத் தாழ்த்தி, தலை குனிந்து இப்படியும் அப்படியுமாக முரண்டியது. 'ஓ' வெனக் கத்திக்கொண்டிருந்த வாலி இத்தனைக்கும் பிடியை விடுவதாயில்லை.

'சட்'டென எம்பிய காளை, உடலை உதறியது. அப்படியும் விடாப்பிடியாய்த் தன் திமிலைப் பற்றிக்கொண்டிருந்தவனை அசைக்கமுடியவில்லை.

கூட்டம் இப்பொழுது அமைதியிலாழ்ந்திருந்தது. அடங்கா அதிசயத்தில். ஜல்லிக்கட்டுப் போராட்டம் எதுவும் இத்துணை நீண்டு அவர்கள் பார்த்ததேயில்லை. கேட்ட சப்தங்கள் காளையின் கர்ஜனையும், வாலியின் முழக்கங்களும் மட்டுமே.

மீண்டும் தாவிய காளை, பக்கவாட்டில் விழத் தயாரானது. அதன் முழுக் கனமும் வாலியை நசுக்கிக் கொன்றுவிடும் என்பதில் ஐயமில்லை. உடனடியாக அவர் காளையை விடுவித்தார். ஆனால், காலம் கடந்துவிட்டது.

காளை பக்கவாட்டில் விழுந்தது. அதன் உடலினின்று வாலி தப்பித்தாலும், முன்னங்கால்கள் இடக்கையைப் பதம் பார்த்தன. இருந்த இடத்திலிருந்தே எலும்பு முறியும் சப்தத்தைக் கேட்ட லக்ஷ்மணனுக்கு, வாலி வலியில் அலறாததில் மரியாதை ஊற்றெடுத்தது. காளையோ, நொடியில் எழுந்து, விலகிச் சென்றது. தூரத்திலிருந்து வாலியைப் பார்த்த பார்வையில் ஆத்திரம் பொறி பறந்தாலும், தள்ளியே நின்றது.

"என்ன கோபம்," இராமன் கிசுகிசுத்தான். "எந்த மனுஷனும் இவ்வளவு தூரம் வந்து பார்த்திருக்காதுன்னு தோணுது."

"அங்கியே கிட," விழுந்தவன் தரையிலேயே இருக்கும்படி சீதா மனதால் ஏறக்குறைய கட்டளையிட்டாள்.

லக்ஷ்மணனோ, வாலியை மௌனமாய் வெறித்தான்.

இம்மாதிரித் தரையில் சுருண்டு கல் போல் அசைவின்றிக் கிடந்தால், காளை வழக்கமாய்த் தாக்காது. எழுந்து நின்றாலோ...

"முட்டாள்!" முறிந்து இரத்தம் கொட்டும் இடக்கை பயனின்றி பக்கத்தில் தொங்கியபடி வாலி நிற்க, சீதா சீறினாள். "அப்படியே கிட!"

லக்ஷ்மணன் வியப்பில் வாய் பிளந்தான். *எப்பேர்ப்பட்ட வீரன்!*

மனிதன் மீண்டும் எழுந்துவிட்டதில் மிருகமுமே அதிர்ச்சியும் ஆத்திரமும் அடைந்துவிட்டதாகத்தான் தோன்றியது. ஹுங்காரத்துடன் தலையைச் சிலுப்பிக்கொண்டது.

வாலியோ, வலக்கர முஷ்டியால் மார்பில் ஓங்கி அறைந்து கொண்டு கர்ஜித்தார். "வாலி! வாலி!"

கூட்டமும் ஆர்ப்பரிக்கத் துவங்கியது.

"வாலி!"

"வாலி!"

அகங்காரத்துடன் முழங்கிய காளை, குளம்புகளால் தரையை பலம்கொண்ட மட்டும் அடித்தது. எச்சரிக்கை விடுத்தது.

இடக்கை பயனின்றி தொங்க, வலக்கையால் மார்பை அறைந்துகொண்டார் வாலி. ''வாலி!''

பின்னங்கால்களால் உயர்ந்த காளையும் கர்ஜனை புரிந்தது. இன்னும் உரத்து. இடி முழக்கம் போல். காதைச் செவிடாக்கும்படி.

உடனே பாய்ந்தது.

அதே கணத்தில் மரத்தடுப்பைத் தாண்டிக் குதித்த லக்ஷ்மணன், காளையை நோக்கி ஓடத் துவங்கினான்.

''லக்ஷ்மணா!'' அலறியபடி இராமனும் சீதையும் தாவிக் குதித்து அவன் பின்னோடு ஓடினர்.

வாலிக்கும் மிருகத்திற்கும் இடையே குறுக்கிடும் எண்ணத்துடன் ஒரு கோணத்தில் சென்றான் லக்ஷ்மணன். இப்புதிய அச்சுறுத்தலைக் காளை உணராதது அயோத்ய இளவலின் அதிர்ஷ்டம்.

வாலியை விட லக்ஷ்மணன் உயரம். மேலும் பெருத்த ஆகிருதி மற்றும் தேகக்கட்டு. என்றாலும், இம்மகத்தான மிருகத்திடம் முரட்டுப் பலம் மட்டுமே பலனளிக்காதென்பதை உணர்ந்தேயிருந்தான். தனக்கிருப்பது ஒரே சந்தர்ப்பம்தான். தூய ஜெபு இனங்களுக்கு நீண்ட, கூரிய கொம்புகளுண்டு; எதிராளியைக் கிழிக்கையில் மழுங்கிய கத்தி போல் செயல்படும். கௌர்-ஜெபு காளையின் கொம்புகளோ, சற்றே மேல் நோக்கி வளைந்து, மண்டையின் மேற்புறம் ஒரு குழிவை ஏற்படுத்தியிருந்தன.

வாலியின் மீதே கவனமாய் தலையைத் தாழ்த்திக்கொண்டு தடதடத்த மிருகம், பக்கவாட்டிலிருந்து லக்ஷ்மணன் திடீரென வந்து சேர்ந்ததை உணரவில்லை. அவனோ, துல்லியக் கணிப்புடன் கால்களை உயர்த்திக்கொண்டு அதன் மீது தாவினான். தலைக்கு மேல் பறக்கையிலே 'சட்'டெனக் கை நீட்டி கொம்புகளில் கட்டியிருந்த பொற்காசுப் பையை இழுத்தான். அந்தக் கணத்தில், காளை பாயும் போதே, அவனது கால்களும் அதன் தலையும் இணைந்தன. லக்ஷ்மணன் ஓங்கி உதைத்தான். பலம் கொண்ட மட்டும். காளையின் மண்டையையே உந்துகோலாய்ப் பயன்படுத்திக்கொண்டு எவ்வினான். அவனது எடையும் ஆகிருதியுமே அதன் சிரத்தை அழுத்தப் போதுமானதாக இருந்தன. கீழே குதித்து லக்ஷ்மணன் களத்தில் உருண்டபோதே கடினமான தரையில் காளையின் தலை மோத, 'தடா'லெனத் தடுக்கிக் குப்புற விழுந்தது.

கவனச்சிதறலைப் பயன்படுத்திக்கொண்ட இராமனும் சீதாவும் வாலியைத் தூக்கிக்கொண்டு தடுப்பை நோக்கி ஓடினர்.

''விடுங்கள் என்னை!'' அவர்களிருவர் பிடியில் வாலி திமிறினார். ''விடுங்கள்!''

முறிந்த இடக்கையினின்று மேலும் இரத்தம் கொட்டி வலியை அதிகரித்தாலும், இராமனும் சீதாவும் இழுத்துச் செல்வதை நிறுத்தவில்லை.

இன்னொருபுறம் 'சட்'டென எழுந்த காளை, ஆவேசமாய் முழங்கிற்று. கையுயர்த்திய லக்ஷ்மணன், பொற்காசுப் பையைக் காட்டினான்.

நியாயப்படி, காளை பாய்ந்திருக்க வேண்டும். ஆனால், சரியாகப் பயிற்றுவிக்கப்பட்டிருந்த அம்மிருகம், பொற்காசுப் பையைக் கண்டதும் தலை தாழ்த்தி ஹுங்காரம் செய்தது. வாயிலருகே நின்ற உரிமையாளரைப் பார்த்தது. அவரோ, புன்னகையுடன் தோள்களைக் குலுக்கிக்கொண்டார். ''சமயத்தில் வெற்றி. சமயத்தில் தோல்வி,'' என்று உதடுகள் முணுமுணுத்தன.

லக்ஷ்மணனை மீண்டும் திரும்பிப் பார்த்த காளை, ஹுங்காரம செய்துவிட்டுத் சிரம் தாழ்த்தியது. தோல்வியை நளினமாய் ஏற்பதுபோல். அவனும் தன கரங்களைக் குவித்து மிகத் தாழ்மையுடன் அந்த மகத்தான மிருகத்திற்கு மரியாதை செலுத்தினான்.

திரும்பிய மிருகம், நடக்க ஆரம்பித்தது. உரிமையாளரை நோக்கி.

மறுபுறம், சீதாவும் இராமனும் தடுப்பைத் தாண்டித் தூக்கிச் சென்ற போதே, வாலி நினைவிழந்துவிட்டார்.

அத்தியாயம் 29

அந்தி சாயும் வேளையில், இராமனும் குழுவினரும் ஓய்வெடுத்துக்கொண்டிருந்த காட்டின் எல்லைக்கு வந்து சேர்ந்தார் சக்திவேல். கைகளில் பெரும் ஆயுதமூட்டைகளுடன் அவரைத் தொடர்ந்தனர் அவரது ஆட்கள் சிலர்.

உடனடியாக எழுந்து *நமஸ்கரி*த்தான் இராமன். ''வணக்கம், வீர சக்திவேல்.''

''***நமஸ்தே,*** மஹா இளவரசே,'' சக்திவேல் பதில் மரியாதை செய்தார். பின்னால் கவனமாய் தரையிறக்கப்பட்ட மூட்டைகளைக் காட்டினார். ''நீங்க கேட்டுக்கிட்டபடி, உங்க ஆயுதங்களையெல்லாம் சீராக்கி, துடைச்சு, மெருகேத்தி, கூர்தீட்டியாச்சு.''

வாளொன்றை எடுத்து ஆராய்ந்த இராமனின் முகம் மலர்ந்தது. ''புதுசு போலவே ஆக்கிட்டீங்களே.''

இறுமாப்பில் சக்திவேலின் மார்பு விரிந்தது. ''எங்க கொல்லர்களைப் போலத் திறமைசாலிகள் இந்தியாவிலேயே கிடையாது.''

''சந்தேகமேயில்லை,'' சீதா ஒரு ஈட்டியை எடுத்துக் கவனித்தாள்.

''இளவரசே,'' சக்திவேல் அருகே வந்தார். ''உங்ககிட்டே தனியா ஒரு வார்த்தை.''

அவர் அவனை விலக்கி அழைத்துச் செல்ல, பின்னோடு வருமாறு சீதாவுக்கு இராமன் சைகை செய்தான்.

''நீங்க கொஞ்சம் சீக்கிரம் கிளம்பிட்டா நல்லது,'' என்றார் அவர்.

''ஏன்?'' சீதா திகைப்புடன் வினவினாள்.

''வாலி.''

''அவரைக் கொல்ல முயற்சியா?'' இராமன் கேட்டான். ''கொலையாளிகள் கோபம் இப்ப எங்க மேல திரும்பிடுச்சாக்கும்?''

"இல்லையில்லை. உங்க மேலேயும் இளவரசி சீதா மேலேயும் கோவமாயிருக்கறதே வாலிதான்.''

"என்னது?! நாங்க இல்ல அவர் உயிரைக் காப்பாத்தினோம்?''

"அவர் அப்படி நினைக்கலை,'' சக்திவேல் பெருமூச்செறிந்தார். "ரெண்டு பேரும் இளவரசர் லக்ஷ்மணனோடு சேர்ந்துக்கிட்டு அவர் கௌரவத்துக்கே இழுக்கு உண்டாக்கிட்டீங்களாம். யாரோ காப்பாத்தறதுக்குப் பதிலா ஜல்லிக்கட்டுக் களத்திலேயே உயிர் விட்டிருக்கலாமாம்.''

ஆச்சர்யத்தில் கண்கள் விரிய இராமன் சீதாவைப் பார்த்தான்.

"அரசகுலத்தைச் சேர்ந்தவங்க இங்கே அடிச்சுக்கறது என் ஊருக்கு நல்லதில்லே,'' மன்னிப்புக் கோரும் விதமாய் சக்திவேல் கரம் குவித்தார். "இரண்டு யானைகள் மோதும்போது, காலடியில இருக்கற புல்தானே முதலில் அரைபடும்?''

சீதா புன்னகைத்தாள். "கேள்விப்பட்டிருக்கேன்.''

"பரவலான பழமொழிதான். குறிப்பா, மேல்தட்டைச் சேராத மக்களிடையே.''

சக்திவேலின் தோள்மீது கரம் பதித்தான் இராமன். "எங்களைக் கூப்பிட்டு உபசரிச்சிருக்கீங்க. நல்ல நண்பராவும் இருந்திருக்கீங்க. உங்களுக்கு எந்தத் தொந்தரவும் குடுக்க விரும்பலை. சூரியோதயத்துக்கு முன்னால கிளம்பிடுவோம். இதுவரைக்கும் எங்களுக்கு செஞ்சதுக்கெல்லாம் நன்றி.''

—⚔—

இராமன், சீதா மற்றும் லக்ஷ்மணன் வனவாசம் வந்து இருபத்து நான்கு மாதங்கள் கடந்திருந்தன. பதினைந்து மலயபுத்ர வீரர்கள் அவர்களைச் சதா தொடர்ந்தனர்.

தண்டகாரண்யத்தினுள் சிறுகச் சிறுகப் பயணிக்கும்போதே பரிவாரத்தினர் தத்தமது பணிகளை வகுத்துக்கொண்டு, இயங்கத் துவங்கினர். தொடர்ந்து மேற்கே நகர்ந்தாலும், நிரந்தரமாய்த் தங்கக்கூடிய சௌகர்யமான இடம் இதுவரை அமையாததால், தற்காலிகப் பாசறை அமைத்துப் பெயர்ந்தனர். எல்லைக் காவலும், பாதுகாப்பு வியூகங்களும் இயற்றப்பட்டன. சமையல், துப்புரவு மட்டுமல்லாமல், வேட்டையும் சுழற்சிமுறையில் பகிரப்பட்டது. பரிவாரத்தினர் எல்லோரும் இறைச்சியுண்ணவில்லையாதலால், அடிக்கடி வேட்டையாடுவதற்கான பிரமேயம் இல்லையென்றுதான் சொல்லவேண்டும்.

அப்படியான ஒரு சந்தர்ப்பத்தில் தான் சீதாவைக் காப்பாற்றும் முயற்சியில் மகரந்தன் என்னும் மலயபுத்ரன் காட்டுப்பன்றியால் படுகாயமுற்றது. தொடையின் முன்தசைக்குள் புகுந்து தமனியைத் துளைத்துவிட்டது அதன் தந்தம். நல்லவேளையாக, மற்றொரு தந்தம் கடினமான இடுப்பெலும்பில் முட்டிவிட்டதால், குடலைக் கிழிக்கவில்லை. அப்படி நேர்ந்திருந்தால் விளையக்கூடிய நோய்க்குத் தற்காலிக பாசறையில் வைத்தியம் பார்க்க வசதியில்லையாதலால், அந்த விபரீதம் நடக்காதது நல்லதாகப் போயிற்று. மகரந்தன் பிழைத்துவிட்டாலும், நன்கு தேறிவிட்டான் என்று சொல்லமுடியாது. தசைகள் இன்னமும் பலவீனமாயிருந்ததுடன், பாதி சரிந்திருந்த தமனி, சரியாகக் குணமடையாததால், விந்தி விந்தித்தான் நடக்கமுடிந்தது. வஞ்சகம் நிறைந்த கானகத்தில் வீரனின் இத்தகைய நிலை ஆபத்தானதே.

இதனாலேயே காட்டில் மகரந்தனின் நடமாட்டம் குறைய, வேறு வழியின்றி சில காலமாய்ப் பாசறையை நகர்த்துவதும் இயலாத காரியமாயிற்று.

கடந்த சில மாதங்களாக அவனது வேதனை படிப்படியாக அதிகரித்து வந்திருந்ததையோ, அதற்கான தீர்வையோ ஜடாயூ அறியாமலல்ல. பிரயாணத்திற்குத் தன்னைத் திடப்படுத்திக்கொள்ள வேண்டியதுதான்...

''வாகேஸ்வரின் வரமருளும் நீர்தானே?'' என்றாள் சீதா.

''ஆம்,'' என்றார். ''பூமியின் மிக ஆழத்தினின்று புறப்பட்டு மேற்புறமுள்ள ஏரியில் நீர் சேர்வதால், குறிப்பிட்ட சில கனிமங்களையும் அடித்துக்கொண்டு வருகிறது. தண்ணீருக்குத் தெய்வீக நற்குணம் அளிக்கும் இவற்றால் மகரந்தனின் தமனிகள் விரைவில் குணமடையும் என எதிர்பார்க்கிறேன். அது மட்டுமின்றி, செயல்நலிவு அடைந்துள்ள தசைகள் வலுவடைய சில மூலிகைகளையும் தீவினின்று எடுத்து வரலாமென்று திட்டம். கால்கள் முழுப் பயனடைந்துவிடும்.''

''வாகேஸ்வர் எங்கேயிருக்கு, ஜடாயூஜி?''

''மேற்குக் கடற்கரையில் மும்பாதேவி என்னும் தீவில். குறிப்பாய்ச் சொன்னால், கொங்கண் கரையின் வடபகுதியில்.''

''அகஸ்த்யகூடம் போற வழியில் தளவாடம் ஏத்திக்க பக்கத்துலேயிருந்த தீவுல நாம அப்ப இறங்கறதாயிருந்தோமில்ல? பேருகூட கொலாபான்னு -''

''உண்மை. அதுதான் கலபதியின் திட்டம். நான் தடுத்துவிட்டேன்.''

''ஞாபகமிருக்கு.''

''கொலாபாவிற்கு வடமேற்கேயுள்ள பெருந்தீவுதான் மும்பாதேவி.''

''ஆக, ஏழு தீவுகள் கொண்ட குழுவுல ஒண்ணா?''

''ஆம், மஹாவிஷ்ணு.''

''ராவணனுடைய மிகப்பெரும் கப்பல்தலங்கள்ளே ஒண்ணுங்கற காரணத்துக்காகத்தானே அங்கே தாமதிக்க வேணாம்னு அறிவுறுத்தினீங்க?''

''ஆம், மஹாவிஷ்ணு.''

சீதா புன்னகைத்தாள். ''அப்ப நானும் ராமனும் உங்களோட வர்றது உசிதமில்லைன்னு சொல்லுங்க.''

அவளது வறண்ட ஹாஸ்யத்திற்கு ஜடாயூவிடம் புன்னகையில்லை. ''ஆம், மஹாவிஷ்ணு.''

''ஆனா, லங்கர்கள் ஒரு மலயபுத்ரரைத் தாக்க வாய்ப்பில்லைதானே?''

அவரது கண்களில் பீதி ஒரேயொரு கணம் மின்னினாலும், குரலில் அமைதியும் நிதானமும் விரவியிருந்தன. ''மாட்டார்கள்...''

சீதாவின் புருவங்கள் முடிச்சிட்டன. ''எங்கிட்டே சொல்ல வேண்டியது ஏதாவது இருக்கா, ஜடாயூஜி?''

அவர் மறுப்பாய்த் தலையசைத்தார். ''எல்லாம் நலம். என்னுடன் மூவரை அழைத்துச் செல்கிறேன். மற்றவர்களுடன் நீங்கள் இங்கேயே இருக்க வேண்டியது. இரண்டு மாதங்களில் திரும்பிவிடுவேன்.''

இங்கே என்னமோ சரியில்லை, சீதாவின் உள்ளுணர்வு உந்தித் தள்ளியது. ''மும்பாதேவியிலே என்ன பிரச்சனை?''

அவர் மீண்டும் தலையசைத்து மறுத்தார். ''புறப்படுவதற்கான ஆயத்தங்களில் இறங்கவேண்டும், மஹாவிஷ்ணு. தாங்களும் இளவரசர் ராமரும் இங்கேயே பாசறையமைத்து இருத்தல் நலம்.''

— ⸙ —

பிரதான நிலப்பரப்பின் கரையை ஜடாயூ மற்றும் மூன்று வீரர்கள் தொட்ட போது, இருட்டிவிட்டிருந்தது. குறுகிய ஜலசந்தியைத் தாண்டி, ஸால்செட் என்னும் பெரிய தீவின் தென்பகுதியை அணைத்தபடி அமைந்திருந்த ஏழு தீவுகளைப் பார்வையிட்டனர். வீடுகளின் சுளுந்து வெளிச்சத்திலும் விளக்குக் கம்பங்களின் ஒளிவெள்ளத்திலும், தீவின் மத்திய மற்றும் கிழக்குப் பகுதிகள் பளிச்சிட்டன. பிராந்தியத்திலேயே மிகப்பெரிய தீவான

இதனின்றுதான் நகரம் விரிவடைந்திருக்க வேண்டுமென்பது தெள்ளத் தெளிவாகியது. தெற்கேயிருந்த ஏழு தீவுகளையும் பத்து மடங்கல்லவா மிஞ்சி நின்றது? இங்கே பெருநகரம் உருவாகியதில் அதிசயமில்லை; மையத்தில் மிகப்பெரும் நன்னீர்த்தேக்கங்கள் இருந்தன. பெரிய அளவில் கட்டுமானம் மேற்கொள்ளத் தோதான திறந்தவெளியும்தான். தீவையும் பிரதான நிலப்பரப்பையும் பிரித்த நீர்ச்சந்தி குறுகலாய், ஆழமற்று இருந்ததால், கடப்பதிலும் சிரமமில்லை.

இதே ஸால்செட் தீவின் தெற்கேயிருந்த ஏழு தீவுகள் அப்பகுதியின் நாகரீக மையமாகக் கருதப்பட்ட காலம் ஒன்று உண்டு. மும்பாதேவியின் கிழக்குக் கரைகளில் அமைந்திருந்த அருமையான கடற்துறை, பெரிய மரக்கலங்களுக்கு வரப்பிரசாதமாக விளங்கியது. துறைமுகம் இன்னமும் இருந்ததும், பரபரப்பாக இயங்கிக் கொண்டிருந்ததும் தெளிவாகியது. கிழக்கேயிருந்த சற்றே சிறிய நான்கு தீவுகளில் - பரேல்; மாஸ்காவோன்; சிறிய கொலாபா மற்றும் கொலாபா - விளக்குகள் ஒளிர்வதையும் ஜடாயூ கவனித்தார். ஆனால், மேற்கே, மாஹிம் மற்றும் ஓர்லி தீவுகள் அவ்விதம் தெரியவில்லை.

வாகேஸ்வர் அமைந்திருந்த மும்பாதேவியின் மேற்கு எல்லை மலைகள், ஜலசந்திக்கு இப்புறமிருந்தே பகல்வேளைகளில் தெளிவாய்ப் பார்க்க முடிகிற அளவு உயர்ந்திருந்தன. ஒரு காலத்தில் அவற்றை இரவிலும் காண முடிந்திருக்கும். பழைய நகரின் பிரதான அரண்மனைகள்; ஆலயங்கள் மற்றும் கட்டிடங்கள் அங்கேதான் அமைந்திருந்தனவாகையால், எப்போழுதும் ஒளிவெள்ளத்தில் அமிழ்ந்திருக்கும்.

இப்பொழுதோ, ஜடாயூவால் எதையும் இனம்காண முடியவில்லை. சுளுந்து வெளிச்சமில்லை. விளக்குத் தூண்களில்லை. மனிதர்கள் வாழ்ந்ததற்கான அறிகுறியும் இல்லை.

வாகேஸ்வர் இன்னமும் களையிழந்த, புறக்கணிக்கப்பட்ட நகரம்தான். பாழடைந்த ஊர்தான்.

அக்கொடூர நாட்களை நினைவுகூர்ந்தவருக்கு உடம்பு உதறிப் போட்டது. அவர் இளம் வீரனாயிருந்த நாட்கள். இராவணனின் அரக்க சேனைகள் வந்த போது... நன்றாகவே நினைவிருந்தது. அச்சேனையில் அவருமல்லவா இருந்தார்?

பிரபு பரசுராமா, என்னை மன்னியுங்கள்... என் பாவங்களை மன்னியுங்கள்...

''தளபதி,'' என்றான் ஒரு மலயபுத்ர வீரன். ''இப்பொழுதே கடக்கலாமா, அல்லது -''

திரும்பினார். ''காலைதான். இன்றிரவு இங்கேயே ஓய்வெடுப்போம்.''

— ௫௨ —

உறங்கும் முயற்சியில் ஜடாயூ புரண்டு புரண்டு படுத்தார். புதைந்திருந்த நினைவுகள் எத்தனையோ அடக்கியும் மனதின் அடியாழத்தினின்று பீறிட்டு வெளிவரத் துடித்தன. காலங்காலமாக மறைக்கப்பட்ட கடந்தகாலக் கொடூரக் கனவுகள்.

இளவயது நினைவுகள். பலப்பல வருடங்களுக்கு முன்னால்.

என் மக்களைக் கொண்டே ராவணன் எங்களை வீழ்த்தினான்.

ஜடாயூ எழுந்து உட்கார்ந்தார். சிற்றோடையைத் தாண்டி தீவுகளைப் பார்க்க முடிந்தது.

பதின்ம வயதில், விகாரப் பிறவியாய்க் கருதப்பட்ட நாகா என்னும் பழியால், இழிவால் விளைந்த வேதனையையும் ஆத்திரத்தையும் சதாகாலமும் சுமந்தவர் அவர். ஆனால், அவமானப்படுத்தப்பட்டவர்கள் நாகர்கள் மட்டுமல்ல; இறுக்கமும் ஆணவமும், பேரினவாத வெறியும் பிடித்த சப்தசிந்துவின் மேல்வர்க்கம் மீது பல குலங்களுக்கு வெறுப்பு மண்டியிருந்தது. அதிகாரவர்க்கத்தைத் தயவு தாட்சண்யமின்றி எதிர்க்கத் துணிந்த இராவணன் இவர்களுக்கெல்லாம் புரட்சித்தலைவனாக, புதுயுகக் காவலனாகவே தோன்றினான். விரக்தியடைந்த சமூகமும் அவனைச் சுற்றிச் சூழ்ந்தது. அவனுக்குக்காகச் சண்டையிட்டது; கொன்றும் குவித்தது.

அவனால் பயன்படுத்தப்பட்டது.

பழிவாங்குவதில் ஒருகாலத்தில் ஜடாயூ உற்சாகவெறி பிடித்தலைந்தது உண்மை. சுயநலத்தில் மூழ்கியிருந்த வெறுக்கத்தக்க மேல்தட்டை நொறுக்குவதில் ஒரு அலாதி திருப்தி. ***அஹிராவண***னைச் சேரும்படி அவன் அணிக்கு ஆணை பிறப்பிக்கப்படும் வரையில்.

இராவணனின் படைகள் இருவகைப்பட்டவை. நிலத்தை நிர்வகித்த குழு ***மஹிஇராவணன்*** என்றழைக்கப்பட்ட தலைவர்களின் கீழ் இயங்க, கடலையும் துறைமுகங்களையும் தலைமை யேற்றவர்கள் ***அஹிராவணன்*** என்போர்.

ப்ரஹஸ்த் என்றழைக்கப்பட்ட ***அஹிராவண***னுடன்தான், மும்பாதேவி மற்றும் ஏழு தீவுகளுக்கு வரும்படி ஜடாயூ பணிக்கப்பட்டார்.

அப்பொழுது இத்தீவுகளில் வாழ்ந்தோர் தேவேந்திரர் என்னும் குலத்தோர்; தலைவன், இந்திரன் என்னும் பண்பாளன். ஏற்றுமதி

மற்றும் இறக்குமதியின் பொருட்டு குறைந்த சுங்கத்திற்குச் சரக்குகளைப் பாதுகாக்கும் கிடங்குகளாகச் செயல்பட்டன மும்பாதேவி மற்றும் ஆறு தீவுகள். பாரபட்சமோ, பாகுபாடோ இன்றி கடற்பிரயாணம் செய்யும் எவருக்கும் தளவாடங்களும், தங்குமிடமும் அளித்தனர் பரந்த நோக்குடைய தேவேந்திரர்கள். அனைவரையும் கனிவுடன் நடத்தினர். அவ்விதமிருப்பது ஒரு புனிதப் பணி என்பதும் அவர்கள் கருத்து. மிகச் சிறிய வயதில் இவ்வாறு அடைக்கலம் கொடுக்கப்பட்ட இளம் பிரயாணியே ஜடாயூ. தனக்குக் காட்டப்பட்ட அன்பை அவர் மறக்கவில்லை. இந்தியாவில் கொடும் தோற்று நோய் போல் அவர் நடத்தப்படாத அபூர்வ சில இடங்களில் இதுவும் ஒன்று. இங்கே, அவர் எல்லோரையும் போல் வரவேற்கப்பட்டார். அக்கருணையின் அதீத தாக்கம் எல்லை மீற, மும்பாதேவி வந்து சேர்ந்த முதல் நாள் இரவு உணர்ச்சிவேகம் தாங்கமாட்டாமல் அழுதுகொண்டே உறங்கிப் போனது இன்னமும் நினைவிலிருந்தது.

பல வருடங்கள் கழித்து, மும்பாதேவியை வீழ்த்த அனுப்பப்பட்ட படையின் ஒரு அங்கமாக மீண்டும் வந்திருந்தார்.

இராவணனின் யுக்திகளைப் புரிந்துகொள்வது கடினமாக இல்லை. இந்தியப் பெருங்கடலில் - உலக வர்த்தகத்தின் ஆதார மையத்தில் - நிகழ்ந்த கடல் வியாபாரத்தின் மீது முழுமுதல் ஆளுமையடைய விரும்பினான். இக்கடற்புறத்தை ஆள்பவன், உலகைத் தன் காலடியில் கொண்டவனாவான். இவ்வாறான முழுமையான கட்டுப்பாடு இருந்தால் மட்டுமே, அவன் விரும்பியபடி கடும் சுங்கவரி விதித்து, வசூலிக்கவும் முடியும். இந்தியத் துணைக்கண்டம் மற்றும் அரேபியா, ஆப்பிரிக்கா, தென் கிழக்கு ஆசியா ஆகியவற்றின் பெருந்துறைமுகங்களை அவன் முன்னமேயே வீழ்த்தியோ, அல்லது கைப்பற்றியோ ஆயிற்று. அவையும் அவன் விதிகளுக்குக் கட்டுப்பட்டுத்தான் இயங்கின.

மும்பாதேவியோ, கடும் சுங்கவரி விதிக்க மறுத்ததோடன்றி, அடைக்கலம் கேட்டு வந்தவர்களை மறுக்கவும் மறுத்தது. இது தங்களுக்கான இறைப்பணி, தங்கள் தர்மம் என்றே அங்கு வாழ்ந்தோர் நம்பினர். சிந்து-ஸரஸ்வதி கரைகள் மற்றும் இலங்கைக்கு இடையே இருந்த இம்மிக முக்கிய கடற்துறைமுகத்தைக் கைப்பற்றியே ஆக வேண்டிய கட்டாயம் இராவணனுக்கு.

அஹிராவணன் ப்ரஹஸ்த்தின் பணி, நிலைமையைச் சீர்ப்படுத்தி எப்படியேனும் தீர்வுக்கு முயற்சி செய்வது. தேவையேற்பட்டால், அத்தீர்வை வலுக்கட்டாயமாகத் திணிப்பது. கிழக்குக் கடலில், மும்பாதேவித் துறைமுகத்தில் நங்கூரமிட்டிருந்த கப்பல்களில் லங்கர்கள் காத்திருந்தனர். ஒரு வாரமாக. ஏதும்

நடக்கவில்லை. இறுதியாக, நன்னீர்த்தேக்கமொன்றின் கரையில் அமைந்திருந்த ருத்ரபகவான் ஆலயம் மற்றும் அரண்மனை இருந்த மும்பாதேவியின் மேற்குப்பகுதியான வாகேஸ்வருக்குச் செல்லும்படி உத்தரவுகள் வந்தன.

சாமான்ய வீரனான ஜடாயு பின்னணியில் நின்றார்.

தேவேந்திரர்கள் போர்க்கலையில் தேர்ந்தவர்களல்ல என அவர் அறிவார். மாலுமிகள்; பொறியாளர்கள்; மருத்துவர்கள், தத்துவ ஞானிகள், கதைசொல்லிகள் கொண்ட அமைதியான சமூகம் அவர்களுடையது. போர்வீரர்கள் மிகக் சிலரே. ஏதேனும் ஒருவகையில் சமரசம் ஏற்படவேண்டுமே என தவித்தார்.

அரண்மனைக்கு வெளியே, நகரின் பிரதான சதுக்கத்தில் அவர் முன் விரிந்த காட்சி அவரைத் திகைக்க வைத்தது.

அங்கே ஈ காக்காய் இல்லை. ஒருவருமேயில்லை. அங்காடிகள் திறந்திருந்தன. சரக்குகள் விரிக்கப்பட்டிருந்தன. ஆனால் அவற்றைப் பார்த்துக்கொள்ளவோ, பத்திரப்படுத்தவோ ஆட்களில்லை.

சதுக்கத்தின் மையத்தில், சில புனிதச் சந்தனக்கட்டைகளுடன், தக்கைமரம் ஏகமாய் அடுக்கியிருந்தது. கம்பி வலை போட்டு மூடப்பட்டு, புத்துருக்கு நெய்யால் நனைந்திருந்தது. சமீபத்தில் தான் அமைத்திருக்க வேண்டும். முந்தைய இரவே கூட.

எரியூட்டப்படாத சிதை போலத்தான் தோன்றியது. மிகப் பெரிதாய். நூற்றுக்கணக்கான உடல்களை அடக்கக்கூடியதாய்.

உச்சிக்குச் செல்ல பாதை கூட இருந்தது.

உத்தரவுப்படி ஊர் சரணடைந்தவுடன், தேவேந்திரர்களை அமைதியாய் வெளியேற்றலாம் என்ற எண்ணத்துடன் வந்து சேர்ந்த ப்ரஹஸ்த்துக்கு, இது எதிர்பாராத திருப்பம். உடனடியாகப் படைகளைப் போர்வியூகத்தில் நிறுத்தினான்.

அரண்மனைச் சுவர்களுக்குப் பின்னிருந்து ஸம்ஸ்கருத ஸ்லோகங்கள் ஒலித்தன. உடன், சேமங்கல மணிகளின் கண்டார நாதம் மற்றும் முரசங்களின் அதிர்வு. மந்திரங்களைப் புரிந்துகொள்ள லங்கர்களுக்குச் சற்று நேரம் பிடித்தது.

கருட புராண மந்திரங்கள். குறிப்பாய், ஈமக்கிரியைகளின் போது உச்சாடனம் செய்யப்படுபவை.

என்னதான் நினைத்துக்கொண்டார்கள் தேவேந்திரர்கள்? போர்த்தாக்குதலைச் சமாளிக்கும் நிலையிலில்லை அவர்களது அரண்மனைகள். ஐயாயிரம் படைபலம் கொண்ட இலங்கைப் படையை எதிர்கொள்ளும் வீரர்களும் கிடையாது.

திடீரென வளாகத்தினுள்ளிருந்து புகை கிளம்பியது. அடர்ந்த, கரிய, கமறும் புகை. மரத்தாலான அரண்மனைக்குத் தீ வைத்திருந்தனர்.

'சடா'ரென வாயில் கதவுகள் திறந்தன.

ப்ரஹஸ்த்தின் கட்டளைகள் சந்தேகத்திற்கிடமின்றி கிளம்பின. ''ஆயுதம்! ஆயத்தம்!''

லங்கர்கள் உடனடியாக அவரவர் ஆயுதங்களுடன் அணிவரிசையில் காத்திருந்தனர். போர் சன்னத்தமாய். தாக்குதலை எதிர்பார்த்து...

அரண்மனைக்குள்ளிருந்து, தன் மக்களை வழி நடத்தியபடி வெளிவந்தார் தலைவர். அத்தனை பேரும் புடைசூழ. குடும்பத்தினர் அனைவரும். குருமார்கள்; வர்த்தகர்கள்; வேலையாட்கள்; அறிஞர்கள்; மருத்துவர்கள்; கலைஞர்கள். ஆண்கள்; பெண்கள்; குழந்தைகள். குடிமக்கள் ஒருவர் விடாமல்.

தேவேந்திரர்கள் அனைவரும்.

எல்லோரும் காவி உடைகள் தரித்திருந்தனர். தீயின், அக்னி பகவானின் நிறம். இறுதி யாத்திரைக்கான நிறம்.

ஒவ்வொரு முகத்திலும் அசாதாரண அமைதி.

எல்லோருமே உச்சாடனம் செய்துகொண்டிருந்தனர்.

அனைவரது கைகளிலும் தங்க நாணயங்கள்; ஆபரணங்கள். விலைமதிப்பற்ற பொக்கிஷம். கூடவே, ஒரு சிறிய குடுவை.

மிகப்பெரும் மர அடுக்கைப் பார்த்த மேடைக்குச் சென்ற பாதையில் வந்து நின்றார் இந்திரன். மக்களைப் பார்த்துத் தலையசைத்தார்.

தங்க நாணயங்களையும், ஆபரணங்களையும் லங்கர்களை நோக்கி அவர்கள் வீசினர்.

இந்திரனின் குரல் உரத்து, துல்லியமாய் ஒலித்தது. ''எங்கள் பணத்தை அபகரிக்கலாம்! எங்கள் உயிரையும் நீங்கள் பறித்துக்கொள்ளலாம்! ஆனால், எங்கள் தர்மத்தை மீறி நடக்க வற்புறுத்தமுடியாது!''

லங்கர்கள் திகைத்து நின்றனர். செய்வதறியாமல். சேனாதிபதியின் முகத்தை கேள்விக்குறியுடன் நோக்கினர்.

''எதையும் யோசித்துச் செயல்படுத்துங்கள், இந்திரரே!'' ப்ரஹஸ்த் கர்ஜித்தான். ''மூன்றுலகாளும் மன்னர் எங்கள் ராவணத் தேவர். தெய்வங்களும் அவர் முன் கைகட்டி நிற்கும். உங்கள் ஆன்மா சபிக்கப்படும். தங்கத்தைப் பொறுக்கிக்கொண்டு விலகுங்கள். சரணடைந்தால், கருணை உண்டு!''

இந்திரன் வாத்ஸல்யத்துடன் புன்னகைத்தார். ''எங்கள் தர்மத்தை ஒரு நாளும் சரண் கொடுக்கமாட்டோம்.''

தேவேந்திரர் தலைவர், லங்கர்களை நோக்கினார். ''உங்கள் ஆன்மாக்களையாவது பாதுகாத்துக்கொள்ளுங்கள். உங்கள் கர்மாவின் விளைவுகளை உங்களையன்றி யாரும் சுமக்கப்போவ தில்லை. உத்தரவுகளைத்தான் கடைப்பிடித்தேனென்று சப்பைக்கட்டுக் கட்டி ஊழ்வினையைத் தப்ப முடியாது. உங்களையாவது காத்துக்கொள்ளுங்கள். சரியான முடிவைத் தேர்வு செய்யுங்கள்.''

சில லங்கர்கள் தடுமாற்றம் அடைந்துவிட்டதாகத் தோன்றியது. கைகளில் ஆயுதங்கள் கலகலத்தன.

''ஆயுதம்!'' ப்ரஹஸ்த் அலறினான். *''இதெல்லாம் வெறும் கபட நாடகம்!''*

இந்திரன் தலைமைக் குருக்களைப் பார்த்துத் தலையசை க்க, மர அடுக்கிடம் சென்ற அவர், சுளுந்தைப் பற்ற வைத்து உள்ளே செருகினார். உடனடியாகப் பற்றிக்கொண்டது. சிதை தயாராகிவிட்டது.

சிறிய குடுவையை எடுத்து, ஆழ உறிஞ்சினார் இந்திரன். வலி நிவாரணியாக இருக்கலாம்.

''எங்கள் தெய்வங்களை நிந்திக்கவேண்டாம் என்று மட்டும் கேட்டுக்கொள்கிறேன். கோயில்களை இழிவுபடுத்த வேண்டாம் என்றுதான் யாசிக்கிறேன்.'' ப்ரஹஸ்த்தை இரக்கத்துடன் பார்த்தார். ''மற்றபடி உங்கள் இஷ்டம்.''

அஹிராவணன் மீண்டும் வீரர்களுக்குக் கட்டளையிட்டான். *''யாரும் அசையாதீர்கள்!''*

நமஸ்தே எனக் கரம் குவித்த இந்திரன், நிமிர்ந்து வானைப் பார்த்தார். ''ஜெய் ருத்ரா! ஜெய் பரசுராமா!''

தீயில் குதித்தார்.

கடுந்துயரில் அலறினார் ஜடாயு. *''வேண்டாம்!''*

அதிர்ச்சியில் செயலற்று உறைந்து நின்றனர் லங்கர்கள்.

''நகராதீர்கள்!'' வீரர்களிடம் மீண்டும் கர்ஜித்தான் ப்ரஹஸ்த்.

பிற தேவேந்திரர்களும் அவரவர் குடுவையிலிருந்து அருந்திவிட்டு, நடைமேடை நோக்கி ஓடினர். மிகப்பெரும் சிதைக்குள் குதித்தனர். கூட்டம் கூட்டமாக. ஒவ்வொருவரும். ஆண்கள், பெண்கள், குழந்தைகள். தலைவரைப் பின்பற்றி. மன்னனைப் பின்பற்றி.

மொத்தம் ஆயிரம் தேவேந்திரர்கள். எல்லோரும் குதித்து முடிக்க சிறிது நேரமாயிற்று.

இலங்கை வீரர்களில் ஒருவர் கூட அவர்களைத் தடுக்க முயலவில்லை. இன்னும் சொன்னால், பலர் அருவருப்படையும் வண்ணம், ப்ரஹஸ்த்தின் அருகே நின்ற சில தளபதிகள், தேவேந்திரர்கள் தூக்கியெறிந்த ஆபரணங்களைப் பொறுக்கவும் தலைப்பட்டனர். உயர்ந்தவற்றைத் தங்களுக்கெனத் தேர்ந்தெடுத்து. ஒருவரோடொருவர் மதிப்பை விவாதித்துக்கொண்டு. தேவேந்திரர்கள் மொத்தமாகத் தற்கொலையில் இறங்கியிருந்த அதே கணங்களில். ஆனால், அநேக லங்கர்கள் இன்னது செய்தவதென்று அறியாமல் திகைத்து நின்றது நிஜம்.

தேவேந்திரர்களில் கடைசி உயிரும் தீயோடு கலந்து எரிந்து சாம்பராக, ப்ரஹஸ்த் சுற்றுமுற்றும் பார்த்தான். தன் வீரர்கள் பலரது முகங்களில் துலங்கிய வெளிப்படையான அதிர்ச்சியைக் கண்டான். கலகலவென சிரிக்கத் துவங்கினான். ''இதற்கெல்லாம் துயரமடையலாமா? அத்தனை தங்கமும் உங்களுக்குச் சமமாகப் பிரித்தளிக்கப்படும். வாழ்நாளில் சம்பாதித்ததை விட இந்த ஒரு நாளில் அதிக செல்வம சேர்க்கப்போகிறீர்கள். சிரியுங்கள் வீரர்களே! இன்று நீங்கள் அனைவரும் பணக்காரர்கள்!''

இந்த வார்த்தைகளுக்கு அவன் எதிர்பார்த்த பலன் இல்லை. பலரின் உள்ளம் உலுக்கப்பட்டிருந்தது. கண்ட காட்சியால் மனம் கசந்திருந்தது. வெறுத்திருந்தது. ஒரு வாரத்திற்குள் ப்ரஹஸ்த்தின் படையில் பாதிக்குமேல் விலகியது. விலகியவர்களில் ஜடாயூவும் ஒருவர்.

அதற்குமேலும் இராவணனுக்காகப் போரிட முடியவில்லை.

கற்பாறைகளின் மீது கடலலைகள் 'மடே'ரென மோதும் ஓசை, வேதனை நிறைந்த கடந்தகாலத்தினின்று அவரை இழுத்துவந்தது.

உடல் பதறியது. கண்களினின்று கண்ணீர் வழிந்தது. சரணடைவது போல் கரங்களைக் குவித்து, சிரம் தாழ்ந்தார். எப்படியோ தைரியத்தை வரவழைத்துக்கொண்டு ஜலசந்தியைத் தாண்டி மும்பாதேவியைப் பார்த்தார். வாகேஸ்வர் மலைகளை நோக்கினார்.

''என்னை மன்னியுங்கள், இந்திர மன்னா... மன்னியுங்கள்...''

என்றாலும், குற்றவுணர்விலிருந்து அவருக்கு விடுதலை கிடைக்கவில்லை.

மும்பாதேவியிலிருந்து ஜடாயூ திரும்பி சில மாதங்கள் கடந்துவிட்டன.

மருந்தால் மகரந்தனிடம் ஏற்பட்டிருந்த குணம் அதிசயிக்கத்தக்கதாயிருந்தது. விந்துவது குறைந்து, ஏறக்குறைய சாதாரணமாகவே நடக்கத் துவங்கியிருந்தான். செயலிழந்திருந்த தசைகள் மீண்டும் பலமடைந்துகொண்டிருந்தன. சில மாதங்களில் கால்களின் பலவீனம் முழுவதாகவே விடைபெற்றுவிடும் என்பது தெளிவாகியது. அவனை வேட்டைக்கு அழைத்துச் செல்வது பற்றிக்கூட சில மலயபுத்ரர்கள் சிந்திக்க ஆரம்பித்துவிட்டனர்.

மும்பாதேவியைப் பற்றிய பேச்செடுத்தாலே ஜடாயூ அதீத மனத்துயர் கொள்வது ஏன் என சீதா சிலமுறை அறிய முயன்றாலும், நாளடைவில் அதைக் கைவிட்டாள்.

இன்று, சற்று முன்னர், குழுவினின்று விலகி ஹனுமானை ரகசியமாயச் சந்திக்கச் சென்றாள்.

''ஏதேனும் ஓரிடத்தில் தாங்களும் இளவரசர் ராமரும் தங்கியிருந்தால் நலம், இளவரசி,'' என்றார் அவர். ''ஓயாமல் இடம் மாறிக்கொண்டேயிருப்பதால் உங்களைக் கண்காணிப்பதில் எவ்வளவு சிரமம், தெரியுமா?''

''புரியுது,'' என்றால் சீதா. ''ஆனா, பாதுகாப்பான இடம் இன்னும் அமையலையே.''

''நான் ஒரு ஸ்தலத்தை மனதில் வைத்திருக்கிறேன். தண்ணீருக்குப் பஞ்சமிருக்காது. தற்காப்பு ஏற்பாடுகள் செய்துகொள்வது சுலபம். உணவும் கஷ்டமில்லை; வேட்டைக்கான சாத்தியம் அதிகம். உங்கள் மேல் ஒரு கண் வைத்துக்கொள்வதும் எளிது.''

''எங்கே?''

''புனித கோதாவரி நதிமூலத்திற்கு அருகே.''

''சரி. விவரங்களை உங்ககிட்டேயே கேட்டுக்கறேன். அப்புறம் அவ எப்படி இருக்கான்னு -''

''ராதிகாவா?''

சீதா தலையசைத்தாள்.

''அவள்...'' ஹனுமான் முகத்தில் மன்னிப்புக் கோரும் புன்னகை. ''தன் வாழ்க்கையைப் பார்த்துக் கொண்டுவிட்டாள்.''

''அப்படீன்னா?''

''திருமணம் ஆகிவிட்டது.''

சீதா அதிர்ந்தாள். ''கல்யாணமா?''

''ஆம்.''

அவள் மூச்சை இழுத்துக் கொண்டாள். "பாவம் பரதன்..."

"அவர் இன்னமும் அவளைக் காதலிப்பதாக அறிகிறேன்."

"வாழ்நாள்ள மறப்பான்னு தோணலை."

"நான் கேள்விப்பட்ட இன்னொன்று: காதலிக்காமலேயே இருப்பதைவிட, காதலித்துத் தோற்பது மேல்."

அவள் அவரை ஏறிட்டாள். "சொல்றேனேன்னு தப்பா எடுத்துக்க மாட்டீங்களே? காதல்னா என்னன்னே தெரியாதவராலதான் இப்படி சொல்ல முடியும்."

ஹனுமான் தோள்களைக் குலுக்கிக் கொண்டார். "ஒப்புக்கொள்கிறேன். இருக்கட்டும்; இப்பொழுது பாசறைக்கான இடம்..."

அத்தியாயம் 30

இராமன், சீதா மற்றும் லக்ஷ்மணன் வனவாசம் புகுந்து வருடங்கள் ஆறு கடந்துவிட்டன.

மகத்தான கோதாவரியின் ஆதி தடத்தின் மேற்குக் கரையில் **பஞ்சவடி - ஐந்து ஆலமரங்கள் -** ஸ்தலத்தில் பத்தொன்பது அங்கத்தினர் கொண்ட அவர்களது பரிவாரம் இறுதியாக இறங்கியது. ஹனுமான் குறிப்பிட்ட இடம். இயற்கையுடன் இயைந்த சிறிய, சௌகர்யமான பாசறைக்கு நதியே தக்க பாதுகாப்பாய் அமைந்தது. மையத்திலிருந்த பிரதான மண் குடிசையில் இரு அறைகள் - ஒன்று இராமன், சீதைக்கு; இன்னொன்று லக்ஷ்மணனுக்கு - மற்றும் உடற்பயிற்சி, பொதுவில் கூடுவதற்கான திறந்தவெளி.

கிழக்கே இருந்த சில குடிசைகள் ஜடாயூ மற்றும் அவரது ஆட்களுக்கானவை.

வட்டமான இரு வேலிகளைக் கொண்டிருந்தது பாசறை எல்லை. விலங்குகள் நுழையாமல் இருக்கும் பொருட்டு வெளி வேலி விஷக்கொடி படர்ந்திருந்தது; **நாகவல்லிக்** கொடிகளாலான உள்வேலியில் கட்டப்பட்டிருந்த நீண்ட நூல், பறவைகள் நிறைந்த மிகப்பெரிய மரக்கூண்டுடன் முடிச்சிடப்பட்டு எச்சரிக்கைப் பொறியாக விளங்கியது. மாதமொருமுறை மாற்றப்பட்ட புட்கள் நன்கு பராமரிக்கப்பட்டன. வெளிவேலியைத் தாண்டி **நாகவல்லிக்** கொடிகளைப் பிரித்து நுழைய முயன்றால், பொறி கூண்டின் கூரையைத் திறக்கும். 'சடபட'வெனச் சிறகடித்து வெளியேறும் பறவைகளின் கூச்சல் பாசறையிலிருந்தோருக்குச் சில நிமிட எச்சரிக்கையாவது அளிக்கும்.

ஆறு வருடங்களில் அவர்கள் சந்தித்த இடர்கள் கணக்கிலடங்காவிட்டாலும், எவையும் மனித யத்தனத்தால் அல்ல. அவ்வப்போது அடைந்த காயங்கள் காட்டு வாழ்க்கையின் விழுப்புண்ணாகத் தங்கிவிட்டபோதும், அயோத்யாவினின்று கிளம்பிய அன்றிருந்த மனம் மற்றும் உடற்கட்டு தளராமல்,

சோமரஸம் இளமையும் சக்தியும் அளித்துப் பராமரித்து வந்தது. கடும் வெயில் சருமத்தைப் பதம் பார்த்தது. கருநிறம் இராமனுக்கு இயற்கையெனினும், வெண்சருமம் கொண்ட லக்ஷ்மணனும் சீதாவும் கூட மாநிறமடைந்திருந்தனர். தாடியும் மீசையும் வளர்ந்திருந்ததில், சகோதரர்கள் க்ஷத்ரியமுனிகளாய்த் தோற்றமளித்தனர்.

வாழ்க்கை சீரான, எதிர்பார்ப்பற்ற கதியில் இயங்கியது. இளங்காலைப் பொழுதில் குளித்து, தனியே நேரம் செலவழிக்க இராமனும் சீதாவும் கோதாவரிக்குச் செல்வது வழக்கம். அவர்களுக்கு மிகப் பிடித்தமான பொழுதும் அதுதான்.

இன்றும் அப்படியொரு தினமே. முந்தைய நாள் கூந்தலை அலசிக்கொண்டதில் இன்றும் வேண்டியதில்லை என்பதால், அள்ளி முடிந்தனர். கோதாவரியின் தெள்ளிய பிரவாகத்தில் அமிழ்ந்து களித்து, கரையேறி, புத்தம்புதிய பழவகைகளை ருசித்துப் பசியாறினர்.

மடியில் தலைவைத்து இராமன் படுத்திருக்க, அவன் கூந்தலை சீதா அளைந்துகொண்டிருந்தாள். சிடுக்கில் சிக்கிய விரலை மெல்ல விடுவித்து, முடிக்கற்றைகளை விலக்க முற்பட்டாள். இராமன் சற்றே முரண்டினாலும், அதிகமாய் இழுக்கவேண்டிய அவசியமில்லாமல் சிக்கல் எளிதாகவே பிரிந்தது.

"பார்த்தீங்களா?" அவள் புன்னகைத்தாள். "எனக்கு நாசூக்கு வேலையும் வரும்."

இராமன் சிரித்துவிட்டான். "சில சமயம்..."

படுத்திருந்த மடிவரை இறங்கிப் புரண்ட அவளது கூந்தலைத் தோள்வழியே விரல்களால் அளைவது அவன் முறையாயிற்று. "உன் குதிரைவாலைப் பார்க்கவே அலுப்பாயிருக்கு."

"வேற மாதிரி முடிச்சிடறது உங்க கைலே இருக்கு," சீதா தோள்களைக் குலுக்கிக்கொண்டாள். "பிரிச்சுத்தானே விட்டிருக்கேன்?"

"செஞ்சிருவோம்," என்றவன், அவள் கைகளைப் பற்றியவாறு நதியைச் சோம்பலுடன் நோக்கினான். "அப்புறம். எழுந்த பிறகு."

மலர்ந்த முகத்துடன் சீதா அவன் கூந்தலைக் கோதுவதைத் தொடர்ந்தாள். "ராமா..."

"ஹம்ம்?"

"உங்ககிட்டே ஒண்ணு சொல்லணும்."

"என்னது?"

"நேத்து நாம பேசினோமே? அது பத்தி."

அவன் அவளை நோக்கித் திரும்பினான். "எப்ப ஆரம்பிக்கப்போறேன்னு காத்துக்கிட்டிருந்தேன்."

முந்தைய நாள் அவர்கள் எத்தனையோ விஷயங்கள் குறித்து அளவளாவியிருந்தனர் - முக்கியமாய், இராமனே அடுத்த விஷ்ணுவென்னும் வஸிஷ்டரின் நம்பிக்கை. சீதாவின் குரு யார் என அப்போது இராமன் வினவ, அவள் பதில் சொல்லாமல் தவிர்த்துவிட்டாள்.

"தம்பதியருக்குள்ளே ரகசியங்கள் கூடாது. என் குரு - அதாவது, குருவா இருந்தவர் - யார்னு நான் வெளியிட்டுத்தான் ஆகணும்."

இராமன் அவள் கண்களை நேரே சந்தித்தான். "குரு விஸ்வாமித்ரர்."

சீதாவின் அதிர்ச்சி அவள் விழிகளில் பளிச்செனத் தெரிந்தது. அவனது ஊகம் சரியே.

"எனக்கும் கண்ணிருக்கே," இராமன் முறுவலித்தான். "அன்னிக்கு மிதிலாவுல என் எதிரே நீ அவர்கிட்டே பேசின விதமும், சொன்ன வார்த்தைகளும் - உரிமையுள்ள சிஷ்யைக்கு மட்டுமே சாத்தியம்."

"அப்ப ஏன் ஒண்ணுமே சொல்லலை?"

"என் மேல உனக்கு நம்பிக்கை வர்ற வரைக்கும் காத்திருந்தேன்."

"அது எப்பவுமே இருந்திருக்கு."

"ஆமா - மனைவியா. ஆனா, சில ரகசியங்கள் திருமண பந்தத்திற்கு அப்பாற்பட்டவை, இல்லையா? மலயபுத்ரர்கள் யாருன்னு எனக்குத் தெரியும். குரு விஸ்வாமித்ரரின் அத்யந்த சிஷ்யையா நீ இருந்ததோட தாத்பர்யமும் புரியும்."

"இவ்ளோ காலம் நான் காத்திருந்திருக்க வேண்டியதே இல்லை," சீதா பெருமூச்செறிந்தாள். "ரொம்ப நாள் கடந்தா, எளிமையான விஷயம் கூட அளவு கடந்த சிக்கலாயிடுது. அவங்க பேச்சைக் கேட்டிருக்கக்கூடாது -"

"அணை கடந்த வெள்ளம்," இராமன் நெருங்கியமர்ந்து, அவள் கைகளைப் பிடித்துக்கொண்டான். "இப்ப சொல்லு."

சீதா மூச்சை ஆழ இழுத்துவிட்டாள். எதனாலோ, பதற்றத்துடன். "நான்தான் அவங்களுடைய விஷ்ணுன்னு மலயபுத்ரர்கள் நம்பறாங்க."

இராமன் முகமலர்ந்தான். அவள் கண்களை ஊடுருவிப் பார்த்தவனின் விழிகளில் மரியாதை ஒளிர்ந்தது. "உன்னை எனக்குப் பல வருஷமாத் தெரியும். உன் எண்ணங்கள், யோசனைகள் பலதைக் கேட்டிருக்கேன். மகத்தான விஷ்ணுவா பரிமளிக்கப்போற. உன்னை தொடர்றது நான் செஞ்ச பாக்கியம்."

''தொடர்ந்து இல்லை. இணையாய். சரிசமமாய்.''

இராமனின் புருவங்கள் முடிச்சிட்டன.

''ஏன் ரெண்டு விஷ்ணுக்கள் இருக்கக்கூடாது? நாம் இணைஞ்சா மலயபுத்ரர்களுக்கும், வாயுபுத்ரர்களுக்கும் இடையே நிலவும் பைத்தியக்காரச் சண்டைக்கு முற்றுப்புள்ளி வைக்கலாம். எல்லோரும் ஒத்துமையா பாடுபட்டு, இந்தியாவைப் புத்தம்புதிய பாதையிலே வழிநடத்தலாம்.''

''இது செல்லுமான்னு தெரியலை, சீதா. சட்டத்தை மீர்றதையே முதல் படியாக்கி ஒரு விஷ்ணு தன் பணியை ஆரம்பிக்க முடியாது; கூடாது. நானே உன்னைப் பின்பற்றறேன்.''

''ஒரு விஷ்ணுதான் இருக்கமுடியும்னு எந்தச் சட்டமும் இல்லை.''

''ம்ம்...''

''எனக்கு நல்லாத் தெரியும், ராமா. அப்படி எந்த விதியும் இல்லை. நம்புங்க.''

''சரி. அப்படியொரு கட்டுப்பாடு இல்லைன்னு வெச்சுக்கிட்டா, நீயும் நானும் நிச்சயம் இணைஞ்சு பணியாற்ற முடியும். ஏன், மலயபுத்ரர்களும் வாயுபுத்ரர்களும் கூட ஒத்துமையா வேலையில இறங்க கத்துக்கமுடியும். ஆனா, குரு விஸ்வாமித்ரரும் வஸிஷ்டரும்? அவங்களுக்கிடையேயுள்ள பகை ரொம்ப ஆழமானது. மலயபுத்ரர்களும் என்னை ஏத்துக்கிட்டாகணுமே? நம்ம குருக்களுக்கு நடுவுலே இத்தனை முரண்பாடுகள் இருக்கறப்ப -''

''சமாளிச்சிக்கலாம்,'' நெருங்கி அமர்ந்த சீதா, அவனை அணைத்துக்கொண்டாள். ''இவ்வளவு நாளா சொல்லாததுக்கு மன்னிச்சிடுங்க.''

''நேத்திக்கு என் தலையை முடியறப்பவே சொல்லுவேன்னு எதிர்பார்த்தேன். அதனாலதான் உன் கன்னத்தைத் தொட்டுட்டுக் காத்திருந்தேன். நீ தயாராகலை போல...''

''குரு வஸிஷ்டர் என்ன நம்பறார்னா -''

''சீதா, அவரும் விஸ்வாமித்ரர் மாதிரிதான். மகத்தான மனிதர். அபூர்வ அறிவாளி. ஆனா, அடிப்படையில மனுஷர். சில சமயம், சந்தர்ப்ப சூழ்நிலைகளைப் படிக்கறதுல அவரும் தவறு செய்யறதுண்டு. நான் சட்டத்தின் பக்தனாயிருக்கலாம் - ஆனா, வடிகட்டின முட்டாளில்ல.''

சீதா முறுவலித்தாள். ''உங்க மேல இன்னும் முன்னாலேயே நம்பிக்கை வைக்கலையேன்னு வருத்தப்படறேன்.''

''வருத்தப்படணும்தான்,'' இராமன் மெலிதாய்ப் புன்னகைத்தான். ''நமக்குக் கல்யாணம் வேற ஆகிடுச்சுன்னு மறந்துடாதே. எப்ப வேணா இதை உனக்கெதிராப் பயன்படுத்துவேன்.''

கலகலவெனச் சிரித்தபடி சீதா கணவனை விளையாட்டாய்த் தோளில் குத்த, அவன் அவள் கைகளைப் பற்றி இழுத்து முத்தமிட்டான். சற்று நேரம் மிகுந்த தோழமையுடன் ஒருவரையொருவர் அணைத்து நின்றனர். கோதாவரியைப் பார்த்தபடி.

''இப்ப என்ன செய்யலாம்?'' சீதா கேட்டாள்.

''ஒண்ணுமில்லை - வனவாசம் முடியறவரை. அதுவரைக்கும் ஆயத்தமாய் -''

''குரு வஸிஷ்டர் என்னை ஏத்துக்கிட்டார். நம்ம கூட்டணியில அவருக்கு ஆட்சேபம் இருக்காதுன்னுதான் தோணுது.''

''குரு விஸ்வாமித்ரர்? அவர் என்னை ஏத்துக்கப் போறதில்லை.''

''உங்களுக்கு அவர்கிட்டே மனஸ்தாபமில்லையே? மிதிலாவுல அவர் செஞ்சதுக்காக?''

''தன் விஷ்ணுவைக் காப்பாத்தப் போராடிக்கிட்டிருந்தார். அவர் வாழ்நாளின் மகத்தான பணியில்லையா? நம் தாய்நாட்டின் நன்மைக்காகத்தானே இத்தனையும் செஞ்சார்? தைவி அஸ்த்ர விஷயத்துல அவருடைய அசட்டையான நடத்தையை என்னால ஏற்கமுடியாது. ஆனா, அதற்கான காரணகாரியம் இப்ப விளங்குது.''

''ஆக, நாம எடுத்திருக்கற முடிவைப் பத்தி மலயபுத்ரர்கள் கிட்டே இப்போதைக்கு மூச்சுவிடப் போறதில்லை?''

''வாயுபுத்ரர்கள்கிட்டேயே தெரிவிக்கணுமான்னு யோசிக்கறேன். கொஞ்சம் ஆறப் போடுவோம்.''

''தெரிவிக்கக்கூடிய வாயுபுத்ரர் ஒருத்தர் இருக்கார்.''

''உனக்கு எப்படி வாயுபுத்ரர்கள் பழக்கம்? அவங்க என்னை விஷ்ணுவா ஏத்துக்கறவரைக்கும் குரு வஸிஷ்டரே என்னைப் பிடிவாதமா அறிமுகப்படுத்தாம இருந்தார். அதனால எத்தனையோ பிரச்சனைகள் வந்திருக்கும்.''

''எனக்கு அறிமுகம் செஞ்சு வெச்சதும் அவரில்லை. நான் அவரை அறிய நேர்ந்தது குருட்டு அதிர்ஷ்டம். குருகுலத்துல ஒரு தோழி மூலமா சந்திச்சேன். நமக்குத் தகுந்த அறிவுரை சொல்லுவார். உதவவும் செய்வார்.''

''யார் அவர்?''

''ராதிகாவுக்கு ஒண்ணு விட்ட சகோதரர்.''

''ராதிகாவா? பரதனுடைய ராதிகா?''

சீதாவின் முகத்தில் துயரம் தோய்ந்த புன்னகை. ''ஆமா...''

''பரதன் இன்னமும் அவளை விரும்பறான்னு உனக்குத் தெரியும்தானே?''

''கேள்விப்பட்டேன்... ஆனா...''

''அவ குல வழக்கம்... அவளைத் தொடர்ந்து போகவேண்டாம்னு நானும் படிச்சுப் படிச்சு சொல்லியிருந்தேன் -''

ராதிகாவின் காரணங்கள் வேறு என்பதை சீதா அறிவாள். என்றாலும், அதை இராமனிடம் வெளியிடுவதில் அர்த்தமில்லை. அணை கடந்த வெள்ளம்.

''அவள் சகோதரன் பெயர் என்ன? அந்த வாயுபுத்ரர்?''

''ஹனு**ண்ணா.**''

''ஹனு**ண்ணா**வா?''

''அதுதான் நான் கூப்பிடற பெயர். உலகத்துக்கு அவர் பிரபு ஹனுமான்.''

—ॐ—

மலர்ந்த முகத்துடன் கரம் குவித்து சிரம் தாழ்ந்தார் ஹனுமான். ''மஹாவிஷ்ணு சீதா தேவிக்கு வணக்கம். மஹாவிஷ்ணு ராமருக்கு வணக்கம்.''

இராமனும் சீதாவும் ஒருவரையொருவர் தர்மசங்கடத்துடன் ஏறிட்டனர்.

லக்ஷ்மணன் மற்றும் மலயபுத்ரர்களிடம் வேட்டைக்குச் செல்வதாகப் போக்குக் காட்டிவிட்டு, அரைநாள் தொலைவிலிருந்த திறந்தவெளிக்கு ரகசியமாய் வந்திருந்தனர். அங்கிருந்து படகேறி, கோதாவரியில் இறங்குமுகமாய் மேற்கொண்ட பிரயாணத்தின் முடிவில் ஹனுமான் காத்திருந்தார். இராமனை அறிமுகம் செய்து வைத்தாள் சீதா. உடன், அவர்கள் எடுத்திருந்த முடிவையும் சொன்னாள். ஹனுமான் அதை வரவேற்றதாகத் தோன்றியது. எளிதாக. வெகுவாகவே.

''குரு விஸ்வாமித்ரரும் வஸிஷ்டரும் சம்மதிப்பாங்கன்னு நினைக்கறீங்களா?'' சீதா வினவினாள்.

''தெரியவில்லை,'' என்ற ஹனுமான், இராமனைப் பார்த்துவிட்டு, தொடர்ந்தார். ''தாங்கள் விஷ்ணுவாகக்கூடுமென்ற

எதிர்பார்ப்பை குரு வஸிஷ்டர் தங்களிடம் வெளியிட்டுவிட்டது குறித்து குரு விஸ்வாமித்ரர் மிக்க ஆத்திரம் கொண்டிருக்கிறார்.''

இராமன் மௌனம் சாதித்தான்.

''தங்கள் சகோதரர் லக்ஷ்மணன் வீரமும் விசுவாசமுமுள்ளவர்,'' ஹனுமான் மேலும் சொன்னார். ''தங்களுக்காக உயிரையும் கொடுக்கக் கூடியவர். அதே சமயம்,வெளியிடக்கூடாத ரகசியங்களைச் சில சமயம் உளறிவிடுகிறார்.''

''ஆமா,'' இராமன் மன்னிப்புக் கோரும் விதமாய்ப் புன்னகைத்தான். ''அரிஷ்டநேமி முன்னிலையில் சொல்லிட்டான். வேணும்னு செய்யலை. அவனுக்கு -''

''தங்களைக் குறித்து மிகுந்த பெருமை; உண்மை,'' ஹனுமான் அங்கீகரித்தார். ''உங்கள் மேல் அபரிமிதமான அன்பு. ஆனால், அதே அன்பின் காரணமாய் சிற்சில தவறுகளைச் செய்துவிடுகிறார். தயவு செய்து விபரீதமாய்ப் புரிந்துகொள்ளவேண்டாம் - ஆனால், நீங்கள் செய்துகொண்டிருக்கும் சிறிய உடன்படிக்கையை அவருடன் பகிர்ந்துகொள்ளவேண்டாம் என்பது என் அபிப்ராயம். என்னைப் பற்றியும்தான். இப்பொழுதைக்காவது.''

இராமன் தலையசைத்தான். ஒப்புதலாய்.

''குருக்களுக்குள்ளே இவ்வளவு பகை முற்ற என்ன காரணம்?'' சீதா கேட்டாள். ''என்னால கண்டுபிடிக்க முடிஞ்சதே இல்லை.''

''ஆமா,'' இராமன் ஒப்புக்கொண்டான். ''குரு வஸிஷ்டர் கூட அது பத்தி பேச மறுக்கறார்.''

''எனக்கும் சரியாக விளங்கவில்லைதான்,'' என்றார் ஹனுமான். ''ஆனால், அவர்களுக்கிடையே உள்ள மனஸ்தாபத்தில் நந்தினி என்றொரு பெண்ணிற்குப் பங்கிருந்திருக்கலாம்.''

''நிஜமாவா?'' சீதா அதிசயித்தாள். ''ஒரு பெண்ணா அவங்களுக்குள்ளே இடைவெளி ஏற்படுத்தினது? ப்ச். பழங்கதைதான்.''

''வேறு சில பிரச்சனைகளும் இருந்ததாகக் கேள்வி,'' ஹனுமான் மெலிதாய்ப் புன்னகைத்தார். ''ஆனால், யாருக்கும் எதுவும் சரியாகத் தெரியவில்லை. இவையெல்லாமே ஊகங்கள்.''

''அதெல்லாம் இருக்கட்டும். முக்கியமா, மலயபுத்ரர்களும் வாயுபுத்ரர்களும் இந்த விஷயத்துல இணைய வாய்ப்பிருக்குன்னு நினைக்கறீங்களா?'' என்றான் இராமன். ''நாங்க ரெண்டுபேருமே விஷ்ணுவா இயங்க ஒத்துக்குவாங்களா? அதுக்கு மறுப்பா எந்தச் சட்டமும் இல்லைன்னு சீதா சொல்றா. ஆனா இது விஷ்ணுக்கள், மஹாதேவர்கள் சம்பிரதாயங்களுக்கு நிச்சயம் எதிரானதுதானே?''

"இளவரசே," ஹனுமான் மெல்லச் சிரித்தார். "விஷ்ணு மற்றும் மஹாதேவர்கள் கட்டமைப்புகள் எத்தனை நீண்ட நெடுங்காலமாய் இயங்கிக்கொண்டிருக்கின்றன என்று அறிவீர்களா?"

இராமன் தோள்களைக் குலுக்கிக்கொண்டான். "தெரியாது. ஆயிரக்கணக்கான வருஷங்கள்? பிரபு மனுவின் காலத்துலேர்ந்தாவது. இன்னும் முன்னாடியும் இருக்கலாம்."

"மிகச் சரி. இத்தனை ஆயிரக்கணக்கான வருடங்களில், முந்தைய விஷ்ணு மற்றும் மஹாதேவர் விட்டுச் சென்ற குலங்கள் விதித்த சம்பிரதாயங்கள் மற்றும் கோட்பாடுகளைப் பின்பற்றி எத்தனை விஷ்ணுக்களும் மஹாதேவர்களும் அவதரித்திருப்பார்கள் என நினைக்கிறீர்கள்?"

இராமன் சீதாவைப் பார்த்தான். பிறகு, ஹனுமானை ஏறிட்டான். "தெரியலை."

ஹனுமானின் கண்களில் குறும்பு கொப்பளித்தது. "துல்லியமாய்ச் சொன்னால்... பூஜ்யம்."

"நிஜமாவா?"

"ஒரு முறை - ஒரு முறை கூட எவரும் கணித்தபடி உதித்ததில்லை. மிகக் கச்சிதமாய் இடப்பட்ட எந்தத் திட்டமும் தவறுவதற்கு வாய்ப்புண்டு. எப்பொழுதும், எந்த சந்தர்ப்பத்திலும் ஆச்சர்யங்கள் நிகழ்வதுண்டு."

இராமனும் மெல்லச் சிரித்தான். "சீரமைப்பும், சட்டதிட்டமும் சுத்தமாப் பிடிக்காத நாடு நம்பளுது."

"உண்மை!" என்றார் ஹனுமான். "மஹாதேவர்களோ, விஷ்ணுக்களோ, தத்தமது இலக்குகளை எட்டியது சட்டதிட்டங்களை மிகத் துல்லியமாய்க் காத்ததால் அல்ல. நாட்டிற்காக அத்தனையையும் தத்தம் செய்யத் தயாராய் இருந்ததாலேயே எடுத்த காரியத்தில் வெற்றியடைந்தனர். அவர்கள் வழிவந்தவர்களும் அக்கருத்தையொத்தவர்களாக அமைந்தனர். உத்வேகம்தான் ரகசியம்; திட்டங்களல்ல."

"ஆக, மலயபுத்ரர்களையும் வாயுபுத்ரர்களையும் இணைக்கறதுல வெற்றி கிடைக்கும்னு நம்பறீங்க," என்றாள் சீதா.

"நிச்சயம்," என்றார் ஹனுமான். "இந்தியாவின் மீது அவர்களுக்கு மட்டும் பற்றில்லையா என்ன? அதே சமயம், இதை எப்படிக் கச்சிதமாய் சாதிப்பதென்று கேட்டால்... தெரியாது. இது வரையில் எந்தத் திட்டமும் இல்லை. ஆனால், நேரம் நம் கையில். நீங்கள் இருவரும் சப்தசிந்து மீளும் வரைக் காத்திருக்க வேண்டுமே?"

வனவாச வருடங்களில் பதின்மூன்றுக்கு மேல் கடந்திருந்தன. இன்னும் ஒரு வருடத்திற்குள் பிறவியின் மிகப்பெரும் பயனை, தங்களது கர்மாவை நிறைவேற்ற இராமன் சீதா மற்றும் லக்ஷ்மணன் சப்தசிந்து மீள்வர். காலப்போக்கில், வாயுபுத்ரர்கள் சீதாவை ஏற்க வழி செய்தார் ஹனுமான். அவ்வண்ணமே சில மலயபுத்ரர்களுடன் அரிஷ்டநேமியும் இராமனை வழிமொழியத் துவங்கியிருந்தார். வஸிஷ்டருக்கு இராமனும் சீதையும் இணைந்து விஷ்ணுக்களாகப் பணியாற்றுவதில் எந்தத் தடையும் இருக்கவில்லை. ஆனால், விஸ்வாமித்ரரின் நிலை வேறு. அவரது பிடிவாதம் மட்டுப்படவில்லையென்றால், மலயபுத்ரர்களின் முழுமுதல் ஆதரவு கிட்டுமா என்பது சந்தேகமே. என்ன இருந்தாலும், மிக்க சுயகட்டுப்பாட்டுடன் தலைவரை எவ்வழியிலும் பின்பற்றுவதற்குப் பெயர் போன அமைப்பல்லவா?

ஆனால், இச்சமயத்தில் இராமனோ சீதாவோ இக்கவலைகளால் பீடிக்கப்பட்டிருக்கவில்லை என்றுதான் சொல்லவேண்டும். பாசறையில் அவர்களுக்கான பகுதியில் ஓய்வெடுத்தபடி, அந்திமாலைச் சூரியன் மறையும் பொழுது வானில் தீட்டிய வண்ண ஓவியத்தை ரசிப்பதில் ஆழ்ந்திருந்தனர். எதிர்பாராவிதமாக பறவை எச்சரிக்கை ஒலித்தது; மரக்கூண்டில் புட்கள் 'சடபட'வென சிறகடித்துச் சப்தமிட்டதுதான் காரணம். யாரோ பாசறையின் எல்லைக்குள் நுழைந்திருக்க வேண்டும்.

''என்னதது?'' என்றான் லக்ஷ்மணன்.

ஊடுருவியது விலங்கல்ல என இராமனின் உள்ளுணர்வு உறுத்தியது.

''ஆயுதம்,'' என்றான் நிதானமாக.

தத்தம் வாள் உறைகளை இடுப்பைச் சுற்றி சீதாவும் லக்ஷ்மணனும் கட்டிக்கொள்ள, இராமனிடம் வில்லை அளித்த லக்ஷ்மணன், தன்னுடையதையும் எடுத்துக்கொண்டான். 'சட்'டென நாணேற்றிய சகோதரர்கள் சரம் நிறைந்த அம்புறாத்தூணியை முதுகில் கட்டிக்கொள்ளவும், ஆயுதபாணிகளாய், யுத்தசன்னத்தமாய் ஜடாயூவும் அவரது ஆட்களும் 'தடதட'வென வந்து சேரவும் சரியாக இருந்தது. வாள் கொண்ட உறையை இடையில் இராமன் கட்டிக்கொள்ள, நீண்ட வேலைக் கையிலெடுத்துக்கொண்டாள் சீதா. ஏற்கனவே அடிமுதுகில் நீளவாக்காய் உறையிட்டிருந்தது சிறிய கத்தி; இதை அவர்கள் எப்போதும் அணிந்திருப்பது வழக்கம்.

''யாராக இருக்கும்?'' ஜடாயூ கேட்டார்.

''தெரியலை,'' என்றான் இராமன்.

''லக்ஷ்மணன் மதில்?'' சீதா கேட்டாள்.

இது, பிரதான குடிசைக்குக் கிழக்கே அவனால் வடிவமைக்கப்பட்ட சாதுர்யமான தற்காப்பு. ஐந்தடி உயரமிருந்த சிறிய சதுரத்தின் மூன்று புறங்கள் முழுதும் மூடப்பட்டு நான்காவதாய், குடிசையைப் பார்த்த திசையில் மட்டும் சிறிய அறை போல் பாதி திறந்திருந்தது. மூடிய சமையலறை போன்ற தோற்றம். உண்மையில், வெறுமையான இச்சதுரம் பாசறை வீரர்கள் பதுங்கி, எதிரிகளைக் கவனிக்க இடம் கொடுக்கும் - வேலிக்கு மறுபுறமிருப்போர் பார்வையில் படாத வண்ணம். என்ன, உள்ளே மண்டியிட வேண்டியிருக்கும். தெற்குச் சுவரினின்று நீண்டது *தந்தூர்* என்னும் சிறிய *மேடையடுப்பு.* பகைவர் அம்புமழையிலிருந்து காக்க சதுரத்தில் பாதிவரை கூரை வேயப்பட்டு சமையலறை என்ற மாயத் தோற்றத்தை ருசுப்படுத்தியது.

தெற்கு, கிழக்கு மற்றும் வட திசைச் சுவர்களில், உட்புறம் குறுகலாகவும், வெளியில் அகன்றும் ஓட்டைகள் பதிந்திருந்தன. சமையலுக்குக் காற்றோட்டம் அளிப்பது போல். உண்மையில், எதிர்வரும் பகைவர் அறியாமல் ஒற்றறியவே இத்துளைகள். சரமும் விடுக்கலாம். மண்ணால் ஆன இம்மதிலால் பெரும்படையின் தொடர் தாக்குதலைச் சமாளிக்க முடியாது. ஆயினும், வெட்டிச் சாய்க்கும் எண்ணத்துடன் வரும் சிறிய கூலிப்படைகளிடமிருந்து காத்துக்கொள்ள உதவும். லக்ஷ்மணன் எதிர்பார்த்தது போல்.

பாசறையிலுள்ள அனைவருக்குமே கட்டுமானத்தில் பங்கிருந்தாலும், வடிவமைத்தவன் பொருட்டு 'லக்ஷ்மணன் மதில்' என மகரந்தன் பெயரிட்டிருந்தான்.

''ஆமா,'' என்றான் இராமன்.

தென்சுவரில் இருந்த ஓட்டை வழியே கண்ணைக் கொட்டிக் கொண்டு வெறித்த லக்ஷ்மணனின் பார்வைக்கு, பத்து பேர் கொண்ட பரிவாரமும், அதை நடத்தி வந்த ஆணும், பெண்ணும் தெரிந்தனர்.

முன்னணியில் இருந்தவன் மத்திம உயரமும் அசாதாரண வெண்சருமமும் கொண்டிருந்தான். போர்வீரனல்ல; ஓட்டத்திற்கே ஏற்பட்டவனென்பதை வெடவெடத்த ஒல்லியான உடற்கட்டு சுட்டிக்காட்டியது. மெல்லிய தோளும், குச்சி குச்சியாய்க் கைகள் பெற்றிருப்பினும், கக்கத்தில் கட்டி வெடித்தது போல் கரங்களை அகட்டியே நடந்தான். மல்யுத்த வீரனின் கட்டுமஸ்தான கைகளைக் கொண்டவனென எண்ணம் போலும். அநேக இந்தியர்களைப் போல் நீண்ட, கரிய முடியைத் தலையின் பின்புறம் கொண்டையாக முடிந்திருந்தான். நன்கு பராமரிக்கப்பட்ட அடர்ந்த தாடி, ஆழ்ந்த கபில நிறத்திலிருந்தது. சம்பிரதாயமான கபில வண்ண தோத்தியும், அதனின்று சற்றே வெளிறிய நிறத்தில் *அங்கவஸ்திரமும்*

தரித்திருந்தான். ஆபரணங்கள் உயர்ரகமென்றாலும், நாசூக்கானவையே: முத்துக் காதணிகள்; மெல்லிய தாமிரக் கங்கணம். பல நாள் மாற்றுடையின்றிப் பயணம் செய்தவன் போல் கலைந்து காணப்பட்டான்.

அருகே இருந்த பெண்ணிடம் அவன் ஜாடை தென்பட்டது; சகோதரியாக இருக்கலாம். மயக்கும் அழகு. ஊர்மிளை போல், உயரம் குறைவு. வெண்பனியை ஒத்த நிறம். நியாயமாய் சோகை பிடித்த தோற்றத்தை அளித்திருக்கவேண்டும்; இவளோ, கவனம் சிதறடிக்கும் பேரழகுடன் விளங்கினாள். கூர்த்த, சற்றே எடுப்பான நாசி. உயர்ந்த கன்னக்கதுப்புகள். பரிஹா தேசத்தவளோ என்று சந்தேகிக்கத் தோன்றியது. அவர்களைப் போலன்றி தங்க நிறத்தில் அபூர்வமாய் ஒளிர்ந்த கூந்தலின் ஒரு முடியும் கலையாமல், சிரத்தில் படிந்திருந்தது. கண்களின் கவர்ச்சியை வர்ணிக்க வார்த்தைகளில்லை; காந்தம் போல் சுண்டியிழுத்தன. ஹிரண்யலோம ம்லேச்சர் வகுப்போ? வடமேற்கே, சிவந்த நிறமும் வெளிறிய கண்களுமாய், ஏறக்குறைய உலகின் பாதி தூரம் கடந்து வாழ்ந்தவர்களின் வன்முறையும், புரியாத மொழியும் இந்தியாவில் அவர்களுக்குக் காட்டுமிராண்டிப் பட்டத்தை வழங்கியிருந்தன. ஆனால், இவள் நிச்சயம் நாகரீகமறியாதவளல்ல. மெல்லிடையாளாய், நாசூக்கும் நேர்த்தியும் கொண்ட சிறிய உடற்கட்டுடன் காட்டுமிராண்டித்தனத்திற்கு நேர்மாறாய் ஜொலித்தாள். மார்பகங்கள் மட்டும் உடலுக்குச் சற்றும் பொருந்தாமல் பருத்து மதமதர்த்திருந்தன. ஸரயூ நதிப் பிரவாகத்தை வெல்லும் ஜாஜ்வல்யத்துடன் கண்ணைப் பறித்த ஊதா நிற *தோத்தி* இடையிலிருந்து அருவி போல் சரிந்தது. மிகப்பெரும் செல்வந்தர்கள் மட்டுமே தருவிக்கக்கூடிய கீழ்த்தேசத் துணி வகையோ? இதன் வர்த்தகத்தை முழுவதுமாய்க் கைப்பற்றியதோடல்லாமல், விலையையும் இராவணன் சகட்டுமேனிக்கு ஏற்றியிருந்தான். ஆலிலைபோல் படிந்த வயிறும், கொடியிடையின் கவர்ச்சியான வளைவும் நன்கு வெளியாகும்படி தோத்தியைத் தழைத்து நவநாகரீகமாய்க் கட்டியிருந்தாள். *அங்கவஸ்த்ரம்* மார்பின் குறுக்கே மூடாமல், வேண்டுமென்றே ஒரு தோளினின்று தொங்கியது. படாடோபம் பொங்கி வழிந்த தோற்றத்தை, ஏராள நகைகள் அதிகரித்தன. பொருந்தாத ஒன்றே ஒன்று, இடையில் கட்டியிருந்த கத்தியுறைதான். மொத்தத்தில், தேவதையாய் ஜொலித்தாள்.

சீதாவின் மீது 'சட்'டென ஒரு பார்வை வீசினான் இராமன்.

''யாரிவங்க?''

அவள் தோள்களைக் குலுக்கினாள்.

வந்தவர்கள் இராவணனின் மாற்றாந்தாய் மக்களான விபீஷணன் மற்றும் சூர்ப்பநகா என மலயபுத்ரர்கள் விரைவில் விளக்கினர்.

விபீஷணனுக்கு அருகே நின்ற வீரன், சமாதானத்திற்குரிய வெள்ளைக்கொடியை உயரப் பிடித்திருந்தான். பேச்சு வார்த்தைக்குத்தான் வந்திருக்கிறார்கள். எதன் பொருட்டு என்பதுதான் மர்மம்.

அதோடு, இதில் என்ன சூதிருந்ததோ?

மீண்டும் துளைவழியே பார்த்த இராமன், திரும்பி தன் மக்களை ஆராய்ந்தான். ''எல்லோருமே போவோம். அவங்க எசகுபிசகா ஏதாவது செய்யாமத் தடுக்கலாம்.''

''உத்தமமான வார்த்தை,'' என்றார் ஜடாயூ.

''வாங்க,'' தன்னால் ஆபத்தில்லை என்று உணர்த்தும் வகையில் வலக்கையை உயர்த்தியவாறு மதிலின் பின்னிருந்து இராமன் வெளிப்பட்டான். மற்றவர்களும் அவனை அடியொற்றி, இராவணனின் மாற்றாந்தாய் மக்களைச் சந்திக்க ஆயத்தமாயினர்.

இராமன், சீதா, லக்ஷ்மணன் மற்றும் வீரர்களைக் கண்ட மாத்திரத்தில் பதற்றத்துடன் நின்றுவிட்ட விபீஷணன், அடுத்து செய்யவேண்டியதை எண்ணிக் குழம்புவது போல் சகோதரியின் பக்கம் ஓரப்பார்வை வீசினான். சூர்ப்பநகாவிற்கோ, இராமனைத் தவிர எவர் மீதும் கவனமில்லை; சற்றும் கூச்சமின்றி அவனையே வெறித்தாள்.

ஜடாயூவைப் பார்த்த விபீஷணனின் முகத்தில் 'சட்'டென பரிச்சயம் மின்னி மறைந்தது.

மலயபுத்ரர் வீரர்கள் சகிதம் பின்தொடர, இராமன், லக்ஷ்மணன் மற்றும் சீதா முன்னேறினர். காட்டுவாசிகள் இலங்கையரை நெருங்கியவுடன், நெஞ்சை நிமிர்த்தி, முதுகை விறைப்பாக்கி, தன் முக்கியத்துவத்தை ஏராளமாய் உணர்ந்தவனாய் விபீஷணன் பேச்சைத் துவக்கினான். ''அமைதி நோக்கிலேயே வருகை புரிந்தோம், அயோத்ய மன்னா.''

''அமைதி எங்களுக்கும் முக்கியம்தான்,'' இராமன் வலக்கையைத் தாழ்த்த, மற்றவர்களும் அவ்விதமே செய்தனர். 'அயோத்ய மன்னா' என்னும் பட்டத்தை அவன் சட்டை செய்ததாகத் தெரியவில்லை. ''எதன் காரணமா இந்த விஜயம், இலங்கை இளவரசே?''

அடையாளம் கண்டுகொள்ளப்பட்டது குறித்து விபீஷணனால் சற்றே அலட்டாமல் இருக்கமுடியவில்லை. ''எங்களில் பலர் நம்புவது போல் சப்தசிந்துக்கள் அப்படியொன்றும் உலகையறியாதவர்களில்லை போலும்.''

மரியாதை நிமித்தம் இராமன் புன்னகைக்க, சூர்ப்பநகாவோ, சிறிய ஊதா நிறக் கைக்குட்டையை எடுத்து மூக்கை நாசூக்காக மூடிக்கொண்டாள். நவநாகரீகமாய் வெட்டி மெருகேற்றப்பட்ட அவளது நகங்களைக் கவனித்தான் லக்ஷ்மணன். ஒவ்வொன்றும் புடைக்கும் முறம் போல் வடிவமைக்கப்பட்டிருந்தது. இதுதான் அவள் பெயருக்கான காரணமோ? 'சூர்ப்பா' என்றால் பழம் ஸம்ஸ்கிருதத்தில் முறம் என்றுதான் அர்த்தம். 'நகா' என்றால் நகம்.

''அவ்வளவு ஏன், சப்தசிந்து நாகரீகத்தையும், வாழ்க்கை முறையையும் நானே புரிந்துகொண்டு மதிக்கிறேனே,'' என்றான் விபீஷணன்.

கணவனைச் சூர்ப்பநகா வெட்கமின்றி வெறிப்பதை கழுகு போல் கவனித்தாள் சீதா. இவ்வளவு கிட்டத்தில், அவள் கண்களின் காந்தக் கவர்ச்சிக்கான காரணம் புரிந்தது: மின்னும் பளீர் நீல நிறம்! ஹிரண்யலோமன் ம்லேச்ச இரத்தம் நிச்சயம் உடம்பில் ஓடத்தான் வேண்டும். எகிப்திற்குக் கிழக்கே நீலக் கண்கள் எங்குமில்லை. அவள் அணிந்திருந்த வாசனைத் திரவியம் பஞ்ச வடியைச் சூழ்ந்த மண் மற்றும் விலங்கு வாசத்தை மீறிக்கொண்டு அருகேயிருந்தோரைத் தாக்கிய போதும், அதன் வீர்யம் அவளுக்கு மட்டும் பலிக்கவில்லை போலும்; நாற்றம் சகிக்காமல், இன்னமும் கைக்குட்டையை மூக்கருகே பிடித்திருந்தாள்.

''எங்களுடைய எளிய இல்லத்துக்குள்ளே வரலாமே?'' குடிசையைக் காட்டினான் இராமன்.

''பரவாயில்லை, அரசே,'' என்றான் விபீஷணன். ''இங்கேயே சௌகர்யமாய்த்தான் இருக்கிறது.''

ஜடாயூவின் இருப்பு அவனை அசைத்துவிட்ட நிலையில், இருண்ட குடிசைக்குள் மேலும் இருக்கக்கூடிய ஆச்சர்யங்களைப் பேச்சுவார்த்தை முடியாமல் எதிர்கொள்ள அவன் தயாராக இல்லை. என்ன இருந்தாலும், சப்தசிந்துவின் எதிரியின் சகோதரனல்லவா? திறந்தவெளியில் இருப்பதுதான் இப்போதைக்குப் பாதுகாப்பு.

''உங்க இஷ்டம்,'' என்றான் இராமன். ''ஸ்வர்ணபூமி இலங்கையின் இளவரசர் இங்கே வருகை புரியும் பாக்கியத்தை எங்களுக்கு அளிக்கக் காரணம்?''

''தங்களிடம் அடைக்கலம் கேட்கவே வந்தோம்...'' போதையேற்றும் மதலை மொழியில் கொஞ்சினாள் சூர்ப்பநகா. ''...ஆணழகா.''

''புரியலை,'' அறிமுகமில்லாத பெண்ணொருத்தி தன் தோற்றத்தைப் புகழ்வது கேட்டுக் கண நேரம் தடுமாறினான் இராமன். ''உங்களுக்கு நாங்க என்ன உதவி செய்யமுடியும்னு...''

''வேறெங்கு போவது, பேரருளாளா?'' விபீஷணன் கேட்டான். ''ராவணனின் உடன்பிறந்தோராகிய எங்களை சப்தசிந்துவில் ஒரு நாளும் ஏற்கமாட்டார்கள். அதே சமயம், தங்களை மறுதளிக்கக்கூடியவர்கள் இங்கே அதிகம் இல்லை என்பதை அறிவோம். ராவணனுடைய கொடூர ஆதிக்கத்தை நானும் என் சகோதரியும் தேவைக்கதிகமாகவே அனுபவித்துவிட்டோம். தப்பிக்கவேண்டியதும் அவசியமாகிவிட்டது.''

இராமன் அமைதி காத்தான்.

''அயோத்ய வேந்தே,'' விபீஷணன் தொடர்ந்தான். ''இலங்கையைச் சேர்ந்தவனாக இருந்தாலும், நானும் உங்களில் ஒருவன் போலத்தான். உங்கள் வழிகளை மதிக்கிறேன்; பின்பற்றுகிறேன். மற்ற இலங்கையர் போல் ராவணனது செல்வம் என் கண்ணை மறைக்கவில்லை; நான் அரக்கப் பாதையில் நடப்பவனுமல்ல. சூர்ப்பநகாவும் என்னைப் போன்றவளே. எங்களைக் காப்பதும் தங்கள் கடமையல்லவா?''

''பழங்காலத்துலே ஒரு கவிஞர் சொன்னார்,'' சீதா இடைவெட்டினாள். ''கோடரி காட்டுக்குள்ளே வந்ததும், மரங்கள்ளாம் ஒண்ணுக்கொண்ணு பேசிக்கிச்சாம்: பயப்படாதீங்க - கோடரிக்காம்பு நம்மைச் சேர்ந்ததுன்னு.'''

''அடடே,'' சூர்ப்பநகா கொக்கரித்தாள். ''ரகுவம்ச மஹாதோன்றலின் தீர்மானங்களையெல்லாம் பெண்டாட்டிதான் எடுக்கிறாற் போலிருக்கிறது?''

அவள் கையை விபீஷணன் லேசாய்ப் பற்ற, மௌனமானாள். ''அரசி சீதா ஒன்றைக் கவனிக்க வேண்டும்,'' என்றான். ''கோடரிக்காம்புகள் மட்டும்தான் இங்கே விஜயம் செய்திருக்கின்றன. தலை இலங்கையில்தான் இருக்கிறது. நாங்கள் உங்களையொத்தவர்களே. தயவு செய்ய வேண்டும்.''

சூர்ப்பநகா ஜடாயூவின் பக்கம் திரும்பினாள். வழக்கம் போல், அங்கிருந்த ஒவ்வொரு ஆணின் கவனமும் - இராமலக்ஷ்மணர்களைத் தவிர - அவள் மீதே தீவிரமாய் நிலைத்திருந்ததைக் கவனிக்காதவளா? ''மலயபுத்ரப் பெருவீரரே, எங்களுக்கு அடைக்கலம் கொடுப்பதனால் நன்மை உங்களுக்கே என்பதை அறியமாட்டீர்களா? தாங்கள் அறிந்ததைவிட இலங்கையைப் பற்றி நாங்கள் அதிகம் தெரிவிக்கமுடியும். உங்களுக்கும் ஏராளமாய்த் தங்கம் கிடைக்கும்.''

''நாங்கள் பிரபு பரசுராமரின் பக்தர்கள்!'' ஜடாயூ 'சட்'டென விடை கொடுத்தார். ''தங்கத்தின் மீது எங்களுக்குப் பற்றில்லை.''

''ஆமாமாம்,'' சூர்ப்பநகாவின் குரலில் ஏளனம்.

"அறிவிற் சிறந்த லக்ஷ்மணர்தான் தமையன் மனதை மாற்ற வேண்டும்," வேண்டுகோளை இப்போது தம்பியிடம் வைத்தான் விபீஷணன். "நீங்கள் திரும்பியதும் சந்திக்கப்போகும் யுத்தத்தில் நாங்கள் பேருதவியாக இருப்போம். அதையாவது ஒப்புக்கொள்வீரல்லவா?"

"ஒப்புக்கலாம், இலங்கை இளவரசே," லக்ஷ்மணன் புன்னகைத்தான். "ஆனா, ரெண்டு பேருடைய கணிப்பும் தவறாயிருக்கும்."

தலைகுனிந்து பெருமூச்செறிந்தான் விபீஷணன்.

"இளவரசர் என்னை மன்னிக்கணும்," என்றான் இராமன். "ஆனா -"

"தசரதபுத்ரா," விபீஷணன் இடைமறித்தான். "மிதிலாப் போரை நினைவு கூரவேண்டும். என் சகோதரன் ராவணன் தங்கள் பகைவன். எனக்கும் பகைவனே. நமக்குள் நட்பு துளிர்க்க இது போதாதா?"

இராமன் மௌனம் சாதித்தான்.

"இலங்கையினின்று தப்பிக்கும் முயற்சியில் நாங்கள் சந்தித்த ஆபத்துக்கள் எத்தனையோ. விருந்தாளிகளாகவாவது இங்கே தங்க அனுமதிக்கமாட்டீர்களா? சில நாட்களில் கிளம்பிவிடுவோம். தைத்ரேய உபநிஷதம் என்ன சொல்கிறது? *"அதிதி தேவோ பவ."* பலவீனர்களை பலவான்கள்தான் காக்கவேண்டுமென எத்தனையோ *ஸ்ம்ருதிக்கள்* அருளுகின்றன. சில தினங்கள் தங்க இடம் யாசிக்கிறோம். அவ்வளவே."

சீதா இராமனைப் பார்த்தாள். விவாதத்தில் சட்டம் நுழைந்துவிட்டது; அடுத்து வரப்போவதை அவள் அறியாமலில்லை. இனி இராமன் அவர்களை வெளியேற்றமாட்டான்.

"சில நாட்கள் மட்டும்தான்," விபீஷணன் கெஞ்சினான். "கருணை புரியுங்கள்."

"தங்கலாம்," அவன் தோளைத் தொட்டான் இராமன். "கொஞ்சம் ஓய்வெடுத்துக்கிட்ட பிறகு பயணத்தைத் தொடருங்க."

கைகளைக் குவித்து *வணங்கினான்* விபீஷணன். "ரகுகுலப் புகழ் ஓங்குக."

அத்தியாயம் 31

"சாப்பாட்டில் உப்பேயில்லை,'' சூர்ப்பநகா குற்றம் கூறினாள்.

நான்காம் *ப்ரஹாரின்* முதல் மணியானதால், பஞ்சவடிப் பாசறையைச் சேர்ந்தோர் இரவு உணவில் அமர்ந்திருந்தனர். அன்று சமையல் சீதாவின் முறை. இராமலக்ஷ்மணர்களும் மற்றவர்களும் ரசித்துச் சாப்பிட்டுக் கொண்டிருக்க, குறை சொல்ல சூர்ப்பநகாவிற்குக் குறைவேயில்லை. அவள் அடுக்கிக்கொண்டேயிருந்த வரிசையில் இதோ, இப்பொழுது உப்பு.

"பஞ்சவடியிலே உப்பு கிடையாது, இளவரசி,'' பொறுமையைக் கையாள சீதா மிகுந்த பிரயத்தனம் செய்துகொண்டிருந்தாள். "இருக்கறதை வெச்சு சமாளிச்சிருக்கோம். இது அரண்மனையில்லையே? சாப்பாடு பிடிக்கலைன்னா, தாராளமாப் பட்டினி கிடக்கலாம்.''

"இதை நாய்க்குத்தான் போட வேண்டும்!'' அருவருப்புடன் முணுமுணுத்தபடி, எடுத்த உருண்டையை மீண்டும் தட்டிலேயே எறிந்தாள் இலங்கை இளவரசி.

"உனக்கு ரொம்பப் பொருத்தம்னு சொல்லு,'' என்றான் லக்ஷ்மணன்.

எல்லோரும் - விபீஷணன் உட்பட - வெடித்துச் சிரித்தாலும், முகம் மலராத இராமன், தம்பியைக் கண்டிப்புடன் ஒரு பார்வை பார்த்தான். அண்ணனை முறைத்தாலும், மேற்கொண்டு எதுவும் பேசாமல் தலையைக் குலுக்கிக் கொண்டு சாப்பாட்டில் கவனமானான் லக்ஷ்மணன்.

தட்டைத் தள்ளி வைத்த சூர்ப்பநகா மிகுந்த அகங்காரத்துடன் வெளியேறினாள்.

"சூர்ப்பா...'' கெஞ்சுவது போல் அழைத்தான் விபீஷணன். பிறகு அவனும் எழுந்து சகோதரியைத் தொடர்ந்து ஓடினான்.

இராமன் சீதாவைப் பார்க்க, அவளோ, தோள்களைக் குலுக்கிக்கொண்டு சாப்பிடுவதில் முனைந்தாள்.

— ஸ்ரீ —

ஒரு மணி நேரம் கழித்து, அறையில் அமர்ந்திருந்தனர் கணவனும் மனைவியும். தனிமையில்.

இளவரசியைத் தவிர்த்து வேறு இலங்கையரால் பிரச்சனையில்லை என்றாலும், லக்ஷ்மணனும் ஜடாயூவும் சந்தேகத்தைக் கைவிடுவதாக இல்லை. புதுவரவுகளின் ஆயுதங்களைப் பறிமுதல் செய்து பாசறையின் ஆயுதக் கிடங்கில் பத்திரப்படுத்தியதல்லாமல், வெளிப்பார்வைக்குத் தெரியாத வண்ணம் இருபத்து நான்கு மணி நேரமும் முறை போட்டுக் கொண்டு விருந்தினரைத் தீவிரமாய்க் கண்காணித்தனர். இன்றிரவுக் காவல் ஜடாயூ மற்றும் மகரந்தனுடையது.

''அந்தக் கொழுப்பெடுத்த அரசகுமாரிக்கு உங்க மேல ஒரு கண்ணு,'' என்றாள் சீதா.

இது என்ன பைத்தியக்காரத்தனம் என்ற பார்வையுடன் இராமன் தலையைக் குலுக்கிக்கொண்டான். ''அது எப்படி, சீதா? எனக்குக் கல்யாணமாகிடுச்சுன்னு அவளுக்குத் தெரியும். என்கிட்டே என்ன கவர்ச்சி இருக்கமுடியும்?''

வைக்கோல் படுக்கையில் அவனருகே சாய்ந்தாள் அவள். ''நீங்க நினைக்கறதை விட வசீகரமா இருக்கீங்கங்கிறதை உணரத்தான் வேணும்.''

''பேத்தல்,'' புருவம் சுருக்கின இராமன் சிரித்தான்.

சீதாவும் சிரித்துவிட்டு, இரு கைகளால் அவனுக்கு மாலையிட்டாள். ''ஆனா, நீங்க எனக்குத்தான். எனக்கு மட்டும்தான்.''

''உத்தரவு, தேவி,'' என்றபடி மனைவியை இராமன் அணைத்துக்கொண்டான்.

இருவரும் மென்மையாய், சற்றே சோம்பலாய் நீண்ட முத்தமிட்டுக்கொண்டனர். இரவுக்குத் தயாராவது போல், கானகமும் மெல்ல மெல்ல அமைதியிலாழ்ந்தது.

— ஸ்ரீ —

பஞ்சவடிக்கு விருந்தினர்கள் வந்திறங்கி ஏறக்குறைய ஒரு வாரம் கழிந்த நிலையிலும், மாற்றி மாற்றி அவர்களைக் கண்காணிக்கும் முயற்சியில் லக்ஷ்மணனும் ஜடாயூவும் பிடிவாதம் காட்டினர்.

சில மணி நேரங்களில் விடை பெறுவதாக விபீஷணன் தெரிவித்தாலும், கிளம்புமுன் கூந்தலை அலச வேண்டும் என சூர்ப்பநகா வற்புறுத்தியது மட்டுமல்லாமல், சீதாவையும் வரும்படிக் கேட்டாள். கூந்தல் விஷயத்தில் உதவ.

சூர்ப்பநகாவுடன் செல்வதில் சற்றும் விருப்பமில்லாவிட்டாலும், செல்லம் கொடுத்துக் குட்டிச்சுவராக்கப்பட்ட இலங்கை இளவரசியை எப்படியாவது கிளப்பினால் போதும் என்ற எண்ணம் மேலிட, வருவதாக சீதா ஒப்புக்கொண்டாள்.

படகு மூலம் நதியின் கீழ்ப்புறம் நெடுந்தொலைவு பயணிக்க வேண்டுமென சூர்ப்பநகா பிடிவாதம் செய்தாள்.

''நான் குளிக்கும்போது எட்டிப் பார்க்கும் சந்தர்ப்பத்தை உன் அருவருக்கத்தக்க பாசறையாட்கள் ஒரு முறை கூட தவறவிடுவதில்லை,'' மானபங்கப்படுத்தப்பட்டது போல் நாடகமாடினாள் சூர்ப்பநகா. ''எனக்குத் தெரியாதென்று நினைத்தாயோ?''

சுணங்கிய முகத்துடன் மூச்சை ஆழ இழுத்துவிட்டாலும், சீதா வாய் திறக்கவில்லை.

''உன் உத்தமோத்தம புருஷனைச் சொல்லவில்லை,'' மயக்கும் மோஹினியாக மாறிக் கொஞ்சினாள் சூர்ப்பநகா. ''அவர் கண்களில் நீயின்றி வேறில்லை.''

இன்னமும் மௌனம் சாதித்தவளாக படகில் சீதா ஏற, பின்னால் நாசூக்காய் ஏறியமர்ந்தாள் சூர்ப்பநகா. அவள் ஒரு துடுப்பை எடுப்பாள் என சீதா காத்திருக்க, இலங்கை இளவரசியோ நகங்களை ஆராய்ந்து கொண்டிருந்தாள். ஆங்காரத்துடன் ஒரு ஹூங்காரம் செய்துவிட்டு இரு துடுப்புகளையும் சீதாவே வலிக்கத் துவங்கினாள். படகு நெடுநேரம் சென்றது. குளிக்க விரும்பிய சிறிய, மறைவான நீர்த்தேக்கத்தை சூர்ப்பநகா சுட்டிக்காட்டிய போது எரிச்சலும் அசதியும் சீதாவிற்குள் மண்டின.

''போய்க் குளி.''

மெல்ல உடைகளைக் களைந்து துணிப்பைக்குள் திணித்த சூர்ப்பநகா, நீருக்குள் நளினமாய்ப் பாய்ந்தாள். படகின் பின்புறம், குறுக்குக் கம்பத்தில் தலை வைத்து, அடிப்பலகைகளின் மீது உடல் சாய்த்தபடி ஓய்வெடுத்தாள் சீதா. சிறிது நேரத்தில் அசௌகரியம் மேலிட்டதில், சாக்குப்பைகளை எடுத்து மூட்டை கட்டித் தலையணையாக்கிக் கொண்டாள். மேலே கவிந்த அடர்ந்த மரக்கிளைகளினூடே கசிந்த வெய்யில், தாலாட்டு போல் அவளை ஆற்றுப்படுத்தி, மெல்ல மெல்ல உறக்கத்திற்குள் தள்ளியது.

சிறு தூக்கத்தில், நேரம் கடந்ததை அவள் அறியவில்லை. உரத்த பறவைக்குரல் அவளை எழுப்பியது.

தண்ணீரில் சூர்ப்பநகா குதியாட்டம் போடும் ஓசை கேட்டுக்கொண்டிருந்தது. குளியல் பொழுதென என அவள் கணித்திருந்த நேரம் முடிந்ததும், முழங்கையை முட்டுக்கொடுத்து சீதா எழுந்தாள். ''முடிஞ்சதா? முடியைச் சிக்கெடுத்து முடியணுமா?''

நீந்துவதைச் சற்று நிறுத்திய சூர்ப்பநகா, அதீத அருவருப்பும் ஏளனமும் மேலிட அவளை வெறித்தாள். ''நீயாவது என் கூந்தலைத் தொடுவதாவது?''

ஆத்திரத்தில் சீதாவின் விழிகள் அகன்றன. ''அப்புறம் எதுக்கு என்னை வேலை மெனக்கெட்டு வரச்சொ -''

''நான் தன்னந்தனியாகவா வந்திருக்க முடியும்?'' இது கூடவா புரியவில்லை என்பது போல் விளக்கினாள் சூர்ப்பநகா. ''அதற்காக ஆண்களையும் வரச் சொல்ல முடியாதல்லவா? என்னை இந்த நிலையில் பார்த்தால் என்ன செய்வார்களோ? இந்திர பகவானுக்குத்தான் வெளிச்சம்.''

''தண்ணியில முக்கிக் கொன்னா நல்லாருக்கும்,'' வாய்க்குள் முணுமுணுத்துக்கொண்டாள் சீதா.

''என்ன சொன்னாய்?'' சூர்ப்பநகா 'பட்'டெனக் கேட்டாள்.

''ஒண்ணுமில்லை. சீக்கிரம் குளிச்சு முடி. உன் சகோதரர் இன்னிக்கே கிளம்பணும்கிறார்.

''நான் சொன்னால்தான் அவன் கிளம்புவான்.''

நீர்த்தேக்கத்தைத் தாண்டி கரையில் அடர்ந்த கானகத்தை இலங்கை இளவரசி உற்று நோக்குவதைக் கண்டு அவள் பார்வையைத் தொடர்ந்த சீதா, எரிச்சலுடன் தலையைக் குலுக்கிக் கொண்டாள். ''யாரும் நம்மைத் தொடரலை. யாரும் உன்னைப் பார்க்கவும் முடியாது. உலகத்துலே புனிதம்னு கருதப்படற எல்லாத்தும் பேராலே கேட்கறேன்: முதல்ல குளிச்சு முடி!''

அவளைத் துளியும் சட்டை செய்யாத சூர்ப்பநகா, சீதாவைக் கிண்டலாய்ப் பார்த்துவிட்டு, திரும்பி நீந்திச் சென்றாள்.

''மூச்சு விடு. உள்ளே. வெளியே.'' விரல்களை முஷ்டியாக்கி நெற்றியில் பதித்தபடி தனக்குள் சொல்லிக்கொண்டாள் சீதா. ''இன்னிக்கிக் கிளம்பிப் போயிடுவா. அதுவரைக்கும் சீரா மூச்சு விடு.''

சூர்ப்பநகாவோ, கானகத்தை அடிக்கடி பார்த்துக்கொண்டிருந்தாள். யாரையும் காணவில்லை. ''எந்த முட்டாளையும் நம்ப முடியாது,'' எரிச்சலுடன் தனக்குள் முணுமுணுத்துக்கொண்டாள். ''எல்லாவற்றையும் நானே செய்து தொலைக்க வேண்டும்.''

பஞ்சவடிப் பாசறையில், இராமனிடம் பேச வந்தான் விபீஷணன்.

''நாங்கள் விரைவில் கிளம்பிவிடுவோமென்பதை அறிவீர்கள், மஹாபிரபு,'' என்றான். ''ஆயுதங்களைத் திருப்பித் தரலாமே?''

''நிச்சயம்.''

சற்று தூரத்தில் நின்ற ஜடாயூ மற்றும் மலயபுத்ரர்களைப் பார்த்துவிட்டு, அடர்ந்த கானகத்தால் மறைந்திருந்த கோதாவரியிருந்த திசையை நோக்கினான் விபீஷணன். இதயம் படபடத்தது.

அவர்கள் வந்து சேர்ந்திருக்க வேண்டுமே.

—ஈஶ—

''போதும்!'' சீதா எரிச்சலுடன் சொன்னாள். ''இதுக்கு மேல குளிச்சு எந்த அழுக்கையும் போக்க வேணாம். முதல்ல தண்ணியிலேர்ந்து வெளியே வா. கிளம்பறோம்.''

சூர்ப்பநகா மீண்டும் காட்டிற்குள் நோக்கினாள்.

சீதா துடுப்புக்களை எடுத்தாள். ''நான் போறேன். ஒண்ணு இங்கேயே இரு - இல்லை, என்னோட வா.''

ஆத்திரத்தில் சூர்ப்பநகா 'க்றீச்'சிட்டாலும், சரணடைந்தாள்.

—ஈஶ—

வெகுவேகமாய்த் துடுப்பு வலித்துக் கரை சேர்ந்தாள் சீதா. பாசறையை அடைய மேலும் பத்து நிமிடம் ஏறுமுகமாய் வேறு நடக்கவேண்டும். சூர்ப்பநகா இறங்கக் காத்திருந்தாள்.

படகை உறுதியான சணல் கயிறு கொண்டு மரத்துடன் கட்டுவதற்கெல்லாம் அவளின் உதவி கிட்டாது என்று எண்ணியது வீண்போகவில்லை; சீதா குனிந்து, வலக்கையில் படகுக்கயிற்றை முறுக்கிக்கொண்டு, சுற்றுப்பலகையின் மேற்புறத்தைப் பற்றி இழுக்கத் துவங்கினாள்.

பணியில் ஆழ்ந்திருந்ததுடன், தன்னந்தனியே படகை இழுப்பதன் சிரமமும் சேர்ந்ததில், சூர்ப்பநகா தன் பைக்குள் கை விட்டு சில மூலிகைகளை உருவியதையோ, மெல்ல மெல்லத் தன் பின்னால் அடியெடுத்து வைத்ததையோ சீதா கவனிக்கவில்லை.

சூர்ப்பநகாவின் குளியல் கட்டியும் வாசனைத் திரவியமும் பிரத்யேக நறுமணம் கொண்டவை; வனவிலங்கு வீச்சத்துடன் ஒப்பிடும் பொழுது, அபூர்வ வாசம் படைத்தவை.

இவைதான் சீதாவைக் காப்பாற்றின என்றும் சொல்லவேண்டும்.

உள்ளுணர்வு உந்தித் தள்ளியதில் ‘சட்’டென படகை விட்டாள். சூர்ப்பநகா அவள் மீது பாய்ந்து வாய்க்குள் மூலிகைகளைத் திணிக்க முயன்ற நொடியில், திரும்பிப் ‘பட்’டென இலங்கை இளவரசியை முழங்கையால் குத்தினாள். வலியில் அலறியபடி சாய்ந்தாள் சூர்ப்பநகா. அவளை நோக்கிப் பாய முயன்ற சீதாவை, வலக்கையைச் சுற்றியிருந்த படகுக்கயிறு தடுமாற வைத்தது. சந்தர்ப்பத்தைப் பயன்படுத்திக்கொண்ட இலங்கை இளவரசி, அவளைத் தண்ணீருக்குள் தள்ளிவிட்டாலும், விழுந்த வேகத்தில் மீண்டும் சீதா முழங்கையால் இடிக்க, சற்று சுதாரித்துக்கொண்ட சூர்ப்பநகா சீதாவைத் தொடர்ந்து தானும் நதிக்குள் குதித்து, மறுமுறை மூலிகைகளை அவள் வாய்க்குள் திணிக்க முயன்றாள்.

நாசூக்கான சூர்ப்பநகாவை விட உயரமும் தசைக்கட்டும் வேகமும் கொண்டிருந்த சீதா, அவளைப் பலவந்தமாய்ப் பிடித்துத் தள்ளியதில் இலங்கை இளவரசி சற்றுத் தள்ளி விழுந்தாள். மூலிகைகளைத் துப்பிவிட்டு, உறையினின்று கத்தியை உருவிச் ‘சட்’டெனக் கயிற்றை அறுத்துத் தன்னை விடுவித்துக்கொண்டாள் சீதா. தண்ணீரில் மிதந்த மிச்சங்களைக் கொண்டு உடனடியாக மூலிகைகளை அடையாளம் கண்டாள். நீரைக் கடந்து சூர்ப்பநகாவை அடைந்தாள்.

அவளோ, சக்தியைச் சேகரித்துக்கொண்டு நீந்தி வந்து சீதாவை முஷ்டியால் தாக்க முயன்றாள். அவளது இரு மணிக்கட்டுக்களையும் தன் இடக்கையால் பற்றிச் சீதா இழுத்த இழுப்பில் வேறு வழியின்றிச் சுழன்ற இலங்கை இளவரசியின் கழுத்தைத் தன் கரத்தால் வளைத்து, உடலுடன் இறுக்கிக் கொண்டாள்.

கத்தியை சூர்ப்பநகாவின் தொண்டையருகே கொண்டு வந்தாள். ‘‘கொழுப்பெடுத்தவளே... இன்னொரு முறை அசைஞ்சா, சங்கறுத்துருவேன்.’’

அமைதியடைந்த சூர்ப்பநகா திமிறுவதை நிறுத்த, கத்தியை உறையிலிட்டாள் சீதா. கையிலிருந்த கயிற்றின் சிதைந்த மிச்சங்களைக் கொண்டு இலங்கை இளவரசியின் கரங்களைக் கட்டினாள். *அங்கவஸ்த்ர*த்தால் வாயையும்தான். பைக்குள் கை வைத்தவளுக்கு மேலும் மூலிகைகள் தட்டுப்பட்டன.

‘‘இதுக்கு மேல பிரச்சனை பண்ணா, உன் வாய்லே திணிச்சிடுவேன்.’’

சூர்ப்பநகா மௌனம் காத்தாள்.

பாசறை நோக்கி அவளை இழுத்துச் செல்லத் துவங்கினாள் சீதா.

சற்று தூரம் இருக்கையில் சூர்ப்பநகாவின் வாயைச் சுற்றியிருந்த அங்கவஸ்த்ரம் கழன்று விழ, உடனடியாக அலற ஆரம்பித்தாள்.

''வாயை மூடு!'' சீதா 'தரதர'வென இழுத்துச் சென்றாள்.

சிறிது நேரத்தில், காட்டிலிருந்து வெளிப்பட்டாள். உயர்ந்து, இராஜகம்பீரமாய். ஆனால், ஈரம் சொட்டச் சொட்ட, ஆவேசமாய். சூர்ப்பநகாவை இழுத்து வரும் பிரயத்தனத்தில் தசைகள் இறுகி. இலங்கை இளவரசியின் கைகள் நன்கு கட்டப்பட்டிருந்தன.

உடனடியாக வாட்களை இராமலக்ஷ்மணர்கள் உருவ, மற்றவர்களும் பின்பற்றினர்.

முதலில் பேசியது அயோத்யாவின் இளையகுமாரனே. ''என்னதான் நடக்குது இங்கே?'' குற்றச்சாட்டுடன் விபீஷணனை முறைத்தான்.

இரு பெண்களிடமிருந்தும் கண்களை அகற்றமுடியாமல் உண்மையான அதிர்ச்சியுடன் ஸ்தம்பித்த விபீஷணன், விரைவில் சுய உணர்வு அடைந்தான். ''உங்கள் மதனி என் சகோதரியை என்ன செய்துகொண்டிருக்கிறாள்? சூர்ப்பநகாவை அவள் தான் தாக்கியிருக்கிறாள் என்பது புரியவில்லையா?''

''போதும் நாடகம்!'' லக்ஷ்மணன் கத்தினான். ''உன் சகோதரி தாக்காம ***அண்ணி*** இப்படி செஞ்சிருக்கவேமாட்டாங்க.''

வட்டமாய் நின்றவர்களின் நடுவே வந்து சூர்ப்பநகாவை விடுவித்தாள் சீதா. ஆத்திரத்தின் உச்சியில் இருந்த இலங்கை இளவரசி சுயகட்டுப்பாட்டையும் இழந்திருந்ததில் சந்தேகமில்லை.

உடனடியாக அவளருகே ஓடிய விபீஷணன் கத்தியை உருவிக் கட்டியிருந்த கயிறுகளை அறுத்துவிட்டு, காதில் முணுமுணுத்தான். ''நான் பார்த்துக்கொள்கிறேன். அமைதியாக இரு.''

அவனை முறைத்தாள் சகோதரி. நடந்தவையெல்லாம் அவன் தவறு என்பது போல்.

இராமனிடம் திரும்பி, சூர்ப்பநகாவை நோக்கிக் கைகாட்டினாள் சீதா. மூலிகைகளை நீட்டினாள். ''அந்தத் துப்பு கெட்ட இலங்கைக்காரி செஞ்ச காரியம் தெரியுமா? இதை என் வாயிலே திணிச்சு, நதியிலே தள்ளிவிட்டா!''

இராமன் அவற்றை அடையாளம் கண்டுகொண்டான். அறுவை சிகிச்சைக்கு முன், நோயாளிகள் மயக்கமடையக் கொடுக்கப்படுபவை. விபீஷணனை வெறித்தவனின் சிவந்த கண்களில் அனல் பறந்தது. ''என்ன நடக்குது இங்கே?''

உடனடியாக எழுந்த இலங்கை இளவரசன் சமாதானம் கோருவது போல் பம்மினான். ''ஏதோ அனர்த்தம் விளைந்திருக்கிறது. இப்படிப்பட்ட காரியத்தை என் சகோதரி ஒரு நாளும் செய்திருக்கமாட்டாள்.''

''அவ என்னைத் தண்ணியிலே தள்ளிவிட்டதா கற்பனை செஞ்சுக்கிட்டேன்னு சொல்றீங்களா?'' சீதா ஆக்ரோஷமாய்க் கேட்டாள்.

எழுந்து நின்ற சூர்ப்பநகாவை வெறித்த விபீஷணன், அமைதியாயிருக்கும்படிக் கெஞ்சுவதாகத் தோன்றிற்று. அச்சங்கேதச் செய்தி அவளைச் சேரவில்லையென்பதும் தெளிவாயிற்று.

''பொய்!'' சூர்ப்பநகா 'க்றீச்'சிட்டாள். ''இப்படியெதுவுமே நான் செய்யவில்லை!''

''அப்போ நான் பொய் சொல்றேங்கறியா?'' சீதா உறுமினாள்.

கண் சிமிட்டும் நேரத்தில் அப்போது நிகழ்ந்ததை யாருமே எதிர்பார்க்கவில்லை. பயங்கர வேகத்துடன் விலாவிலிருந்த கத்தியை உருவினாள் சூர்ப்பநகா. சீதாவின் அருகே நின்ற லக்ஷ்மணன் அவளது துரித அசைவைக் கவனித்துப் பதற்றம் நிறைந்த அலறலுடன் பாய்ந்தான். ''***அண்ணீ!***''

கத்தியின் வீச்சைத் தவிர்க்க எதிர்த்திசையில் வேகமாய் நகர்ந்தாள் சீதா. அந்த ஒரு நொடிக்குள், முன்னேறிக்கொண்டிருந்த சூர்ப்பநகாவின் மீது மோதிய லக்ஷ்மணன், இரு கைகளைப் பற்றி பலம்கொண்ட மட்டும் தள்ளினான். மெல்லியலாளான இலங்கை இளவரசி ஏறக்குறைய பறந்து விழ, கையிலிருந்த கத்தி அவள் முகத்தையே தாக்கி, நீள்வாக்கில் பட்டு, மூக்கில் ஆழமாய் இறங்கியது. தரையில் விழுந்தவளுக்குச் சற்று நேரம் அதிர்ச்சியில் வலி மரத்துப் போக, கத்தி கையினின்று நழுவியது.

இரத்தம் 'குபுகுபு'வெனப் பொங்கிப் பெருகிய நொடியில் மூளை ஒருவழியாக விழித்தது; புலன்களைச் செலுத்தியது. முகத்தைத் தொட்டு, இரத்தம் தோய்ந்த கைகளைப் பார்த்துக்கொண்டாள் சூர்ப்பநகா. நிகழ்ந்ததன் பயங்கரம் உடலையும் மனதையும் உலுக்கியது. வதனம் முழுதும் கொடூரத் தழும்புகள் நின்றுவிடும் என்பதை உணர்ந்தாள். அவற்றை நீக்க வலி நிறைந்த அறுவை சிகிச்சை தேவைப்படும் என்பதையும் புரிந்துகொண்டாள்.

காட்டுமிராண்டித்தனமாய் 'க்றீச்'சிட்டபடி இம்முறை லக்ஷ்மணன் மீது பாய்ந்தாள். சுய உணர்வு பெற்ற விபீஷணன், ஓடிச் சென்று ஆவேசம் கொண்ட சகோதரியைப் பற்றிக்கொண்டான்.

''கொல், அவர்களை!'' வலியில் துடித்தாள் சூர்ப்பநகா. ''அத்தனை பேரையும் வெட்டு!''

''பொறு!'' பீதியும் கலவரமுமாய்க் கெஞ்சினான் விபீஷணன். தங்களிடம் ஆள் பலம் போதாதென்பதை அறிந்தவனுக்கு, மரணத்தைத் தழுவும் உத்தேசம் சிறிதும் இல்லை. தவிர, சாவை விடவும் அவன் பயந்த வேறொன்று இருந்தது. ''பொறு!''

தன் மக்கள் பொறுமை காக்கவும், அதே சமயம் எச்சரிக்கையாகவும் இருக்க வேண்டி இடது கையை முஷ்டியாக்கி உயர்த்தினான் இராமன். ''இப்பவே போறது உத்தமம், இளவரசே. இல்லைன்னா உங்க நிலைமை கவலைக்கிடம்.''

''நம் ஆணைகளை மறந்து தொலை!'' சூர்ப்பநகா அலறினாள். ''அவர்களெல்லோரையும் வெட்டிப் போடு!''

திமிறிய சகோதரியைக் கட்டுப்படுத்த முயன்றவாறு ஸ்தம்பித்து நின்ற விபீஷணனை ஏறிட்டான் இராமன். ''இப்பவே கிளம்புங்க, இளவரசே.''

''பின்வாங்குங்கள்,'' விபீஷணன் கிசுகிசுத்தான்.

காட்டுவாசிகளை நோக்கி வாட்களை நீட்டியவாறு, வீரர்கள் பின்னடைந்தனர்.

''அவர்களைக் கொல், கோழையே!'' சூர்ப்பநகா சகோதரன் மீது பாய்ந்தாள். ''உடன்பிறந்தவளில்லையா நான்? எனக்காகப் பழிவாங்கு!''

அலைமோதியவளை இழுத்தவாறு, இராமனை வைத்த கண் வாங்காமல் கண்காணித்தான் விபீஷணன். அவனிடமிருந்து திடீர் அசைவுகளை எதிர்பார்த்தபடி.

''அவர்களைக் கொல்!'' சூர்ப்பநகா கூவினாள்.

இன்னமும் போராடிய சகோதரியைத் 'தரதர'வென விபீஷணன் இழுத்துச் செல்ல, இலங்கையர் பாசறையை விடுத்து பஞ்சவடியினின்று தப்பி ஓடினர்.

இராமலக்ஷ்மணர்களும் சீதாவும் ஆணியறைந்தாற்போல் நின்றனர். எப்படிப் பார்த்தாலும், நடந்த சம்பவம் பேரிடி.

''இனிமேல் இங்கே தாமதிப்பது நடக்காத காரியம்,'' உள்ளங்கை நெல்லிக்கனியான விஷயத்தை ஜடாயூ எடுத்துரைத்தார். ''வேறு வழியில்லை. இப்போதே தப்பித்தாகவேண்டும்.''

இராமன் ஜடாயூவை ஏறிட்டான்.

''கலகக்காரர்கள் என்றாலும், நாம் சிந்தியது அரசகுல இரத்தம்,'' என்றார் ஜடாயூ. ''அவர்களது இராஜரீதியின்படி, ராவணன் நடவடிக்கை எடுத்தேயாகவேண்டும். அநேக சபதசிந்து அரச

குலத்தாரின் மரபும் இதுதானே? சந்தேகம் வேண்டாம்; ராவணன் வருவான். விபீஷணன் கோழையாயிருக்கலாம்; ராவணனோ, கும்பகர்ணனோ அல்ல. ஆயிரக்கணக்கான வீரர்களுடன் படையெடுப்பார்கள். மிதிலாவில் நேர்ந்ததை விட நிலைமை மோசமாயிருக்கும். அங்கே நிகழ்ந்தது வீரர்களுக்கிடையிலான மோதல்; போரின் அங்கம். ஆதலால், ஏற்கக்கூடிய விஷயம். இப்போது நிலைமை வேறு. அவனது குடும்பத்தைச் சேர்ந்தவள், அவனது தங்கை, அவமானப்படுத்தப்பட்டிருக்கிறாள். இரத்தம் சிந்தப்பட்டுவிட்டது. கௌரவத்திற்கேற்பட்ட இழுக்கிற்கு நிச்சயம் பிராயச்சித்தம் எதிர்பார்ப்பான்.''

''நான் எதுவும் செய்யலை,'' லக்ஷ்மணன் விறைத்துக்கொண்டான். ''அவதான் -''

''அவ்விதம் ராவணனுக்குத் தோன்றப்போவதில்லை,'' ஜடாயூ இடைமறித்தார். ''சம்பவத்தின் நியாய அநியாயங்களை அவன் அலசி ஆராயப்போவதில்லை. தப்பிச் செல்ல வேண்டும். இப்போதே.''

அத்தியாயம் 32

ஆயிற்று; அவர்கள் ஓடத் துவங்கி முப்பது நாட்கள் கடந்துவிட்டன. தண்டகாரண்யத்தினூடே கிழக்கைக் குறி வைத்து, யார் பார்வையிலும் படாமல், யார் பொறியிலும் சிக்காமல், கோதாவரியிலிருந்து விலகி, ஆனால் இணைக்கோட்டில் வந்தாயிற்று. அதே சமயம், வேட்டைக்கான நல்ல சந்தர்ப்பங்கள் வேண்டுமென்றால் கிளை நதிகள் மற்று பிற நீர்ப்பரப்புகளினின்று அதிகத் தொலைவும் செல்ல முடியாது.

உலர்ந்த இறைச்சி, காட்டுப்பழம் அல்லது இலைகளையே உண்டு பலகாலம் சமாளித்துவிட்டனர். அவர்களது நடமாட்டம் குறித்து லங்கர்களுக்குத் துப்பு கிடைக்கவில்லை போலும் என்ற நம்பிக்கை துளிர்விட்டது. குறைவான உணவும், ஓயாத பயணமுமாக, பலவீனம் தலைகாட்டத் துவங்கியது. இராமலக்ஷ்மணர்கள் வேட்டைக்குப் புறப்பட, வாழையிலைகள் அறுக்க சீதாவும் மலயபுத்ர வீரன் மகரந்தனும் கிளம்பினர்.

மறைந்து வாழ வேண்டியது அவசியமானபடியால், ஆழ்குழிகளிலேயே உணவு தயாரித்தார்கள். புகையற்ற தீக்கென பிரத்யேகமான ஆந்த்ராசைட் - அனல்மலி நிலக்கரி - பயன்படுத்தினார்கள். மீறிப் புகை வெளிப்படாமல் - பாசறையின் இருப்பிடம் வெளியாகிவிடக்கூடாதல்லவா? - அதிகப்படி ஜாக்கிரதையுடன், குழிக்குள் இறக்கிய சட்டியையும் நெருக்கமான வாழையிலைகளால் மூடினார்கள். இதன் பொருட்டே சீதாவும் மகரந்தனும் இலை கழிக்கச் சென்றது - சமைக்கவேண்டியது அவள் முறை.

அவளறியாமல், இராவணனின் *புஷ்பக விமானம்* பாசறைக்குச் சற்று தூரத்தில் தரையிறங்கியது. காதைக் கிழிக்கும் அதன் ஓசை, இடியென முழங்கிய சூறைக்காற்றில் கேட்கவில்லை. அகாலமாய்க் கொட்டித் தீர்த்த மழை அவ்விடத்தைக் குளமாக்கியது. *விமான*த்தினின்று 'திபுதிபு'வென இறங்கிய நூறு இலங்கை வீரர்கள்

பாசறையைத் தாக்கி, மலயபுத்ரர்கள் அநேகரை வெகுவிரைவில் வெட்டிச் சாய்த்தனர்.

சீதா மற்றும் இராமலக்ஷ்மணர்களைச் சிலர் விசிறித் தேட, வீரர்களில் இருவர், பாசறைக்குத் திரும்பிக்கொண்டிருந்த சீதாவையும் மகரந்தனையும் மறைந்திருந்து தாக்கினர். சீறிப் பாய்ந்த இரு சரங்களால் - ஒன்று தோளில்; மற்றொன்று கழுத்தில் - மகரந்தன் கொல்லப்பட்டான். தேர்ந்த தற்காப்புக் கலையை மட்டுமே துணைகொண்டு இரு லங்கர்களைக் கொன்று, ஆயுதங்களைக் கைப்பற்றி, பாசறைக்கு வந்து சேர்ந்தாள் சீதா. ஜடாயூவைத் தவிர்த்து பிற மலயபுத்ரர் அனைவரும் இறந்து கிடந்ததைக் கண்டாள். ஜடாயூவைக் காப்பாற்றப் பெருவீரத்துடன் போராடியும், தோற்றாள். விஷ்ணுவாகவே தான் உபாசித்தவளைக் காக்கும் முயற்சியில் நாகாவும் மிக மோசமாகத் தாக்கப்பட்டார்.

சீதாவை உயிருடன் சிறைப்பிடிக்க வேண்டுமென்பது இராவணன் தம்பி கும்பகர்ணனின் கட்டளை. ஏக காலத்தில் பல இலங்கை வீரர்கள் அவள் மீது பாய, மிக்க துணிச்சலுடன் போரிட்டாலும், இறுதியில் பிடிபட்டு, செயலிழந்து, லங்கர்களின் ஒரு வித நீல நிற நஞ்சால் நினைவையும் இழந்தாள்.

அவளை வெகு வேகமாய் மூட்டை கட்டி *புஷ்பகவிமானத்தில்* ஏற்றிச் செல்லவும், பாசறையைப் புயல் வேகத்தில் எட்டிச் சுற்றிலும் வீழ்ந்து கிடந்த மலயபுத்ரர்களையும், மோசமாய் அடிபட்டிருந்த ஜடாயூவை இராமலக்ஷ்மணர்கள் பார்க்கவும் சரியாய் இருந்தது.

—ஃ—

எத்தனை நேரம் நினைவின்றிக் கிடந்தோமென சீதாவால் அறுதியிட்டுச் சொல்லமுடியவில்லை. மணிக்கணக்காகக் கூட இருக்கலாம். இன்னமும் தலை சற்று கிறுகிறுத்தது. *விமானச்* சுவர்களில் பதித்திருந்த வட்டப் பலகணிகள் வெளிச்சம் உமிழ்ந்தன. மந்தமாய்த் தொடர்ந்து கேட்ட ஏதோவொரு சப்தத்தால் தலை வலித்தது. ஒலித்தடைச் சுவர்களால் மழுப்பப்பட்ட சுழல்தகடுகளின் இரைச்சல்தான் அது என்பதை உணரச் சற்று நேரம் பிடித்தது.

ஒலித்தடை முழுமையா இல்லை.

தலைவலியைக் கட்டுப்படுத்த நெற்றிப்பொட்டுகளை நீவி விட்டுக்கொண்டாள். சில நொடிகளே பலித்தது. மீண்டும் வலித்தது.

அப்பொழுதுதான் ஒரு விசித்திரத்தைக் கவனிக்க நேர்ந்தது.

என் கைகளைக் கட்டலை.

குனிந்து கால்களை ஆராய்ந்தாள். இதையும் கட்டலை.

உள்ளுக்குள் நம்பிக்கை குமிழிடுவதை உணர்ந்தாள்.

உடனேயே அக்குமிழ் 'பட்'டெனச் சிறுத்து அடங்க, தன் முட்டாள்தனத்தை எண்ணிச் சிரித்துக்கொண்டாள்.

எங்கே தப்பிச்சுப் போறது? ஆயிரக்கணக்கான அடி உயரத்துல இருக்கேன்.

நீல நஞ்சு என்னை மந்தமாக்கிடுச்சு.

மெல்லத் தலையைக் குலுக்கிக் கொண்டாள். தெளிவு பெறும் உத்தேசத்துடன்.

சுவரோரமாய் அமைந்திருந்த மேடை மீது அவளிருந்த தூக்குப்படுக்கை பொருத்தப்பட்டிருந்தது.

சுற்றுமுற்றும் பார்த்தாள். எத்தனை பெரிது இந்த *விமானம்!* நிமிர்ந்து மேலே நோக்கினாள். உட்புறமும் துல்லியக் கூம்பு வடிவில் இருந்தது. மிக மிக உயரத்தில் குறுகித் தேயும் வரையில் மேடுபள்ளமற்ற, வழவழப்பான உலோகம். உச்சியில் ஏதோ வரைந்திருந்தது. கண்பார்வை மசமசத்ததால், இன்னதென்று சரியாகப் புலப்படவில்லை. *விமானத்தின்* நட்ட நடுவே கச்சிதமான குழலாய் ஒரு தூண், உச்சி வரையில் நீண்டது. முழுதும் உலோகம். அதன் வலிமை பார்த்தவுடன் புரிந்தது. பிரம்மாண்டமான கோயில் கோபுரத்திற்குள் இருக்கும் உணர்வு சீதாவிற்கு ஏற்பட்டது. விமானத்தின் உட்புறம் பரந்து விரிந்து சௌகர்யமாய் இருந்தாலும், குறைவான அறையணிகளுடன் சற்று வெறுமையாகத்தான் காட்சியளித்தது. அநேக அரசகுல ஊர்திகளில் - குறைந்தபட்சம் சப்தசிந்து அரசு வாகனங்களில் - பரவலாய்க் காணப்படும் விலையுயர்ந்த ஆடம்பரப் பூச்சுகள் எவையும் இங்கில்லை. அடிப்படை வசதி, எளிமை, செயல்திறன், இவற்றைக் கருத்தில் கொண்டே வடிவமைக்கப்பட்டிருந்தது *புஷ்பக விமானம்.* அலங்கார ஆடம்பரங்களுக்கின்றி, இராணுவத் தேவைக்கென ஏற்பட்டிருந்தது வெளிப்படை.

வசதிகளுக்கின்றி வேலைத்திறனுக்கே முக்கியத்துவம் அளித்ததால், நூறுக்கும் மேற்பட்ட வீரர்களை *விமானத்தில்* ஏற்றிக்கொள்ள முடிந்தது. அமைதியாய், சுயகட்டுப்பாட்டுடன், வட்டத்திற்குள் வட்டமாக, உட்சுவர் வரையில் அணி அணியாக அவர்கள் அமர்ந்திருந்தனர்.

தரையோடு பொருத்திய நாற்காலிகளில் இராவணனும் கும்பகர்ணனும் அமர்ந்திருப்பதைக் கண்டாள் சீதா. உயரே, கம்பத்திலிருந்து தொங்கிய திரைச்சீலையால் சற்றே மறைக்கப்பட்டிருந்தது அவர்கள் இருந்த இடம். அதிகத்

தொலைவிலில்லை. ஆனால், கிசுகிசுப்பாய்ப் பேசிக்கொண்டதால், அவர்களது உரையாடலை சீதாவால் சரியாகக் கேட்கமுடியவில்லை.

தூக்குப்படுக்கையிலேயே சாய்ந்தபடி, முழங்கையை முட்டுக்கொடுத்து எழுந்தாள். மூச்சு வாங்கியபடி. இன்னமும் பலவீனமாகத்தான் இருந்தாள்.

இராவணகும்பகர்ணர்கள் திரும்பிப் பார்த்தனர். எழுந்து அவளை நோக்கி வந்தனர். இராவணனுக்கு *தோத்தி* தடுக்கியது. கவனச் சிதறல்.

இப்பொழுது எழுந்து உட்கார முடிந்தது சீதாவால். மூச்சை ஆழ இழுத்துக்கொண்டு சகோதரர்களை முறைத்தாள்.

''இப்பவே என்னைக் கொல்றது உத்தமம்,'' உறுமினாள். ''இல்லைன்னா வருத்தப்படுவீங்க.''

ஆயுதங்களை உருவியபடி எழுந்த அனைத்து இலங்கை வீரர்களும், கும்பகர்ணனின் ஒரு சைகையில், உறைந்தனர்.

''உங்களைக் காயப்படுத்த விரும்பவில்லை,'' என்றான் மென்மையாக. ''களைப்பாக இருப்பீர்கள். வெகு சீக்கிரம் விழித்துவிட்டீர்கள். அளிக்கப்பட்ட நஞ்சு கடுமையானது. தயவு செய்து ஓய்வெடுத்துக் கொள்ளுங்கள்.''

சீதா வாய் திறக்கவில்லை. அவனது அன்பு செறிந்த குரலால் விளைந்த திகைப்பில்.

''எங்களுக்குத் தெரியாது,'' கும்பகர்ணன் தட்டுத் தடுமாறினான். ''நான்... எனக்குத் தெரியாது. இல்லையென்றால் நஞ்சைப் பயன்படுத்தியிருக்கமாட்டோம் -''

சீதா இன்னமும் மௌனம் காத்தாள்.

பிறகு, இராவணனை நோக்கித் திரும்பினாள். அவன் அவளையே வெறித்துக்கொண்டிருந்தான். இமைக்காமல். முகத்தில் வருத்தம் தென்பட்டது. துயரம். கண்களில் ஒரு விசித்திர உணர்வு. ஏறக்குறைய அன்பு போல.

*அங்கவஸ்த்ர*த்தால் இழுத்து மூடிக்கொண்டபடி சுவரோடு ஒண்டினாள்.

'சட்'டென ஒரு கை தென்பட்டது. அதில் வேப்பிலை. தீட்டியிருந்த நீலப் பசை. அவள் மூக்கு.

பார்வையில் கருமை படர்வதை சீதா உணர்ந்தாள். மெல்ல.

வலப்பக்கம், மூர்ச்சையடையச் செய்த ஆள் நின்ற இடத்தை இராவணன் பார்ப்பதைக் கவனித்தாள். கூடவே, அவன் முகத்தில் ஜொலித்த ஆத்திரத்தையும்.

இருள் அவளை மூழ்கடித்தது.

—ஹீ—

கண்கள் திறந்தன.

வட்டப் பலகணிகள் வழியே வெளிச்சம் பரவியிருந்தது. சூரியன் தொடுவானத்திற்கருகே இருந்தான்.

எவ்வளவு நேரம் நினைவில்லாம இருந்தேன்?

நிச்சயமாகச் சொல்லமுடியவில்லை. சில மணி நேரங்களா? பல ப்ரஹார்களேவா?

ஜாக்கிரதையாய் எழுந்தாள். மெல்ல. பலவீனமாய். வீரர்களில் அநேகர் தரையில் உறங்கிக்கொண்டிருப்பதைக் கண்டாள்.

ஆனால், அவள் படுத்திருந்த மேடையினருகே காவலர்களில்லை.

தனியாக விடப்பட்டிருந்தாள்.

தத்தமது நாற்காலிகளினருகே இராவணனும் கும்பகர்ணனும் நின்றிருந்தனர். இரத்த ஓட்டத்தின் பொருட்டு கால்களை நீட்டி மடக்கியபடி. ஒருவருக்கொருவர் கிசுகிசுத்தபடி.

கண்களில் மசமசப்பு வரவரக் குறைந்தது. தூரத்தைக் கணிக்க வசதியாக. அவர்கள் சீதாவிடமிருந்து பதினைந்து அல்லது இருபது அடிக்கு மேல் இருக்கமாட்டார்கள். அவளுக்கு முதுகு காட்டியபடி. பேச்சில் ஆழ்ந்திருந்தனர்.

சுற்றுமுற்றும் பார்த்த சீதா, முகமலர்ந்தாள்.

யாரோ கவனக்குறைவா இருந்திருக்காங்க போலிருக்கே.

பக்கத்தில் ஒரு கத்தி கிடந்தது. அவள் தூக்குப்படுக்கை பொருத்தியிருந்த மேடை மீது. மெல்ல ஊர்ந்தாள். சப்தமின்றி. ஜாக்கிரதையாக. உறையை எடுத்துக் கத்தியை உருவினாள். மெல்ல. சிறிதும் ஓசையேற்படுத்தாமல்.

கத்தியை இறுகப் பற்றிக்கொண்டாள்.

மூச்சை சில முறை இழுத்துவிட்டாள். சக்தியைச் சேகரித்துக்கொண்டு.

தான் கேள்விப்பட்டதை நினைவிலிருந்து மீட்டாள்.

தலைவனைக் கொன்றுவிட்டால், லங்கர்கள் வீழ்ந்துபடுவர்.

எழ முயன்றாள். உலகம் தட்டாமாலை சுற்றியது.

மீண்டும் மேடை மீது அமர்ந்தாள். மேலும் ஆழ்ந்து சுவாசித்தாள். மேன்மேலும் உடலுக்குள் பிராணவாயுவைச் செலுத்திக்கொண்டாள்.

புலன்களைக் கூர்மைப்படுத்தினாள். யாருமறியாமல் மெல்ல இராவணனை நோக்கி அடியெடுத்து வைத்தாள்.

அவன் முதுகிலிருந்து சில அடி தூரம் இருக்கையில், கத்தியை உயர்த்தி முன்னால் பாய்ந்தாள்.

'ஓ'வென்ற கூச்சல் 'சட்'டெனப் புறப்பட, யாரோ பின்புறமிருந்து சீதாவைப் பிடித்திழுத்தனர். கழுத்தைச் சுற்றி ஒரு கரம். தொண்டையில் அழுந்தியது ஒரு கத்தி. தன்னைத் தாக்கியது பெண் என்று சீதாவிற்கு உறைத்தது.

உடனடியாக இராவணனும் கும்பகர்ணனும் சுழன்று திரும்பினர். அநேக லங்கர்களும்கூட எழுந்துவிட்டனர்.

கும்பகர்ணன் மெல்லக் கைகளை உயர்த்தினான். எச்சரிக்கையாக. நிதானமாய், ஆனால் கட்டளையிடும் குரலில் வார்த்தைகள் வெளிவந்தன. "கத்தியைக் கீழே போடு."

கழுத்தைச் சுற்றிய கரம் இறுகுவதை சீதா உணர்ந்தாள். அனைத்து இலங்கை வீரர்களும் இப்பொழுது எழுந்துவிட்டதையும் கவனித்தாள். சரணடையும் விதமாய்க் கத்தியை எறிந்தாள்.

கும்பகர்ணன் மீண்டும் கட்டளையிட்டான். இம்முறை, குரலில் கடுமை அதிகரித்திருந்தது. "கத்தியைக் கீழே போடச் சொன்னேன்."

சீதாவின் புருவங்கள் முடிச்சிட்டன. குழப்பத்துடன். தான் எறிந்த கத்தியைக் குனிந்து பார்த்தாள். வேறு ஆயுதம் தன்னிடம் இல்லையெனச் சொல்ல வாயெடுத்தவளின் கழுத்தில் 'சுருக்'கென ஏதோ தைத்தது. தன்னைத் தாக்கிப் பின்னாலிருந்து பற்றிய உருவம், கத்தியை அருகே கொண்டு வந்திருந்தது. முனை குத்தி இரத்தப்பொட்டு வெளிவந்திருந்தது.

இராவணனை ஒரு பார்வை பார்த்துவிட்டு சீதாவை இறுக்கிய உருவத்தை நோக்கித் திரும்பினான் கும்பகர்ணன். "கரனின் வாழ்க்கை முடிந்துவிட்டது. இனி அவன் திரும்பமாட்டான். இந்தப் பைத்தியக்காரத்தனம் வேண்டாம். ஆணையிடுகிறேன். கத்தியைக் கீழே போடு."

கழுத்தைச் சுற்றிய கரம் நடுங்குவதை சீதா உணர்ந்தாள். தாக்கிய ஆள் உணர்ச்சிப்பெருக்கில் நிலைதடுமாறிக் கொண்டிருக்க வேண்டும்.

இறுதியாக நெருங்கி வந்த இராவணன் பேசிய போது, குரல் கடுமையான கட்டளையாய் - ஏன், பயங்கரமாகவே - வெளிவந்தது. "கத்தியைக் கீழே போடு. இப்போ."

கரம் தளர்ந்து, 'சட்'டெனப் பின்வாங்கியது. மெல்லிய குரல் கேட்டது.

"தங்கள் சித்தம், இறைவா."

சீதா அதிர்ந்தாள். சுழன்றாள். தடுமாறினாள். விமானத்தின் சுவரைப் பிடித்தபடி பின்னால் சாய்ந்தாள்.

ஆழ்ந்து சுவாசிக்க உடலுக்கு வலிந்து கட்டளையிட்டுவிட்டு, தன்னைத் தாக்கிய உருவத்தை மீண்டும் நோக்கினாள். சில நொடிகளுக்கு முன் தன்னைக் கொல்லத் துடித்த - கரனைக் குறித்து உணர்ச்சிவெள்ளத்தில் புரண்ட - உலகறிய இராவணனின் கட்டுப்பாட்டில் இருந்த -

தன்னை ஒரு முறை காப்பாற்றிய...

தோழியென இதுகாறும் கருதிய...

ஸமீச்சி.

...தொடரும்.

அமீஷின் பிற நூல்கள்
சிவா முத்தொகுதி

இந்திய வெளியீட்டின் வரலாற்றில் மிக வேகமாக விற்பனையான புத்தகத் தொடர்

மெலூஹாவின் அமரர்கள்
(சிவா முத்தொகுதி 1)

கிமு 1900. புவியில் வாழ்ந்த மிகச்சிறந்த அரசர்களில் ஒருவனாகிய ராமன் பல நூற்றாண்டுகளுக்கு முன்பு உருவாக்கிய முழுமைபெற்ற பேரரசு மெலூஹா எனும் நாட்டை அந்தக்காலகட்டத்தில் வாழ்ந்தவர்கள் அறிவர். இப்போது அவர்களின் முதன்மை நதி சரஸ்வதி மறைந்துகொண்டு வருகிறது. கிழக்கு திசையிலிருந்து எதிரிகளின் தீவிரவாதத் தாக்குதல்களை சந்திக்கிறார்கள். புராண நாயகன் நீலகண்டன் இந்தத் தீமைகளை அழிக்கத் தோன்றுவானா?

நாகர்களின் இரகசியம்
(சிவா முத்தொகுதி 2)

தீயவனாகிய போர்வீரன் நாகா என்பவன் பிரகஸ்பதியைக் கொன்றுவிட்டு இப்போது சதியை தொடர்கிறான். தீமையை அழிப்பவனாக அறிவிக்கப்பட்ட சிவா, அரக்கனின் அழிவு காணாமல் ஓயமாட்டான். கடுமையாக போரிடுவான், சிவா முத்தொகுதியின் இரண்டாவது நூலாகிய இதில் நம்பமுடியாத ரகசியங்கள் வெளிப்படும்.

வாயுபுத்ரர் வாக்கு
(சிவா முத்தொகுதி 3)

சிவா தன் படைகளைத் திரட்டுகிறார். நாகர்களின் தலைநகர் பஞ்சவடியை அடைகிறார். தீமை இறுதியாக தன்னை வெளிக்காட்டுகிறது. தனது உண்மையான எதிரியுடன் நீலகண்டன் ஒரு புனிதப் போருக்குத் தயாராகிறார். அவர் வெற்றி பெறுவாரா? பரபரப்பாக விற்பனையாகும் சிவா முத்தொகுதியின் இந்த கடைசி நூலில் இந்த மர்மங்களுக்கான விடையைக் கண்டடைவீர்.

இராமச்சந்திரா தொகுதி

இந்திய வெளியீட்டின் வரலாற்றில் மிக வேகமாக விற்பனையான இரண்டாவது புத்தகத் தொடர்

ராம் - இக்ஷ்வாகு குலத்தோன்றல்

(இராமச்சந்திரா தொகுதி 1)

ஒரு பயங்கரமான போர் உயிர்களைக் கொன்றது, அயோத்தியை பலவீனமாக்கியது. அழிவு மேலும் ஆழமாகிறது. இலங்கை மன்னனாகிய அசுரன் ராவணன், தோற்றவர்கள் மீது ஆட்சியை திணிக்கவில்லை. மாறாக அவன் வணிகத்தைத் திணிக்கிறான். பேரரசிலிருந்து செல்வம் உறிஞ்சப்படுகிறது. மக்கள் சகித்துக்கொண்டிருக்கும் துயரத்தின் ஊடாக, தங்களுக்குள் ஒரு தலைவன் இருப்பதை அவர்கள் உணர்ந்திருக்கவில்லை. விலக்கி வைக்கப்பட்ட ஒரு இளவரசன். ராமன் என்று அழைக்கப்பட்ட இளவரசன் அமீஷின் இராமச்சந்திர தொடர்களில் காப்பியப் பயணத்தைத் தொடங்குவீர்.

ராவணன் - ஆர்யாவர்த்தாவின் எதிரி

(இராமச்சந்திரா தொகுதி 3)

ராவணன் மனிதர்களுள் சிறந்தவனாக ஓங்கி வளர வேண்டும், அடக்கி ஆண்டு, கொள்ளை அடித்து, தான் நினைக்கும் சிறப்பை எப்படியாவது அடைந்தே தீருவது என்ற திண்மை. முரண்களின் வடிவானவன், படு கொடுமைகளை அஞ்சாமல் செய்பவன்,மெத்த படித்த மேதாவி. எதிர்பார்ப்பின்றி அன்பையும் வைப்பான், குற்ற உணர்ச்சி இன்றி கொலையும் செய்வான். இந்த பிரமிக்கவைக்கும் இராமசந்திரா தொடரின் மூன்றாவது புத்தகம், ராவணனை, இலங்கையின் மன்னனை நமக்கு அறிமுகப்படுத்துகிறது. இருளிலும் அந்தகார இருளின் மீது வெளிச்சம் அடிக்கப்படுகிறது. அவன் வரலாறு காணாத கொடூரனா, அல்லது, எப்பொழுதுமே இருளில் மாட்டி தவிக்கும் சாதாரண மனிதனா?

புனைவல்லாதது

நிலைத்த புகழ் இந்தியா

இந்தியாவின் சொந்தமான கதைகளை சொல்பவரான அமீஷ் இதனை அழகாக வெளிப்படுத்துகிறார். தொடர்ந்து எழுதிய பல அறிவுக்கூர்மை மிக்க கட்டுரைகள், பொருள் பொதிந்த உரைகள், அறிவு பூர்வமான விவாதங்கள் ஆகியவற்றின் மூலம் முன்பு எப்போதும் இல்லாத வகையில் இந்தியாவைப் புரிந்து கொள்வதற்கு அமிஷ் உதவியுள்ளார். இளமையான நாடாகவும், கால எல்லையற்ற நாகரீகத்தையும் கொண்டுள்ள **நிலைத்தபுகழ் இந்தியாவின்** மதம், புராணம், பாரம்பரியம், வரலாறு, மரபு, சமகாலத்தின் சமுதாய கொள்கைகள், ஆட்சிநிர்வாகம், ஒழுக்கநிலை ஆகியவற்றில் உள்ள ஆழ்ந்த புரிந்துணர்தலின் அடிப்படையில் கவர்ந்திழுக்கும் நவீன காலப்பார்வையுடன் பழமையான கலாச்சாரத்தின் அமைப்பு ஓவியத்தை அமீஷ் அழகுபடக் காட்டுகிறார்.